राम गणेश गडकरी :

व्यक्ती आणि वाङ्मय

संपादन आणि प्रस्तावना

वि. स. खांडेकर

मेहता पब्लिशिंग हाऊस

Please contact us at **Mehta Publishing House,** Pune 411030.
© +91 020-24476924 / 24460313 / Mob. No. 9545000513
Email : production@mehtapublishinghouse.com
Website : www.mehtapublishinghouse.com

RAM GANESH GADAKARI : VYAKTI ANI VANGAMAY
by V. S. KHANDEKAR

राम गणेश गडकरी : व्यक्ती आणि वाङ्मय : वि. स. खांडेकर / व्यक्ती आणि वाङ्मय
Email : author@mehtapublishinghouse.com

प्रकाशक : सुनील अनिल मेहता, मेहता पब्लिशिंग हाऊस,
१९४१, सदाशिव पेठ, माडीवाले कॉलनी, पुणे - ४११०३०.

मुद्रक : ट्रिनिटी अ‍ॅकॅडमी फॉर कॉर्पोरेट ट्रेनिंग लिमिटेड

मुखपृष्ठ : चंद्रमोहन कुलकर्णी

प्रकाशनकाल : १९३२ / १९४९ / फेब्रुवारी, १९९७ /
पुनर्मुद्रण : ऑगस्ट, २०१६

किंमत : ₹ २९५

P Book ISBN 9788171616305
E Book ISBN 9789386342904
E Books available on : amazonkindle Apple Books Google Play Books

---

•

कोल्हटकर संप्रदायाचे
प्रमुख संवर्धक
रा. ग. गडकरी
व
भा. वि. वरेरकर
यांस
सादर समर्पण

•

दोन शब्द

१९३२ साली या पुस्तकाची पहिली आवृत्ती प्रसिद्ध झाली. त्या वेळच्या छोट्या प्रस्तावनेत मी खालील उद्‌गार काढले होते :

'किर्लोस्कर-देवलांच्या मांडीवर बसून मराठी नाट्यवाङ्मय बोबडे बोल बोलू लागले, कोल्हटकर-खाडिलकरांच्या सहवासात त्याने विद्या व कला यांत प्रावीण्य संपादन केले आणि वरेरकर- गडकऱ्यांच्या साहाय्याने त्याने आपल्या कार्यक्षेत्राचा विस्तार केला. या अर्धशतकाच्या काळात व्यक्ती व परिस्थिती यांच्या विविध संस्कारांमुळे मराठी नाट्यवाङ्मयात नव्या गुणांप्रमाणे नवे दोषही उत्पन्न झाले; पाणी वस्त्रगाळ करून पिणे जसे इष्ट, त्याप्रमाणे वाङ्मयाचेही चिकित्सापूर्वक अनुकरण होणेच हितावह असते.

गडकऱ्यांच्या बाबतीत अशा चिकित्सेची अत्यंत आवश्यकता आहे, हे सांगावयालाच नको. त्यांना कालवश होऊन तेरा वर्षे झाली असली, तरी नाट्यलेखक, प्रेक्षक व वाचक यांच्यावर कोणत्याही विद्यमान नाटककारापेक्षा त्यांची अधिक छाप आहे. गेल्या अर्धशतकातील सर्व प्रमुख नाट्यप्रवाहांचा संगम त्यांच्या नाटकात झाला असल्यामुळे, त्यांचा व्यापक व मार्मिक दृष्टीने अभ्यास होणे अत्यंत आवश्यक आहे.

१८८० पासून १९३० पर्यंतच्या अर्धशतकात राजकारण, समाजसुधारणा, वाङ्मयसेवा, इत्यादी क्षेत्रांत महाराष्ट्रातील अनेक प्रतिभाशाली पुरुषांनी आपले कर्तृत्व प्रगट केले आहे. त्यांच्या कार्याविषयी कितीही आदर असला, तरी त्याचे आंधळेपणाने अनुकरण करणे योग्य होणार नाही. कायदेभंगाच्या चळवळीपर्यंत पोहोचलेल्या राष्ट्राला, अर्जविनंत्यांचा मार्ग अथवा घटस्फोटाच्या इष्टानिष्टतेची चर्चा करणाऱ्या समाजाला पोटजातीतील लग्नाचा प्रश्न न आवडणे हेच स्वाभाविक आहे. वाङ्मयातही हे कालमाहात्म्य दृग्गोचर व्हावे, यात नवल नाही.

गडकऱ्यांच्या मृत्यूनंतर एका वर्षाने मी त्यांच्यावर एक चरित्रात्मक लेख लिहिला. दोन वर्षांपूर्वी त्यांच्या 'प्रेमसंन्यासा'वरील चर्चा मी प्रसिद्ध केली. हे दोन्ही लेख वाचून

गडकऱ्यांच्या सर्व वाङ्‌मयाचे विवेचन मी करावे, असे अनेकांनी मला सुचविले. त्यांच्या शिष्यांपैकी कुणी तरी हे कार्य माझ्यापेक्षा अधिक चांगल्या रीतीने करील, असे वाटत असल्यामुळे, इतके दिवस मी या कामाला हात घातला नव्हता. धाकटा भाऊ जसा मुलासारखा असतो, त्याप्रमाणे लहान गुरुबंधूनेही शिष्याचे काम करायला हरकत नाही, असा विचार करून आज मी हे पुस्तक रसिकांना सादर करीत आहे.

गडकऱ्यांच्या वाङ्‌मयात्मक मूर्तीचे यथार्थ दर्शन व्हावे, म्हणून तिच्या पाठीमागे मी जीवनपट सोडलेला आहे. हा पट रंगविण्यात गडकऱ्यांवर आतापर्यंत जे चरित्रात्मक वाङ्‌मय प्रसिद्ध झाले आहे, त्याचा मला फार उपयोग झाला. गुरुवर्य श्रीपाद कृष्ण कोल्हटकर यांनी प्रकृती चांगली नसतानाही आठवणींच्या रूपाने बहुमोल साहाय्य केले. या सर्व लेखकांचा मी अक्षरश: ऋणी आहे, हे पुस्तकाचा पूर्वार्ध सांगेलच.

वाङ्‌मयविवेचनाच्या बाबतीत एक-दोन गोष्टींचा खुलासा करणे आवश्यक आहे. गडकऱ्यांच्या काव्य-विनोदापेक्षा नाटकांना दिलेले महत्त्व सर्वसंमत होईल अशी आशा आहे. नाट्यविवेचनाचे स्वरूप केवळ शास्त्रीय ठेविले असते, तर ते सामान्य वाचकाला अत्यंत रूक्ष वाटले असते. कालविभगाच्या पद्धतीचा अवलंब करण्यापासूनही विशेष फायदा नव्हता. प्रासंगिक, कौटुंबिक, सामाजिक, ध्येयात्मक, असे वर्गीकरणही गडकऱ्यांच्या नाटकांत फारसे होऊ शकत नाही. या कारणांमुळे वैचित्र्य, मनोरंजकता व तात्त्विक विवेचन यांचे मिश्रण करणाऱ्या मध्यम मार्गाचाच मी पुस्तकाच्या उत्तरार्धात आश्रय केला आहे.

गडकऱ्यांच्या वाङ्‌मयाचे विवेचन करणे हेच उत्तरार्धाचे मुख्य कार्य असल्यामुळे अनेक महत्त्वाचे प्रश्न मला बाजूला ठेवावे लागले; परंतु या प्रश्नांची विस्तृत चर्चा झाल्याखेरीज मराठी नाटककार व नाटके यांच्याविषयीचे विवेचन समाधानकारक होणार नाही. या प्रश्नांपैकी काही खाली देतो :

१. सामाजिक म्हटली जाणारी मराठी नाटके बहुधा काल्पनिकच (Romantic) असतात. कोल्हटकर व गडकरी यांची नाटके बाह्यत: सामाजिक दिसली, तरी त्यांच्यांत अद्‌भुतरम्यतेचाच अंश अधिक आहे.

२. मराठी नाट्यवाङ्‌मय अद्यापिही कथाप्रधान आहे. ते स्वभावप्रधान झाल्याखेरीज प्रभावशाली होऊ शकणार नाही.

३. कोल्हटकरांनी मराठी नाटकांना विनोदाची जोड दिली; पण विनोदप्रधान नाटकांचे महत्त्व पुढील लेखक व प्रेक्षक यांना न कळल्यामुळे, नाटकांतील विनोद कृत्रिम व कलाहीन झाला. प्रसंगनिष्ठ व स्वाभाविक विनोदाची वाढ यामुळेच खुंटली.

४. स्वभावरेखनाला योग्य ते स्थान न मिळाल्यामुळे हृदयाला हलविण्याऐवजी बुद्धीला दिपविण्याकडेच नाट्यलेखकांचे लक्ष लागले. याचा परिणाम आलंकारिक

व कृत्रिम संवाद लिहिण्यातच नाट्यकौशल्य आहे, असे मानण्यात झाला.

५. स्वतंत्र म्हटल्या जाणाऱ्या मराठी नाटकांनाही पुस्तकांपासूनच स्फूर्ती मिळालेली असते. यामुळे नाटक हे सभोवतालच्या संसाराचे चित्र न होता नाट्यसंकेतांनुसार रचलेल्या काल्पनिक संसाराचे चित्र होते.

६. प्रेम, प्रेमभंग, पातिव्रत्य, त्याग, वगैरेंविषयीच्या लेखकाच्या व प्रेक्षकांच्या कल्पना कायम ठशाच्या असल्यामुळे मराठी नाटकात अनुभवाच्या उद्गारांपेक्षा रूढ कल्पनांचे प्रतिध्वनीच नेहमी ऐकू येतात.

नाट्यकथानकाला दिवसेंदिवस कृत्रिम (Melo-dramatic) वळण लागत चालले आहे. नाटकात जीवनाचे कलात्मक प्रतिबिंब दाखविण्याचे प्रयत्न जोपर्यंत लेखकांकडून होत नाहीत, तोपर्यंत रहस्यावर अवलंबून असलेली कथानके, भडक रंगांनी रंगविलेली कृत्रिम पात्रे आणि जनसमूहाच्या आवडत्या कल्पनांचे प्रतिध्वनी याच गोष्टी रंगभूमीवर दिसत राहतील.'

हे लिहिल्याला आता सतरा वर्षे झाली. या दीर्घ काळात काही चांगली नाटके निर्माण झाली असली, तरी मराठी नाट्य-कला हळूहळू निस्तेज होत चालली आहे, हे कुणालाही कबूल करावे लागेल. तिच्या या अवकळेची कारणे अनेक आहेत. त्यांची चर्चा इथे अप्रस्तुत होईल. मात्र या प्रतिकूल परिस्थितीतही गडकऱ्यांच्या नाटकांची लोकप्रियता अबाधित राहिली आहे. मराठी नाट्य-कलेच्या पुनरुज्जीवनाचे अनेक प्रामाणिक प्रयत्न गेली चार-पाच वर्षे सुरू आहेत. गडकऱ्यांसारख्या प्रभावशाली नाटककाराचा चिकित्सक अभ्यास या कामी थोडासा उपयुक्त होण्याचा संभव असल्यामुळे या पुस्तकाची दुसरी आवृत्ती मी आज रसिकांना सादर करीत आहे.

वि. स. खांडेकर

शाहुपुरी,
कोल्हापूर
६-१-४९

अनुक्रमणिका

पूर्वार्ध

व्यक्ती

उत्तरार्ध

वाङ्मय

पूर्वार्ध

आयुष्याचे छायाचित्र

सरस्वतीच्या कृपाप्रसादाचा प्रभाव असो, अगर निसर्गाची योग्य योजना असो, तरवार, तागडी आणि नांगर यांच्यापेक्षा टीचभर लेखणीच अधिक भारी ठरते. रणांगणावरील रक्ताचे पूर, थोडे पावसाळे गेले नाहीत, तोच धुऊन जातात; पण कागदाच्या कपड्यावरील शाईचा थेंब शेकडो उन्हाळे उलटले, तरी ओलाच राहतो. सोन्याची तागडी मालकाच्या पश्चात मातीमोल होऊन जाते; पण लाकडाच्या लेखणीतून प्रगट होणारे नारसिंहरूप देव्हाऱ्यात जाऊन बसते! नांगरांचे तास चार दिवसांत बुजतात; आणि त्यांच्या श्रमाचे पीक वर्षभरात दृष्टिआड होते. पण लेखणीच्या रेखा कधीच पुसल्या जात नाहीत आणि तिची सोन्याची पिके कधीच कमी होत नाहित. फुलांत सुगंधी गुलाब, की निशिगंध, तीर्थांत श्रेष्ठ प्रयाग, की काशी, हे सांगणे एक वेळ कठीण आहे; पण मनुष्याच्या बुद्धीने उभारलेल्या सर्व जयस्तंभांत काळाच्या जोराला न जुमानणारा एकच आहे आणि तो वाङ्मयाचा होय.

'निबंधमाले'बरोबरच अर्वाचीन स्वतंत्र मराठी वाङ्मयाचा जन्म झाला. १८७० पासून १९२० पर्यंतचे अर्धे शतक हे एका दृष्टीने 'निबंधमाले'चे युग मानता येईल. या पन्नास वर्षांत मराठी वाङ्मयाची सर्वांगीण प्रगती झाली असली, तरी त्याच्या ध्येयात म्हणण्यासारखा फरक पडला नाही. या काळातील राजकीय विचारांचे जनक जसे चिपळूणकर व लोकमान्य टिळक, त्याप्रमाणे सामाजिक सुधारणेचे स्फूर्तिदाते न्यायमूर्ती रानडे व आगरकर. या अर्धशतकातील नाटककारांचे गुरू कालिदास, शेक्सपीअर व मोलिअर, कादंबरीकारांचे मार्गदर्शक स्कॉट व डिकेन्स आणि कवींची दैवते वर्डस्वर्थ, शेले व बायरन. या काळातील वाङ्मयाचा 'निबंधमाला' हा पाया मानला, तर गडकऱ्यांची नाटके हा त्याचा कळस आहे, असे म्हणणे अनुचित होणार नाही. सूर्योदय व सूर्यास्त यांच्याप्रमाणे, 'निबंधमाले'च्या युगातील आद्यंतीच्या

या मोठ्या लेखकांतही विलक्षण साम्य आहे. दोघेही अल्पायुषी, दोघांचेही वाङ्मयजीवन अवघे सात वर्षांचे आणि दोघांचीही लोकप्रियता असामान्य.

अशा लेखकांच्या जन्मकाळी जर त्यांचे कार्य समजते, तर त्यांच्याविषयी किती तरी मनोरंजक व मनोबोधक माहिती मिळाली असती! पण बोलून चालून ही रत्ने! समुद्राच्या तळाशी असेपर्यंत ती असून नसल्यासारखीच! बाहेर काढल्यावर मात्र ती योग्य जागी जायला वेळ लागत नाही. गडकऱ्यांचे जीवनपुष्प १८८५ च्या मे महिन्यात जगात मुग्धपणाने डोकावू लागले. पण त्या वेळी पुढील भविष्याची कोणालाच कल्पना नव्हती! इंग्रजी थॅकरेचा जन्म ज्याप्रमाणे कलकत्त्यात झाला, त्याप्रमाणे मराठी गडकऱ्यांचा जन्म गुजरातेत नवसारी येथे झाला. नवसारी येथे जन्म होण्याइतका गडकऱ्यांच्या आयुष्यात नवेपणा होताच! पण राहण्याचे मूळ गाव सांगवी (कर्जत तालुका), जन्म नवसारीला आणि उदय पुण्यात, अशी गडकऱ्यांची त्रिस्थळी यात्रा झाली, म्हणावयास हरकत नाही.

गडकरी जातीने कायस्थप्रभू. ज्या बाजीने छातीची खिंड करून रांगण्याची खिंड राखली, ज्या मुरारबाजीने पुरंदरला शौर्याची शर्थ करून त्याचे नाव सार्थ केले, त्याच बाजींच्या जातीत गडकरी या ऐतिहासिक आडनावाच्या घराण्यात 'राजसंन्यास' नाटकाचे जनक जन्माला आले.

गडकऱ्यांच्या वडिलांनी पोटाच्या पाठीमागे लागून गुजरात गाठली होती. चार बंधूंपैकी गडकरी नावाने राम असले, तरी अनुक्रमाने लक्ष्मणच होते. आपल्याकडे मुलाचे नुसते नाव ठेवून भागत नाही, त्याला टोपणनावाची ढालही पैदा करून द्यावी लागते. या धांदलीत पाळण्यातील मुलगीही 'माई' होते आणि एकुलता एक मुलगा 'भाऊ' होतो. गडकऱ्यांचे टोपणनाव मात्र त्यांना साजेलसे - ते काव्यदेवीच्या गळ्यातील लाल होतील, असे - म्हणजे लालजीच होते. गडकऱ्यांना अगदी लहानपणाच्या देखील स्पष्ट आठवणी होत्या व ओघाओघाने त्यांचा ते उल्लेख करीत असत. तथापि, त्यांच्या लहानपणची हकीकत त्यांच्या कुटुंबातील जाणत्या माणसांशिवाय इतरांस फारशी माहीत असणे संभवनीय नाही. पुढे लेखणीवर सरस्वतीला नाचविणाऱ्या गडकऱ्यांना इतर मुलांप्रमाणेच काही दिवस बोलताही येत नव्हते व काही दिवस बोबडे बोलावे लागले. विचित्र मानवी स्वभावाचे खेळणे करणाऱ्या या कवीला लहानपणी एखाद्या लाकडी खेळण्यावर आपली तहान भागवून ध्यावी लागली आणि पुढे गगनात भराऱ्या मारणाऱ्या या कवीला लहानपणी या कुशीचे त्या कुशीवर देखील होता येत नसे. गडकऱ्यांची अगदी पहिली आठवण गाण्याने आपले रडे थांबत असे, एवढीच होती.

गडकऱ्यांच्या पुढच्या आयुष्याप्रमाणे त्यांचे बालपणही फिरण्यातच गेले. नोकरीच्या निमित्ताने त्यांच्या वडिलांना नेहमी स्थलांतरे करावी लागत; परंतु स्थलांतराचा संस्कार लहान मुलांच्या मनांवर फारसा होत नाही. बालपणी दिसेल तो मित्र आणि

हसेल तो आप्त, अशी मुलांच्या मनाची स्थिती असते. समजू लागल्यापासून गडकऱ्यांना आपल्या वडिलांविषयी फार प्रेम वाटत असे. मुलाची चपळ व तीव्र बुद्धी पाहून त्यांचेही लालजीवर विशेष प्रेम असे, असे गडकऱ्यांच्या बोलण्यावरून दिसे. वडिलांचे छत्र म्हणजे संसाराच्या सहारातील सावली आणि बालपण म्हणजे भूलोकावरील वैकुंठ! अर्थात या बालपणाविषयी सगळ्यांच्या मनांत किती तरी गोड पण अंधूक कल्पना विहरत असतात. जगातील उन्हापावसाला कंटाळलेल्या फुलाला पुन्हा कळी व्हावेसे वाटते. आयुष्यातल्या शेकडो विषम प्रसंगांनंतर — आयुष्याचा ओघ नदीसारखा विशाल झाल्यानंतरही — गडकऱ्यांना आपल्या आयुष्याच्या आठीची आठवण होत असे. ज्याच्या कटिखांद्यावरून खेळत खेळत आपण उगमापासून दूर आलो, तो पर्वत आपल्या दोन्ही बाजूंनी हसत हसत येणारी रानफुले, आकाशात फुगड्या खेळणारी फुलपाखरे, आणि चंद्रिकेप्रमाणे शांत वाटणारे सूर्यकिरण – ते दिवस पुन्हा येतील काय? ते निष्पाप, निर्मल, निष्काळजी हृदय पुन्हा लाभेल काय? नेहमी हसत खेळत असलेला त्यांचा कंठ अशाच एका आठवणीने गहिवरलेला मी पाहिला आहे. पण 'सुकले फूल न देइ वास जरि अश्रूंनी भिजले' हेच खरे!

नोकरी, काही झाले, तरी स्त्रीजातीची! ती फिरवील, तसे फिरावे लागत असल्यामुळे गडकऱ्यांच्या वडिलांनी दोघा वडील मुलांच्या शिक्षणाला घरीच सुरुवात केली होती. गडकऱ्यांच्या खेळकर व खोडकर स्वभावाच्या दृष्टीने ती दुधात साखरच होती. पित्याच्या प्रेमळ दृष्टीत शिक्षकापेक्षा शतपट उत्तेजन आणि कठोर कटाक्षाला छडीपेक्षाही भयंकर भीती त्यांना लाभली होती. ज्या मराठी भाषेवर ते सोन्याचा साज चढविणार होते, तिची धुळाक्षरे त्यांना शिकविताना या भावी भाग्याची कोणाला कल्पना देखील झाली नसेल. मराठीतील 'श्री'ने या बालकाच्या हातात जाताना तिळमात्र देखील विचार केला नसेल. तिला बापडीला काय माहीत, की हे अजाण अर्भक उद्या आपणाला सरस्वतीच्या सेवेला लावणार आहे! गुजराती शिकताना आपल्या आवडत्या कलापीच्या केका याच भाषेत असतील किंवा मराठी शिकताना केशवसुतांची तुतारी व कोल्हटकरांचा मूकनायक याच भाषेत बोलणार आहेत, हे बालगडकऱ्यांना तरी कुठे माहीत होते? हां हां म्हणता धडे पाठ करावयाचे व त्यांच्याकडे लगेच पाठ करायची, हा तर त्यांचा क्रमच होता. गडकरी सहा वर्षांचे झाले नाहीत, तोच (१८९१) त्यांचे वडील आजारी पडले; व अर्थात शिकणेही त्या मानाने अनियमित झाले. तथापि, एकदा ओळख झाल्यावर जीवश्च कंठश्च करायचे, हा गडकऱ्यांचा स्वभाव या वेळीही प्रत्ययाला आला. अक्षरओळख झाल्यानंतर त्यांनी त्यांचा सहवास कधीच सोडला नाही; या नव्या मित्रांना कंठात घालून ते वाचू लागले व मुठीत धरून लिहू लागले.

गडकरीकुटुंबावर या वेळी चोहींकडून अभ्रे दाटत होती. घरातील कर्ता पुरुष

आजाराने अंथरुणाला खिळलेला, मुले तर पंख न फुटलेल्या पाखरांसारखी आणि आजाराला औषधोपाय हे केलेच पाहिजेत. या वेळी गडकऱ्यांच्या प्रेमळ मातेने जे हालकष्ट काढले असतील आणि जे जिवाचे रान केले असेल, त्याची कल्पना करता येणे अशक्य आहे. दुःखात सुख एवढेच, की या जिवाच्या रानात विसावा देणाऱ्या चिमण्या कोकिळा देवाने त्यांना दिल्या होत्या.

परंतु ईश्वराची इच्छा निराळी होती. ऋणानुबंध सरला होता; मग सहवासाचे येणे देणार कोण? आयुष्याची दोरी अशी तुटली होती, की तुटणाऱ्या आतड्यांनीही ती सांधली जाणे शक्य नव्हते. गडकरीबंधूंनी पित्याचे छत्र देवाधिदेवापाशी मागितले नव्हते. आशेच्या झोपाळ्यावर हेलकावे खाणाऱ्या मनाचा आधार तुटला आणि आठव्या वर्षी गडकरी पितृहीन झाले (१८९३). जगातल्या राजमार्गावर नेऊन सोडणारा पितृदेव नाहीसा झाला.

आपल्यावर कोसळलेल्या प्रसंगाची साधारण मुलांपेक्षा गडकऱ्यांना बरीच तीव्र जाणीव उत्पन्न झाली. त्यांच्या पाठीवरून मायेने हात फिरविण्याला मातेचा हात असला, तरी जगाच्या गर्दीत सावरून घेणाऱ्या पित्याच्या हाताला ते मुकले होते. पृथ्वीवर त्यांचे पाय स्थिर असले, तरी त्यांच्यावर आकाश कोसळले होते. गडकऱ्यांच्या हृदयावर तो प्रसंग कोरल्याप्रमाणे झाला. बालपणाच्या गोड स्वप्नातून ते जागे झाले आणि जगाच्या भयाणपणाची जाणीव त्यांच्या हृदयात शिरली. पित्याची सावली नाहीशी होताच उन्हाची आच त्यांना समजली व त्यांच्या हृदयाचे पाणी होऊ लागले. घराचा आधारस्तंभ कोसळला होता; पण नव्या चार अंकुरांपैकी सर्वांत मोठा देखील टेका देण्याइतका मोठा झाला नव्हता; अशा वेळी त्याला तोडून घराला लावले, तर घरही सावरणार नाही आणि त्याची वाढ मात्र खुंटेल, हे गडकऱ्यांच्या मातुःश्री ओळखून होत्या. मुलांच्या चौकडीला, विद्येचा उजाळा मिळाला, तरच ती चमकेल, हे त्या समजून होत्या; परंतु समजले, म्हणून उमजते आहे थोडकेच? दैवाचा काटाही या वेळी त्यांच्या विरुद्ध सुकत होता. कोसळलेले आकाश थोडेसे निवळले नाही, तोच गडकऱ्यांचा पाठचा भाऊ गोविंद वडिलांना भेटण्याकरताच की काय चालता झाला. या धरणीकंपाचा धक्का तर या कुटुंबाला चांगलाच जाणवला. गडकरीकुटुंबावरील आपत्तीची परंपरा सुरू झाली होती. तिची साखळी किती लांबणार होती, कोण जाणे! वडिलांच्या मृत्यूने करकरीत तिन्हीसांज होऊन गोविंदाच्या मरणाने तर काहीच दिसेनासे झाले होते. दुःखाच्या रात्रीचा हा पूर्वभाग होता; काळोख अधिक अधिक दाटत होता. नक्षत्रांच्या रूपाने आशेचे अंकुर देखील दिसत नव्हते; मग चंद्रोदय तर दूरच राहिला!

संकट दूर असेपर्यंत त्याची भीती वाटते व उपाय दिसत नाही. दुरून पर्वताची चढण दुर्गम दिसते; परंतु जवळ गेल्यावर कुठून ना कुठून तरी चढायला मार्ग

सापडतोच! आलेल्या प्रसंगाला तोंड देण्याकरता गडकऱ्यांचे वडील बंधू चुलत्याकडे शिकायला राहिले व गडकऱ्यांच्या मातु:श्री गडकरी व धाकटा मुलगा यांसह कर्जतला येऊन राहिल्या (१८९४). गडकऱ्यांसारख्या स्वाभिमानी बालमनाची या वेळची स्थिती मोठी कठीण होती. ते आता नुसते फुलपाखरू उरले नव्हते; पण आकाशाचा अंत काढण्याइतकी शक्ती त्यांच्या पंखांत आली नव्हती. दुर्दैवाने पारध्याप्रमाणे पाठलाग केल्यामुळे जिवावर उदार झालेल्या हरिणाप्रमाणे त्यांचे मन धावत होते; पण त्याला सुटकेचा मार्ग सापडेना. अशा तळमळीत ते शाळेत जाऊन शिकत होते. मराठी लिहिता-वाचता येऊ लागल्यामुळे तळमळणारे मन सहजच इतर वाचनात गुंगू लागले. त्यांच्यासारख्या हुशार विद्यार्थ्याला शाळेचे अभ्यास मुळीच जड नव्हते; परंतु मनावरील भार हलका करण्यात त्यांना त्यांचा मुळीच उपयोग होईना. त्यांनी वाचलेल्या इतिहासात अनेक स्फूर्तिदायक चरित्रे होती; परंतु त्यांच्या चरित्राचे उदाहरण निराळ्या तऱ्हेचे व अर्थात रीतही निराळीच होती. ठरलेल्या रीती आपल्या आयुष्याच्या उदाहरणाला लावून त्यांचे उत्तर बरोबर येणे शक्य नव्हते. अभ्यासात त्यांनी भूगोल उलथापालथा केला, तरी स्वत:चे हृदय सावरण्याइतके सामर्थ्य त्यांच्या मनगटात आले नव्हते. अंकगणितात व्यापाऱ्याला कोट्यवधी रुपये नफा झाला, म्हणून त्यांचा हात ओला होणार होता थोडकाच? लुळ्यापांगळ्या श्रीमंतीपेक्षा धट्टीकट्टी गरिबी बरी, हा धडा पुस्तकीच होऊ पाहत होता. अशा बावरलेल्या बालमनाला सावरण्याकरता, जळणाऱ्या जीवाला जराशी शांती देण्याकरता, निराशेने निश्चेष्ट पडलेल्या प्राणांना सावध करण्याकरता, त्यांनी पुस्तकांकडे धाव घेतली. पोरांना देखील पटणारे पोथ्यापुराणांतील प्रेमळ प्रसंग त्यांच्या डोळ्यांपुढे घोळू लागले आणि प्राचीन काळच्या साधुसंतांच्या व राजेरंकांच्या दु:खाबरोबर अश्रू ढाळीत त्यांचे हृदय आपला भार हलका करू लागले. ग्रंथ हेच मनुष्याचे खरे मित्र होत, हे तत्त्व गडकरी नेणतेपणाने अमलात आणीत होते. लहान मुलांना अद्‌भुत व रम्य गोष्टींची आधीच भारी आवड असते; त्यातून गडकऱ्यांच्या स्वैर कल्पनेला तर कथासमुद्रातून कधीही बाहेर येऊ नये, असेच वाटे. श्रीधराचे प्रासादिक, रसाळ ग्रंथ व इतर अशाच पद्धतीची पुस्तके पुन:पुन्हा वाचून त्यांनी तोंडपाठ करून टाकली. याच वेळी अर्वाचीन मराठी वाङ्मय-विशेषत: नाटके वगैरे – ते हळूहळू वाचू लागले. आतापर्यंत सोसलेल्या संकटांचा त्यांच्या मनावर चांगलाच ठसा उमटला होता. अर्थात निसर्गाच्या नियमाप्रमाणे त्यांच्या उचंबळणाऱ्या हृदयाचे तुषार लेखनाच्या रूपाने उडावयाला सुरुवात झाली. याच वेळी (१८९६ - ९७) त्यांनी एक नाटक लिहिले. लहानपणातील आशा फार मोठ्या असतात! त्यांच्या स्वैर संचारात पर्वत आडवे येऊ शकत नाहीत किंवा दुथडी भरलेल्या नद्या त्यांना बुडवीत नाहीत. अनुभवाचा लगाम तोंडात बसला नसल्यामुळे त्यांची गती स्वैर असते. त्या चिमुकल्या बालसृष्टीत खाली वरती - जिकडे तिकडे आशेच्या चांदण्याच चमकत असतात. याच अजाण आशेने आश्वासन देऊन नाटक बसविण्याकरता

त्यांना किर्लोस्कर मंडळीकडे नेले. नव्या नाटकाकरता पुढे याच मुलाकडे जाण्याचा प्रसंग आपल्यावर येईल, असे कुठल्या तरी मंडळीला त्या वेळी वाटले असेल काय? भविष्याचा पडदा थोडासा झिरझिरीत झाला, तर जगाचा मोहकपणा नाहीसा होईल, म्हणून एका क्षणाने होणारी गोष्ट देखील मनुष्याला दिसू नये, अशी देवाची इच्छा आहे. आपल्या भावी लेखनगुरूंचा 'वीरतनय' – ही याच वेळी त्यांच्या वाचण्यात आला. त्या वेळच्या समजुतीप्रमाणे त्यांचे वीरतनयाशी पटले नाही व आपल्या घरगुती लिहिण्यात त्यांनी त्याच्याशी दोन हातही केले. आपण लिहिलेल्या या बालटीकेसंबंधाने बोलताना गडकऱ्यांना देखील एक प्रकारची गंमत वाटे.

या वेळेपासूनच लिहिण्याकडे गडकऱ्यांचे मन ओढ घेऊ लागले. हुशार विद्यार्थी थोडासा जाणता झाला, की त्याला लेखक, अधिक करून कवी होण्याची लहर असते. गद्यापेक्षा पद्य रचणे अवघड आहे, अशी सहज समजूत असल्यामुळे लहान लेखकाचा ओढा बहुधा पद्याकडे असतो. 'ट' ला 'ट' जुळवून 'क्ष' चा मुलगा या नावाखाली आपली कविता कधी छापून येईल, असे त्याला वाटत असते; परंतु हे कवितेचे वारे बहुतेकांच्या ठिकाणी तत्काळ ओसरते. एखाद्याच्या ठिकाणी मात्र त्याची वाढ होऊन काव्यरसाने भरलेली अभ्रे दिसू लागतात. गडकरी या 'एखाद्या' पैकीच होते. त्यांना कवितेचे पहिले चरण केव्हा, कुठे व कसे दिसले, हे त्यांचे त्यांनाच नक्की सांगता आले नसते. कविता ही प्रीतीप्रमाणे आहे; तिची पाळेमुळे हृदयात खोल रुजली, म्हणजेच तिचे अस्तित्व कळू लागते व ते कळू लागण्याच्या वेळी हृदयाला तिने अंकित केलेले असते. लपंडावाचा खेळ तिला फार आवडत असतो. एखाद्याला राज्य देऊन आंधळे केले, की ती त्याच्या हृदयात जाऊन लपून बसते. मधूनच दिसावे, हृदयात असल्यासारखे दाखवावे, सापडल्यासारखे करावे, आणि पुन्हा हृदयातल्या अंतर्गृहात अदृश्य व्हावे, असे तिचे खेळ सुरू होतात. गडकऱ्यांनाही कवितेने असेच फसविले. आभाळातून पडणाऱ्या विजेप्रमाणे निमिषात ती जी त्यांच्या हृदयात शिरली, ती शिरलीच!

परंतु गडकऱ्यांच्या हृदयात व भावनांत रात्रीबरोबर उदय पावणाऱ्या नक्षत्रांप्रमाणे जे फेरफरक चमकू लागले होते, त्यांची बाहेरून कोणालाच कल्पना झाली नसती व नव्हती. कर्जत येथील तीन वर्षांत (१८९४ - ९७) गडकऱ्यांच्या मराठी पाच इयत्ता पुऱ्या झाल्या. तेथून सर्व मंडळी पुन्हा नवसारीला गेली. तेथे सुमारे दोन वर्षे काढल्यानंतर पुन्हा कर्जतला परत आली (१८९९) व शिक्षणाच्या निमित्ताने १९०० च्या सुमारास गडकरीकुटुंब पुण्यात येऊन राहिले.

या तीन-चार वर्षांत गडकऱ्यांच्या मराठी सहा इयत्ता पुऱ्या झाल्या असून, वडील बंधूंपाशी इंग्रजी शिकावयालाही त्यांनी हळूहळू सुरुवात केली होती. गडकरी पुण्याला आले, त्या वेळी पंधरा वर्षांचे होते. आकांक्षेचा संधिप्रकाश याच वेळी मनात

डोकावू लागतो. उसळणारे रक्त याच वेळी आकाशापर्यंत उंच उडू लागते. लाथ मारीन, तेथे पाणी काढीन, अशी धमक याच वेळी अंगात येते. कड्यावरून उडी टाकणाऱ्या ओढ्याच्या साहसाला आपण लाजवू, आकाशात उडणाऱ्या चंडोलाला आपण मागे टाकू, पाताळाचा भेद करणाऱ्या बिजलीला आपण दिपवू, अशी तरण्याताठ्या मनाला या वेळी उमेद असते. कळी फुलण्याची ही वेळ असते; ती कुठल्याही वेलीवर फुलो; बाजूला पडलेल्या, वाळूत गेलेल्या एखाद्या गरीब वेलीवर खुलो किंवा नजरेत भरणाऱ्या, दिमाखाने मिरविणाऱ्या एखाद्या श्रीमंत वेलीवर उमलो – तिचे नशीब अजून उघडावयाचे असते. दैवाने दान दिल्यास, गरीब वेलीवरील कळी एखाद्या राजकन्येच्या गळ्यात जाऊन पडेल; आणि दुसरी कळी, दैव फिरले, तर जागच्या जागी सुकून जाईल. पण काळाच्या उदरातील ही चित्रे दिसत नसल्यामुळे, फुलताना आईच्या मांडीवर बसून दोन्ही कळ्या हसत असतात. गडकऱ्यांचे मनही त्या वेळी भविष्याची चित्रे रेखाटण्यात दंग होऊन गेले असावे! पंधरा वर्षांच्या लहान वयात जगाचा त्यांनी मोठा अनुभव मिळविला होता. दुर्दैवाच्या वावटळीने त्यांना बरेचसे भ्रमविले असले, तरी संकटांची चांगलीच माहिती करून दिली होती. गरिबीच्या वणव्यात त्यांचे आशावादी हृदय काही होरपळून गेले नव्हते. परिस्थितीच्या ओसाड रानातही हृदयाचे कारंजे महत्त्वाकांक्षेने थै थै नाचत होते आणि आशेच्या तुषारांनी हिरवळ निर्माण होत होती. वडिलांच्या पश्चात इतक्या अल्पवयात देखील उपजीविकेकरिता त्यांना अनेक धंद्यांचा आश्रय करावा लागला होता. लेखनातून अमृतरस ओतणाऱ्या या लेखकाला लहानपणी दूध विकावे लागले; काव्याच्या कमलात रमणाऱ्या या भ्रमरावर लाकडे विकायचा प्रसंग आला. भाषेच्या वृक्षावर मोहक मोहर निर्माण करणाऱ्या या कविराजाला शुष्क भाजीपाल्याच्या खरेदी-विक्रीत मन घालावे लागले. स्वाभिमान संभाळण्याकरता त्यांनी किती हालकष्ट काढले असतील, याची कल्पनाच करवत नाही. मी कोणकोणते धंदे केले, हे सांगण्यापेक्षा कोणकोणते केले नाहीत, हेच सांगणे सोपे आहे, असे ते म्हणत.

अशा स्थितीत व स्वभावात मराठी सहा इयत्ता पास झालेल्या विद्यार्थ्याने शिक्षकाचा राजमार्ग शोधून काढला असता!; परंतु ज्या हृदयात सात्त्विक स्वाभिमान स्फुरत होता, त्यातच ईश्वरी ईर्ष्येची ज्योत प्रकाशत होती. प्याद्याचा प्रधान होणे पुरुषाच्या पराक्रमावर अवलंबून आहे, हे गडकरी जाणून होते. आपल्या पायांवर उभ्या राहणाऱ्या प्राण्याला देव हात देतोच देतो, हे त्यांच्या हृदयावर चांगले बिंबले होते. खरा पुरुषार्थ लढण्यात आहे, रडण्यात नाही, हे त्यांच्या बालमनाला कळत होते. आपल्या तीव्र बुद्धीविषयी, अंधूक का होईना, आत्मप्रत्यय त्यांना होता. आपल्यापेक्षा बुद्धीने मंद व निश्चयाने निर्बळ अशा लोकांनी विद्येची चढण संपविलेली त्यांना दिसत होती. गडकऱ्यांच्या साहसी स्वभावाला गरिबीमुळे खडा झालेला

शिक्षणाचा कडा मुळीच भयंकर वाटला नाही. स्वत:च्या हिमतीवर तो चढून जाण्याकरता त्यांनी कंबर बांधली; देवाचे नाव घेऊन निश्चयाची 'यशवंती' त्यांनी फेकली आणि उद्योगाचा पट्टा धरून मार्ग आक्रमण करायला सुरुवात केली. सध्याच्या काळात भाग्याची भरती विद्येच्या चंद्रकलेवर अवलंबून असते; परंतु साधने अनुकूल असलेले लोक देखील विद्येची तड पोहोचवावयाला कचरतात. अशा स्थितीत आप्तेष्टांचा आधार नसताना पंधरा-सोळा वर्षांच्या गडकऱ्यांनी दाखविलेला मनाचा निग्रह कौतुक करण्यासारखा होता. स्वत:लाच गुरू करून गडकऱ्यांनी आपल्या वयाच्या १९ व्या वर्षी प्रवेशपरीक्षा दिली (१९०४). शाळेतील शिस्तीचे शिक्षण नसतानाही दृढभक्तीच्या बळावर गडकऱ्यांनी चांगल्या तऱ्हेने विद्यादेवीच्या अंत:पुरात प्रवेश केला.

हिंस्र दैवाच्या तोंडातही लगाम घालून गडकऱ्यांनी त्याला आपला गुलाम बनविले. गडकरी बिकट अशी चढण निम्मी चढून गेले. पात्राच्या मध्यभागी पोहोचल्यावर पट्टीच्या पोहणाऱ्याला सुद्धा एक प्रकारचे समाधान वाटते; व पुढचा भाग पोहून जायला धीर येतो. गडकऱ्यांनी माळरानातून मजल मारली होती व वाढत्या वयाबरोबर त्यांच्या आकांक्षा वाढत होत्या. आठव्या वर्षी पितृहीन झालेल्या व गरीब मुलाला मिळणाऱ्या शिक्षणाला देखील मुकलेल्या विद्यार्थ्याने इतका पल्ला गाठणे खरोखरच भूषणावह होते. गडकऱ्यांची आगगाडी आता मार्गाला लागली, असेच कोणालाही वाटले असते! खुद्द त्यांनाही वाटले! पाया खणणेच त्रासाचे काम होते व ते त्यांनी पार पाडले होते. पुढची इमारत त्यावर उभारणे आता त्यांना पूर्वीपेक्षा सोपे होते. काडीचाही आधार नसता निधड्या छातीने त्यांनी उच्च शिक्षणाच्या समुद्रात उडी टाकली. पाठीमागे पैशाचा मोठासा भोपळा असल्याशिवाय या समुद्रात तरणे कठीणच आहे! पण गडकऱ्यांच्या निश्चयी स्वभावाने पुढे-पाठीमागे न पाहता आपला मार्ग धरला. अशा स्थितीत गडकरी उच्च शिक्षण संपादन करून पाच-सहा वर्षांत सुस्थितीला पोहोचले असते, अशी अटकळ करणे चुकीचे झाले नसते; फक्त त्यांच्या कपाळीच्या रेषांनी मात्र किंचित हसून आपला उपहास व्यक्त केला असता. १९०४ साली प्रवेशपरीक्षा पास झालेले गडकरी १९१०।११ साली वकिलीची पाटी किंवा प्रोफेसराचा झगा तयार करण्याच्या नादात असावयाचे! पण नेमानेम निराळा होता. १९१०।११ साली अर्धपोटी राहून 'प्रेमसंन्यास' लिहीत त्यांना बसावे लागले!

हा चमत्कार विलक्षण तर खराच! दैवाच्या सांध्याने गडकऱ्यांची आगगाडी एकदम विरुद्ध दिशेला झुकविली. असला तीव्र प्रसंग कल्पित नाटकात देखील कचितच सापडेल.

परंतु या प्रसंगाचे बीज गडकऱ्यांच्या स्वभावात व परिस्थितीत किती तरी दिवसांपासून वाढत होते. कर्जतला असताना त्यांना लागलेले वाचनाचे व्यसन

दिवसेंदिवस बळावत होते. 'क्षणी पांढरा क्षणीच काळा ! रंग आवडे असा जगाला' हे ते तेवढ्या लहान वयातही समजून चुकले होते आणि या तेरड्याच्या रंगांची चित्रे असलेली पुस्तके त्यांना अधिक अधिक प्रिय होत होती. जगातल्या काट्यांची त्यांना पूर्ण कल्पना झाली होती व प्रतिभेने रंगविलेल्या गोष्टी त्यांच्या डोळ्यांपुढे उभ्या असल्यामुळे त्यांच्या वर्तनात व कार्यक्रमात अनियमितपणा उत्पन्न झाला होता. लहर लागली, की सपाटून अभ्यास करावा आणि लहर फिरली, की आपले आवडते वाचन हाती घ्यावे. अशा वेळी नाटके - कादंबऱ्या वाचणे कोणाला सुचले नसते व रुचलेही नसते. पण गडकऱ्यांच्या हृदयात त्यांना सुद्धा न समजता उदय पावलेली लेखनशक्ती असल्या वाचनाकडे त्यांना ओढून नेत होती. केशवसुत या वेळी 'तुतारी' फुंकून 'आम्ही कोण' हे जगाला बजावीत होते. कोल्हटकरांचा मूकनायक प्रेक्षकांच्या मुक्या हृदयांना बोलवीत होता. 'विविधज्ञानविस्तारा'तून 'सुदाम्याच्या पोह्यां' ची एक एक मुष्टी वाचकांना मिळत होती. म्हाताऱ्याकोताऱ्यांना हे पोहे चावता येत नसल्यामुळे ते त्यांच्यावर आपले रुसलेले दात नेटाने खाऊ लागले होते. गडकऱ्यांच्या जागृत झालेला प्रतिभेला या उदय पावणाऱ्या नक्षत्रांनी चटकन वेध लावला. पर्वतातून खळाळत बाहेर पडणाऱ्या ओघाप्रमाणे वाहत चाललेल्या केवशसुतांच्या कवितेत ते रात्रंदिवस रमू लागले. कोल्हटकरांच्या नाटकांनी मराठी नाटकात एक नवा मनू उत्पन्न होत आहे, अशी त्यांची खात्री पटली आणि सुदाम्याच्या पोयांची कितीही पारायणे केली, तरी त्यांची तृप्तीच होईना (१९०४)

अशा मन:स्थितीत गडकरी कॉलेजात दाखल झाले. वाचनाच्या समुद्रात जसजसे ते अधिक आत जाऊ लागले, तसतसे त्यांना नवे चमत्कार दृष्टीस पडू लागले; त्या मोहात गुंतलेले त्यांचे मन मागे पाय घेईना. मनाला अस्वस्थ करणाऱ्या घरगुती गोष्टींचा विसर पडण्याकरिता ते वाचू लागत आणि वाचू लागले, म्हणजे एकच पान, आणखी एकच पान, असे म्हणता म्हणता त्यांना पुस्तक सोडवत नसे. आपल्या बरोबरीच्या सोबत्यांबरोबर ते हसत खेळत; परंतु त्याच्या कोमल हृदयात एक शल्य सलत होते! त्याच्या वेदनांपुढे अभ्यासाकडे देखील त्यांचे दुर्लक्ष होऊ लागले. वर्गात गेले, की त्यांचा आनंदी स्वभाव जागृत होई. स्कॉटच्या शेवटच्या शाहिराच्या पोवाड्याच्या (Lay of the Last Minstrel) आरंभीच्या ओळींच्या धर्तीवर, 'The hour was long, the subject cold, The teacher was infirm and old...' असल्या ओळी लिहून ते सगळ्यांना हसवीत. एखादा नीरस तास चुकवावयाचा असला, तर खोलीला बाहेरून कोणाला तरी कुलूप घालायला सांगून आपण आत निर्वेधपणे बसत. पण लहानपणापासून आशांच्या कोमल फुलांनी फुललेल्या त्यांच्या मनाला त्या शल्याने चैन पडेना! मन उदास झाले, की ते आपल्या आवडत्या ग्रंथकारांचा आश्रय धरीत! अशा धुमसणाऱ्या स्थितीत फार

दिवस जाणे कठीण होते. शेवटी अभ्यासात अंतर पडल्यामुळे प्रीव्हिअस्च्या परीक्षेत त्यांना यश आले नाही. या ठिणगीचीच काय ती उणीव होती! कारण तत्क्षणी गडकऱ्यांच्या हृदयाला जाळणाऱ्या ज्वालामुखीचा एकदम भडका उडाला आणि त्यात त्यांच्या मनाचे मनोरे जळून खाक झाले. जितक्या वेगाने त्यांनी कॉलेजकडे तोंड केले होते, तितक्याच वेगाने त्यांनी त्याच्याकडे पाठ फिरविली. स्वतःच्या प्रयत्नांनी परीक्षेत उतरलेल्या व कॉलेजमध्ये चढलेल्या या हुशार विद्यार्थ्याने एकदम नाटकमंडळीची वाट धरली (१९०५-६)

गडकऱ्यांच्या त्या वेळच्या हृदयाची कल्पना कोणाला करता येईल? लहानपणापासून वाढविलेला आशावृक्ष त्यांनी क्षणात तोडून टाकला; पण तो काही सुखासुखी नव्हे! आजपर्यंत कष्टाने वल्हवत आणलेली नाव एकदम खडकावर घातली; ती काही सहजासहजी नव्हे! मनाला खरीखुरी वाटू लागलेली भविष्यकाळची चित्रे त्यांनी आपल्या हाताने हां हां म्हणता फाडून टाकली; ती काही गमतीने नव्हे! जिवाभावाच्या इच्छा खाडकन् तोडून टाकल्या, त्या काही हृदयाला पीळ पडल्यावाचून नाही! त्यांनी जाणूनबुजून राजमार्ग सोडला, तो हृदयाची तळमळ असय झाल्यावरच! गडकरी बुद्धिवान् होते, निश्चयी होते; पण हृदय दुभंगल्याबरोबर निश्चयाच्या आशा त्यात गडप झाल्या.

संसाराचा कर्कशपणा घालविण्याकरिता गडकऱ्यांनी गोड आलापांची कास धरली. किर्लोस्कर नाटकमंडळीत ते मुलांचे शिक्षक झाले व पुढे निरनिराळ्या अर्थांनी लागू पडणारी 'मास्तर' ही पदवी त्यांच्या नावापुढे लागू लागली. एका वर्षापूर्वी गडकरी कॉलेजात गेले, त्या वेळी त्यांच्या संबंधाने मोठमोठ्या आशा बाळगणारी हृदये त्यांच्या या कृत्याने निराश झाली. गडकरी यापुढे कुठच्याही तऱ्हेने नाव काढू शकणार नाहीत, असे त्यांनी ठरविले. पण दैवासारख्या कुशल नाटककाराच्या कल्पनेची त्यांना कल्पना येणार कशी? पुढे मोती होण्याकरता जलबिंदूला आकाशातून आपला अधःपात करून घ्यावा लागतो. लोकांना दिपविण्याकरता विजेला मेघमंडळाचे मंदिर सोडावे लागते. संध्यावंदने मिळविण्याकरता सूर्याला आकाशाच्या मध्यभागातून क्षितिजापर्यंत खाली उतरावे लागते. गडकरी तरी या नियमाला अपवाद कसे होणार? गडकरी नाटकमंडळीत गेले, म्हणून त्यांचा वाचनाचा अभ्यास सुटला होता थोडकाच? त्यांची बुद्धी विकास पावली होती. ज्ञानाची मर्यादा वाढली होती आणि दुःखाच्या अश्रूंनी त्यांची लेखनलता टवटवीत होत होती. किर्लोस्कर नाटकमंडळी महाराष्ट्रात त्या वेळी अग्रगण्य होती व तिची नाटकेही त्या वेळच्या नाटकांपैकी सर्वोत्कृष्ट होती. दैवाच्या झोक्याने गडकरी उत्कृष्ट नट व नाटककार यांच्यामध्ये जाऊन पडले. नाटके पाहणे व मार्मिकपणे वाचणे ही त्यांच्या घरची गोष्ट होऊन बसली.

देव करतो, ते बऱ्यासाठीच, हे जरी खरे असले, तरी आपल्या पायापुरते पाहणाऱ्या

प्राण्याला ते खरे वाटत नाही. दैवाची मीमांसा गोष्ट घडल्यानंतर केलेल्या भविष्याप्रमाणे हास्यापद होत असते. तथापि, मानवी मतीला अगम्य अशा वळणांनी एखादा प्रवाह वाहू लागला, की त्याला दैवाचे बळ आहे, असे वाटू लागते. गडकऱ्यांसारख्या होतकरू तरुणाने नाटकमंडळीचा मार्ग धरावा, यात त्या सर्वसूत्रधाराचा काहीच हेतू नव्हता, असे कसे म्हणावे? शेक्सपीअरने जगाला रंगभूमीची उपमा दिली आहे व रंगभूमी तर सर्वस्वी नाटकमंडळीची! तेव्हा नाटकमंडळी हे लहान प्रमाणावरले एक जगच आहे, असे म्हटले असता, चालेल. बहुविध मनुष्यस्वभावाची सर्व अंगे सूक्ष्म दृष्टीला येथे पाहता येतात. निरनिराळ्या जातींचे व स्वभावांचे संमेलन आणि त्यापासून उद्भवणारे साधे पण मौजेचे प्रसंग अनुभवाला येऊ लागतात. नाटकमंडळीच्या पायावर – पोटाकरता का होईना – परमेश्वरानेच नक्षत्र पाडले असल्यामुळे प्रवासाचे सर्व फायदे तिच्या पदरात पडतात. वाईटातून निघणाऱ्या या बऱ्याचा – अंधारातून निघणाऱ्या उजेडाचा – उपयोग करण्याची उपजतबुद्धी गडकऱ्यांना होती आणि आपल्या बुद्धीच्या बळावर अनुभवाच्या या अफाट पाण्याची वाफ करून त्यांनी आपल्या लेखनशक्तीला वेग आणला. प्राचीन प्रभावशाली प्रतिभांशी गुजगोष्टी कराव्या, त्यांच्या अंतरंगात शिरावे, त्यांच्या मार्गाचे निरीक्षण करावे आणि त्यांच्यापेक्षाही आकर्षक मार्ग तयार करावा, अशा त्यांच्या मनाच्या उड्या सुरू झाल्या. जुन्या कवींपैकी तुकाराम - श्रीधरादी प्रासादिक कवींचे त्यांनी चांगलेच अध्ययन केले होते. मातेमागे धावणाऱ्या मुलाप्रमाणे केशवसुतांच्या कल्पनेमागून ते फिरत होते. मेघमंडळात संचार करणाऱ्या कालिदासावर त्यांची भक्ती जडली होती आणि सृष्टी व मनुष्य यांच्या अंतरंगांना गुप्त सरस्वतीने जोडणाऱ्या पाश्चात्य कवींनीही त्यांना मोहिले होते. वरील कवींच्या मार्मिक अध्ययनाने त्यांचे विचार हळूहळू विकास पावत होते. केशवसुतांची कल्पनांची भरारी तर हवी; पण त्या भरारीने वातावरणात उत्पन्न होणारा कर्कशपणा नको. कालिदासाप्रमाणे कल्पनेच्या सुताने स्वर्ग तर गाठायला हवा; पण त्याच वेळी अंतरंगही खुले व्हायला हवे. चुटका लहानसाच असला, तरी त्याचा विषय स्फूर्तिदायक, मांडणी मोहक आणि कल्पना सरस, साध्या व सुंदर असाव्यात, अशी त्यांनी आपल्या काव्याची आखणी केली. घरोघरी दररोज लागणाऱ्या दिव्याची मिणमिण त्यांना कंटाळवाणी वाटे. वद्य चतुर्दशीची का होईना, चंद्रकोर त्यांना हवी होती. लेखनातील स्वत्व व नवीनपणा या गोष्टींवर त्यांचा फार कटाक्ष होता. १९०७ - १० पर्यंत ते किर्लोस्कर नाटकमंडळीत होते या अवधीत त्यांनी आपल्या बऱ्याचशा कविता लिहिल्या. प्रत्येक कवितेच्या उगमाची कथा त्यांच्या तोंडून ऐकल्यावर, त्या कवितेची गोडी अधिकच वाढत असे. चांगली वर्णनात्मक कविता निर्माण व्हायला जे अलौकिक गुण लागतात, त्यांशिवाय भावनात्मक कवितेला प्रसंगांची तीव्रता व सूक्ष्मता हा एक अधिक विशेष आवश्यक आहे. माझ्या कवितांवरून देखील माझे चरित्र एखाद्याला सहज कळू शकेल असे ते म्हणत अणि ते काही खोटे नव्हे! ‘जग सगळे हे देखाव्याचे ।

गुलाम केवळ, रे, स्वार्थाचे । स्मशान की हे शुद्धत्वाचे ।' (अल्लड प्रेमास) या ओळी अक्षरश: खऱ्या ठरविणारे किती तरी प्रसंग गडकऱ्यांनी अनुभविले होते. गडकऱ्यांनी वर्णन केलेले 'एखाद्याचे नशीब' अत्यंत विमनस्क स्थितीत त्यांच्यापुढे उभे राहिलेले त्यांचेच नशीब नसेल कशावरून? तेजाच्या बळावर दिमाखाने मिरवणारे त्यांचे नशीब एका क्षणात चांदणीप्रमाणे खाली आले नव्हते काय? 'बालपणींचे प्रसंग जगु ते घडति आज फिरूनि' असे वाटून भरून आलेले डोळे, 'सुकले फूल न देइ वास जरि अश्रूंनी भिजले' या विचाराने त्यांनी किती वेळा झाकून घेतले असतील! 'विरामचिन्हे' सांगून जिवाचे शुद्धलेखन करावयाला ते केव्हा तयार झाले असतील, हे 'आशा, प्रेम, नवीन वैभव, तशी कीर्तिप्रभा सद्यश । ही एकेक समर्थ आज नसती चित्ता कराया वश । सर्वांचा परमोच्च संगम चिरं जेथे असे जाहला । देवा, पूर्णविराम त्या तव पदी दे शीघ्र आता मला' या श्लोकावरून चांगले कळून येते. भुतांचे 'स्मशानगीत' ऐकू येण्याइतकी आत्म्याची तळमळ त्यांनी सोसली होती. 'जगाचे गाणे' गाताना त्यातल्या ठरावीक सुरांचा त्यांना ऐकून ऐकून कंटाळा आला होता. 'बायसुष्टि जरि निद्रा भोगी । अंत:सृष्टि तरी हतभागी । रडते तशीच राहुनि जागी ।' व 'हाती संसाराची माती । मनिच्या आशा मनास खाती । भूतकाळाची भूते दडती । मिटल्या जाग्या डोळ्यांपुढती शून्याचे मैदान ।।' हे अवेळी ओरडणाऱ्या कोकिळेला उद्देशून केलेले वर्णन एके काळी त्यांनी स्वत:च अनुभविले होते. गरिबीने गाय झालेली माणसे एकीकडे मरताहेत, तर दुसरीकडे लक्ष्मीचे लाल मारे मजा उडवून देताहेत, ही जगाची रीत पाहिल्याबरोबर 'कारंजाचे चढते पाणी पडता खाली असे। उदास गोविंदाग्रज हंसे।।' हे उद्गार सहजच त्यांना सुचले. 'तीन तरी' नी त्यांनी त्रिभुवनात लाधणारे समाधान प्राप्त करून घेतले होते. 'मनातल्या पाली' ने मनाला लागलेल्या विंचवांच्या नांग्या त्यांनी मारल्या होत्या. समाजात पदोपदी 'आंधळ्यांची माळ' भेटल्यामुळेच त्यांची दृष्टी तिकडे वळली. आपली कविता विशिष्ट अनुभवाच्या प्रसंगावर उभारली असल्यामुळे तिचे पूर्वसूत्र ते कधी कधी देत असत. परंतु प्रसंगाची पूर्ण कल्पना यावयाला ते पुरे पडत नसे. याच्या उदाहरणाकरता फार लांब जावयाला नको! 'घुंगुरवाळा' व 'निद्रागीत' या त्यांच्या कविता अनुक्रमे फेब्रुवारी १९१३ व नोव्हेंबर १९१४ त 'मनोरंजना'त प्रसिद्ध झाल्या; परंतु त्यांचे – विशेषत: दुसरीचे – रहस्य 'पुण्यप्रभाव' पुढे येईपर्यंत कळणे शक्यच नव्हते. घुंगुरवाळ्याच्या पहिल्या काही ओळींचा बरोबर रोख कळण्याकरता कालिंदीचा स्वभाव व परिस्थिती पूर्णपणे माहीत हवी. निद्रागीतात तल्लीन व्हावयाला वसुंधरेवरील पूर्वप्रसंग व तिची मन:स्थिती डोळ्यांपुढे उभी राहिली पाहिजे. गडकऱ्यांच्या कवितेची खरी गोडी एरवी कळत नाही.

परंतु या वेळी (१९०६ - १०) गडकरी सरस्वतीच्या चरणकमलाच्या एकाच पाकळीत – फक्त काव्यात – गुंगून गेले होते, असे नाही. सरस्वतीच्या पाकशाळेत अपूर्व असलेले सुदाम्याचे पोहे त्यांना प्रसिद्धीच्या वेळीच भारी आवडले होते. मराठी

नाटकांचा त्यांचा व्यासंग मार्मिक व सूक्ष्म झाला होता. रंगभूमीवर विनोदाला रंग चढविला कोल्हटकरांनीच, हे ते जाणून होते. त्यांच्या निसर्गत: आनंदी व मोकळ्या स्वभावाला आणि नवेपणावर मोहून जाणाऱ्या कल्पक मनाला विनोदाची सहज गोडी लागली; पाश्चात्त्य कवींप्रमाणे पाश्चात्त्य विनोदी लेखकांचेही त्यांनी, परिशीलन सुरू केले. या लेखकांपैकी मार्क ट्वेनवर त्यांचे अतिशय प्रेम होते. मार्क ट्वेनशी ओळख असलेला माणूस त्यांना आपल्या ओळखीचा असल्यासारखा वाटे. विनोदाची तत्त्वे पुस्तकांतून शिकावयाची आणि पृथ्वीप्रमाणे पृथ्वीवर फिरणाऱ्या नाटकमंडळीबरोबर जे जे अनुभव येतील, त्यांत ती लावून पाहावयाची, असा अभ्यास करावयाला त्यांनी सुरुवात केली. निव्वळ कार्याने त्यांच्या मनाला समाधान होत नसे. त्याच्या मुळाशी असलेल्या कारणाकडे ते हरप्रयत्नाने जात. लेखन म्हणजे नुसते भाषाप्रभुत्व किंवा लेखन म्हणजे नुसते विचारसौंदर्य नव्हे, अशी अनुभवाने त्यांची खात्री पटत चालली होती. भाषेचे सुंदर बहिरंग व विचारांचे मनोहर अंतरंग यांच्या मदतीने ग्रंथाची छाप सहज पडते. समाज असल्या ग्रंथाने झुलतो; पण खुलू शकत नाही. निव्वळ बुद्धीच्या बळावर जे लेखन होते, त्याला एक प्रकारचे शास्त्रीय स्वरूप प्राप्त होते. मनुष्यरूपी यंत्राच्या चक्रातून बाहेर पडलेला तो माल असतो. हृदयाचे आकर्षण करणे त्याच्या आहाराबाहेर असते. बुद्धी आपल्या बळावर गगनापर्यंत भराऱ्या मारू शकेल, तारकांच्या तेजाचे प्रौढ भाषेत चित्र रेखाटील; पण डोळ्यांची एकसारखी उघडझाप करणाऱ्या चांदण्यांच्या जिव्हाळ्यात जाणे, परमेश्वराने पांघरलेला आकाशाचा निळा शेला दूर करून त्याच्या मूर्तीचे दर्शन घेणे या गोष्टी हाडांच्या पिंजऱ्यात सापडलेल्या आणि अहोरात्र उडत असलेल्या हृदयालाच करता येतील. 'भूगोलाचे लेखक असती सगळ्या जगती खोटे। खोलीमध्ये बसुनी लिहिती मन:पूत जे वाटे॥' या ओळी सारस्वतातील उत्कृष्ट लेखकासंबंधानेही त्यांना पटू लागल्या. पौराणिक नाटकात १९ व्या शतकातील गोष्टी आणि सामाजिक नाटकात दोन हजार वर्षांपूर्वीची कथा! लेखकांची बुद्धी नाट्यकलेशी असा करनकरीचा वसा का खेळत होती, हेच गडकऱ्यांना कळेना. वाङ्मयातील ही विचित्र लाट ध्यानात आणूनच गडकऱ्यांनी आपल्या मनाशी लेखनाची मीमांसा सुरू केली. वाङ्मयाची मनुष्यप्राण्याला आवश्यकता काय, या प्रश्नापासून सध्याच्या वाङ्मयात कोणकोणते दोष आहेत, या प्रश्नापर्यंत सर्व गोष्टींची त्यांनी छाननी केली व त्यातून निघालेल्या अनुभवाच्या पायावर आपल्या लेखनाचे मंदिर उभारण्याचे ठरविले. [१९०६ – ७]

या वेळी गडकरी एकाग्र मनाने सरस्वतीच्या भजनी लागले होते, यात शंका नाही. १९०७ साली त्यांनी 'कोल्हटकरांच्या नाटकांतील सुंदर उतारे' काढले. कोल्हटकरांच्या नाटकांच्या दीर्घ अभ्यासाचे फळ अशा तऱ्हेने लेखनरूपाने पुढे आले. 'उताऱ्यां'चे छोटेसे पुस्तक प्रसिद्ध झाल्याबरोबर त्यांनी आपल्या रोजनिशीत

त्याचा उल्लेख करून ठेवला होता. गंगेच्या ओघाला उगमातच आपल्या अंतरंगाची जाणीव असली, तरी भविष्याविषयी एक प्रकारची हुरहुर वाटत असते. लक्ष्मीच्या चंचल कृपेला अपात्र ठरलेल्या गडकऱ्यांनी सरस्वतीच्या कंठी अढळ स्थान मिळविण्याचा निश्चय रोजनिशीत लिहून ठेवला. बरोबर बारा वर्षांनी प्रेमाने गळ्यात पडलेल्या कीर्तीला कायमची मागे ठेवून ते देवाच्या घरी चालते झाले.

१९०७-८ च्या सुमाराला — म्हणजे वयाच्या बाविसाव्या वर्षी — गडकऱ्यांनी या रणांगणावर शिपाईपेशा पुरता पतकरला. 'बलवदपि शिक्षितानां आत्मन्यप्रत्ययं चेत:' हे त्यांच्या बाबतीतही अनुभवाला आले. त्यांना सर्व कळत होते; पण वळेल की नाही, याची शंका वाटत होती. प्रल्हादाला त्यांनी 'गर्वनिर्वाणा'च्या मिषाने भूलोकावर आणिले; परंतु विचित्र योगायोगामुळे — गडकऱ्यांची ग्रहदशा अजून संपली नव्हती, म्हणूनच की काय — हे गोड नाटक पुढे येऊ शकले नाही. तथापि, साधूच्या चरित्रावर लिहिलेल्या या नाटकाने साधूप्रमाणेच कृती केली. ते नाटक स्वत: पुढे आले नाही, तरी त्याने गडकऱ्यांना पुढे आणले.

मनुष्यमात्राला स्वत:विषयी जितका अभिमान, तितकाच आत्मप्रत्ययाचा अभाव असतो. गडकरीही या मनुष्यातलेच होते. आपल्या कवितांवरून व नेहमीच्या इतर लिहिण्यावरून त्यांनी आपल्या शक्तीचा योग्य अंदाज बांधला होता; परंतु कसोटीशिवाय सोन्याची पारख होत नाही, हेच खरे! पट्टीच्या मल्लाच्या मनात सलामीबरोबर क्षणभर भीती शिरत असते. परीक्षेत पहिल्या येणाऱ्या विद्यार्थ्याची छाती प्रश्नांचा कागद वाचत असताना धडधडत असते. गडकऱ्यांची प्रतिभा प्रखर होती; व्यासंग मार्मिक होता; अनुभव सूक्ष्म होता; आणि भाषा वळविण्यात ते पटाईत झाले होते; परंतु... या 'परंतु' चा गर्वनिर्वाणातल्या गर्वाबरोबरच शेवट झाला. गडकऱ्यांच्या बुद्धिसमुद्रातली काही रत्ने त्यांना दिसली; आपण रत्नाकर आहो, हे प्रत्यक्ष पुराव्याने त्यांना पटले. एकही कळी नसल्यामुळे साशंक झालेल्या वेलीवर सुंदर फुले हसू लागली; आणि उद्याच्या उष:कालाविषयी ती अधीर झाली.

गडकऱ्यांनी अल्लड प्रेमाला वाचकांच्या भेटीला १९०१ च्या मेमध्ये पाठविले आणि त्याच्या बळावर रसिकांना लवकरच वश करून घेतले. किर्लोस्कर मंडळीच्या रंगभूमीवर त्यांचा विनोद पुढे दिसावयाचा होता, याची प्रस्तावनाच, म्हणून की काय, 'रंगभूमि' मासिकातून रंगभूमीविषयी गडकऱ्यांचे लहान लहान विनोदी लेख प्रसिद्ध होऊ लागले. अनुभव व आत्मप्रत्यय या गोष्टींबरोबर त्यांच्या विनोदाला भरती येऊ लागली आणि दुनियेत पाहिलेला दिवाण्यांचा बाजार लोकांना दाखविण्याकरता त्यांनी 'वेड्यांचा बाजार' हे प्रहसन लिहावयाला सुरुवात केली. हे प्रहसन अपुरेच आहे. गडकऱ्यांच्या विनोदाचा खळखळाट त्यात चांगलाच ऐकू येतो. मार्मिकपणा त्यात फारसा नाही; परंतु शहाण्या जगाला पुऱ्या झालेल्या वेड्यांच्या बाजारात

घटकाभर रमत राहावेसे वाटले असते!

पण अजूनही सोने चांगले तावून सुलाखून निघाले नव्हते. मृगाची चाहूल ऐकू येण्याइतका उन्हाळा वाढला नव्हता. दुर्दैवाचे भांडे काठोकाठ भरले नव्हते. ते १९१०-११ साली भरले आणि विषातून अमृत निघावे, त्याप्रमाणे त्यातून 'प्रेमसंन्यासा'चा उदय झाला.

काळासारखा धन्वंतरी दुसरा कोणीच नाही. दुभंगलेले हृदय कसे जोडावे आणि वठलेले झाड कसे पालवावे, हे त्यालाच कळत असते. नाटकमंडळीत जाताना हृदयाच्या तळमळीने गडकरी आंधळे झाले होते. हळूहळू ती तळमळ ओसरू लागल्याबरोबर पूर्वीचा मार्ग त्यांना पुन्हा दिसू लागला. लहानपणापासून कष्टाने बांधत आणलेले विद्याभ्यासाचे मंदिर! हाय! ते असेच अर्धवट पडले होते. ते पुरे करण्याकरता त्यांचे आशावादी मन पुन्हा धावू लागले. अशक्य हा शब्द त्यांच्या अफाट भाषाप्रभुत्वात त्यांना कुठेच आढळला नव्हता. त्यांनी प्रीव्हिअसच्या परीक्षेचा पुन्हा नाद धरला; पण गडकरी पूर्वीइतके आता स्वतंत्र राहिले नव्हते. त्यांनी कवितेच्या मंतरलेल्या प्रदेशात पाऊल टाकले होते; त्याच्या बाहेर येणे आता त्यांच्या हातात नव्हते. सरस्वतीच्या हातात हृदयाचे सूत्र देऊन ते पतंगाप्रमाणे वातावरणात विहरत होते. अभ्यासाकरता व्यवहारात उतरणे व राहणे आता अशक्यच होते. मनाला निश्चयाचा बांध घालून ते अभ्यासाला लागत – लागत म्हणण्यापेक्षा लागण्याच्या बेताला लागत, तोच कवितेच्या डोळ्यांतील पाण्याने तो बांध कोठल्या कोठे नाहीसा होई. अभ्यासाखेरीज दुसरीकडे लक्ष द्यावयाचे नाही, म्हणून ते एकांतात जाऊन बसत; परंतु मनाच्या मनातून कुणाच्या तरी पावलांचा मंजुळ आवाज त्यांच्या कानी पडे आणि त्यांच्या तपश्चर्येचा मध्येच भंग होई. काव्याच्या कमलात गुंगणाऱ्या भ्रमराला पुन्हा पुस्तकातील किडा (Book - worm) होणे कठीण होते; परंतु त्यांचे मन काही केल्या आपला हट्ट सोडीना. शेवटी किर्लोस्कर मंडळींतील काम सोडून त्यांनी ज्ञानप्रकाश ऑफिसमध्ये नोकरी धरली व पुढे न्यू इंग्लिश स्कूलमध्येही ते शिक्षक झाले (१९०९ - १०).

मन लावून व मन ठेवून त्यांनी कुठलेही काम केले असते, तर त्यात त्यांना यश आले असते. पण त्यांचे मन त्यांच्याजवळ होते कुठे? एकीकडे ते परीक्षेबरोबर युनिव्हर्सिटीच्या मंडपात होते तर दुसरीकडे नाटकांबरोबर रंगभूमीवर फिरत होते. अल्पावधीत त्यांनी याही नोकऱ्या सोडल्या. त्यांचा स्वभाव सरळ, पण स्वाभिमानी व हट्टी होता. आयुष्यातल्या खडकांवर ठिकठिकाणी आपटल्यामुळे तो लहरी झाला होता; अर्थात घड्याळाच्या काट्यांबरहुकूम त्यांचे वर्तन चालणे शक्यच नव्हते.

या वेळी गडकऱ्यांची पंचविशी नुकती उलटत होती (१९१० - ११). विशी विद्या व तिशी धन या व्यावहारिक न्यायाची सत्यता पटण्याची वेळ येऊन ठेपली होती. पोट स्वत:चेच असताना त्याच्या पाठीमागे किती पाय तोडावे लागतात, हे

त्यांना पुरते समजून चुकले. अशा वेळी दुसऱ्या कोणीही पोटाच्या आगीत स्वाभिमानाची आहुती दिली असती; निदान स्वतःच्या मनाच्या विरुद्ध वर्तन केले असते. पोटात कावळे काव काव करू लागल्याबरोबर कवितेच्या मंजुळ बोलांकडे कुणाचे लक्ष वेधले नसते. दुपारची भ्रांत पडल्यावर संध्याकाळच्या चांदणीमागे वेडा होऊन कुणीच भटकला नसता. पण गडकऱ्यांनी आपल्या स्वभावाला साजेलशी तोड या वेळी काढली.

त्यांच्या दुर्दैवाची मध्यरात्र उलटून जात होती. रात्र निवळणार, असा रंग दिसत होता. गडकऱ्यांना व जिकडे पाहावे तिकडे खडक दिसू लागल्याबरोबर मनाच्या ओघाबरोबर त्यांनी नाव सोडली आणि लेखणीच्या बळावर चरितार्थ चालविण्याचा निश्चय केला. गडकऱ्यांच्या हृदयाचे अशा तऱ्हेने मंथन होत असताना 'प्रेमसंन्यास' लिहिले गेले (१९१० - ११).

परंतु नाटक लिहिले, म्हणजे ते पुढे येते थोडकेच? नाटक हे संसाराचे चित्र असल्यामुळे गुणापेक्षा वशिल्याचे तट्टूच पुष्कळ वेळा बिनीला येत असते. एखादे अर्धवट नाटक पुरते नऊ महिने देखील गर्भवासात न राहता पुढे येते, तर एखाद्याला पाच-दहा वर्षांचाही गर्भवास भोगावा लागतो. गडकऱ्यांच्या सुदैवाने 'प्रेमसंन्यास'ला ग्रंथकर्त्याच्या गुहेत फार दिवस राहण्याचा प्रसंग आला नाही. नाटकमंडळी व ग्रंथकर्त्याचे घर यांच्यामध्ये येणारे सर्व अकल्पित अडथळे ओलांडून 'प्रेमसंन्यास' रंगभूमीवर आले (१९१२).

कायद्याचे मुद्दे माहीत नसतानाच एखाद्या कज्जासंबंधी तमासगीर लोकांत ज्याप्रमाणे वितंडवाद सुरू होतात, त्याप्रमाणे 'प्रेमसंन्यास' प्रसिद्ध झाल्याबरोबर चारी दिशांकडून बरी-वाईट टीका झाली. परंतु वर्तमानपत्रातल्या नेहमीच्या जाहिरातीपेक्षा त्यांच्यांत अधिक महत्त्वाचे काहीच नव्हते. नव्या ग्रंथाला यजमानाप्रमाणे 'यावं, बसावं' म्हणावे व हवापाण्याच्या गोष्टी करून निरोप द्यावा, असलाच टीकांचा प्रकार पुष्कळ ठिकाणी आढळतो. 'प्रेमसंन्यास'चा विषय वादग्रस्त व नाटक उघड उघड सुधारणेला अनुकूल असूनही, ते रंगभूमीवर यशस्वी झाले. गडकऱ्यांना आपल्या लेखनशक्तीची पूर्ण कल्पना आली. यापुढे गडकऱ्यांचे पोट लेखणीच्या रूपाने हातावरचे ठरले. गडकरी ग्रंथकार झाले आणि हा व्यवसाय त्यांच्या बुद्धीला सर्वस्वी अनुकूल असल्यामुळे त्यांच्या लेखनाला रंग चढत चालला. 'प्रेमसंन्यास' लिहिल्यापासून त्यांच्या राहणीला थोडीशी स्थिरता आली (१९१२ - १३).

गडकऱ्यांच्या आयुष्याचा पूर्वरंग इथेच संपला. वाङ्मयातल्या संसारात ते वावरू लागल्यामुळे ग्रंथकार गडकऱ्यांविषयी चारचौघांत चर्चा होऊ लागली. परमेश्वराने निर्माण केलेले हे मूर्तिमंत काव्य छापून प्रसिद्ध झाले. यापुढील गडकऱ्यांच्या चरित्राचा व स्वभावाचा परिचय त्यांचे लेखनच उत्तम तऱ्हेने करून देईल.

'प्रेमसंन्यास' प्रसिद्ध झाले, त्या वेळी (१९१३) गडकऱ्यांच्या कवितांची चोहींकडे

वाहवा होत होती. त्यांच्या वाणीच्या विलासावर स्तुतीचा वर्षाव होत होता; व प्रतिभेच्या प्रतिमेवर पुष्पांजली पडत होती; परंतु काव्याने काही गडकऱ्यांचा चरितार्थ चालणार नव्हता. १९१३ तच त्यांच्या, 'रिकामपणाच्या कामगिरी'चे चार अध्याय प्रसिद्ध झाले; परंतु यशाशिवाय या लेखनाने त्यांच्या पदरात विशेष काही पडणे शक्य नव्हते. नाटकांची किती तरी संविधानके नको नको म्हणत असतानाही त्यांच्या डोक्यात थैमान घालत होती. चंडोल पक्ष्याप्रमाणे एक डोळा हातात असलेल्या नाटकावर, तर दुसरा उदय पावणाऱ्या नव्या संविधानकाकडे, अशी त्यांची स्थिती होती. परमेश्वराने तेजस्वी प्रतिभा दिली असली, तरी खाणीतील अशुद्ध धातू जसाच्या तसा पुढे करणे त्यांना केव्हाही संमत नव्हते. अशुद्ध धातूवरील त्यांची कारागिरी आश्चर्य करण्यासारखी होती. नाटके लिहिणे म्हणजे कुठल्या तरी राजेराण्यांची लग्ने जुळविणे – व्यवहारातल्या लग्नापेक्षाही सोपे–अशी पुष्कळांची समजूत झालेली दिसते. पत्रिका पाहायला नको, जातगोत विचारायला नको, भरतवाक्य होईपर्यंतच्या चहापाण्याची काय ती काळजी! पुढल्या अन्नवस्त्राची पंचाईत हवी कुणाला? साहित्याची तयारी म्हणजे कागद व शाई! असल्या कल्पनांचा गडकऱ्यांना विलक्षण तिटकारा असे. जगाच्या विषाच्या प्याल्यात वाङ्मय हाच एक अमृताचा बिंदू आहे व तो शक्य तितका शुद्ध व सात्त्विक केला पाहिजे, असे त्यांना वाटे. नाटक हे संसाराचे चित्र असेल! पण संसार काही प्रेमी जोडप्यांच्या लग्नाने संपत नाही! उलट, लग्नापासूनच संसाराचा आरंभ होतो. तेव्हा संसाराचे खरेखुरे चित्र होण्याकरता त्यातील सर्व छाया व छटा नाटकात आल्या पाहिजेत. नाटक ही दिव्य कला आहे व कला या नात्याने ती शक्य तितकी सर्वांगसुंदर करणे हे नाटके लिहिणारांचे काम आहे, असे ते समजत. नाटकाच्या उगमापासून ते रंगभूमीवर येईपर्यंत आपल्या विचारांच्या चाळणीत ते त्याला सतत चाळीत असत. कथानक चटकदार पण स्वाभाविक व्हावे, प्रसंग अपूर्व पण सहज घडणारे असावेत, रसभंग न होता रसवैचित्र्य उत्पन्न व्हावे, भाषा कृत्रिम न वाटता काव्यमय व्हावी, विनोद सात्त्विक व सुंदर असावा, याबद्दल ते आपली पराकाष्ठा करीत. त्यांचे लिहिणे म्हणजे एक तपश्चर्या होती. प्रसिद्धीच्या अप्सरेने देखील त्यांचा तपोभंग होत नसे. पूर्णता प्राप्त करून घ्यावयाला अशी सहनशीलताच अत्यावश्यक असते. अंगवळणी पडून गेलेल्या अनियमितपणामुळे व तेजस्वी लेखनाला स्फूर्तीचे साहाय्य आवश्यक असल्यामुळे त्यांचे लिहिणे मर्यादित मुदतीतच होईल, असा भरवसा नसे. समुद्राप्रमाणे त्यांच्या बुद्धीवर नेहमीच तरंग उठत; परंतु भरतीच्या वेळीच त्यांची खरी मौज दृष्टीस पडे. 'पुण्यप्रभाव' १९१६ त प्रयोगरूपाने व १९१७ त पुस्तकरूपाने त्यांनी पुढे आणले. 'पुण्यप्रभावा'नंतर अडीच वर्षांत 'एकच प्याला' व 'भावबंधन' ही नाटके त्यांनी लिहिली; पण ही मुले गुणी असली, तरी पितृमुख न पाहण्याइतकी अभागी आहेत.

१९०९ साली गडकरी यदृच्छेने संबंध आलेल्या लोकांपलीकडे मुळीच माहीत

नव्हते. खाणीतल्या या रत्नाचे तेज सन्निध असलेल्या लोकांनाच काय ते अंधूक अंधूक कळले असेल. पण आज ते रत्न सरस्वतीच्या मुकुटावर जाऊन बसले आहे; आणि त्याच्या शीतल पण तेजस्वी किरणांनी हृदयातला गाढ अंधार निवळत आहे. 'अललल डुर्रर' च्या नाटकापासून महाराष्ट्र एकच प्यालापर्यंत येऊन पोहोचला आहे. ग्राम्य कोट्यांनी होणाऱ्या विनोदाने गोकुळाला आपली जागा दिली आहे. 'ट' ला 'ट' जुळवून मोरोपंतांची स्फूर्ती नसताना त्यांचे अनुकरण करणारी कविता राजहंसाबरोबर रमली आहे. वाङ्मयाचा हा काही लहानसहान उत्कर्ष नाही.

गडकऱ्यांनी सामाजिक नाटके लोकप्रिय केली; विनोद शुद्ध व सात्त्विक बनवला; रसांचा उत्कर्ष आणि परिणामकारक प्रसंग कसे साधावेत, हे दाखविले; आधुनिक मराठी कवितेला मुलाबाळांच्या गळ्यात नाचायला लावले. गडकऱ्यांच्या लेखनशैलीचा मागील पिढीतील लेखकांवर देखील फार परिणाम झाला आहे. गडकऱ्यांनी आपल्या जिवाचे फूल पिळून जे अत्तर महाराष्ट्राला अर्पण केले आहे, त्याचा सुगंध सदैव दरवळत राहील. कोणाही मेहेरबानाचा शिफारसपत्राची त्याला गरज नाही; परंतु या विजयाबरोबरच तो मिळविणारा वीर अकाली दिवंगत झाला, या आठवणीने डोळे भरून आल्यावाचून राहत नाहीत.

गडकरी बी. ए. होणार होते; गडकरी झेलम कादंबरी लिहून मराठीत एका उत्कृष्ट कादंबरीची भर टाकणार होते. त्यांच्या नाटकांची माळ जितकी सुगंधी, तितकीच लांब झाली असती; सारस्वताच्या विविध शाखांवर त्यांची सुंदर लेखपुष्पे चमकली असती! परंतु काळाने ती स्फुट होण्यापूर्वीच स्वाहा करून टाकली.

गडकऱ्यांच्या स्वभावातले गुण – केवळ कृतज्ञता किंवा प्रेमच पाहिले, तर त्याची ढळढळीत उदाहरणे किती तरी आहेत. 'गोविंदाग्रज' हे नाव कशाचे द्योतक आहे? 'प्रेमसंन्यास'च्या आरंभीचे कृतज्ञतेचे अश्रू किती निर्मल प्रेम दाखवितात! 'पुण्यप्रभाव'ची अर्पण-पत्रिका गडकऱ्यांचे मन उघड करून दाखविते.

मनुष्य स्खलनशील असल्यामुळे गडकऱ्यांच्या हातून पुष्कळ चुका झाल्या असतील. मूर्ती तितक्या प्रकृती असल्यामुळे त्यांना सगळ्यांनाच संतोषविता आले नसेल. एक ना दोन! देव नाही, असे म्हणणाऱ्या मनुष्याच्या उशाशी पुढे देवाची तसबीर सापडावी, ही मनुष्याच्या भ्रमणाऱ्या मनाची मोठी साक्ष नव्हे काय; परंतु नश्वर देहाबरोबरच या सर्व गोष्टी दृष्टीआड झाल्या आहेत. आता रामलालच्या मुखाने लोककल्याणाचा मार्ग दाखविणारे, वसुंधरा व कालिंदी यांच्या साहाय्याने पुण्यप्रभाव पटवून देणारे आणि संसारातला 'प्रेमसंन्यास' दाखवून लोकांना जागे करणारे गडकरी उरले आहेत.

❖❖❖

मूर्ती

गडकऱ्यांचे बरेच फोटो उपलब्ध असले, तरी त्यांतील एकच वाचकांच्या अधिक परिचयाचा आहे. या अर्धछायाचित्राकडे नजर टाकली, की चित्रगत व्यक्तीने स्वत:ची तीक्ष्ण दृष्टी आपल्यावर रोखून धरली आहे, असा प्रेक्षकाला क्षणभर भास झाल्यावाचून राहत नाही. गडकऱ्यांचे तेजस्वी डोळे पाहून अंधारात चमकणाऱ्या गुरू - शुक्रांची किंवा डौलाने फडा वर करणाऱ्या नागाच्या दृष्टीचीच कुणालाही आठवण होत असे. सुंदर कल्पना - किरणांनी फुललेली काव्यसृष्टी पाहणाऱ्या त्यांच्या दृष्टीत विकृत गोष्टींना चटकन दंश करण्याइतकी चपलताही होती, यात शंकाच नाही. त्यांच्या डोळ्यांत पाणी होते; पण ते मोत्यापेक्षा तरवारीचेच असल्यासारखे वाटत असे. सूर्यप्रकाशात तारकांचे तेज जसे लुप्त होते, त्याप्रमाणे छायाचित्रांतील त्यांच्या प्रखर दृष्टीत विनोद स्वभावाचे द्योतक असे त्यांचे मंदस्मित कुठल्या कुठे नाहीसे झाले आहे.

दृष्टीला दृष्टी भिडवून त्यांच्या छायाचित्राकडे पाहू लागले, की डोळ्यांनंतर मिशांकडे लक्ष जाते. 'पुण्यप्रभावा'त नूपुर कंकणाच्या दाढीमिशांची जंगल म्हणून संभावना करतो, तेव्हा कंकण म्हणतो, 'हे बोकडाचे दाढीमिशीचे जंगल नसून,ही नारसिंहाची आयाळ आहे'. गडकऱ्यांच्या विपुल मिशांकडे पाहिले, म्हणजे कंकणाप्रमाणे त्यांनाही मिशांचा रुबाब आवडत असावा, असे वाटते. 'मिशांबरोबर मते फुटू लागतात', असे त्यांनी तळिरामाच्या तोंडाने वदविले आहे. त्यामुळे एखादा थट्टेखोर मनुष्य गडकऱ्यांच्या विपुल मिशांचा संबंध त्यांच्या विविध मतांशीही लावील!

गडकऱ्यांचे नाक थोडेसे बसकेच होते. वर्ण काळासावळाच. उंची मध्यम; परंतु कृश शरीरामुळे ते होते त्यापेक्षाही अधिक ठेंगू दिसत. आयुष्याचा बहुतेक भाग थोड्याफार कष्टांतच गेला असल्यामुळे त्यांचे गाल कधीच फारसे वर आले नसावेत. त्यांच्या दृष्टीची व बुद्धीची चपलता गतीतही होती. छायाचित्रात दिसणारा उघड्या कॉलरचा कोट, त्याच्या आतील जाकीट व डोक्यावरील वाटोळी टोपी हा त्यांचा आवडता पोशाख असावा. 'मनोरंजन'च्या लेखकवर्गातील फोटोत त्यांनी त्या वेळी रूबाबदार मानला जाणारा लांब कोट घातलेला दिसतो.

परंतु पोशाख काय, अगर गृहशृंगाराचे इतर साहित्य काय, कुठल्याही बाबतीत दैव त्यांची आवडनिवड पाहायला थोडेच बसले होते? 'पुण्यप्रभाव' रंगभूमीवर येईपर्यंत त्यांची सांपत्तिक स्थिती इतकी सामान्य होती, की 'एकनूर आदमी आणि दसनूर कपडा' ही म्हण खरी, की खोटी, याचा अनुभव घेणेच त्यांना शक्य नव्हते. १९१६ पासून पुढे मात्र ही स्थिती बदलली. वरेरकर त्या वेळच्या आपल्या आठवणीत लिहितात,

"स्टेशनवर गडकरी मला नेण्यासाठी आले होते; त्या वेळी त्यांचा पोशाख पाहून मी थक्क झालो आणि त्यांच्याकडे पाहत राहिलो. त्या वेळी ते म्हणाले, 'पाहता काय? मी हल्ली श्रीमंत माणूस झालो आहे. माझा जरीचा रुमाल तर पाहा, याहीपेक्षा घरी तर चला. मी गंमत दाखवितो.' दुसरे दिवशी घरी गेल्यानंतर त्यांनी मला एक खुर्ची दाखविली आणि ते मला म्हणाले, 'या खुर्चीवर बसा; फार दिवसांची इच्छा होती. चाळीस रुपयाला ही खुर्ची घेतली आणि जिवाची मुंबई केली."

गडकऱ्यांच्या या उद्‌गारात विनोदाची छटा असली, तरी आज ते वाचताना दैवाची विषमता मनात येऊन हळहळ वाटल्यावाचून राहत नाही. ज्याच्या सुंदर कल्पनांचे मोल हिरेमाणकांनी सुद्धा होणार नाही, त्या कवीला एक आवडती खुर्ची घेण्याकरिता या जगात वर्षानुवर्ष वाट पाहावी लागते. खुर्ची घेऊन गडकऱ्यांनी जिवाची मुंबई केली, हे खरे! पण ही मुंबई मलबारहिलवर राहणाऱ्या गिरणीमालकाची मुंबई नव्हती. ती परळच्या बाजूला राहणाऱ्या मजुराची मुंबई होती!

गडकरी लहानपणी फार हूड आणि हट्टी होते. वडील पोहायला जाऊ देत नाहीत, असे पाहताच ही स्वारी त्यांचा डोळा चुकवून जाई. चिरंजीवाच्या या चोरट्या पोहण्याची वर्दी घरच्या म्हाताऱ्या शिपायाने वडिलांना दिली. त्याबरोबर त्या म्हाताऱ्याचा बालगडकऱ्यांना इतका राग आला, की तो ज्या गवताच्या अंथरुणावर निजत असे, त्याला रात्री आग लावून देण्याचा बेत केला. तो म्हातारा आपल्या बालमित्राचा बाप आहे, ही भावना प्रबळ होऊन हा बेत त्यांनी बदलला, म्हणून बरे झाले. 'द्रुमन' नावाची शेजारची गुजराती मुलगी त्यांना शाळेत नेण्यासाठी येत असे. तिचाही बालगडकऱ्यांना फार राग येई. मोकळ्या वासराला हातात दावे घेऊन येणाऱ्या माणसाविषयी प्रेम वाटावे तरी कसे? द्रुमनने 'लालजी, चल' म्हणून हाक मारली, की बालगडकऱ्यांना ब्रह्मांड आठवत असे. तिच्या हातावर तुरी देण्याचा गडकऱ्यांनी प्रयत्न करावा; पण तिने मात्र यांची डाळ शिजू देऊ नये, असे नित्य घडे. बालपणी 'द्रुमन'ने दिलेल्या त्रासाचा सुड घेण्याकरता असो अगर तिचे नाव वाङ्मयात चिरंजीव करण्याकरिता असो, गडकऱ्यांनी 'प्रेमसंन्यासा'तील एका स्त्रीपात्राचे 'द्रुमन' असे नाव ठेवले, ही गोष्ट उघड आहे.

घर हे बालकाचे पहिले जग. या जगात कोणताही अपराध घडला, तरी

न्यायाधीशाचे काम प्रेमाकडे असल्यामुळे शिक्षेचे स्वरूप जवळजवळ बक्षिसासारखे असते. घराच्या जगातून शाळेच्या किंचित मोठ्या जगात पाऊल टाकल्यानंतरही गडकऱ्यांचा हूडपणा कायम होताच; परंतु या जगातले बहुतेक खटले चालविण्याचा अधिकार कर्तव्याकडे असल्यामुळे गडकऱ्यांना शाळेतील व्रात्यपणाबद्दल गुरुजींचा प्रसाद ग्रहण करावा लागे.

कर्जतच्या शाळेत दंग्याबद्दल अनिष्ट बक्षिसाप्रमाणे हुशारीबद्दलची इष्ट बक्षिसेही गडकऱ्यांनी मिळविली. या शाळेतील जोगळेकर नावाच्या शिक्षकांनी गडकऱ्यांच्या आयुष्यक्रमाला चांगले वळण लावले. पुण्याला आल्यानंतरच्या गडकऱ्यांच्या विद्यार्थिदशेचे शब्दचित्र त्यांचे विद्यार्थिमित्र श्री. शं. मुजुमदार यांनी पुढे दिल्याप्रमाणे रेखाटले आहे:

"प्रस्तुत लेखकाचा आणि कै. गडकरी यांचा स्नेह सन १९०१ - १९०२ पासूनच म्हणजे विद्यार्थिदशेपासूनच होता. आम्हा उभयतांचे वास्तव्य अहोरात्र अभ्यासामुळे एकत्र असे व सुमारे चार-पाच वर्षे त्यांचा व माझा परिचय ते नाटकात धंद्यात शिरण्यापूर्वीचा असल्यामुळे त्यांच्या स्वभावाची ओळख मला पूर्णपणे झाली होती. विद्यार्थिदशेचा काळ हा मानसिक दृष्टीने विचार करता उच्छृंखलपणाचाच असतो व या लहान वयातच सभोवारच्या अनुकूल किंवा प्रतिकूल परिस्थितीचा पगडा मनावर ठसून त्या कोमल बुद्धीचे अंकुर वाढीला लागतात अगर अजिबात खुडले जातात. कै. गडकरी अशा परिस्थितीत आपला अभ्यासक्रम चालवीत होते. त्यांची अभ्यास करण्याची तऱ्हा अशी असे, की अंथरूण तसेच पसरलेले महिनामहिना राहावयाचे, त्यांचे भोवताली विड्याकाड्यांच्या पेट्यांचा पाहरा जागती ज्योत म्हणून सज्ज राहावयाचा; उशाशी अभ्यासाच्या पुस्तकांचा व त्यांच्याबरोबरच इतर काही नाटकांच्या पुस्तकांचा, काही हस्तलिखित चोपड्यांचा ढिगारा असावयाचा; जवळच धुरकटलेला - मळकटलेला स्टोव्ह व त्यावर सकाळी त्यांच्या 'मा' – कडून तयार होऊन आलेल्या चहाची किटली इतकी सामग्री असे. थकवा आला, म्हणजे तोच भरून आलेला चहा वरचेवर गरम करून प्यावयाचा हीच त्यांची रीत होती. चहा तर ते इतका घेत, की त्यापुढे कित्येक वेळा जेवणाची सुद्धा आठवण येत नसे. त्यांचे राहणे आमच्या घरासमोरच ठकारांच्या वाड्यात, नंतर जुन्या रंगभूमीत, काही दिवस रविवारातील फडक्यांचे वाड्यात असे व सतत चार-पाच वर्षे आम्ही समवयस्क विद्यार्थी या ठिकाणी रात्रंदिवस जमत असू. गडकरी न्यू. इं. स्कूलचे विद्यार्थी असले, तरी त्यांनी शाळा सोडलेली असून, ते आपला सर्व अभ्यास घरीच करीत व अभ्यासाबरोबरच इतर नाटकविषयांवरील आवडीचे वाचन करीत असत. मधून मधून अभ्यास करावा, कंटाळा आला, की नाटके वाचावीत व त्यावरची लहर फिरली, की कविता अथवा त्रुटित प्रकरणे लिहीत बसावे."

मॅट्रिक झाल्यानंतर गडकरी फर्ग्युसन कॉलेजमध्ये गेले. प्रतिकूल परिस्थितीमुळे

त्यांना कॉलेजच्या संपूर्ण शिक्षणाचा लाभ होऊ शकला नाही; परंतु सौंदर्यसंपन्न व रमणीय अशा स्थानात थोडा वेळ घालविला, तरी त्यांचे आनंददायक स्मरण मनुष्याला जसे वारंवार होते, त्याप्रमाणे फर्ग्युसन कॉलेज विषयीही गडकऱ्यांना अत्यंत प्रेम व आदर वाटे. 'तोड ही माळ' या आपल्या संकल्पित नाटकातील नायकाच्या तोंडी फर्ग्युसन कॉलेजचे एक सुंदर स्तोत्र ते घालणार होते. प्रि. भाट्यांकडून त्यांनी 'प्रेमसंन्यासा'ला प्रस्तावना लिहून घेतली, इतकेच नव्हे, तर एकदा नाटकमंडळीतील आपल्या विद्यार्थ्यांची रँग्लर परांजपे यांच्याकडून परीक्षाही घेवविली.

कॉलेजातून कंपनीत गेल्यापासून गडकऱ्यांच्या वैयक्तिक जीवनाला निराळे वळण लागले. नाट्यसृष्टीत विश्वामित्राच्या सृष्टीप्रमाणे सर्व गोष्टी उलट्या असतात, असे गडकरी म्हणत असत. त्या विश्वामित्री सृष्टीत या दुर्वासाने प्रवेश केल्यानंतर तिथे शाप आणि उश्शाप यांची केवढी गर्दी उसळली असेल, याची कल्पनाच करावी. श्री. शं. मुजुमदार यांच्या दोन आठवणी या बाबतीत देण्यासारख्या आहेत.

'पुण्यप्रभाव नाटक रंगभूमीवर येण्याला एक-दोन आठवड्यांचाच अवकाश होता. इतक्यात कशानेशी त्यांची लहर फिरली व तुम्हांला नाटक द्यावयाचे नाही, असे ते म्हणाले; परंतु तसे होणे कोणत्याही मार्गाने शक्य नव्हते. म्हणून ते कायद्याचे एक भले मोठे पुस्तक चार-पाच दिवस हातात बाळगून फिरत असत.'

कायद्याच्या लठ्ठ पुस्तकांचा बागुलबोवा दाखविणाऱ्या मनुष्याचा विनोदाला चांगलाच उपयोग होईल, हे त्या वेळी गडकऱ्यांच्या लक्षात आले नसावे.

मुजुमदारांची दुसरी आठवणही अशीच गमतीची आहे.

'एकदा दुपारी साडेबारा वाजता चहा घेण्याची गडकऱ्यांना लहर आली. कोठीवाल्याने सांगून पाठविले, 'आधण ठेवले आहे; पहिले वाढप करून चहा पाठवून देतो.' पाच मिनिटांत निरोप आला 'आधण ठेवाच; पण मी पंक्तीत जेवणास येतो.' ते आल्यावर कै. परचुरे सहज विनोदाने म्हणाले, 'मास्तर, जेवताना पाण्याऐवजी चहा घेण्याचा अभ्यास केलात, की काय?' त्याबरोबर त्या वाक्याचा विपर्यास करून, 'माझ्या चहाची चेष्टा चारचौघांत करून माझी किंमत कमी करता, ग्रंथकाराची नालस्ती करता' वगैरे नाना प्रकाराने बोलून पुढचे ताट भिरकावून दिले व चालते झाले.'

वावटळीप्रमाणे गडकऱ्यांची लहर केव्हा व कशी फिरेल, याचा नियम नसे, हे तर खरेच; पण वरच्यासारख्या आठवणी म्हणजे ढालीची एकच बाजू आहे, हे विसरून चालणार नाही. नट व नाटककार यांत व्यक्तिशः अत्यंत चांगली अगर वाईट माणसे असण्याचा संभव आहे, हे खरे असले, तरी नाटककार डोक्यात जी राख घालतो, ती अनेकदा नाटकमंडळीने केलेल्या कृतज्ञता अथवा सत्य यांच्या राखरांगोळीतूनच तो घेत असतो. नाटक घेताना गरजवंत वधूपक्षाप्रमाणे सौम्य वर्तन करणारे कंपन्यांचे मालक ते बसविताना अगर बसविल्यानंतर वरपक्षाप्रमाणे बेपर्वाईने

वागू लागतात, हा अनेक नाटककारांचा अनुभव आहे. नवशिका नाटककार नाटकमंडळीचे पहिले आगतस्वागत पाहून 'कंपनीला काळीज आहे' असे मनात म्हणतो; पण थोड्याच दिवसांत सर्व गाडे उलटते आणि त्याबरोबर आपल्या कंपनीला काळीज असले, तरी ते उलटे आहे, अशी त्याची खात्री होते.

नाटककार व नाटकमंडळ्या यांच्या भांडणतंट्यांची कारणमीमांसा करण्याची ही जागा नसल्यामुळे अशा एका प्रसंगी गडकरी सव्वाशे रुपयांना गहाण पडले होते, या गोष्टीचा नुसता ओझरता उल्लेख तेवढा केलेला बरा. गडकरी किर्लोस्कर मंडळीशी पणजी मुक्कामी भांडले. गडकरी कंपनीचे सव्वाशे रुपये देणे लागत हाते. नाटक पुरे करून द्या अगर रुपये परत द्या, अशी कंपनीने त्यांना अट घातली. ती पार पाडणे शक्य नसल्यामुळे हट्टी स्वभावाचे गडकरी काही दिवस उपाशीही राहिले. पुढे वरेरकरांनी या रकमेची व्यवस्था करून गहाण पडलेल्या या ग्रंथकाराला सोडवून नेले.

प्रत्येक व्यक्तीच्या विशिष्ट अशा आवडी आणि खोडी असतातच. गडकऱ्यांना मोठ्या लोकांचे अनुकरण करण्याची फार हौस असे. अरविंदबाबूंबद्दल त्यांना इतका आदर होता, की सुरतेच्या काँग्रेसच्या वेळी त्यांना पाहिल्यापासून त्यांच्याप्रमाणे अंगावर नुसती एक लांबलचक शाल घेऊन व डोक्याला टोपी न घालता गडकरी काही दिवस फिरत असत. ही हकीकत वाचताना कालिंदीचे अनुकरण करण्याचे वेड लागलेली किंकिणी त्यांनी स्वतःच्याच अनुभवावरून निर्माण केली, असे वाटल्यावाचून राहत नाही.

कोणत्याही बाबतीत आत्यंतिक टोक गाठल्यावाचून त्यांच्या मनाला चैनच पडत नसे. आधुनिक मराठी कवितेचा त्यांनी मार्मिक अभ्यास केला होता. पण कवीविषयी संभाषण निघाले, की विवेचनाऐवजी ठाम मतेच त्यांच्या तोंडातून बाहेर पडत. प्रो. माधवराव पटवर्धनांची व त्यांची १९११ - १२ साली एका भोजनालयात गाठ पडली. लगेच गडकऱ्यांनी आपली सरबत्ती सुरू केली.

"कोण, चंद्रशेखर? त्यांची एकच ओळ काव्यमय आहे. 'असे गंजीफांचे धडधडित वाडे बसविता.' कोण टिळक? 'पहा उघडिले हृदयाला' या त्यांच्या एकाच कवितेत भावनेचा उमाळा आहे. कोण, दत्त? त्यांची ती 'विश्वामित्रीच्या काठी' म्हणून जी कविता आहे, ती मात्र फार बहारीची आहे. तिच्यातील सृष्टिवर्णन तर फारच सुंदर आहे." या उद्‌गारांवरून गडकऱ्यांचे प्रासंगिक बोलणे कोणत्या प्रकारचे असे, याची कल्पना येते. असल्या बोलण्याच्या पायावर सिद्धांताचे मजलेच्या मजले उभारणे सुरक्षितपणाचे नाही, हे सांगावयाला नकोच.

चहा हा गडकऱ्यांचा सहावा प्राण होता, असे म्हटले असता अतिशयोक्ती होणार नाही. कोल्हटकरांच्याकडे ते गेले होते, तेव्हा घरातील आचाऱ्याकडून वाटेल तेव्हा चहा करून घेण्याची परवानगी त्यांनी आधीच घेऊन ठेवली होती. कोल्हटकरांसारख्या

साहित्याचार्यांचे आपण शिष्य आहोत, ही गोष्ट स्वयंपाकघरातील साहित्याचार्याला कळण्याचा संभव नसल्यामुळेच त्यांनी हा दूरदर्शीपणा दाखविला असावा. चहाइतकेच त्यांना विडीचेही व्यसन होते. बुंदीचे लाडू हे त्यांचे आवडते पक्वान्न. खारे दाणे व शेव ही रुचिपालट म्हणून प्रिय. रेवड्यांवरही त्यांची मोठी भक्ती होती. दुसऱ्याची रेवडी उडविण्याच्या प्रवृत्तीचा मात्र या आवडीशी काही संबंध नव्हता. पिके आंबे त्यांना मुळीच आवडत नसत.

नाटकमंडळीत गेल्यापासून जाग्रण गडकऱ्यांच्या अंगवळणी पडले असावे. उशिरा झोपण्याचा परिणाम उशिरा उठण्यात व्हायचाच. यामुळे गडकऱ्यांचा दैनिक कार्यक्रम बहुधा सकाळी नवाला सुरू होत असे. चहा पिऊन भेटायला आलेल्या मंडळींशी गप्पा मारण्यात दोन-तीन तास सहज जात. मध्यान्हकाळ आला, की प्रातर्विधी, स्नान, पूजन, भोजन, वगैरे आटोपणे भागच पडे. वाचन अगर वामकुक्षी यांत दुपारी चार वाजेपर्यंतचा वेळ जाई. या सुमाराला कोणी ना कोणी भेटायला आलेले असायचेच. चहाचा कार्यक्रम झाल्यावर पाच-सहाच्या मानाने ते बाहेर पडत. गुरुवारी दत्त, शनिवारी शनि, सोमवारी ओंकारेश्वर, वगैरे देवतांचे दर्शन घेण्याचा त्यांचा नियम असे. या देवतांत बुधवारी व आदितवारी जुन्या बाजाराची भर पडे. लांब फिरायला जावेसे वाटले, तर फर्ग्युसनच्या बाजूला अथवा पर्वतीकडे ते जात. चार मंडळी जमली, तर फिरणे बाजूला राहून पत्ते सुरू होत. पत्त्यांत ब्रिज हा त्यांचा अत्यंत आवडता खेळ होता.

त्यांच्या दररोजच्या पूजेत विठ्ठल व शंकर यांच्या तसबिरींचे पूजन, शिवलीलामृताच्या अकराव्या अध्यायाचे पठन, इत्यादी गोष्टींचा समावेश होत असे. एकादशीदिवशी अनामिकाच्या अभंगासारखे अभंगही ते केव्हा रचीत असत. खेळांमध्ये त्यांना क्रिकेट फार आवडे. लहान मुलांविषयीही त्यांना अतिशय प्रेम वाटत असे.

त्यांचे साधे आडाखे सुद्धा मोठ्या गमतीचे असत. एखाद्या बी.ए. ने लिहिलेल्या टीकेवरून त्याच्या बी.ए.च्या परीक्षेला कोणती पुस्तके होती, हे नक्की सांगता येते, असे ते म्हणत. कारण असल्या टीकाकाराची स्थिती अक्षरशः 'फोडिले भांडार धन्याचा हा माल। मी तो हमाल भारवाही' या वचनाप्रमाणे असते. नव्या कवीची कायम ठशाच्या विषयावरील कविता वाचावयाची असल्यास आधी शेवटच्या ओळी वाचा, असा त्यांचा उपदेश असे. त्या विषयावर पूर्वी अनेक काव्ये झाली असल्यामुळे नवशिक्या कवीच्या कवितेत प्रथम पूर्वकवीच्या कल्पना येतात व तळाशी जो गाळ उरतो, त्यावरच काय ती त्याला मालकी सांगता येईल, असे ते आपल्या उपदेशाचे विवरण करीत. पाच मिनिटांत वाचून होणारा भिकार लेख लिहिणे हे सुद्धा पाप आहे, कारण पाच-दहा हजार लोक तो लेख वाचीत असल्यामुळे त्यांपैकी प्रत्येकाची पाच मिनिटे फुकट जातात, असा एक मार्मिक हिशेबही ते होतकरू लेखकांच्या पुढे ठेवीत असत.

प्रतिभासंपन्न मनुष्याची वृत्ती थोडी-फार स्वच्छंदी असणे स्वाभाविक असते. मानसिक ताप व नाटकमंडळीतील आयुष्य यांमुळे गडकऱ्यांची अशी वृत्ती इतरांपेक्षा अधिक अनिर्बंध झाली, यात नवल वाटण्याचे काहीच कारण नाही. ना घरदार, ना संसार, अशा स्थितीत त्यांनी आपल्या आयुष्यातली अत्यंत महत्त्वाची अशी पाच वर्षे काढली. पण बाह्य आयुष्यक्रमाला असे अव्यवस्थित वळण लागले, तरी त्यांचा अंत:करणातला भावनेचा झरा कधीही आटला नाही. शेवटच्या आजारात आपुलकीने त्यांची शुश्रूषा करणाऱ्या पांडुरंग बापटाला ते एक नाटक अर्पण करणार होते. कोल्हटकरांच्याविषयी त्यांना इतका पूज्यभाव वाटे, की 'तुम्ही शंभर वर्षे आधी जन्माला आला', असे उद्‌गार ते त्यांच्यापाशी काढीत असत. बालकवी ठोमरे आगगाडीखाली सापडून मरण पावल्याची बातमी आली, तेव्हा ते म्हणाले, 'या कोमल कवीचा घात इतक्या कठोर रीतीने करणारा ब्रह्मदेव दुष्ट असला पाहिजे.' फर्ग्युसन कॉलेजबद्दल त्यांना इतकी पूज्यबुद्धी होती, की ते नाटकमंडळीत गेले, तेव्हा कॉलेजविषयीचे बोलणे निघाले, म्हणजे त्यांच्या नेत्रांत आनंदाश्रू येत व अशा प्रसंगी कृतज्ञतेने डोळे मिटून ते प्रणिपात करीत. उन्हाळ्यात सृष्टीच्या हातून घडलेल्या सर्व अत्याचारांची भरपाई पावसाळा करतो. मानवी जीवनात भावनाही तेच कार्य करीत नाही काय?

❖❖❖

प्रकृती

भित्रेपणा

ज्याच्या कल्पनासृष्टीत स्मशान, आत्महत्या, बालहत्या, इत्यादी दृश्ये भडकपणाने चित्रित केलेली आढळतात, त्या लेखकाने सत्यसृष्टीतील कुत्र्याचे भुंकणे ऐकून पळण्याला सुरुवात करावी, हा चमत्कार गडकऱ्यांच्या चरित्रात आढळतो. त्यांचा संभाजी सिंधुदुर्गाच्या तटावरून तुफान समुद्रात उडी टाकतो, त्यांची कालिंदी अमावास्येच्या अंधारात पोटचा निर्जीव गोळा पोटाशी धरून एकटी स्मशानात जाते; पण अंधार किंवा पाऊस असला, की गडकरी सोबतीशिवाय घराबाहेर पाऊल टाकतील, ही गोष्ट शक्यच नव्हती. मानसपुत्र आणि मानसकन्या कितीही धीट असल्या, म्हणून मानसपिता तसा असतो, असे थोडेच आहे? शिवाय, संभाजी, कालिंदी, घनश्याम, वसुंधरा अथवा वृंदावन यांच्या धाडसी वृत्तीचा उगम गडकऱ्यांत होता, असे मानले, तर रामनामाचा जप करीत स्मशानात जाणारा नूपुर आणि प्राण गेल्याशिवाय स्मशानात जाणार नाही, अशी प्रतिज्ञा करणारा महेश्वर यांच्या भित्रेपणाचा उगमही तिथेच होता, हे विसरून चालणार नाही. भयानक प्रसंगांची चित्रे त्यांनी इतकी भडक रंगविण्याचे कारण त्यांच्या भित्र्या स्वभावातच सापडू शकेल. प्रीतीप्रमाणे भीतीही पदोपदी नवी सृष्टी निर्माण करते, हा अनुभव कुणाला नाही? स्मशान, प्रेत, मृत्यू इत्यादिकांविषयी कल्पनेने रंगविलेले चित्र वस्तुस्थितीपेक्षा भयंकर असते, ही सर्वांच्या अनुभवाची गोष्ट आहे.

बाकी भीक मागितली नसतानाही कुत्रे अंगावर येते, हे पाहून पळता पळताही 'भीक नको, पण कुत्रा आवर' या मराठी म्हणीत सुधारणा करण्याची इच्छा गडकऱ्यांच्या मनात खास उद्भवली असेल! रस्त्यावरच्या कुत्र्याला इतके भिणाऱ्या मनुष्याने घरातही लोकमान्य टिळकांचे नाव उच्चारायला कचरावे, हे स्वाभाविकच होते. व्यापारी इतरांना आपल्या व्यवहाराचा सुगावा लागू नये, म्हणून अनेकदा तारांत सांकेतिक शब्दांचा उपयोग करतात. त्याप्रमाणे गडकरी लोकमान्यांविषयी बोलताना

'बी.जी.' या त्यांच्या नावाच्या दोन इंग्रजी आद्याक्षरांवर काम भागवीत असत. गुप्त हेरांचे जाळे सभोवती पसरले असतानाही जिभेला स्वैर सोडणाऱ्या कित्येक राजकारणी पुरुषांची आठवण झाली, म्हणजे गडकऱ्यांनी आपल्या तोंडाला घातलेल्या या अक्षरी कुलपांचे हसू आल्यावाचून राहत नाही. चोर शोधायला निघालेले पोलीस पाहून संन्याशाने आपल्या मठीत देवाचे नाव घ्यायला देखील भ्यावे, अशातलेच त्यांचे हे वर्तन होते.

'गर्वनिर्वाण' नाटकावर ते राजकीय आहे, असा आरोप येताच त्यांनी त्याला काडी लावून दिली. चोरीचा मुद्देमाल सुद्धा कुणी इतक्या घाईने नाहीसा करीत नसेल! नाटक सध्या रंगभूमीवर आणू नये, वातावरण थोडे निवळल्यावर ते पुढे आणता येईल, हा दूरदर्शीपणाचा विचारही त्यांना सुचला नाही. 'कीचकवध' नाटक सरकारने त्या वेळी बंद केले होते. गर्वनिर्वाण - कीचकवध - खाडिलकर - लोकमान्य टिळक - सहा वर्षे हद्दपारी - ही परंपरा जणू कांही एकदम गडकऱ्यांच्या डोळ्यांपुढे उभी राहिली. जॅक्सनचा खून - किर्लोस्कर मंडळी - गर्वनिर्वाण - गडकरी या साखळीनेही त्यांचे मन भीतिग्रस्त होऊन गेले असेल! नाटक राजकीय ठरून बंद झाले, किंबहुना प्रसंगी थोडी-फार शिक्षा झाली, तर ती आपल्या पथ्यावरच पडेल- असे मानणारा एखादा नाटककार जर गडकऱ्यांच्या जागी असता, तर... पण गडकरी तसे नव्हते, हे उघड आहे.

एकाचे तोंड दुधाने पोळले, म्हणून दुसऱ्याने ताक प्यायचे सोडून द्यावे, अशापैकी गडकऱ्यांचा हा भित्रेपणा होता. वीर वामनराव जोशी आपल्या आठवणीत म्हणतात, 'त्यांनी रचिलेल्या महाराष्ट्राचा संदेश* अशा आशयाच्या कवितेसंबंधाने ओघाने बोलणे निघाले असता ती कविता छापण्याविषयी मी त्यास आग्रह केला. तेव्हा 'आपली हिंमत होत नाही. तुम्ही वाटल्यास छापा. माझी परवानगी आहे.' असे ते म्हणाले.'

आपल्या प्रत्येक कवितेचे सरकार मुद्दाम इंग्रजी भाषांतर करविते, अशी गडकऱ्यांची कुणी समजूत करून दिली होता की काय, कुणास ठाऊक! द्रुमन गळ्याला फास लावून आत्महत्या करते, तो प्रवेश लिहिल्यानंतर त्यांना ताप भरल्याची गोष्टही त्यांच्या या मनोवृत्तीमुळे स्वाभाविकच वाटते. राजकारण, राष्ट्रीय कविता, वगैरेचा संबंध आला, की त्यांच्यापुढे राजद्रोह, १२४ अ, अंदमान, वगैरे गोष्टी हटकून उभ्या राहत. सिंहगड पुण्याच्या उशाशी असताना तो न पाहण्याचे त्यांनी दिलेले कारण त्यांच्या स्वभावाला साजेसेच आहे. अनंततनय व माधव या कवींना ते म्हणाले, 'सिंहगडच्या पठारावर मी एकदा चढलो, म्हणजे इंडियन पीनल कोडची १२४ अ व ब कलमे मला खाली ओढून आणावयाला असमर्थ ठरतील.'

---

* *लोकमान्यास भारतवर्षाचा आशीर्वाद हीच तर ती कविता नव्हे ना?*

या भित्रेपणामुळेच गडकरी वक्ते म्हणून चमकू शकले नाहीत. नाटकमंडळीतर्फे आभार मानण्याचा साधा प्रसंग असला, तरी तेवढ्याला आवश्यक असे प्रसंगावधान त्यांच्यापाशी नव्हते, हेच खरे. अशाच एका प्रसंगी पुण्याच्या प्रेक्षकांना 'मी भ्यायलो नाही. मी तुमच्यापैकीच एक आहे.' असे सांगून गडकऱ्यांनी वेळ मारून नेण्याचा प्रयत्न केला. पण प्रेक्षकांनी त्यांच्या मुद्रेवरून वस्तुस्थिती ताडली असल्यामुळे त्याचा काही उपयोग झाला नाही. 'मी भ्यायलो नाही. मी तुमच्यापैकीच एक आहे.' या त्यांच्या वक्तृत्वाचे विडंबन बोडसांनी 'गुप्तमंजूषा' तील शृंगीचे काम करताना उत्तम रीतीने केले होते, असे म्हणतात.

परंतु बंदूक हातात घेतानाच कापू लागणाऱ्या मनुष्याने सिंहाची शिकार करावी, त्याप्रमाणे 'प्रेमसंन्यास' लिहिल्यावर कोल्हापूर येथे 'कवि व काव्य' या विषयावर गडकऱ्यांनी दीड तास अस्खलित भाषण केले होते. तथापि, काही झाले, तरी असला प्रसंग अपवादात्मकच. बैठकीत त्यांच्या अंगी बृहस्पतीचा संचार होत असे; पण झाकण उघडले, की भांड्यातली वाफ जशी कुठल्या कुठे नाहीशी होते, त्याप्रमाणे सभेत उभे राहण्याची पाळी आली, की त्यांच्या अंगातील बृहस्पति व जिभेवरील सरस्वती एकदम गुप्त होत असत. हॅम्लेट व शाकुंतल या नाटकांचा त्यांनी बराच सूक्ष्म अभ्यास केला असून, तत्संबंधी व्याख्याने देण्याचा त्यांचा विचार होता. पण सुधारणेप्रमाणे व्याख्यानाच्याही बाबतीत विचार व उच्चार यांत किती तरी अंतर असते! १९१६ च्या आरंभी लष्करसंबंधी पुण्याला एक प्रचंड सभा भरली होती. त्या सभेत लो. टिळक व रँग्लर परांजपे या दोघांचीही भाषणे झाली. त्या सभेहून घरी परत आल्यावर गडकरी म्हणाले, आज पुण्यातली दोन तृतीयांश बुद्धिमत्ता बोलली. उरलेल्या एकतृतीयांशात सभाधीटपणा नव्हता. हे प्रत्युत्तरच त्यांच्या या उद्गाराला शोभले असते.

भित्यापाठी ब्रह्मराक्षस असतो, या गोष्टीचे प्रत्यंतर त्यांच्या स्वभावातही येई. कल्पनेचे मजल्यावर मजले उभारून आपल्या मंदिराचा कळस गगनचुंबी झाला, की नाही, हे स्थिर दृष्टीने पाहणारी त्यांची प्रतिभा सोसाट्याचा वारा सुटला, की भीतीने आपले डोळे झाकून घेई. अशा वेळी वाऱ्याच्या जोराने आपले घर कोसळून पडेल, म्हणून ते तिसऱ्या मजल्यावरून उतरून खाली येत व घरापासून दूर उभे राहत. कसबा पेठेतील दाट वस्तीत ते राहत असल्यामुळे ते स्वतःच्या घरापासून दूर राहिले, तरी साहजिकच दुसऱ्या कोणाच्याही घराच्या जवळच असत. आपले घर कोसळण्याऐवजी आपण ज्याच्याजवळ उभे आहोत, ते घर खाली आले, तर काय होईल, याचा ते बहुधा विचार करीत नसावेत. जणू काही वाऱ्याचे आणि त्यांचे वाकडे असल्यामुळे त्यांच्याच घरावर त्याचा डोळा होता! 'तुमचं घर गर्वाचं आहे, म्हणून ते कोसळण्याची तुम्हाला भीती वाटणं' अशी कोटी त्यांच्या भित्रेपणावर

एखाद्याने लढविली असती, तर ती त्यांना कितपत आवडली असती, कुणाला ठाऊक! साध्या वाऱ्याची त्यांना एवढी भीती वाटे; मग भुताविषयीच्या कल्पनेने त्यांची त्रेधा उडत असेल, यात नवल नाही. एकदा 'भाऊबंदकी' नाटक पाहून परत जाताना भुताच्या भीतीने ते पळू लागले व पोलिसाने चोर म्हणून त्यांचा पाठलागही केला!

धर्मभोळेपणा व श्रद्धा

नाटकात व विनोदी लेखांत ग्रहांची मनसोक्त थट्टा करणाऱ्या मनुष्याचा त्यांच्यावर विश्वास असेल, असे कुणालाही वाटणार नाही. पण वस्तुस्थिती तशी होती. शेवटच्या आजारात गुरू बदलला, की आपल्या प्रकृतीत फरक पडेल, असे ते वारंवार म्हणत. शनीभोवती दिसणारे कडे त्यांच्या विनोदाच्या तडाक्यात सापडल्यामुळे इतरांना हास्यास्पद वाटले, तरी संसारसागरात बुडणाऱ्या मनुष्याला शनिदेवाचे हे कडेच तारू शकेल, इतके सांगण्याइतका त्यांचा ज्योतिषावर विश्वास होता. ग्रहांचे ठोकताळे त्यांना कितपत पटले होते, ते त्यांचे त्यांनाच ठाऊक. पण दुर्दैवाने बाविसाव्या वर्षी वर्तविले गेलेले त्यांच्या मृत्यूचे भविष्य मात्र खरे ठरले. नाशिकच्या बापटशास्त्री नावाच्या ज्योतिष्यांनी वयाच्या बत्तिसाव्या वर्षी तुम्हाला अपमृत्यू आहे, असे गडकऱ्यांना सांगितले होते. हा अपमृत्यू टळला असता, तर साठ वर्षेपर्यंत त्यांना काही भीती नव्हती. तसे झाले असते, तर गडकरी आणखी दोन तपे महाराष्ट्र शारदेची सेवा करू शकले असते. पण तसे कुठले व्हायला? जगाच्या बागेतील पिकलेली पाने गोळा करण्याचे काम देवाने मृत्यूकडे दिले असले, तरी तो अनेकदा आपले काम चुकवून कळ्या व फुलेच तोडून नेतो.

ग्रहांप्रमाणे निरनिराळ्या देवांवरही गडकऱ्यांची श्रद्धा होती. त्यांच्या बैठकीच्या जागी भिंतीला टेकून ठेवलेल्या विठ्ठलाचे व शंकराचे त्यांना भेटायला जाणाऱ्या मनुष्याला सहजासहजी दर्शन होत असे. शनिवारी मारुतीला जाणे व त्याच्यापुढे खडीसाखर ठेवणे या भक्तिमार्गाचाही ते मधून मधून अवलंब करीत. 'पुण्यप्रभाव' नाटकातील शेवटची वाक्ये त्यांनी मुद्दाम पंढरपूरला जाऊन विठोबाच्या देवळात लिहिली, अशीही एक आख्यायिका आहे. समाजाला सत्य सांगणे हे लेखकाचे कर्तव्य असले, तरी ते अशा रीतीने ईश्वरसाक्ष सांगणारा गडकऱ्यांसारखा ग्रंथकार क्वचितच आढळेल. 'सगुणस्वरूप', 'अनामिकाचे अभंग' वगैरे कवितांतही त्यांची विठ्ठलभक्ती व्यक्त झाली आहे. सर्व धार्मिक ग्रंथांत 'शिवलीलामृत'च त्यांनी लहानपणी पुन:पुन्हा वाचले असावे, असे दिसते. विठ्ठलाच्या जोडीने त्यांच्या बैठकीत शंकराची तसबीर ठेवलेली असे. याचे कारणही शिवलीलामृतच असण्याचा संभव आहे. दाशार्ह - कलावती, महानंदा, सीमंतिनी, श्रियाळ - चांगुणा, देवाची

दगडांनी पूजा करणारा चिमुकला गोपाळ, इत्यादी शंकरभक्तांच्या कथांचा उपयोग त्यांनी आपल्या लेखनात मार्मिकपणे करून घेतला आहे. अत्रे आपल्या आठवणीत लिहितात, 'घरातून बाहेर पडताना प्रत्येक वेळी गडकरी उशालगतच्या तसबिरींना व घराच्या उंबरठ्याला वंदन करीत असत. त्यानंतर घरासमोरील पिंपळाच्या पारावरील मुंजोबा, त्यापुढे कसब्याचा गणपती व दत्त या देवांना नमस्कार केल्यानंतर ते पुढील व्यवसायाला लागत. पुण्याचा ओंकारेश्वर हे त्यांचे प्रिय दैवत असे आणि तेथे गेल्यावर शंकराची आरती म्हणून व एखाद्या भोळ्या वारकऱ्याप्रमाणे कान उपटून आणि गालांवर चापट्या मारून ते साष्टांग नमस्कार घालीत असत.'

विक्षिप्तपणा

प्रतिभा हा वेडाचाच एक प्रकार आहे, असे म्हणतात. मोठ्या माणसांच्या विक्षिप्त गोष्टी ऐकल्या, की हे मत अंशत: तरी खरे वाटू लागते. तीव्र बुद्धिमत्ता व अखंड व्यासंग यांच्या साहाय्याने इतिहाससागराचे मंथन करणाऱ्या इतिहासाचार्य राजवाड्यांचे नाव महाराष्ट्रात कुणाला ठाऊक नाही? पण ते नाव आठवताच विद्वत्तेबरोबर विक्षिप्तपणाचेही स्मरण होते. स्वराज्यसंपादनासंबंधाने त्यांनी एकदा खाली दिल्याप्रमाणे उद्‌गार काढले होते : 'स्वराज्याची चळवळ करताहेत लेकाचे! त्या महादबा रानड्याचा (न्यायमूर्ती महादेव गोविंद रानडे याचे हे प्राकृत रूप आहे) सारा जन्म अर्ज खरडण्यात गेला; हा बाळू टिळकही (लोकमान्य टिळकांचे फक्त राजवाड्यांच्याच कोशात आढळणारे हे नाव दिसते) त्याच्याच माळेतला! अशाने कधी स्वराज्य मिळते, की काय!'

गडकऱ्यांमध्येही त्यांच्या प्रतिभेला शोभेल, इतका विक्षिप्तपणा होताच. त्यांच्या शेवटच्या दुखण्याचा आरंभ हिवतापाने झाला. हिवतापावर कोयनेल अतिशय परिणामकारक असते, हे त्यांना ठाऊक होते. पण कोयनेलचा परिणाम मेंदूवर होतो, असे कुठे तरी वाचल्यामुळे ते घ्यायला ते कधीच तयार झाले नाहीत. कोयनेलने आपली बुद्धी कमी होईल व आपल्यासारख्या माणसाने बुद्धी कमी झाल्यावर जगण्यात मौज नाही, अशी या बाबतीतली त्यांची विचारसरणी होती! कोल्हटकरांच्या 'सहचारिणी'तले दोष दाखविताना आपल्या मताच्या समर्थनार्थ ते एक सिद्धांत सांगत असत. लेखकाच्या प्रतिभेचे तेज लिहू लागल्यापासून वीस वर्षांनी मंद होऊ लागते, असे त्यांनी कुठल्या तरी इंग्रजी पुस्तकात वाचले होते. लगेच या इंग्रजी गुरूच्या विद्येचा प्रयोग त्यांनी आपल्या मराठी गुरूवर केला. 'सहचारिणी'च्या लेखनाच्या वेळी कोल्हटकरांची लेखनाची वीस वर्षे संपून गेली होती. अर्थात त्यांची प्रतिभा मंद झाली व म्हणूनच 'सहचारिणी' व्हावे तितके सरस झाले नाही, असा गडकऱ्यांनी कयास बांधला.

या एकांगी तर्कशास्त्राचे खंडन करण्याची मुळीच जरुरी नाही. टॉलस्टॉय,

इब्सेन आणि टागोर या विश्वविख्यात ग्रंथकारांच्या बाबतीत आपला वीस वर्षांचा सिद्धांत कितपत खरा ठरतो, हे गडकऱ्यांनी पडताळून पाहिले असते, की वादच मिटला असता! पण कुठल्याही गोष्टीच्या सर्व बाजू शांतपणाने पाहू लागल्यावर मग एककल्लीपणाला अवसर कुठे मिळणार? त्यांना विडीचे व्यसन मोठे जबरदस्त होते. धूम्रपान मनुष्याच्या विचारांना गती देते, असे सांगून ते आपल्या या व्यसनाचे समर्थनही करीत असत. विडीच्या धुरातून तेजस्वी विचारांचा उदय होत असता, तर आज जगात नव्या विचारांची वाण खास भासली नसती! हवेत तरंगणाऱ्या धुराकडे पाहता पाहता ज्यांच्या मनात कल्पनातरंग उठू लागतात, असे गडकऱ्यांसारखे लोक या जगात कितीसे असतील?

विक्षिप्तपणाला कोटिबाजपणाची जोड मिळाली, की वणव्याला वावटळीचे साहाय्य झाले, म्हणून समजावे. सावजासाठी टपून बसणाऱ्या वाघाप्रमाणे कोटिबाज मनुष्याची नजर, संभाषणात आपले बुद्धिचापल्य कुठे दाखविता येईल, हे न्याहाळण्यात गुंग होऊन गेलेली असते. या सवयीचा शेवट कळत नकळत फटकळपणात होतो. कोल्हापूरचे एक प्रसिद्ध कवी कोल्हटकरांना भेटण्याकरिता आले असताना गडकरी त्यांना म्हणाले, 'तुमचे येणे इथे कुणाला रुचण्यासारखे नाही.' हे आडपडद्याचे बोलणे असले, तरी मधील पडदा फार झिरझिरीत असल्यामुळे त्याच्या पाठीमागील गडकऱ्यांचा फटकळपणा त्या गृहस्थांना झोंबल्याशिवाय राहिला नसेल. असल्या संभावनेला 'हे निनावी कुणी फक्त तुम्हीच असाल' असे उत्तर एखाद्याने देणेच योग्य होईल.

बॅक बेवर साताऱ्याचे एक लेखक कोल्हटकरांना भेटले. त्या वेळी त्या गृहस्थांना ऐकू येईल, अशा रीतीने गडकरी कोल्हटकरांना म्हणाले, 'तुम्ही यांना बडे लेखक समजत असाल!' गडकऱ्यांचा शब्दांचा मार योग्य होता, की नाही, हे सोडून दिले, तरी तो अप्रासंगिक होता, यात संशय नाही. पाठ व तोंड यांच्यांत सत्य व प्रिय यांच्याइतके अंतर असते. औपचारिक गोष्टीत या अंतराची जाणीव ठेवणेच बरे. पण स्वभावाला औषध कुठून आणायचे?

आपल्या या स्वभावाचे पृथक्करण करतानाच गडकऱ्यांना लतिकेच्या स्वभावचित्राची कल्पना सुचली असेल काय? 'काय बोलावे, याच्यापेक्षा जे मनात येईल, ते कसे बोलावे, याचाच विचार करणे म्हणजे विचार झाला का?' या मालतीच्या शब्दांत अनुभवाचा जिव्हाळा नाही, असे कोण म्हणेल?

प्रेमळपणा

आकाश कितीही अभ्राच्छादित असले, तरी चांदण्याने त्याला मिळालेला सौम्य उजाळा जसा लपून राहत नाही, त्याप्रमाणे गडकऱ्यांच्या लहरी स्वभावाच्या आत असलेला प्रेमळपणाही पदोपदी दृग्गोचर होई. 'गडकऱ्यांचा वाग्विलास' या पुस्तकाचे

लेखक क्षीरसागर यांची खालील आठवण गडकऱ्यांच्या कल्पकतेप्रमाणे प्रेमळपणाचाही प्रत्यय पटविणारी आहे. क्षीरसागर यांचा मुलगा फार आजारी होता. त्याला अर्ध्या अर्ध्या तासाने औषध द्यायचे असल्यामुळे त्यांना घड्याळाची जरुरी लागली. घड्याळ मागायला ते गडकऱ्यांकडे गेले. पण आपले व घड्याळाचे कधीच पटायचे नाही, हे लक्षात आणूनच की काय, गडकऱ्यांनी घरात घड्याळ ठेवले नव्हते. त्यांनी शेजारच्या मनुष्याकडून ते मागून आणून क्षीरसागरांना दिले. दुर्दैवाने तो आजारी मुलगा दोन-तीन दिवसांनी वारला. त्या धांदलीत ते घड्याळ जमिनीवर पडून फुटले. पुढे क्षीरसागर ते घड्याळ घेऊन गडकऱ्यांकडे गेले व ते परक्याचे असल्यामुळे दुरुस्तीला जो खर्च येईल, तो मी देईन, असे ते म्हणाले. पण गडकऱ्यांचे लक्ष या व्यवहाराच्या बाबतीत होते कुठे? ते बंद घड्याळ जणू काही त्या मृत अपत्याची प्रतिमाच आहे, असे त्यांना वाटले. ते सद्‌गदित कंठाने क्षीरसागरांना म्हणाले, 'पांडोबा ! थोडे-फार पैसे देऊन या घड्याळाची किटकिट जशी सुरू करता येईल, तसे वाटेल तेवढे पैसे देऊन जर तुमच्या मुलाच्या काळजाचे ठोके परत सुरू करता येतील, तर किती चांगलं होईल बरं!'

गडकऱ्यांनी आपल्या नाटकात नाच घातले नाहीत - याचे मुख्य कारण त्यांची कथानके नाचरंगाला प्रतिकूल आहेत, हेच असावे. नाचाची योग्य जागा म्हणजे दरबार अगर महाल. पण गडकऱ्यांच्या नाटकात या दोघांचेही अस्तित्व आढळत नाही. आर्यमदिरामंडळाच्या एखाद्या दारूबाज सभासदाला नृत्य करायला लावणे अगर महेश्वराच्या गायनाला इंदूबिंदूच्या नाचाची जोड देणे यापलीकडे त्यांना आपल्या नाटकात जाणेच शक्य नव्हते. शिवाय गडकऱ्यांची नाटके रंगभूमीवर चमकू लागली, त्या वेळी वरच्या दर्जाच्या नाटकमंडळ्यांतून नाचाचे बंडही बरेच कमी झाले होते; परंतु गडकऱ्यांनी नाचाला आपल्या नाटकात अजिबात फाटा दिला, याचे आणखी एक कारण नाच शिकविते वेळी लहान मुलांचे जे हाल करण्यात येतात, ते पाहून त्यांना नाचाविषयी आलेला तिटकारा हे आहे. दुसऱ्याच्या दुःखावर उभारलेले स्वतःच्या डोळ्यांचे सुख कोणत्या सहृदय मनुष्याला आवडेल?

गडकरी क्षीरसागरांवर एकदा फार रागावले. त्याच वेळी शिवराज मंडळीमध्ये गडकऱ्यांचे नवीन नाटक बसविण्याचे घाटत होते. पण क्षीरसागर त्या मंडळीत आहेत, असे कळताच 'पांडोबा जर पेटी वाजावायला असेल, तर मी नाटक देणार नाही', असे गडकऱ्यांनी उद्‌गार काढले. आपल्यापायी कंपनी एका चांगल्या नाटकाला मुकत आहे, हे पाहून क्षीरसागरांनी कंपनी सोडून निघून जाण्याचा विचार केला. तो कळताच गडकऱ्यांचा राग कुठल्या कुठे मावळला. 'अरेरे, पांडोबाला बायकामुलं आहेत ना? त्यानं कंपनी सोडल्यावर त्याच्या बायकामुलांची काय स्थिती होईल?' असे उद्‌गार काढून त्यांनी क्षीरसागरांना आपल्याकडे फराळाला बोलाविले व दीड वर्षाचे वितुष्ट संपुष्टात आणले.

आत्मविश्वास

आत्मविश्वास हे कर्तृत्ववृक्षाचे मूळ आहे. वृक्षाची मुळे जो जो भूमीत खोल जातात, तो तो वादळाशी झुंजण्याचे त्याचे सामर्थ्य वाढते. आयुष्यातील नानाविध संकटांशी टक्कर देण्याला आत्मविश्वासही असाच उपयोगी पडतो. आत्मविश्वासाचे वृक्षाच्या मुळांशी असलेले साम्य एवढ्यावरच संपत नाही. दोघेही अदृश्य रीतीने कार्य करीत असतात, तोपर्यंत ठीक असते. पण वृक्षाच्या मुळांप्रमाणे आत्मविश्वास पदोपदी प्रगट होऊ लागला, की तो इतरांना जाचक होऊ लागतो. किंबहुना अशा आत्मविश्वासाची गणना गर्वातच होते.

गडकऱ्यांच्या तोंडून वेळोवेळी निघणाऱ्या आत्मविश्वासदर्शक उद्‌गारांनाही हाच नियम लागू आहे. लेखणीप्रमाणे वाणीला नेहमी विनयशील ठेवणे हे काम काही सोपे नाही. स्वयंवराच्या पहिल्या प्रवेशात शिशुपाल व रुक्मी या दोघांना दोन हातांनी धरून कृष्ण रंगभूमीवर प्रवेश करतो, हे दृश्य पाहताना 'कोल्हटकर व खाडिलकर या दोघांना घेऊन मीही असाच मराठी रंगभूमीवर आलो आहे' असे उद्‌गार एकदा गडकऱ्यांनी काढले. तत्त्वदृष्ट्या त्यांचे म्हणणे बरोबरच होते. कोल्हटकर व खाडिलकर यांच्या सर्व गुणावगुणांचे मिश्रण गडकऱ्यांच्या नाटकांत आढळते, हे कोण नाकबूल करील? पण शिशुपाल व रुक्मी यांना क्षणार्धात पराभूत करून रंगभूमीवर घेऊन येणाऱ्या कृष्णाशी स्वतःचे साम्य दर्शविण्यात आपण कोल्हटकर व खाडिलकर यांना लीलेने मागे टाकले आहे, हे सुचविण्याचा त्यांना हेतू होता, असेही या उद्‌गारांवरून कित्येकांना वाटेल. साम्य काय, हवे तेवढे ताणता येते.

'पुण्यप्रभावा'च्या हस्तलिखित प्रतीत किंकिणीला उठविण्याकरिता सौदामिनी, शालिनी, सरोजिनी, भामिनी वगैरे तिच्या मैत्रिणी येतात, असा एक प्रवेश होता. 'गुप्तमंजूषा'त राजकन्या नंदिनीला उठविण्याकरता तिच्या मैत्रिणी येतात, असा जो प्रवेश आहे, त्याचे विडंबन करण्याकरताच या प्रवेशाची बहुधा योजना झाली असावी. युद्धाच्या वेळी बाजारबुणगे मागे टाकून सैन्य जसे पुढे जाते, त्याप्रमाणे 'पुण्यप्रभाव' नाटक फार मोठे झाल्यामुळे, त्यातले जे भाग रद्द झाले, त्यांत वरील प्रवेशही मागे पडला. या प्रवेशातील किंकिणीसारख्या दासीच्या मैत्रिणींची नावे गडकऱ्यांनी अगदी वेचून काढली होती. बहुतेक साऱ्या कोल्हटकर – खाडिलकरांच्या नाटकांतील नायिका! लहानसहान गोष्टींतूनही चमत्कृती उत्पन्न करण्याची सवय लागलेल्या त्यांच्या बुद्धीने ही नावे नकळत निवडली असतील काय? का इतरांच्या नायिका माझ्या दासींच्या मैत्रिणी शोभतील, हे त्यांना दाखवायचे होते?

आपल्या खासगी मित्रमंडळात 'महंमद रसूलिल्लाह' म्हणजे महंमद एकच आहे, या उक्तीचा ते उपयोग करीत असत, असे त्यांचे एक स्नेही म्हणतात.

मुसलमानी धर्मात महंमदाखेरीज जसा दुसरा कोणी तारक नाही, त्याप्रमाणे मराठी रंगभूमीवर माझ्या तोडीचा नाटककार नाही, असा या त्यांच्या बोलण्याचा भावार्थ असे. गडकरी केवळ हवेत मनोरे बांधणारे शेखमहंमद नव्हते. त्यांच्या आवडत्या उक्तीप्रमाणे ते मराठी रंगभूमीवरील एकच एक महंमद होते, असे मानले, तरी महंमदाच्या धर्माखेरीज जगात इतर धर्म आहेत, याची त्यांना जाणीव नसेल, असे नाही. कृष्ण, बुद्ध व ख्रिस्त हे महंमदापूर्वीच होऊन गेले नव्हते का?

महत्त्वाकांक्षा

अठरा नाटके, पाच कादंबऱ्या, अडीचशे कविता, पंचवीस विनोदी लेख व अडीच हजार अभंग एवढे गडकऱ्यांचे संकल्पित लेखन होते. आपल्या वाङ्मयोद्यानाची आखणी त्यांनी किती भव्य व सुंदर केली होती, याची या संकल्पावरून कल्पना येईल. त्यांचे डोळे कल्पनासृष्टीतील एखादे दृश्य पाहण्यात नेहमी तल्लीन असत, असे म्हटले असता चुकीचे होणार नाही. एखादा मोठा कारखानदार उत्कृष्ट माल तयार करण्यात आणि तयार होत असलेल्या मालापेक्षाही अधिक चांगला माल कसा काढता येईल, या चिंतनात जसा अहोरात्र गढलेला असतो, त्याप्रमाणे गडकऱ्यांचे मन वाङ्मयसंसारात गुंग झालेले असे.

या संकल्पित लेखनावरून त्यांच्या महत्त्वाकांक्षेची मर्यादा लहानसहान नव्हती, हे स्पष्ट दिसून येते. कोल्हटकर व खाडिलकर या एकमेकांहून अत्यंत भिन्न असलेल्या नाटककारांचे विशेष त्यांनी आपल्या नाटकात एकत्रित केले, ही गोष्टही त्यांच्या महत्त्वाकांक्षेचीच निदर्शक आहे. त्यांची महत्त्वाकांक्षा कल्पनेच्या पंखांवर बसून भराऱ्या मारू लागली, की गगनाला देखील हात लावून येत असे. याचे उत्कृष्ट उदाहरण म्हणजे त्यांचे संकल्पित 'दोन पात्रांचे नाटक'. नाटकमंडळ्यांतली दुय्यम किंबहुना मुख्य पात्रेही भराभर फुटू लागली, म्हणजे मालकाचे हाल कुत्रा खाईनासा होतो. नाट्यसाहित्य कितीही चांगले असले, तरी या फुटक्या पात्रांच्या आधारावर रसनिष्पत्ती करून दाखविणे कुणालाच शक्य नाही. अशा प्रसंगी दोन मालकांखेरीज इतर पात्रे फुटली (फक्त पात्रेच मात्र; पडदे ओढणारे वगैरे जागेवर आहेत, असे समजायचे), तरी त्या दोघांना करता येईल, असे एखादे नाटक रचून दाखविण्याची गडकऱ्यांची ईर्ष्या होती, या नाटकाची आरंभाखेरीज पुढील आखणी त्यांनी केली नसल्यामुळे ते कसे वठले असते, याची नक्की कल्पना करणे शक्य नाही; परंतु त्यांची प्रतिभा नाट्यसृष्टीत नवेनवे चमत्कार घडवून आणण्याइतकी समर्थ होती, हे यावरून सहज सिद्ध होते. बालगंधर्वांना एक सुद्धा पद न घालता त्यांचे काम लोकप्रिय करून दाखविण्याची कल्पनाही त्यांच्या मनात चमकून गेली होती.

संभाषण - चातुर्य

नाटके लिहून एक लाख रुपये मिळविण्याची गडकऱ्यांची महत्त्वाकांक्षा होती. सुदैवाने त्यांना भरपूर आयुष्य लाभले असते, तर १५ - २० नाटकांवर ते लक्षाधीश झालेही असते. अकाल मृत्यूमुळे लक्ष्मीच्या राज्यातील लक्षाधीशत्व त्यांना लाभले नाही; पण सरस्वतीच्या राज्यातील कोट्यधीश म्हणून महाराष्ट्रात त्यांची आठवण चिरकाल राहील. त्यांच्या नाटकात व विनोदी लेखांत आढळणारा कोटिबाजपणा तितक्याच सहजतेने त्यांच्या संभाषणातही चमके. पारिजातकाचे झाड हलवून खाली पडलेल्या फुलांनी परडी भरली, तरी झाडावरली फुले जशी कमी झाल्यासारखी वाटत नाहीत, त्याप्रमाणे दर घटकेला कोट्यांचा वर्षाव करणाऱ्या त्यांच्या रसवंतीचा कोश कधीच रिक्त होत नसे. कुशल वकील साक्षीदारांकडून इष्ट गोष्ट जशी लीलेने काढून घेतो, त्याप्रमाणे कुठल्याही शब्दातून अगर प्रयोगातून विनोदनिष्पत्ती करण्याच्या कामात ते अत्यंत निपुण होते. भाषाप्रभुत्व, बुद्धिचापल्य व प्रसंगावधान यांचा संगम झाल्यामुळेच त्यांच्या संभाषणाला नेहमी रंग चढे. या विविध गुणांची काही उदाहरणे खाली दिली आहेत.

१. किर्लोस्कर मंडळी फुटली, तेव्हा तिच्यातून फुटून जाणारे एक गृहस्थ आपले सामानसुमान कंपनीतून नेत होते. सर्व बांधाबांध झाल्यावर ते इकडे तिकडे पाहून म्हणाले,

'आता काय राहिले बरे? अरे, हो! जोडे राहिलेच की.'

गडकरी तत्काळ उद्गारले,

'राहू द्या, राहिले तरी. आता इथून बाहेर पडल्यावर लोक हवे तितके देतील.'

याच गृहस्थांना त्यांच्या कंपनीच्या स्थापनेचा नारळ फुटला, तेव्हा गडकऱ्यांनी विचारले;

'नारळ फुटला; पण कंपनी केव्हा फुटणार?'

२. 'पुण्यप्रभावा'संबंधाने एका गृहस्थांचा गडकऱ्यांशी मोठा कडाक्याने वाद चालला होता. बोलता-बोलता ते गृहस्थ चिडले व म्हणाले,

'मी गाढवांशी बोलत नसतो.'

त्यांच्या या उद्गारांचा भरपूर फायदा घेतल्याशिवाय गडकरी थोडेच राहतात? ते आपले तोंड त्या गृहस्थांच्याजवळ नेऊन म्हणाले,

'पण मी बोलतो, बुवा.'

गडकऱ्यांजवळ कॅमेरा नव्हता; नाही तर त्यांनी त्या वेळी त्या गृहस्थाच्या चेहऱ्याचा फोटोही घेतला असता!

३. 'काय सांगितलं वैद्यांनी?' गडकरी आजारी असताना त्यांना एका स्नेह्यांनी विचारले.

गडकऱ्यांनी उत्तर दिले,

'तीन दिवसात बरं करतो, म्हणतात. अगदी छातीला हात लावून सांगितलं त्यांनी.'

स्नेही आनंदाने म्हणाले,

'वा:! मग दोन-तीन दिवसांत आराम पडेल तुम्हाला.' गडकरी उत्तरले, 'तोच तर प्रश्न आहे. वैद्यांनी आपल्या छातीला हात लावून तसं म्हटलं. माझ्या छातीवर हात ठेवला असता, तर तसं म्हणण्याची त्यांची छातीच झाली नसती!'

४. 'मास्तर, तुम्ही कुणाच्याही स्वभावाची पारख लवकर करता ना? मग माझा स्वभाव कसा आहे, ते सांगा पाहू, 'गडकऱ्यांच्या एका शिष्यवरांनी मोठ्या ऐटीने त्यांना प्रश्न केला.

शिष्यापासून पराजयाची इच्छा करणाऱ्या गुरूसारखे गडकरी थोडेच होते? त्यांनी शिष्याचे समाधान पुढील शब्दांनी केले:

'तुझा स्वभाव का? रस्त्यानं चालता चालता तुझ्या बुटांचा बंद तुटला, तर तू माझं आतडं मागशील.'

५. किर्लोस्कर कंपनीतील जुने नट चिंतोबा गुरव व कंपनीचे मालक मुजुमदार यांची एका बाबतीत बोलाचाली झाली. त्या वेळी कावून गेलेले चिंतोबा गडकऱ्यांना म्हणाले,

'या शंकररावांचा एक एक अनुभव पाहिला, की डोक्यात राख घालावीशी वाटते.'

गडकऱ्यांनी हसत तत्काळ उत्तर दिले,

'उपयोग काय डोक्यात राख घालून? तुमच्या पांढऱ्या झालेल्या डोक्यातील राख शंकररावांना दिसणार कशी?'

६. ललितकलादर्श नाटकमंडळीने 'व्रतपालन' नावाचे एकादशी - माहात्म्य वर्णन करणारे एक नाटक बसविले होते. कंपनीला लाभदायक होण्यासारखा कुठलाच गुण या नाटकामध्ये नव्हता. व्रतपालनाविषयी कै. केशवराव भोसल्यांनी गडकऱ्यांना मत विचारले. गडकऱ्यांनी तत्काळ उत्तर दिले,

'नाटकात एकादशीवर्णन आहे; तेव्हा एकादशी पार पडण्याइतके उत्पन्न त्याला होणे काही कठीण नाही.'

ही एकादशी अगदी कडकडीत व निर्जळीच केली पाहिजे, अशी पुस्ती त्यांनी जोडली नाही, हेच त्या नाटकाचे भाग्य म्हणायचे.

७. कारणे काहीही असली, तरी कोल्हटकरांच्याविषयी प्रतिकूल बोलणेच देवलांना आवडत असे. गडकऱ्यांना हे ठाऊक होते. एकदा ते देवलांना म्हणाले,

'कोल्हटकरांमध्ये एक मोठा दोष आहे.'

कोल्हटकरांचा पट्टशिष्यच गुरूचा मोठा दोष दाखवायला तयार झालेला पाहून देवलांनीही उत्सुकतेने 'कोणता तो?' असा प्रश्न केला.

गडकऱ्यांनी उत्तर दिले,

'त्यांनी जितके लिहावे, असे आम्हाला वाटते, तितके ते लिहीत नाहीत.'

प्रत्युत्पन्नमतित्व, प्रसंगावधान कोटिबाजपणा, विनोददृष्टी, इत्यादी गडकऱ्यांचे गुण दर्शविणारी अशी अनेक उदाहरणे सांगता येतील. क्षीरसागर, अत्रे, मुजुमदार, वरेरकर, इत्यादिकांच्या आठवणींवरून त्यांच्या आयुष्यक्रमाप्रमाणे त्यांच्या संभाषण-चातुर्याचीही कल्पना सहज करता येते.

❖❖❖

मते

राजकारण

आपल्या नावापुढे बी.ए. ही अक्षरे लागावीत, अशी गडकऱ्यांची जशी उत्कट इच्छा होती, त्याप्रमाणे आपल्या नावामागे नामदार ही अक्षरे झळकावीत, असे एक गोड स्वप्नही त्यांच्या कल्पनासृष्टीत मधून मधून विहार करी. प्रतिभासंपन्न नाटककार गडकरी आणि नामदार गडकरी ललकाऱ्यांपैकी पहिलीच अधिक मानाची आहे, असे बहुतेकांना वाटेल. पण तळिरामाच्या तोंडाने पदवीची थट्टा करणाऱ्या गडकऱ्यांच्या अंत:करणातून आपण पदवीधर नाही, हे शल्य जसे आमरण नाहीसे झाले नाही, त्याप्रमाणे नामदार होण्याचा आनंद नवीन नाटक लोकप्रिय झाल्यामुळे होणाऱ्या आनंदापेक्षाही अधिक आहे, असे त्यांना वाटत असल्यास त्यात नवल नाही.

गडकऱ्यांनी राजकारणात प्रत्यक्ष भाग कधीच घेतला नाही. सर्कस पाहायला गेलेला प्रेक्षक चाबकाच्या तालावर सिंहाला नाचविणाऱ्या मनुष्याकडे विस्मयचकित दृष्टीने पाहतो. राजद्रोहाचे खटले, क्रांतिकारकांचे अत्याचार, त्यांना होणाऱ्या शिक्षा, इत्यादी राजकीय घडामोडींकडे गडकरीही त्याच दृष्टीने पाहत असावेत. १९०८ चे राजकीय आंदोलन निश्चल नजरेने पाहण्याइतके धैर्य त्यांच्या अंगी खास नव्हते. त्यामुळे त्यांच्या अंत:करणात जहाल पक्षाविषयी अगर त्यातील पुढाऱ्यांविषयी कितीही आदर असला, तरी प्रत्यक्ष वर्तनात ते मवाळ पक्षालाच जवळ होते. त्यांचे स्नेही श्री. शं. मुजुमदार यांनी राजकारणावरील त्यांचे एक पद्य दिले आहे. ते कदाचित एखाद्या मेळ्याकरिता मुद्दाम तयार केले असेल, तर त्याच्यातील विचार गडकऱ्यांना मान्य होते, असे सुद्धा म्हणता येणार नाही. कारण असल्या पद्यात लोकप्रिय कल्पनांचे प्रतिबिंबच बहुधा पडलेले असते.

'नको ही परक्यांची सेवा।
हांजी हांजी करण्यापेक्षा देह तरी ठेवा ॥

नको ही सोनेरी बेडी।
देशहितास्तव इजहुनि शतपट बरवी लोखंडी।।
नको ही भिक्षेची झोळी।
भिक्षा मागुनि परवशतेची उतरत का मोळी।।
'स्वदेशी' एकचि शस्त्र खरे।
देशाचे हित होईल केवळ एक बहिष्कारे ।।

भिक्षांदेहीच्या मार्गाला तुच्छ लेखणाऱ्या याच लेखणीने लो. टिळक विलायतेला गेले, तेव्हा त्यांना विनंती केली –

'एक सांगणे एक मागणे तेच लाखवार।
मागुनि घ्यावी श्रीशिवबांची भवानि तलवार।।'

लो. टिळक स्वराज्याच्या मागणीसाठी इंग्लंडला गेले, त्या वेळी भारतवर्षाने त्यांना दिलेल्या आशीर्वादातही सारा कल्पनेचा खेळ आहे. या महत्त्वाच्या दिवसाच्या वर्णनात

'जन्मा येती बाळ टिळकही या दिवसासाठी।।'

या ओळीच्या पाठोपाठ

'जन्मति श्रीमान पंचमजॉर्जही या दिवसासाठी।।'

ही ओळ त्यांनी घातली आहे. देशभक्ती व राजनिष्ठा यांचे हे मिश्रण कितीसे रुचकर आहे, हे सांगण्याची जरुरीच नाही. 'श्रीमहाराष्ट्रगीत' या कवितेत टिळकांचा उल्लेख असला, तरी राजकीय विचारांचा स्पर्श सुद्धा या कवितेला झाला नाही. लहानपणी लिहिलेल्या पानिपतच्या फटक्यात राष्ट्रीय सभेच्या कागदी घोड्यांची स्वराज्यातील जिवंत घोड्यांशी गडकऱ्यांनी तुलना केली आहे. पण

'पूर्ववीरबल करांत राहे, आहे सांप्रत मुखामधी।
हाय! तयांचे वंशज साचे असुनी झालो असे कुधी।।'

या ओळी विशिष्ट राजकीय विचारांपेक्षा दोन्ही काळांतील विरोधामुळेच त्यांना सुचल्या असाव्यात! खालील पद्यावरून राजकारणातील पक्षोपपक्षांनी देशाचे अकल्याणच होत आहे, असे त्यांना वाटत असावे, हे उघड दिसते:

'हा हा फिरला काळ । हा हा उलटा आला काळ ।।
जहाल कोणी, मवाळ कोणी । तिसरा कोणी जहाल।।
मध्येच कोणी गचाळ निघतो । असे हरीचे लाल।। १।।

समाजकारण

काव्यनाटकांतून अनिष्ट रूढींचा तिरस्कार व इष्ट पुरस्कार त्यांनी केलेला आहे. प्रौढविवाह, प्रेमविवाह व पुनर्विवाह यांची आवश्यकता प्रतिपादन करताना बालविवाह व विषमविवाह यांचे दुष्परिणाम त्यांनी हृदयस्पर्शी प्रसंगांच्या द्वारे दिग्दर्शित केले आहेत. प्रेमाचे स्वरूप, ते अचल आहे, की चंचल आहे, इत्यादी गोष्टींविषयी त्यांच्या नाटकांत चर्चा आढळत नाही. पण प्रेमाच्या मार्गावर पर्वतप्राय अडचणी उभ्या करणे अत्यंत घातुक असते, हे त्यांनी स्पष्ट दाखविले आहे. वैवाहिक नीती व पातिव्रत्य यांविषयीच्या रूढ कल्पनाच काव्यमय रीतीने नटवून त्यांनी लोकांपुढे ठेविल्या. समाजाकडे स्वतंत्र दृष्टीने पाहून त्यांनी त्याच्या रोगाचे नवीन निदान केले किंवा एखादे नवे सामाजिक तत्त्वज्ञान आपल्या वाचकांपुढे ठेविले, असे मात्र मुळीच नाही. रामलालच्या मुखाने ते भगीरथाला म्हणतात, 'पाणिग्रहणावाचून रिकामा असलेला तुझा हात - चुकलेल्या बाळा, जन्मदात्री स्त्रीजात गुलामगिरीत पडली आहे, लक्षावधी निरक्षर शूद्र ज्ञानप्राप्तीसाठी तळमळत आहेत, साडेसहा कोटीमाणसांसारखी माणसं नुसत्या हस्तस्पर्शासाठी तळमळत आहेत, या बुडत्यांपैकी कुणाला तरी जाऊन हात दे.' स्त्रियांची परवशता, दलित वर्गाचे अज्ञान आणि महार-मांगांचे अस्पृश्यत्व हे तीन सामाजिक प्रश्न गडकऱ्यांना महत्त्वाचे वाटत होते, हे या उताऱ्यावरून सहज दिसून येईल. रामलालच्या दुसऱ्या व्याख्यानवजा भाषणात त्यांनी व्यापक लोकशिक्षणाचा उल्लेख केला असून, एकीची आवश्यकताही सुंदर रीतीने प्रतिपादिली आहे. 'आपल्याहून भिन्न रीतीनं लोकहिताचा प्रयत्न कोणी करीत असलं, तर त्याच्याबद्दल सहानुभूती न दाखविणं, दुसऱ्याच्या प्रयत्नाबद्दल अनादर दाखविणं, देशहिताच्या बुद्धीतच स्पर्धा वाढवून एकमेकांना खाली पाडणं, या कारणांमुळं आज आमची जितकी अवनती होत आहे, तितकी दुसऱ्या कोणत्याही कारणामुळं होत नसेल', हे रामलालचे उद्गार गडकऱ्यांच्या व्यापक व चिकित्सक समाजनिरीक्षणाची उत्कृष्ट साथ देतात. याच भाषणात रामलाल पुढे म्हणतो, 'भगीरथ, आर्यावर्ताच्या उदयोन्मुख भाग्याचा अचूक मार्ग सांगणारा मंत्रद्रष्टा महात्मा अजून अवतरायचा आहे. मनुष्यस्वभावाला शोभणाऱ्या आतुर आशेने त्याच्या आगमनाची वाट पाहत बसणे हेंच आज तुझ्यामाझ्यासारख्या पतितांचे कर्तव्य आहे.' कवि भविष्यवादी असतो, असे म्हणतात. गडकऱ्यांनी १९१७ साली ही लिहिलेली वाक्ये किंबहुना त्यातला महात्मा हा शब्द असाच भविष्यसूचक होता काय?

वाङ्मय

प्रचलित सामाजिक प्रश्नांचा गडकऱ्यांनी सहानुभूतीने व जिव्हाळ्याने विचार केला. पण त्यांच्या प्रतिभेचा मुख्य गुण कल्पनाविलास हाच असल्यामुळे कुठल्याही

प्रश्नाची आमूलाग्र चिकित्सा त्यांच्या हातून होणे शक्य नव्हते. भावनाप्रधान अंत:करणाला अनाथ, दलित अथवा पतित व्यक्तींविषयी जी स्वाभाविक सहानुभूती वाटते, तिला मार्गदर्शक करून त्यांनी प्रचलित सामाजिक प्रश्नांकडे पाहिले.

पण वाङ्मय हेच त्यांच्या प्रतिभेचे खरे कार्यक्षेत्र होते. गुजराती व मराठी या मातृभाषांच्या बरोबरीने इंग्रजी व संस्कृत या अभिजात भाषांचाही निकट परिचय झाल्यामुळे चार वाङ्मयभांडारांचे दरवाजे त्यांना खुले झाले होते. बंगालीची तोंडओळख ते पुढेपुढे अगदी विसरून गेले असले, तरी त्यांची व तिची एके काळी ओळख झाली होती, यात शंका नाही. हिंदीही थोडी फार त्यांना येत असावी. कानडीचे ज्ञान मात्र 'रुंडु, गुंडु, कुंडु' या तीन राक्षसांपलीकडे त्यांना खास नव्हते. ते असते, तर इंदूबिंदूप्रमाणे मराठी कानडीच्या कात्रीत महेश्वराला पकडून विनोद उत्पन्न करण्याची संधी त्यांनी खास दवडली नसती.

गुजरातीतील कादंबरीकार गोवर्धनराम त्रिपाठी व कवी कलापी हे त्यांच्या विशेष आवडीचे असत. संस्कृत नाटकांपैकी 'शाकुंतल', 'उत्तमरामचरित' व 'मृच्छकटिक' ही तिन्ही त्यांना आपाआपल्यापरीने सर्वांगसुंदर वाढत असावीत. उत्तररामचरिताच्या रसपूर्ण पहिल्या अंकाचा उपयोग लीलेच्या भावदर्शनाकडे त्यांनी करून घेतला असून, 'जीवत्सु तातपादेषु' याचे सरस व सविस्तर भाषांतरही केले आहे. 'मृच्छकटिक' नाटकाची भूमिका उत्तररामचरिताप्रमाणे दैवी नाही. मोहवश होणाऱ्या मानवी हृदयांची चित्रे शूद्रकाने त्यात कौशल्याने रेखाटली आहेत. या नाटकाविषयी गडकऱ्यांचे पुढील उद्‌गार कुणालाही मननीय वाटतील: 'चारुदत्त, वसंतसेना, शर्विलक व संवाहक या प्रत्येक पात्रात अनुक्रमे वेश्यागमन, वेश्याधर्म, चौर्यकर्म व जुगार हे दोष असूनही या पात्रांबद्दल शूद्रकाने प्रेक्षकांच्या मनात प्रेम, आदर व सहानुभूती उत्पन्न केली, हा त्याच्या प्रतिभेचा मोठाच विजय आहे.' जगात सहसा न आढळणारी ठरावीक ठशाची सुष्ट व दुष्ट माणसे रंगविण्याचे काम बुद्धिवान मनुष्य करील; पण सज्जनांचे दोष व दुर्जनांचे गुण लक्षात घेऊन त्यांच्या चित्रात विविध रंग भरणे हे कार्य खरोखरीच कठीण आहे. शूद्रकाची तारीफ करताना गडकऱ्यांनी वाङ्मयातला एक अत्यंत महत्त्वाचा सिद्धांत सांगितला, असे म्हणायला हरकत नाही. उदात्तत्व म्हणजे न भूतो न भविष्यति अशा सद्‌गुणांचे संमेलन नव्हे. चांगला माणूस काय अगर वाईट माणूस काय, कितीही चांगला-वाईट झाला, तरी माणूस तो माणूसच. चांगल्या मनुष्याच्या मनात वाईट विचार येत नाहीत अगर वाईट मनुष्याच्या मनात चांगले विचार येत नाहीत, असे थोडेच आहे? संध्याकालीन मेघाप्रमाणे प्रत्येक मनुष्याचे मन विविध रंगांनी भरून गेलेले असते; एवढेच नव्हे, तर ते रंग क्षणोक्षणी बदलतही असतात. 'मृच्छकटिका'तील स्वभावचित्रांत सर्वगामी प्रतिभेलाच साध्य असणारे हे वस्तुस्थितिदर्शक वैचित्र्य नि:संशय आहे.

चारुदत्ताच्या स्वभावचित्रणातील एक दोषही गडकरी दाखवीत असत. शकारासारख्या दुर्जनालाही क्षमा करणारा चारुदत्त न्यायाधीशांनी देहांतशिक्षा देताच, 'पुत्रपौत्रासवे नरकिं जाशील, रे' असा पालक राजाला शाप देतो. गडकऱ्यांना हे त्याच्या स्वभावावरील गालबोट आहे, असे वाटे; परंतु शूद्रकाने या ठिकाणी शाप आणि वधस्तंभाकडे जाताना विलाप त्याच्या तोंडी सहेतुक घातला असावा. शूद्रकाला धीरोदात्तपणाचा पुतळाच रंगवायचा असता, तर त्याने असे केले नसते. पण त्याचा चारुदत्त धीरोदात्त असला, तरी हाडामांसाचा मनुष्यच आहे. आनंदाच्या प्रसंगी तो शकारासारख्या शत्रूला जीवदान देण्याइतका उदार असला, तरी आपल्यावर लादलेल्या अकारण आरोपाची त्याला चीड येणे अस्वाभाविक नाही. या संतापाच्या भरातच चारुदत्त पालकाला शाप देतो. नाटकात शेवटी पालकाचा वध करून चारुदत्ताचा मित्र आर्यक राजा होतो, हे लक्षात घेतले असता, चारुदत्ताचा हा शाप शांतिब्रह्माला नसला, तरी त्याच्यासारख्या मनुष्याला शोभण्यासारखाच आहे, असे वाटते. 'शत्रूवचने कसे, मारिसी मज असे ब्राह्मणाला' या शब्दांवरूनही तत्कालीन परिस्थितीत हा शाप अयोग्य नसावा, असे दिसते.

कल्पनाशक्तीच्या विविध विलासांचे माहेरघर म्हणजे कालिदासाची काव्यसृष्टी. त्यांतल्या त्यांत शाकुंतल तर गडकऱ्यांचे अत्यंत आवडते. शाकुंतलातील सुंदर कल्पना, सरस प्रसंग, उत्तमोत्तम श्लोक, वगैरेंविषयी नव्याजुन्या पंडितांनी विपुल विवेचन केले आहे. पण रचनाकौशल्याच्या दृष्टीने शोधून काढलेल्या एका विशेषाचे

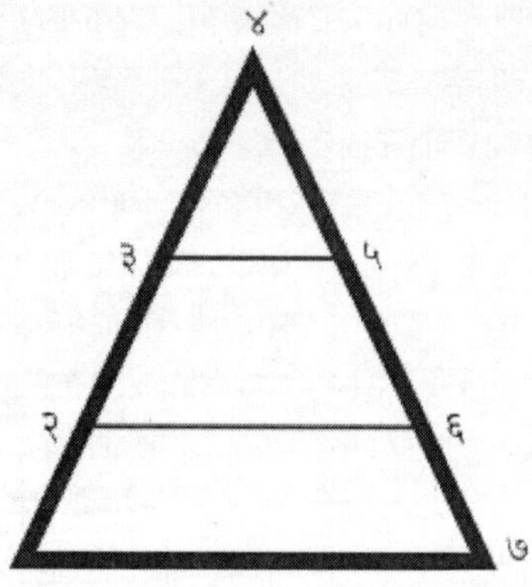

श्रेय गडकऱ्यांनाच दिले पाहिजे. नाटकाचे कथानक, मनोरा अगर दुसरी एखादी आकृती यांच्यासारखे असते, असे दाखविण्याची पाश्चात्त्य टीकाकारांची पद्धत आहे. गडकऱ्यांनी शाकुंतलाला एका समद्विभुज त्रिकोणात बसविले.

या त्रिकोणातील आकडे अंकदर्शक आहेत. या त्रिकोणाचा शिरोबिंदू चवथा अंक आहे. नाटकात श्रेष्ठ शाकुंतल आणि त्यात सरस चवथा अंक या जुन्या मताचे मंडनच चवथ्या अंकाला शिखर मानून गडकऱ्यांनी केले. १ व ७, २ व ६ आणि ३ व ५ हे अंक त्रिकोणात समोरासमोर असलेले अढळून येतील. त्यांच्याविषयीचे गडकऱ्यांचे विवेचन अतिशय मनोरंजक असे. पहिल्या व सातव्या या दोन्ही अंकांत साम्य आहे, तसा विरोधही आहे. पहिल्या अंकात दुष्यंत व शकुंतला यांची जशी एका तपोवनात गाठ पडते, त्याप्रमाणे सातव्या अंकात दुसऱ्या एका तपोवनात ती भेटतात. पण पहिल्या अंकातले त्यांचे प्रेम राजस आहे. सातव्या अंकात पर्जन्यकालानंतर निर्मल होणाऱ्या सरितेप्रमाणे त्याचा प्रवाह विशुद्ध दिसतो. पहिल्या अंकातली अल्लड शकुंतला व सातव्या अंकातील तपस्विनी शकुंतला यांच्या मूर्तीतील विरोधही काही कमी परिणामकारक नाही. पहिल्या अंकात राजा हरिणाची शिकार करता करता आश्रमात येतो. हा प्रसंग त्याचे शकुंतलेवरील चंचल प्रेम सुचवितो, तर सातव्या अंकात राजा राक्षसांचा वध करून आला आहे, असे सूचित होते. पहिल्या अंकातील शकुंतलेला त्रास देणारा भृंग व सातव्या अंकातील सर्वदमनाला आपले दात मोजू देणारा सिंह यांतील विरोधही काही कमी मौजेचा नाही.

दुसऱ्या व सहाव्या या समांतर अंकांचीही गडकरी अशीच तुलना करीत असत. दुसऱ्या अंकात 'साध्य नसे मुनिकन्या' म्हणून राजा हळहळतो, तर सहाव्यात आपण होऊन तिला घालवून दिल्याबद्दल तो खेद करीत असतो. दोन्ही वेळा भोळा विदूषकच त्याचा श्रोता असल्यामुळे या दोन्ही प्रसंगांतील अंतर स्पष्टपणे वाचकांच्या इष्टीला पडते. दुसऱ्या अंकाच्या शेवटी इष्टीच्या रक्षणाकरता राजा आश्रमात राहतो व सहाव्या अंकाच्या शेवटी तो इंद्राला साहाय्य करण्याकरता निघून जातो. या दोन्ही गोष्टी शकुंतलेचा लाभ होण्याच्या दृष्टीने सारख्याच महत्त्वाच्या आहेत.

तिसऱ्या व पाचव्या अंकांतही साम्यविरोधाची हीच मौज दृष्टीला पडते. तिसऱ्या अंकात शकुंतला आपल्याला मिळेल का, म्हणून तळमळणारा राजा पाचव्या अंकात तिला झिडकारून टाकतो. तिसऱ्या अंकातील राजा व शकुंतला यांचा संवाद आणि पाचव्या अंकातील त्यांचे संभाषण यांतील विरोध अत्यंत हृदयस्पर्शी आहे. या प्रसंगाप्रमाणे कल्पना आणि भाषा यांचे साम्यविरोध सुद्धा गडकऱ्यांनी आपल्या कुशाग्रबुद्धीने वेचून काढिले होते.

गडकऱ्यांच्या बुद्धीची तीक्ष्णता त्यांनी शकुंतलाकडे पाहिलेल्या या विशिष्ट दृष्टीवरून दिसून येईल. ऊस दातांनी सोलून खाल्ला काय अगर करवे करून खाल्ला काय, त्याची गोडी सारखीच, असे म्हणणारांना वरील साम्यविरोधांचे महत्त्व वाटणार नाही. पण कलाकृतीचे सौंदर्य तिच्या प्रमाणबद्धतेवरही अवलंबून असते, हे लक्षात घेतले असता काव्य व भूमिती यांची गडकऱ्यांनी घातलेली ही सांगड केवळ

योगायोगाने साधली आहे, असे म्हणता येणार नाही.

शकुंतलाकडून हॅम्लेटकडे वळले, तर शेक्सपिअर हाच गडकऱ्यांचा सर्वांत आवडता नाटककार होता, असे दिसते. 'शेक्सपिअर हा पूर्ण मनुष्य असल्यामुळे त्याने ३६ नाटके लिहिली; मी अर्धवट मनुष्य असल्यामुळे १८ लिहिणार आहे' या त्यांच्या शब्दांत आत्मविश्वासाइतकाच शेक्सपिअरविषयीचा आदर दृग्गोचर होतो. शेक्सपिअरच्या वाङ्मयाची प्रत्यक्ष छाया त्यांच्या नाटकांवर सहसा पडलेली आढळत नाही. पण चांदण्यात नाहणारी पृथ्वी सूर्याच्याच सौम्य तेजाने नटलेली असते, असे म्हणणे जसे वावगे होणार नाही, त्याप्रमाणे शेक्सपिअरचे संविधानक व कल्पना यांचे वैचित्र्य साधणारे कोल्हटकर आणि त्याच्याप्रमाणे प्रसंगांचा व रसांचा उत्कटतेने उठाव करून दाखविणारे खाडिलकर यांचे मिश्रण मोठ्या महत्त्वाकांक्षेने करणारे गडकरी पर्यायाने शेक्सपिअरच्याच सांप्रदायातील ठरतील. शेक्सपिअरच्या खालोखाल त्यांना गोल्डस्मिथ व शेरिडन आवडत असत. आधुनिक इंग्रजी अथवा युरोपियन नाटककारांच्या आकर्षणात सापडण्याइतका त्यांनी त्याचा व्यासंग केला नसावा. पण इब्सेन त्यांना अगदीच अपरिचित नव्हता. मोलियरचा त्यांच्या मनावर प्रथम पगडा बसला असावा, असे 'वेड्यांच्या बाजारा' वरून वाटते. पण पुढे संकल्पित नाटकात सुद्धा त्यांनी निर्भेळ प्रहसनाचा अथवा शुद्ध विनोदपर नाटकाचा समावेश केलेला आढळून येत नाही.

इंग्रजी कवींपैकी शेले व बायरन यांची त्यांच्या मनावर सर्वांत अधिक छाप होती. विनोदी ग्रंथकारांपैकी स्विफ्टपासून सर्व प्रसिद्ध लेखक त्यांनी वाचले असले, तरी मार्क ट्वेन हेच त्यांचे त्या विभागातले अधिदैवत होते. जेरोम के. जेरोम हाही त्यांना आवडे. रिकामपणाच्या कामगिरीत सुदाम्याच्या पोह्यांप्रमाणे कल्पनानिष्ठ विनोदावरच त्यांचा विशेष भर नाही. मार्क ट्वेनप्रमाणे प्रसंगजन्य विनोदही त्यांच्या लेखात बराच आढळतो.

मराठी कवींपैकी केशवसुत, चंद्रशेखर, Bee, दत्त, तांबे व ठोमरे हे त्यांच्या विशेष आवडीचे होते. कल्पकता, शब्दसौंदर्य व नादमाधुर्य यांच्या भक्ताला हेच आवडावेत, यात नवल काय? या कवींविषयीचा प्रेमादर त्यांच्या लिखाणाप्रमाणे बोलण्यातही व्यक्त होत असे. विनोदी लेखकांपैकी कोल्हटकरांचे श्रेष्ठत्व अद्यापिही अबाधित असल्यामुळे गडकऱ्यांना ते एकच एक विनोदी लेखक वाटत असत, यात नवल नाही. प्रत्येक नाटकातील लहानसहान गुण सुद्धा ते मार्मिकपणाने जाणत असत. पण ही गुणगौरवाची आणि रसिकतेची वृत्ती सोडून दिली, तर खालील नाटकांविषयी त्यांना प्रेम असे :

किर्लोस्कर - - सौभद्र

देवल - - शापसंभ्रम, शारदा.

श्री. कृ. कोल्हटकर - - मूकनायक, मतिविकार प्रेमशोधन.

खाडिलकर - - कांचनगडची मोहना, विद्याहरण.

वरेरकर - - हाच मुलाचा बाप.

नवीन कल्पना अथवा विनोद यांचे स्वागत ते अत्यंत रसिकपणाने करीत. कोल्हटकरांचे 'सहचारिणी' नाटक त्यांना आवडले नव्हते. पण त्यातील दोन बायकांचा दादला व दोन डझन मुलांचा बाप असलेला रंगराव रावजीला स्वतःला दत्तक घेण्याविषयी सुचवितो, तो प्रसंग गडकऱ्यांना इतका आवडला होता, की ते त्याचा वारंवार उल्लेख करीत. रावजीच्या मांडीवर रंगराव, रंगरावाच्या दोन्ही मांड्यांवर दोन बायका, त्या बायकांपैकी प्रत्येकीच्या मांडीवर व अंगाखांद्यांवर दहा पंधरा पोरे असा हा दत्तकाचा मनोरा मनोरंजक वाटण्यासारखाच आहे. 'दंभस्फोट' नावाचे बुवाबाजीवरील एक नाटक प्रासंगिक विनोदामुळेच त्यांना थोडे फार प्रिय झाले होते.

कोल्हटकरांच्या नाटकांपैकी 'मतिविकार' व 'प्रेमशोधन' यांना ते सारखे गुण देत असत; परंतु सारख्याच गुणी असलेल्या दोन मुलांपैकी मातेचे एक थोडे ना थोडे तरी अधिक आवडते असते, तरी 'मतिविकार' त्यांतल्या त्यांत त्यांचे लाडके होते. मतिविकाराच्या निकषावर होतकरू लेखकाचे नाट्यज्ञान घासून पाहून त्यात शंभर नंबरी सोने किती व हीण किती, हे ते ठरवीत असत. नाटकातील निरनिराळ्या भागांत जे गुणदोष आहेत, असे त्यांच्या मनाने घेतले होते, ते सर्व या परीक्षेत उत्तीर्ण होऊ इच्छिणाऱ्या विद्यार्थ्याने सांगितले पाहिजेत, अशी त्यांची अपेक्षा असे. हे गुणदोष वाङ्मयात्मक नियमांपेक्षा वैयक्तिक आवडींवरच अवलंबून असल्यामुळे आपल्या कसाला उतरणारा लेखक त्यांना क्वचितच सापडला असेल. किंबहुना एका पडद्याआड बसून आणि स्वर बदलून खुद्द कोल्हटकरांनी गडकऱ्यांच्या प्रश्नांची उत्तरे दिली असती, तरी ती त्यांना पटली नसती! सख्ख्या आईच्या दृष्टीप्रमाणे नसते गुण आणि सावत्र आईच्या दृष्टीप्रमाणे नसते दोष ते बिचाऱ्या 'मतिविकारा'च्या माथी लादीत असत. अशा एका कल्पित दोषाचे खंडन कोल्हटकर पुस्तकाच्या आधाराने करीत असताना गडकरी म्हणाले, ' तुम्ही काही तरी रचून सांगता!' तसेच पाहायचे, तर सबंध 'मतिविकार' त्यांनी रचूनच सांगितले होते. 'मतिविकार' रचणाऱ्याची जिथे ही स्थिती, तिथे होतकरू लेखकांची काय दशा होत असेल, ती त्यांची त्यांनाच ठाऊक. गुणांच्याही बाबतीत गडकरी असाच हेका धरीत असल्यामुळे कोल्हटकरांच्या ध्यानी मनी नसलेले गुणही त्या नाटकात प्रादुर्भूत होत असत!

किर्लोस्करांपासून कोल्हटकर - खाडिलकरांपर्यंतच्या सर्व नाटककरांचा अभ्यास त्यांनी मार्मिकतेने केला होता, यात संशय नाही. किर्लोस्करांचे अपुरे राहिलेले 'रामराज्यवियोग' गडकऱ्यांनी पुरे करावे, असे बोलणे निघाले असताना ते उद्गारले,

'ते काम देवलांनीच केलं पाहिजे. माझ्यासारख्यानं हा प्रयत्न करायचा, म्हणजे सुरेखशा अंगरख्याला कॉलर लावण्यासारखं आहे.'

देवलांचे वैशिष्ट्य जाणण्याइतकी रसिकता जशी गडकऱ्यांच्या अंगी होती, त्याप्रमाणे त्यांच्या प्रतिभेच्या मर्यादाही ते ओळखून होते.

दुसऱ्या एका प्रसंगी ते म्हणाले, 'सबंध 'शारदा' नाटकात खरं काव्य एकाच पदात आहे.'

'सावळा वर बरा गौर वधुला
नियम देवादिकी हाचि परिपाळिला ।।

★ ★ ★

शुभ्र गंगानदी सागरासी वरी
वीज मेघासि ती घालि माळा ।।'

देवलांच्या मर्यादित कल्पनाशक्तीबद्दलचे गडकऱ्यांचे हे मत बरोबर आहे. पण ते व्यक्त करताना त्यांच्या स्वत:च्या मनाचे प्रतिबिंब त्यात पडल्यावाचून राहिले नाही. 'शारदे'तल्या फारच थोड्या पदांत कल्पनेचे नावीन्य असले, तरी 'सावळा वर बरा गौर वधुला' हे पद ज्या प्रवेशात आले आहे, त्याचा आरंभ लग्नाच्या चिंतेने गांजलेल्या शारदेच्या खालील पदाने झाला आहे :

'बाळपणीचा काळ सुखाचा आठवतो घडिघडी।
तशि नये फिरुन कधि घडी ।।धृ.।।
किती हौसेने टाकिलि असती त्यात मागुती उडी।
परि दुबळी मानवकुडी।
मनि नव्हती कशाची चिंता। आनंद अखंडित होता।।
आक्रोश कारणापुरता?
जे ब्रह्म काय ते मायबाप ही जोडी । खेळात काय ती गोडी।।'

या रसात्मक पदापेक्षा कांचनभटाच्या तोंडी घातलेल्या कल्पनाप्रधान पदांत अधिक काव्य आहे, असे म्हणता येईल काय? पण गडकऱ्यांचा सारा ओढा कल्पकतेकडे असल्यामुळे 'बाळपणीचा काळ सुखाचा' या पदाऐवजी 'सावळा वर बरा' या पदाचा काव्यमय म्हणून त्यांनी उल्लेख केला. 'भावबंधना'तील पदे कोणत्या पद्धतीची असावीत, हे कोल्हटकरांना सांगताना सुद्धा त्यांची ही कल्पनेची आवड व्यक्त झाली होती. 'पदे 'मतिविकार' किंवा 'प्रेमशोधन' यांच्याप्रमाणे कल्पनाप्रधान असू देत. 'जन्मरहस्यासारखी' रसात्मक नको, असे शेवटी उदाहरणे देऊन त्यांनी कोल्हटकरांना सांगितले.

जुन्या मराठी वाङ्मयापैकी मोरोपंत व शाहीर कवी यांचा त्यांनी सूक्ष्म अभ्यास

केला होता, हे त्यांच्या वाङ्मयातले कुठलेही पान सहज वाचले, तरी कळून येईल. बाळपणी केलेल्या पौराणिक वाङ्मयाच्या वाचनाचाही त्यांनी रस अगर वातावरण निर्माण करण्याच्या कामी उपयोग करून घेतला आहे. संतवाङ्मय व आधुनिक मराठी वाङ्मय यांच्याशीही त्यांचा चांगला परिचय होता. त्यांच्या या व्यासंगाची फलश्रुती निरनिराळ्या वेळी मार्मिक उक्तींच्या रूपाने प्रगट होई. 'मराठीचे भाषाप्रभू चारच – ज्ञानेश्वर, मोरोपंत, चिपळूणकर व कोल्हटकर' हे त्यांचे विधान अव्याप्तिदोषाने युक्त असले, तरी ते मराठी वाङ्मयाच्या कालविभगांची व प्रगतीची यथार्थ कल्पना एका वाक्यात करून देते.

आधुनिक इंग्रजी व युरोपियन वाङ्मय त्यांनी थोडे फार वाचले असले, तरी त्याचा परिणाम त्यांच्या वाङ्मयात कुठेही आढळून येत नाही. पुसट साम्याची काही स्थळे खाली दिली आहेत. चेहऱ्याप्रमाणे वाङ्मयातही क्वचित साम्य कसे दिसून येते, हे पाहण्यापुरताच त्यांचा उपयोग आहे.

बर्नार्ड शॉ : शॉच्या 'सीझर आणि क्लिओपात्रा' या नाटकात दीपगृहावरून सीझर समुद्रात उडी घेतो, रुफिओ भेदरलेल्या क्लिओपात्राला ती ओरडत असतानाच समुद्रात टाकतो आणि सीझर तिला झेलतो, असा प्रसंग आहे. तो वाचताना, दर्यावरील तुफानात तुळशीची होडी उलटताच तिला वाचविण्याकरिता संभाजी सिंधुदुर्गाच्या बुरुजावरून उडी टाकतो, हा रम्य व रोमहर्षक प्रसंग डोळ्यांपुढे उभा राहतो. मात्र शॉने तिसऱ्या अंकाच्या शेवटी हा प्रसंग घालून त्याच्यावर पडदा पडला आहे; उलट, गडकऱ्यांनी पहिल्या अंकाचा पडदा उघडताच तो वाचकांपुढे मांडला आहे! अद्भुतरम्य दृश्यातील काव्य नुसत्या डोळ्यांना दाखवून गडकऱ्यांचे समाधान होत नाही. कानांना डोळ्यांचा हेवा वाटू नये, म्हणून ते दृश्य काव्यमय संभाषणांनी रंगविण्याची त्यांना मोठी जबरदस्त हौस. या हौसेमुळेच तुफान दर्यात संभाजी व तुळशी एखाद्या बागेत असल्यामुळे शृंगारिक भाषणे करतात. खवळलेल्या समुद्रात एवढी लांबलचक भाषणे करताना त्यांच्यापैकी कुणाच्याच तोंडात खारट पाणी जात नाही, हे शृंगाररसाचे सुदैवच समजले पाहिजे!

गॅल्सवर्दी : (१) 'एकच प्याल्या'तील आर्यमदिरामंडळाचे सभासद दारूच्या धुंदीत जहाल व मवाळ पक्षांचे राजकारण करीत असतात. गॅल्सवर्दीच्या 'Silver Box' या नाटकातील पहिल्या प्रवेशात तसेच संभाषण आहे. श्रीमंत बार्थविकचा दारू पिऊन तर्र झालेला मुलगा जॅक म्हणतो, 'मी उदार पक्षाचा (Liberal) आहे. तू कोणत्या पक्षाचा आहेस?' मदिरेच्या मदतीने घोड्यावर स्वार झालेला बेकार जोन्स उत्तर करतो, 'माझा हुजूर पक्ष! प्राण गेला, तरी मी माझा पक्ष सोडणार नाही.' यापुढे जॅक 'मी समाजसत्तावादी नाही; मी उदारमतवादी आहे.' वगैरे तारे तोडतोच. तसे पाहायला गेले, तर दोघांचाही एकच पक्ष – दारू पिण्याचा असतो. (२) गॅल्सवर्दीच्या

‘Bit of Love’ या नाटकातील दुसऱ्या अंकातील दुसरा प्रवेश वाचताना आर्यमंदिरामंडळाची आठवण झाल्यावाचून राहत नाही.

जॉनसन् (Johnson) - इब्सेनचा समकालीन नाटककार जॉनसन् याच्या ‘Editor’ नाटकातील संपादक व ‘भावबंधना’तील घनश्याम यांच्या स्वभावांतील साम्य मनोरंजक आहे. नाटकाच्या पूर्वार्धात संपादक म्हणतो, ‘दया? दयेवर माझा विश्वास नाही. बोलताना कुणी साखर पेरू लागला, की ती साखर आतून विषारी असेल, असेच मला वाटते. दयेचा मला परिचय नाही. द्वेष, तिरस्कार आणि अपमान याचाच काय तो अनुभव मला आहे.’ ‘दयेमायेचा काय संबंध? ज्या गोष्टीचा मला मुळीच अनुभव नाही, तिचे मी दुसऱ्याला प्रत्यंतर कसे पटवू?’ या घनश्यामाच्या उद्गारांची वरील भाषण वाचताना आठवण होणे अस्वाभाविक नाही. नाटकाच्या शेवटी घनश्यामाप्रमाणे सदरहू संपादकमहाशयांनाही निरपेक्ष दयेचे दर्शन होते. ते शेवटी म्हणतात:

‘एखादे मूल सुद्धा आता मला सहज जिंकील. या मुलीने माझ्यासाठी दयेची याचना केली. उभ्या आयुष्यात असा अनुभव मला आला नव्हता.’ धुंडिराज खोट्या कागदाचे तुकडे करून घनश्यामाला कायद्याच्या कचाटीतून सोडवितो, त्या वेळी तोही असेच उद्गार काढतो, ‘लतिकाताई, ही खरी दया, ही निरपेक्ष दया! प्राणिमात्र गोगलगाय बनतो, तो याच दयेमुळे!’

❖❖❖

गुरू – शिष्य

१९०६ च्या मे महिन्यातील गोष्ट. बार्शीला जाणाऱ्या गाडीने श्री. कृ. कोल्हटकर, त्यांचे धाकटे बंधू त्यांचे आतेभाऊ व आणखी दोन-तीन स्नेही प्रवास करीत होते. वाटेत बोडसांनी मध्यम उंचीच्या, कृश व काळसर अशा एका गृहस्थाकडे बोट दाखवून कोल्हटकरांना सांगितले, 'हेच ते गृहस्थ.' हे गृहस्थ म्हणजे कोल्हटकरांच्या भेटीविषयी अत्युत्सुक असलेले व किर्लोस्कर मंडळीत मुलांचे मास्तर होण्याकरिता जाणारे एकवीस वर्षांचे तरुण गडकरी होते. विश्वविद्यालयातील यश व त्याच्या साहाय्याने सफल होणाऱ्या आकांक्षा यांच्याकडे पाठ फिरवून नाटकमंडळीकडे तोड करणाऱ्या त्या तरुणाला त्या वेळी सारे जग हसले असेल. पण गडकऱ्यांचे पुढील चरित्र पाहिले, म्हणजे त्यांच्या या परिवर्तनात दैवाचा हात होता, असेच म्हणावे लागते. सूर्य कितीही अभ्राच्छादित असला, तरी सूर्यविकासी कमळाचे तोंड त्याच्याकडेच असते. आत्मविकासाच्या या अंतरीच्या इच्छेनेच गडकऱ्यांना नाटकमंडळीची नोकरी पत्करण्याला प्रवृत्त केले असावे.

गडकऱ्यांची व कोल्हटकरांची तोंडओळख होत न होते, तोच कोल्हटकरांच्या नावाशी संलग्न असलेल्या विनोदाचा एक उत्तम मासला गडकऱ्यांना पाहायला सापडला. नाटकमंडळीत उतरणारे सर्व लोक नट असलेच पाहिजेत, या दृष्टीने कोल्हटकर व त्यांचे स्नेही यांच्याकडे बार्शीचे लोक पाहत असत. कोल्हटकरांच्या एका विनोदी स्नेह्यांनी लोकांच्या त्या दृष्टीचा अर्थ आपल्या मित्रमंडळात विशद करून सांगितला. मंडळीपैकी स्थूल गृहस्थ बळिरामदादा, उग्र मुद्रेचे गृहस्थ घटोत्कच अशी पात्रांची वाटणी लोक करीत आहेत, असा त्यांचा तर्क होता. हा तर्क केवळ निराधार होता, असेही नाही. पाच-सहा दिवसांनी कोल्हटकरांखेरीज इतर पाहुणे मंडळी परत जायला निघाली. तेव्हा स्टेशनावरील एका इसमाने त्यांच्यापैकी एकाकडे आम्हाला पुरेशी तिकिटे येत नाहीत, अशी तक्रार केली. ते गृहस्थ नटविद्येत चांगलेच निपुण होते. त्यांनी मंडळीची नाटकी मालकी पत्तकरून मुजुमदारांना बोलावून आणले व स्टेशनावरील मंडळीकडे अधिक तिकिटे पाठविण्याचा हुकूम सोडला. हे नाटक

पाहून येत असलेले हसू आवरून मुजुमदारांनी तो मान्य केला. तिकिटे मागणारे गृहस्थ अर्थातच नामधारी मालकांवर खूश झाले व आज बुधवार असताना आपल्यासारखी मंडळी बाहेरगावी कशी जात आहेत, अशी त्यांनी पृच्छा केली. मालक बनलेल्या पाहुण्यांनी उत्तर दिले, 'बुधवारच्या खेळाला आमची जरुरी नाही. शनिवारच्या खेळाला आम्ही परत येऊच.' न करत्याचा वार शनिवार असतो, हे त्या स्टेशनवरील गृहस्थाला पुढे तरी कळले असेल किंवा नाही, याची वानवाच आहे.

या वेळी कोल्हटकर किर्लोस्कर मंडळीत 'मतिविकार' लिहिण्याकरिता आले होते. नाटक लिहून होताच दुसरे दिवशी पंधरा-वीस मंडळी ते ऐकण्याकरता त्यांच्या बिऱ्हाडी आली. या मंडळींत गडकरीही होते. या नाटकाची नक्कल करण्याचे काम दोन-तीन दिवसांत संपवायचे होते. त्या कामीही नाटकमंडळीने वेठीला धरल्यामुळे सुमतिकर्ते कुलकर्णी वगैरे लेखकांबरोबर गडकऱ्यांनी भाग घेतला. मात्र हे अपमानशल्य ते कधीही विसरले नाहीत.

कोल्हटकर व गडकरी यांची प्रत्यक्ष ओळख होण्यापूर्वी कोल्हटकरांची 'वीरतनय', 'मूकनायक' व 'गुप्तमंजूष' अशी तीन नाटके प्रसिद्ध झाली होती. गडकरी या नाटकांचे एवढे मोठे भक्त होते, की 'गुप्तमंजूषा'वर झालेल्या 'नाट्यकलारुक्कुठार' या टीकेत कोल्हटकरांच्या नाटकांच्या अंधभक्ताचे एक व्यंग्यचित्र रेखाटण्याची स्फूर्ती टीकाकारांना त्यांच्यावरूनच झाली, असे म्हणतात. बार्शीच्या प्रवासात प्रत्यक्ष गाठ पडण्यापूर्वी कोल्हटकरांना पाहण्याकरता गडकरी बुधवारातील पंपूशेट नावाच्या गंध्याच्या दुकानापासून काही अंतरावर येऊन उभे राहत. किर्लोस्कर मंडळीच्या संबंधांमुळे कोल्हटकर या दुकानावर जाऊन बसत असत. पण दुकानापासून काही अंतरावर असणाऱ्या माणसांत आपला एक भक्त तिष्ठत उभा आहे, याची त्यांना कल्पना नसल्यामुळे त्यांचे गडकऱ्यांच्याकडे कधीच लक्ष गेले नाही. नाटककाराचे भक्त व शत्रू त्याला भेटण्याच्या नक्की जागा वर्तमानपत्रे व मासिके या होत. तेव्हा रस्त्याच्या एका बाजूला उभा असलेला हा भक्त इष्ट दैवताला दिसला नाही, यात आश्चर्य ते काय?

गडकरी कोल्हटकरांचे भक्त झाले, याचे प्रमुख कारण त्यांच्या ग्रंथांतील वाङ्मयगुण हे तर खरेच. पण आईविषयी स्वाभाविक वाटणारे प्रेम तिच्या गोड स्वभावामुळे जसे द्विगुणित व्हावे, त्याप्रमाणे कोल्हटकरांच्या वाङ्मयाविषयी गडकऱ्यांना वाटणारा आदर वृद्धिंगत होण्याला दुसरीही एक गोष्ट कारणीभूत झाली. १९०६ साली कॉलेज सोडून गडकऱ्यांनी तडक नाटकमंडळीची वाट सुधारली. हे विचित्र स्थित्यंतर त्यांच्या अंतःकरणाला धरणीकंपाहूनही प्रचंड धक्का बसल्यामुळेच झाले होते. फलज्योतिषाच्या दृष्टीने आयुष्यात केव्हा ना केव्हा तरी एक क्रांतिकारक वर्ष येत असते. गडकऱ्यांच्या आयुष्यातील १९०५ ते १९०६ हे वर्ष तसे होते, असे

म्हणायला हरकत नाही. त्यांना हतबुद्ध करून टाकणाऱ्या आघाताचे स्वरूप मात्र अद्यापिही संदिग्ध आहे. त्यांच्या वाङ्मयावरून कुणी प्रेमभंगाचा तर्क केला, तर तो निव्वळ तर्कच ठरेल. मनोरमेविषयी विलक्षण तिटकारा वाटण्याचे कारण विद्याधर जयंताला विचारतो, तेव्हा जयंत उत्तरादाखल म्हणतो, 'ते स्त्रीपुरुषांच्या रहस्याच्या किल्ल्यात आहे.' आपल्या आयुष्यातील आघाताविषयी बोलताना गडकरी क्वचित या वाक्याचा उल्लेख करीत! त्यांच्या दृष्टीने हे वाक्य म्हणजे त्या रहस्याच्या किल्ल्याचे दार उघडणारी किल्लीच असावी!

गडकऱ्यांच्या आयुष्याच्या प्रवाहाला सर्वस्वी निराळे वळण देणाऱ्या या आघाताचे सत्यस्वरूप काही असले, तरी तो अत्यंत भयंकर होता, यात संशय नाही. बाहेर पाहावे, तो बालकाच्या निर्मळ हास्याप्रमाणे लख्ख ऊन पडले आहे; पण स्वतःच्या डोक्यात मात्र मृत्यूलाही भिवविणाऱ्या अंधाराचे राज्य! बागेत हसरी फुले दिसावीत आणि आपल्या अंतःकरणात मात्र काट्यांची गर्दी! सारे जग नेहमीप्रमाणे हसत खेळत गप्पागोष्टींत गुंग झालेले दृष्टीला पडावे; पण स्वतःला हसणे अशक्य होऊन बसावे, अशी मानसिक आघाताने हतबुद्ध झालेल्या मनुष्याची विलक्षण स्थिती होऊन जाते. समुद्रातील लहरींचे नर्तन एरवी कितीही सुंदर असले, तरी बुडणाऱ्या मनुष्याला ते भयाणच भासते. १९०५ - १९०६ साली गडकऱ्यांचीही मनःस्थिती अशीच झाली होती. माणसांनी गजबजलेले जग शून्य वाटू लागले, दिवस रात्रीसारखा झाला, की –

काही कारणांमुळे वैराग्य उत्पन्न होऊन मी वेडा होण्याच्या मार्गाला लागलो होतो; परंतु तुमच्या लेखांनी माझ्या मनाला खाद्य पुरवून त्याचे वेडापासून रक्षण केले.' असे गडकरी कोल्हटकरांना म्हणत असत. कोल्हटकरांच्या वाङ्मयावरील त्यांच्या भक्तीचे हे वैयक्तिक कारण होते. आत्महत्या करायला निघालेल्या मनुष्याने गाण्याचे मधुर सूर कानांवर पडताच स्वरजालात बद्ध होऊन जागच्या जागी थांबावे आणि शेवटी मन शांत झाल्यामुळे परलोकाकडे पाठ करून जीवनाच्या बाहुपाशात परत येऊन पडावे, तसा गडकऱ्यांचा प्रकार झाला.

कोल्हटकरांचे वाङ्मय अशा रीतीने गडकऱ्यांच्या बुद्धीप्रमाणे अंतःकरणालाही वंद्य वाटू लागले. भाविक मनुष्याच्या मनातील देवाविषयीचा भक्तिभाव त्याच्या मनात मूर्तीविषयीही आदर उत्पन्न करतो. कोल्हटकरांच्या बाबतीत गडकऱ्यांचे वर्तन असेच होते. अरण्यातील आश्रमात शिष्य गुरूची जशी सेवा करीत, तशी कोल्हटकरांच्या लहानसहान सुखसोयीचीही गडकरी काळजी वाहत. गुरू बहिर्दिशेला निघाले, की शिष्याने पाण्याचा तांब्या बरोबर घेऊन जाण्यात काव्य नसले, तरी भक्ती खास आहे. कोल्हटकरांच्या एका लहानशा छायाचित्राची पूजा करण्यापर्यंतही गडकऱ्यांची मजल गेली होती, असे म्हणतात. 'मतिविकार' नाटकाकरिता कोल्हटकरांना पदांच्या चाली

देण्याची गडकऱ्यांची फार इच्छा होती. शबरीने श्रीरामासाठी जशी फळे गोळा केली होती, त्याप्रमाणे गडकऱ्यांनीही एका स्नेह्याकडून बऱ्याच चाली मिळवल्या होत्या. पण बंदूक कशी उडवावयाची, हे माहीत नसलेल्या मनुष्याच्या हातात शेकडो भरलेल्या बंदुका दिल्या, तरी त्यांचा काय उपयोग होणार? गडकऱ्यांच्या चालींचीही हीच स्थिती झाली. त्यांना गाण्याचे अंग नसल्यामुळे ते म्हणत, त्या सर्व चाली सारख्या वाटू लागल्या. असले 'एका चालीचे' संगीत ऐकायला लोक येणार नाहीत, ही खात्री असल्यामुळे कोल्हटकरांनी त्या वेळी त्यांच्या या एकचालीपणाची खूप थट्टा केली. पण गडकऱ्यांना तिचा मुळीच राग आला नाही.

'घरात आई आणि बाहेर तुम्ही नसता, तर मी काय केले असते, ते कळत नाही.' असे ते कोल्हटकरांपाशी वारंवार बोलून दाखवीत. एखाद्या लहानशा आलापात गायकाने आपले सर्व अंत:करण ओतावे, त्याप्रमाणे या छोट्या वाक्यात गडकऱ्यांचे भावनाशील हृदय पूर्णपणे व्यक्त झाले आहे. गडकऱ्यांची ही गुरुभक्ती आंधळी अथवा दुर्बळ मात्र नव्हती. 'मूकनायक' नाटक सुरू झाले, की खुर्चीच्या दरवाज्यावरील त्यांची खुर्ची हळूहळू प्रेक्षकांच्या रांगेकडे झुकू लागे, ही गोष्ट त्यांच्या रसिकतेची द्योतक मानली, तर 'कोल्हटकरांच्या नाटकांतील सुंदर उतारे' हे त्यांचे पहिले चिमुकले पुस्तक त्यांच्या व्यासंगाचे निदर्शक ठरेल. या पुस्तकाची जन्मकथाही मोठी मौजेची आहे. एका संमेलनप्रसंगी किर्लोस्कर मंडळीने कोल्हटकरांच्या नाटकांतील निवडक उतारे काढणाराला बक्षीस ठेविले. पण अखेरीच्या दिवसापर्यंत एकाही निबंध लिहून आला नाही. राजकन्येच्या स्वयंवराची घोषणा करावी आणि रंगमंडपात एकाही राजाने येऊ नये, अशी या बक्षिसाची हास्यापद स्थिती होण्याचा रंग दिसू लागला. पण मुजुमदारांनी सूचना करताच गडकऱ्यांनी अत्यंत अल्प अवधीत आपला निबंध तयार केला. घाईघाईने काढलेल्या या उताऱ्यांतील सर्वच भाग सरस आहे. जवाहिऱ्याला आपल्या दुकानातील निवडक मालाची जशी माहिती असते, तसे गडकऱ्यांचे कोल्हटकरांच्या नाटकांचे ज्ञान होते, हे या उताऱ्यांवरून सहज दिसून येईल. निबंधाकरिता लावलेले बक्षीस गडकऱ्यांना देताना आणखी दोन-तीन निबंध आल्याचे जाहीर करायला मात्र व्यवहारचतुर मुजुमदार विसरले नाहीत. हे दोन-तीन निबंध केवळ कपोलकल्पित असल्यामुळे त्यांचे सर्व श्रेय मुजुमदारांनाच देणे योग्य झाले असते.

कोल्हटकरांचे कायमचे राहणे खामगावाला, तर गडकरी नाटकमंडळीबरोबर दर महिन्याला नवीन गाव पाहणारे. यामुळे या गुरू-शिष्यांच्या गाठीभेटीचे अथवा सहवासाचे प्रसंग यावे तितके आले नाहीत. मे महिन्यात अगर नाताळात कोल्हटकर मुंबई - पुण्याला येत, तेव्हा अथवा नवे नाटक बसविण्याकरिता ते कंपनीकडे जात, त्या वेळी उभयतांची गाठ पडे. 'मतिविकारा'नंतर कोल्हटकरांनी लिहिलेल्या 'प्रेमशोधन', 'वधूपरीक्षा' व 'सहचारिणी' या तिन्ही नाटकांच्या प्रस्तावनांत सुधारणापर सूचना

सुचविल्याबद्दल गडकऱ्यांचे आभार मानण्यात आले आहेत. 'सहचारिणी'ची पदे सुधारण्याच्या कामी गडकऱ्यांचे कोल्हटकरांना बरेच साहाय्य झाले. त्या वेळी त्यांचे भाषाप्रभुत्व, योजनाचातुर्य, कल्पकत्व, वगैरे गुण पूर्णपणे माझ्या नजरेला आले, असे उद्‌गार खुद्द कोल्हटकरांनी काढले आहेत.

कोल्हटकरांनी 'वधूपरीक्षा' लिहिण्यापूर्वीच गडकऱ्यांच्या 'प्रेमसंन्यासा'चा जन्म झाला. महाराष्ट्र नाटकमंडळीत 'प्रेमसंन्यासा'चे वाचन झाले, त्या वेळी 'आपल्या शिष्याची ही पहिली करामत व तिचा यथायोग्य झालेला गौरव पाहून कोल्हटकरांना परमावधीचा आनंद झाला व त्यांच्या डोळ्यांतून खरोखरच आनंदाश्रू आले', असे आपल्या आठवणीत नटवर्य दाते यांनी वर्णन केले आहे. गडकऱ्यांनी कोल्हटकरांना 'प्रेमसंन्यास' प्रथम वाचून दाखविले. त्या वेळी कोल्हटकर म्हणाले, 'नाटक ऐकत असताना मला सारखे विजेचे धक्के बसत होते. कारण त्यातील बऱ्याच कोट्या - कल्पना माझ्या कृतीतून निघाल्या आहेत.' गडकऱ्यांनी तत्काळ उत्तर दिले, 'आपल्या घरची वस्तू उचलून आणली, म्हणजे ती चोरी होते, की काय' 'तुमच्या कोट्या - कल्पना घेऊन मी त्यांबरहुकूम दुसऱ्या तयार करीत असतो', असेही ते कोल्हटकरांना म्हणत असत. या सर्व गोष्टींवरून गडकऱ्यांनी आपल्या प्रतिभेवर कोल्हटकरांच्या वाङ्मयाचे कलम मोठ्या हौसेने केले होते, हे ओघानेच सिद्ध होते.

कोल्हटकरांनी 'प्रेमसंन्यासा'त ज्या सुधारणा सुचविल्या होत्या, त्या गडकऱ्यांनी अमलात आणल्या नाहीत. पण त्या न स्वीकारण्याचे कारण मात्र निराळेच होते. 'माझ्या नाटकातील दोष मलाच कळू लागण्याइतकी माझी प्रगती झाली पाहिजे.' अशी त्यांची महत्त्वाकांक्षा होती. प्रत्येक नाटकाच्या वेळी सूचनांचा पांगुळगाडा हाती घेण्याऐवजी, एक-दोनदा पडून का होईना, स्वतःच्या पायांनी चालण्याची शक्ती येणे बरे, असे त्यांना वाटे. एखाद्या सुंदर उपवर मुलीचे लग्न काही ना काही कारणाने लांबणीवर पडत जावे, त्याप्रमाणे 'पुण्यप्रभाव' नाटकही पूर्ण झाल्यानंतर किती तरी दिवस गडकऱ्यांच्या घरीच पडून होते. १९१५ च्या नोव्हेंबरच्या सुमाराला तत्संबंधी कोल्हटकरांनी गडकऱ्यांना पाठविलेले एक पत्र प्रस्तुत लेखकाने पाहिले आहे. त्यात 'पुण्यप्रभाव' लवकर रंगभूमीवर आणण्याविषयीची सूचना असून 'वीरतनय' व 'मतिविकार' यांच्या नव्या आवृत्त्यांत करावयाच्या काही सुधारणांसंबंधाने गडकऱ्यांना सल्ला विचारला होता.

१९०६च्या मे महिन्यात प्रत्यक्ष भेटीने जडलेला गुरू-शिष्यांचा संबंध १९१९च्या जानेवारीत गडकऱ्यांचा मृत्यूमुळेच तुटला! एका तपाच्या या अवधीत मधून मधून आकाश अभ्राच्छादित झाले, तरी शिष्याची भक्ती व गुरूचे शिष्यावरील आदरयुक्त प्रेम यांचा मोहर कधीही जळून गेला नाही. ही अभ्रे येण्यालाही बहुधा गडकऱ्यांचा लहरी स्वभावच कारणीभूत होत असे. १९१० साली वर्धा येथे कोल्हटकर 'प्रेमशोधन'

नाटकाची पदे घेऊन किर्लोस्कर मंडळीकडे गेले. पदांचे वाचन सुरू असता गडकरी त्यांच्यावर मधून मधून टीका करीत असत. मुलाने बापाच्या मिशा गंमतीदाखल उपटल्या काय अगर त्यात मधूनच डोकावणारा पांढरा केस नाहीसा करण्याच्या सद्धेतूने त्यांच्यावर हल्ला केला काय, बाप त्याचे कौतुकच करतो. पण इतर मंडळींना मात्र तो मुलगा व्रात्य वाटल्याशिवाय राहत नाही. आगगाडी धावत असताना पुन:पुन्हा साखळी ओढून ती थांबविणाऱ्या माणसाप्रमाणे गडकऱ्यांनी पदांवर चालविलेल्या टीकेमुळे कोल्हटकरांना राग आला नाही; पर जोगळेकर मात्र संतापले; परंतु गुरुमाउलीला आपले शौर्य दाखविण्याचे स्फुरण गडकऱ्यांना चढले होते. काही केल्या ते तोंडाला कुलूप घालीनात. शेवटी जोगळेकरांनी त्यांना तिथून निघून जाण्याला सांगितले. जेवढ्या आवेशाने गडकऱ्यांनी पदांवर तोंड सोडले होते, तेवढ्याच जोराने त्यांनी कंपनीकडे पाठ फिरविली. भाड्यापुरते पैसे जवळ नसल्यामुळे त्यांनी कोल्हटकरांकडून पाच रुपये उसने घेतले व त्याच दिवशी ते वर्ध्याहून निघून गेले.

गडकऱ्यांची गुरुभक्ती सागराप्रमाणे अगाध होती; पण कुठल्याही समुद्रावर मधून मधून वादळे व्हायचीच, या नियमाला भक्तिसागर तरी अपवाद कसा ठरणार? १९१२ च्या नाताळात कोल्हटकरांनी सात-आठ दिवस स्वत:ला कोंडून घेऊन 'वधूपरीक्षा' नाटक लिहिले. त्यांच्या लेखनसमाधीचा भंग होऊ नये, म्हणून पु. रा. लेले हे संध्याकाळशिवाय इतर वेळी कुणालाही त्यांना भेटू देत नसत. या गोष्टीचा गडकऱ्यांना इतका राग आला, की पहिल्या भेटीनंतर ते कोल्हटकरांच्या बिऱ्हाडाकडे फिरकले सुद्धा नाहीत. एवढेच नव्हे, तर नाटकवाचनाच्या वेळी ते ते ऐकायलाही आले नाहीत. गडकऱ्यांनी कोल्हटकरांचे नवे नाटक ऐकण्याची संधी दवडणे म्हणजे समुद्रतीरी राहणाऱ्या एखाद्या भाविकाने महापर्वदिवशी घरी बसून राहण्यासारखेच होते. पण रागाने आंधळा झालेला भक्त उपास्यदेवतेची मूर्ती फेकून द्यायला सुद्धा कमी करीत नाही, हेच खरे.

१९०६ साली 'मतिविकारा'चे वाचन भक्तीने ऐकणारे गडकरी १९१२ मध्ये रागावून 'वधूपरीक्षा' ऐकायला आले नाहीत. १९१७ च्या डिसेंबरात कोल्हटकर 'सहचारिणी'ची पदे करावयाला आले, तेव्हा त्यांनी याच्यापुढील पायरी गाठली. 'वधूपरीक्षे'च्या वेळी गडकऱ्यांचे 'प्रेमसंन्यास' तेवढे रंगभूमीवर आले होते! १९१७ साली 'पुण्यप्रभावा'ची लोकप्रियता व 'एकच प्याला' गंधर्वमंडळीने घेतल्याची जाणीव ही जोडगोळी त्यांच्या हातांत होती. 'सहचारिणी'ची पदे करण्याकरता कोल्हटकर गंधर्वमंडळीच्या बिऱ्हाडातील गडकऱ्यांच्या खोलीत बसले. पण बाहेर माणसांची वर्दळ व आत गडकऱ्यांच्या कोट्यांचा कडाका यांच्या कात्रीत सापडून एकही पद पुरे होईना. संध्याकाळी चौपाटीवर विमाकंपनीच्या एजंटाच्या तावडीत सापडलेल्या चित्रकाराला कलम उचलण्याचे सुचले, तरच नवल! अशा रीतीने

पद्यरचनेची गाडी सुरू होते न होते, तोच बंद पडू लागली. कोल्हटकर मनोनिग्रह करून पदे करायला बसले, की गडकऱ्यांनी लागलीच म्हणावे 'कसे काय? किती पदे झाली? दहा-पाच होऊन गेलीच असतील. तुमची प्रतिभा भारीच दांडगी!'

'सहचारिणी'चे गद्य व पद्य सुधारण्याच्या कामी मात्र गडकऱ्यांनी कोल्हटकरांना मन:पूर्वक साहाय्य केले व कोल्हटकर खामगावला जायला निघाले, तेव्हा बोलण्यातील अतिप्रसंगाबद्दल त्यांची क्षमाही मागितली. त्यांचा स्वभाव जितका लहरी, तितकाच हळवा होता. याचे प्रत्यंतर या प्रसंगावरून येते. तथापि, १९१७-१८ साली गडकऱ्यांचे कोल्हटकरांशी जे वर्तन झाले, त्याच्या मुळाशी केवळ लहरीपणा होता, असे मात्र म्हणता येणार नाही. आपला जोडा मुलाच्या पायाला यायला लागल्यावर बापाने मुलाला बरोबरीच्या नात्याने वागविणे बरे, हे तर खरेच; पण कोल्हटकर गडकऱ्यांना नाटककार होण्याच्या पूर्वीपासून सन्मानाने वागवीत असल्यामुळे गुरू-शिष्यांच्या संबंधांत हा प्रश्न कधीच उपस्थित झाला नाही. शिवाय वडिलांचा जोडा आपल्या पायाला येऊ लागला, म्हणून, किंबहुना त्यांच्यापेक्षा आपण चार पावले पुढे गेलो, म्हणून, मुलाने त्यांच्या मांडीला मांडी लावून बसावे, असे थोडेच आहे? १९१७ मध्ये गडकऱ्यांचे 'पुण्यप्रभाव' अत्यंत लोकप्रिय होते. भविष्यकाळातील यश आपलेच आहे, असा आत्मविश्वास त्यांना वाटावा, यातही काही नवल नव्हते. या आत्मविश्वासाच्या भरात त्यांनी कोल्हटकरांची कुचेष्टा करण्याला प्रवृत्त व्हावे, यापरते उभयतांचे दुर्भाग्य ते कोणते?

लोकप्रियतेचा धूर डोळ्यांवर आल्यामुळे गडकरी कोल्हटकरांच्याकडे पूर्वीच्या दृष्टीने पाहू शकले नाहीत. त्यांचे कान फुंकून फुंकून हा धूर वाढविण्याला गडकऱ्यांचे एक गुरुबंधूही कारणीभूत झाले. एखाद्या पुण्यवान पुरुषाला नेण्याकरता विमान आले, की त्याचा खूर धरून स्वर्ग गाठण्याची हाव बाळगणारे लोक त्या मनुष्याभोवती असतातच. हे गुरुबंधू याच माळेचे मणी होते. गडकऱ्यांच्या वशिल्याने त्यांनी रंगभूमीवर आपले घोडेही शेवटी दामटलेच. कोल्हटकरांचे एक नवे नाटक आपल्या घोड्याच्या आड येत आहे, असे दिसताच कोल्हटकरांवर दुगाण्या झाडायलाही त्यांनी कमी केले नाही. पापग्रहाच्या संगतीने चांगल्या ग्रहाची फळे सुद्धा जशी दूषित होतात, त्याप्रमाणे या स्वार्थसाधू गुरुबंधूच्या नादाने गडकऱ्यांच्या हातून मात्र अकारण गुरुद्रोह होऊ लागला.

गडकऱ्यांचा परिचय झाल्यापासून कोल्हटकरांनी त्यांना नेहमीच बरोबरीच्या नात्याने वागविले होते. दोघांच्या वयांत चौदा वर्षांचे अंतर असले, तरी ते विनोदबुद्धी क्षणार्धात नाहीसे करी. थट्टामस्करी आणि कोटी-प्रतिकोटी यांच्या वर्षावात वयाचे भान कुणाला राहील? जलाशयात पोहायला पडल्यावर प्रौढांचे बालपण परत येऊन ते हातांनी पाणी उडवू लागतातच की नाही? एकमेकांवर कोट्या - कल्पना

लढविण्यात ही गुरू-शिष्यांची जोडी कुठलाच निर्बंध पाळीत नसे. या परिहासाची मजल किती लांब जात असे, हे पुढील उदाहरणावरून दिसून येईल.

खामगाव येथील वकिलांपैकी एकाने गाढवावर एक मजेदार कोटी केली. ती बोलता-बोलता कोल्हटकरांकडून गडकऱ्यांना कळली. आनंदाच्या बातमीप्रमाणे गमतीदार कोटी दुसऱ्याला सांगण्याचा मोह अनिवार असतो. ती कोटी कोल्हटकरांचीच आहे, अशी समजूत होऊन ती इतरांना सांगताना गडकरी म्हणाले,

'ही कोटी मला इतकी आवडली, की आता जेव्हा जेव्हा गाढव माझ्या दृष्टीला पडते, तेव्हा तेव्हा मला कोल्हटकरांची आठवण होते.'

ही कोटीवरील कोटी गडकऱ्यांकडून ऐकून कोल्हटकर मन:पूर्वक हसले व त्यांना म्हणाले,

'ही तुमची कोटी इतकी चांगली आहे, की यापुढे मला गाढव दिसत जाईल, तेव्हा तुमचीच आठवण होत जाईल.'

गाढवांचा गोंधळ झाला, की एरवी लाथांचा सुकाळ होतो; पण या कोटीच्या बाबतीत फक्त हशाचा सुकाळ झाला, हे लक्षात घेतले, म्हणजे या गुरू-शिष्यांतील मनमोकळेपणाची पूर्ण कल्पना होईल.

परिहासाची अशी उदाहरणे द्यावी तितकी थोडीच होतील. 'सहचारिणी' नाटकाविषयी बोलताना गडकरी कोल्हटकरांना म्हणाले,

'काय हो, तात्यासाहेब, 'प्रेमसंन्यासा'च्या अर्पणपत्रिकेत मी माझे लेखनदोष तुमच्या चरणी वाहिले होते; पण तिथून ते तुमच्या डोक्यात कसे शिरले?'

गडकऱ्यांच्या या प्रश्नाला 'सहचारिणी'च्या गुणदोषांच्या चर्चेपेक्षा कोटीचाच मोह अधिक कारणीभूत झाला असावा, हे सांगायला नकोच. कोल्हटकरांनी या प्रश्नाचे काय उत्तर दिले, ते ठाऊक नाही. पण 'शिष्याला डोक्यावर बसविले, की त्याचे दोषही डोक्यात शिरायचेच', अशा अर्थाचे ते असू शकेल. 'वधूपरीक्षा' नाटकाच्या बाबतीत तर गडकऱ्यांनी याहीपेक्षा मोठी बहार केली, असे वरेरकरांच्या आठवणीवरून दिसते. नाट्यविनोदमंडळीसाठी कोल्हटकरांनी एक नाटक लिहावे, अशी वरेरकरांची इच्छा होती. त्यांना स्वत:ला 'वधूपरीक्षा' फार आवडत असल्यामुळे 'नाटक वधूपरीक्षेसारखं झालं पाहिजे' असे ते बोलून गेले. हे उद्‌गार ऐकताच जवळ बसलेले गडकरी म्हणाले, 'वधूपरीक्षा काय म्हणता? मूकनायक म्हणा, मतिविकार म्हणा. वधूपरीक्षा नाटक तात्यांचे आहे कुठे? ते त्यांच्या थोरल्या मुलाने लिहिले अन तात्यांच्या नावावर प्रसिद्ध केले.' कोल्हटकरांनी मुंबईला 'वधू-परीक्षा' लिहिले, तेव्हा गडकरी मुंबईत होते, इतकेच नव्हे, तर लेल्यांनी कोल्हटकरांना भेटण्याची बंदी केल्यामुळे रागावून बसले होते! पण 'वधूपरीक्षा' नाटक मूकनायक किंवा मतिविकार यांच्याइतके चांगले नाही, हे सांगण्याचा प्रसंग आला, की गडकरी वर दिलेल्या

मार्गाचा अवलंब करीत!

अशा परिहासात्मक गोष्टींचा कोल्हटकरांना कधीच राग आला नाही; पण परिहास व उपहास यांचा जन्म एकाच कुळात होत असला, तरी त्यांच्या स्वभावांत जमीन-अस्मानाचे अंतर असते. परिहास गुदगुल्या करतो; उपहास नखांनी ओरबडतो. १९१७ - १८ या वर्षात गडकऱ्यांच्या हातून अनेकदा परिहासाच्या मर्यादेचे उल्लंघन झाले असावे. कोल्हटकरांच्या मागे नाटकमंडळीत त्यांच्या नाटकांची निंदा करणे व्यवहारदृष्ट्या कितपत इष्ट आहे, हा विचार त्यांच्या मनाला कधीच शिवला नाही, 'सहचारिणी' नाटक रंगभूमीवर पडले, ही गोष्ट उघड होती. त्याच्या अपयशाच्या कारणांची मीमांसा येथे अप्रस्तुत आहे. पण त्या 'पडलेल्या' नाटकावर पुन:पुन्हा हल्ले चढविण्यात गडकऱ्यांना काय लाभ होता? कोल्हटकरांचा व त्यांचा संबंध लक्षात घेता अशा वेळी त्यांनी तोंडाला कुलूप घालणेच इष्ट ठरले असते.

पण ते गडकऱ्यांच्या हातून झाले नाही. त्यांच्या गुरुबंधूंनी त्यांचे उद्‌गार गुरूंना कळविणे व गुरूंचे रागाचे उद्‌गार शिष्यापर्यंत नेऊन पोहोचविणे, इत्यादी कामांतही अंगचुकारपणा केला नाही! अशा रीतीने वाढू लागलेल्या वादळात नाटकमंडळ्यांकडूनही नकळत भर पडली. गडकऱ्यांनी 'भावबंधन'ची किंमत ३५०० रु. ठरविली होती, असे कळल्यामुळे कोल्हटकरांनी आपल्या जन्मरहस्याचा मोबदला तितकाच मागितला. ही गोष्ट गडकऱ्यांना कळताच ते संतापाने कोल्हटकरांना म्हणाले, 'तुम्ही एल्‌एल्‌.बी. म्हणून ते तुम्हांला इतके रुपये कबूल करितात आणि मी पदवीधर नाही, म्हणून मला कर्तव्याच्या गोष्टी सांगतात. तुमचे माझे गुरुशिष्याचे नाते असले, तरी धंद्याचा प्रश्न आला असता मी ते जुमानणार नाही!'

काठावरली माती आत पडून नदीचे पाणी वरवर गढूळ झालेले दिसले, तरी तिचे अंतरंग निर्मळच असते. कोल्हटकर व गडकरी या गुरू-शिष्यांचा संबंधही तसाच होता. 'तात्यांची नवी नाटके मी बुधवारची करून टाकीन' (मराठी रंगभूमीच्या विशिष्ट परिस्थितीमुळे ती सध्या सोमवारीदेखील होऊ शकत नाहीत) ही दर्पोक्ती गडकऱ्यांच्या तोंडातून बाहेर पडलीच नसेल, अशी खात्री वर वर्णिलेल्या गोष्टी वाचल्यावर कुणीही देणार नाही. पण या दर्पोक्तीचा उग्र वास वेळोवेळी निघालेल्या भक्तिपूर्ण उक्तीच्या सुगंधात कुठल्या कुठे लोपून जातो. 'तात्या, ती तरवार एक तुमची बाकी विळे कोयते' या गडकऱ्यांच्या चरणाचे 'आंब्याचे तुमचेच एक जगती, तात्या, गमे रायते' असे विडंबन एखाद्याने केले असले, तरी तिच्यातली भक्तीची उत्कटता कमी आहे, असे कोण म्हणेल? दुसऱ्या एका सुप्रसिद्ध नाटककाराच्या नाटकाची रंगीत तालीम पाहून गडकऱ्यांनी मत दिले, 'कवि, कवि; परंतु हा आमच्या गुरूसारखा ज्ञानी नव्हे.' महाराष्ट्राचे माहात्म्य वर्णन करताना 'तिथेच नांदे श्रीपादाची कलावती वाणी' हा चरण लिहायला त्यांची लेखणी विसरली नाही. 'मी कितीही

मोठा झालो, तरी तात्यांच्या कडेला मुलासारखा शोभेन' हे वाक्य शालीनतेपेक्षा भक्तीचेच आपत्य आहे. आयुष्यातील शेवटच्या वर्षात लिहिलेल्या 'भावबंधना'तली 'कृपाचि ज्यांची कारण केवळ मम पामरवचनाते । वंदूनि त्या श्रीपादपदांप्रति याया यश कार्याते ॥ नवनाटकरचना । करितो सादर रसिकजना ॥' ही साकी त्यांच्या गुरुभक्तीची सर्वोत्कृष्ट साक्ष आहे.

गडकऱ्यांची उज्ज्वल गुरुभक्ती मलिन करण्याचे प्रयत्न त्यांचे मनोगत ठाऊक नसलेल्या त्यांच्या अंधभक्तांकडून कळत न कळत किती तरी झाले आहेत. 'भावबंधन'च्या साकीतील श्रीपाद शब्दाचा अर्थ दत्त आहे, असा वितंडवाद प्रस्तुत लेखकाशी करण्यापर्यंत एका गडकरीभक्ताची मजल गेली होती! जणू काय गडकरी नरसोबाच्या वाडीला दत्ताच्या दर्शनाला गेले असतानाच त्यांना लेखनाविषयी महाराजांचा दृष्टांत झाला होता! गडकऱ्यांच्या निधनानंतर पुण्याला भरलेल्या दुखवट्याच्या सभेला पाठविलेल्या संदेशात 'गडकरी माझा उजवा हात होते', असे एक वाक्य कोल्हटकर लिहून गेले. या उजव्या हातावरच दुसऱ्या एका गडकरीभक्तांनी रण माजविले. त्यांच्या मते गडकऱ्यांनी हे वाक्य शांतपणे कधीच ऐकून घेतले नसते. या वाक्यात गडकऱ्यांना अपमानास्पद असे काय आहे, ते सदरहू भक्तराजांनाच ठाऊक! 'गडकरी हे माझे मस्तक होते. त्यांच्या मृत्यूमुळे माझी स्थिती कबंधाप्रमाणे झाली आहे', या वाक्याची ते कोल्हटकरांपासून कदाचित अपेक्षा करीत असावेत! अगदी अलीकडे तिसऱ्या एका गृहस्थांनी, गडकरी कोल्हटकरांना गुरू मानीत असले, तरी वाघाने मांजराला आपली मावशी मानण्यातलाच तो प्रकार आहे, असे आपले मत ठोकून दिले आहे. मानीव मावशीच्या दूधावर वाघाच्या बच्च्याची वाढ होत नाही, त्याला वाघिणीचेच दुध लागते, ही गोष्ट हे प्राणिशास्त्रज्ञ साफ विसरून गेले. गडकऱ्यांचे वाङ्मय कोल्हटकरांच्या वाङ्मयापेक्षा श्रेष्ठ, की कनिष्ठ, यासंबंधाने वाटेल तितका मतभेद झाला, तरी ज्या वाङ्मयवृक्षाला, 'प्रेमसंन्यास' फळे लागली, त्यांची पाळेमुळे कोल्हटकर संप्रदायाच्या भूमीतच रुजली व विस्तारली, हे नाकारणे जितके कृतघ्नपणाचे, तितकेच अरसिकपणाचेही होईल.

गडकऱ्यांच्या हयातीत व मृत्यूनंतर त्यांच्या अंधभक्तांनी व कोल्हटकरांच्या अंधशत्रूंनी या दोघांचा गुरू-शिष्यसंबंध विशेष दृढ नव्हता, असे सिद्ध करण्याचा प्रयत्न केला असला, तरी गडकऱ्यांच्या जीवननाटकाच्या शेवटच्या अंकातल्या शेवटच्या प्रवेशातही त्यांची गुरुभक्ती किती उत्कट होती, हे खालील हकीकतीवरून दिसून येईल.

१९१८ च्या जूनमध्ये कोल्हटकर पुण्याहून मुंबईला जायला निघाले, तेव्हा गडकरी त्यांना म्हणाले, 'माझ्या घरातील सृष्टीशी माझी आई व माझ्या घराबाहेरील सृष्टीशी तुम्ही इतके संलग्न आहात, की तुमच्यावाचून जगण्याची मला कल्पनाही

येत नाही.' पुण्याहून जाण्यापूर्वी त्यांनी कोल्हटकर, त्यांचे बंधू, चुलते, इत्यादी मंडळींना आपल्याकडे जेवण्यास बोलाविले. गडकरी आजारी असल्यामुळे कोल्हटकरांना त्यांचे निमंत्रण स्वीकारणे प्रशस्त वाटेना. पण 'मी आज तुमच्या पंक्तीला बसून स्वत: तुम्हाला आग्रह करीन', असे म्हणून गडकऱ्यांनी आपला हट्ट तडीला नेलाच. त्याच वेळी 'आपण दोघे मिळून एक नाटक लिहू, तुमच्या नावाशी माझे नाव संलग्न व्हावे, असे मला फार वाटते', ही आपली इच्छाही त्यांनी प्रकट केली! ईश्वरेच्छा तशी नव्हती. पण महाराष्ट्रशारदेच्या मंदिरात कोल्हटकर व गडकरी यांची आसने एकमेकांपासून कितीही दूर झाली, तरी त्यांची नावे चिरकाल संलग्न राहतील, यात शंका नाही!

या वेळी कोल्हटकरांच्या बरोबर त्यांचे आप्त डॉ. मोडक हेही होते. त्यांचे औषध गडकऱ्यांना सुरू करण्याची कोल्हटकरांची इच्छा होती. पण स्वत:ला कोयनेल सोसत नाही, असे सांगून गडकऱ्यांनी ते घेण्याचे नाकारले. १९१८ च्या डिसेंबर महिन्यात गडकरी बरेच आजारी असल्यामुळे कोल्हटकर त्यांना भेटण्याकरता मुद्दाम मुंबईहून पुण्याला गेले. कोल्हटकरांना पाहताच गडकऱ्यांना हुंदका आला. १९१७ च्या नाताळात आपण कोल्हटकरांशी केलेले वर्तनच आपणाला बाधत आहे, अशी त्यांनी आपली समजूत करून घेतली होती. कोल्हटकर त्यांच्याजवळ जाऊन बसताच ते आपल्या कृश शरीराकडे बोट करून स्फुंदत म्हणाले, 'मी आता या जगात थोड्या दिवसांचा सोबती आहे.' कोल्हटकरांनी दु:ख आवरून त्यांना धीर देण्याचा प्रयत्न केला. त्याच वेळी गडकऱ्यांनी कोल्हटकरांना 'भावबंधन'तील पदे करण्याविषयी विनंती केली. हे संभाषण सुरू असतानाच त्यांना एकदम भ्रमाचा झटका आला. कोल्हटकरांच्या बरोबर त्यांचे एक स्नेही आले होते. त्यांच्या काळ्या कोटावरून ते डॉक्टर असून आपणाला शौचाची पिचकारी द्यायला आले आहेत, अशी त्यांची भ्रमात समजूत झाली. असल्या पिचकारीने आपल्याला मृत्यू येईल, असा आधीच त्यांनी आपला ग्रह करून घेतला असल्यामुळे 'हे मला मारायला आले आहेत', म्हणून ते ओरडूही लागले. त्यांची शुश्रूषा करणाऱ्या मुलाने 'हे डॉक्टर नाहीत; कोल्हटकर आहेत', असे सांगताच ते म्हणाले, 'नाही हे मला मारणार नाहीत. यांनीच मला लिहायला शिकविले. नाही, नाही मला मारणार!' भ्रमातल्या बोलण्यातही व्यक्त झालेली ही गुरुभक्ती पाहून कोल्हटकरांना भडभडून आले. त्या प्रसंगाचे चित्र डोळ्यांपुढे उभे करण्याची अल्पस्वल्प शक्ती ज्याला आहे, त्याचीही तीच स्थिती होईल. मात्र गडकरी म्हणजे वाघ आणि कोल्हटकर म्हणजे मांजर, हे घोकीत बसणारे लोक कोटी करता आल्यास या बोलण्याला 'भ्रमाचा भोपळा' म्हटल्यावाचून राहणार नाहीत!

कर्मधर्मसंयोगाने गडकरी व त्यांचे बंधू सावनेरला जाण्याकरिता मुंबईहून ज्या

गाडीने निघाले, त्याच गाडीने कोल्हटकरही खामगावला जात होते. कोल्हटकर बोरीबंदरवरच त्यांना भेटले. गडकऱ्यांच्या तोंडावरील तजेला पाहून कोल्हटकरांच्या मनात त्यांना गुण पडेल, अशी आशा उत्पन्न झाली. मनमाडला गडकऱ्यांच्या डब्यात अंधार पडलेला पाहून कोल्हटकरांनी स्टेशनमास्तरांकडून दिव्याची व्यवस्था करविली १९०५ - १९०६ या वर्षी अंधारात भ्रमणाऱ्या गडकऱ्यांच्या मनाला कोल्हटकरांच्या वाङ्मयाने प्रकाशाचा किरण दाखविला. १९१९ साली त्यांच्या डब्यातील अंधार नाहीसा करण्याची लहानशी सेवा करण्याची संधी कोल्हटकरांना लाभली.

बार्शीला जाणाऱ्या आगगाडीत १९०६ साली या गुरू-शिष्यांची पहिली दृष्टिभेट झाली. नागपूरला जाणाऱ्या आगगाडीतच १९१९ साली त्यांची शेवटची दृष्टिभेट झाली. मानवी जीविताची कोट्यवधी नाटके दररोज रंगवीत बसणाऱ्या दैवानेही जणू काही आपले प्रसंगविषयक रचनाकौशल्य या दोन प्रसिद्ध महाराष्ट्रीय नाटककारांना अशा रीतीने प्रगट करून दाखविले.

गडकरी पुन्हा कोल्हटकरांना अगर पुण्या-मुंबईकडील त्यांच्या स्नेह्यांना भेटले नाहीत. त्यांनी गाडी बदलली. जीवनाच्या आगगाडीतून उठून ते मृत्यूच्या आगगाडीत बसले. त्यांच्याप्रमाणे गाडी बदलल्यावर तरी त्यांच्या सुहृदांना त्यांची भेट होईल का?

❖❖❖

वाङ्मय-संसार

मुलीप्रमाणे प्रतिभेलाही अगदी लहानपणापासून संसार मांडण्याची हौस असते. भातुकलीच्या खेळाप्रमाणे बालप्रतिभेच्या विलासाचेही क्षणभर कौतुक वाटल्यावाचून राहत नाही. पण चिमुकली विहीण सासरी जावयाला निघालेल्या आपल्या लाकडी कन्यकेचा निरोप घेते, त्या वेळी कितीही मौज वाटली, तरी 'जाते की मम शकुंतला ही आजचि पतिसदनाला' हा चरण सद्‌गदित कंठाने म्हणणारा कण्व जो करुणरस उत्पन्न करतो, त्याचा अनुभव प्रेक्षकांना कसा यावा? लतिकेप्रमाणे प्रतिभेचे नवपल्लवही रमणीय असतात. पण दोघींचेही सौंदर्यसर्वस्व पूर्णविकसित पुष्पांच्या द्वारेच प्रगट होते. यामुळे गडकऱ्यांनी वयाच्या सहाव्या वर्षी लिहिलेले गुजराती 'सुरसुंदरी नाटक' वयाच्या अकराव्या वर्षी थोरल्या भावाच्या साहाय्याने एका म्हाताऱ्यावर केलेली एक आर्या, किंबहुना वयाच्या सतराव्या वर्षी रचलेले मराठी 'मित्रप्रीति' नाटक, या सर्वांकडे भाषेचा पांगुळगाडा घेऊन बालप्रतिभेने टाकलेली पावले याच दृष्टीने पाहिले पाहिजे.

श्री. शं. मुजुमदार यांच्या आठवणीवरून पाहता मॅट्रिक होण्यापूर्वीच गडकऱ्यांना कविता अथवा त्रुटित प्रकरणे लिहिण्याचा नाद लागला होता, असे दिसते. 'वाग्वैजयंती'तील पहिल्या दहा-बारा कवितांपैकी पाच-सात तरी याच वेळी लिहिल्या गेल्या असाव्यात. पानिपतचा फटका कॉलेजात गेल्यावर लिहिलेला आहे. झाडावर जून झालेल्या आंब्यांवरून त्याला प्रथम लागलेल्या फळांचा अंदाज करणे जसे चुकीचे होईल, त्याप्रमाणे गडकऱ्यांनी काव्यरचनेचा अभ्यास करण्याकरता एवढ्याच कविता लिहिल्या, असे मानणेही अयोग्य होईल. नावडत्या अपत्यांचा यज्ञकुंडात बळी देऊनच लेखक आपल्या कीर्तीचा प्रकाश उज्ज्वल करीत असतात.

१९०७-१९०८ साली गडकरी कवितेच्या पूर्णपणे भजनी लागले असावेत. पद्यमय पत्र लिहिण्याची लहर हे काव्यभक्तीचे एक उत्तम गमक मानता येईल ('नटमित्रास पत्र' १९०८). या काळापासून पुढे निर्माण झालेल्या कवितेत त्यांची विशिष्ट भाषाशैली चमकू लागली. 'पुण्यप्रभाव' -रंगभूमीवर येईपर्यंत सुमारे सात-

आठ वर्षे त्यांचे काव्यलेखन अखंड चालले. १९१५ - १६ नंतर मात्र त्यांचे काव्यावरले लक्ष उडून गेले. नाट्यकला व काव्यकला या सख्ख्या बहिणी असल्या, तरी सवतीमत्सराने अंध झाल्यावर त्या एकमेकींचे तोंड सुद्धा पाहत नाहीत. गडकऱ्यांकडे कवितेने पाठ फिरविण्याचे मुख्य कारण ते रंगभूमीवर लुब्ध होऊन गेले, हेच होते.

लेखनकालाचा उल्लेख फारच थोड्या कवितांच्या खाली असल्यामुळे त्या दृष्टीने त्यांच्या काव्याचा विचार करणे अशक्य होऊन बसले आहे. तथापि 'प्रेमपाठ', 'अरुण', वगैरे कविता बालकवींच्या 'अरुणा' नंतर लिहिल्या गेल्या, प्रेमनिराशा हा त्यांच्या प्रेमगीतांचा आत्मा असला, तरी ही गीते अगदी निरनिराळ्या काळी रचण्यात आली, इत्यादी अनुमानांचा अंतरंगाशी संबंध असल्यामुळे ती रसिकांना चुकीची वाटणार नाहीत.

आईला आपले मूल प्रत्येकाला दाखवावेसे वाटत असले, तरी ते होण्यापूर्वी मातृपदाच्या कल्पनेने ती मनातल्या मनात सुद्धा लाजून जात असते. होतकरू लेखकाचीही स्थिती अशीच होते. लिहिल्यावाचून राहवत नाही; पण आपले लेखन कुणाच्याही दृष्टीला पडले, तर त्याची थट्टा होईल, ही भीती काही केल्या मनातून जात नाही. किर्लोस्कर कंपनीत गेल्यावर गडकरीही प्रथम प्रथम गुप्तपणे लिहीत असत. पण एखाद्या गवयाने आपल्या अंगची कला लपविण्याचे ठरविले, तरी त्याच्या गुणगुणण्यावरूनही लोकांना जसा तिचा पत्ता लागतो, त्याप्रमाणे त्यांचे लेखनही लवकरच उघडकीला आले. 'रंगभूमि' मासिकात लिहिलेले लेख व 'गर्वनिर्वाण' नाटक यांचा जन्म कसा झाला असेल, याची यावरून कल्पना येईल.

गडकऱ्यांना कवितेच्या कल्पना कशा सुचत, ते त्यांचा विस्तार कसा करीत, त्यांना काव्यरचनेला किती वेळ लागे, त्याविषयी फारशी माहिती उपलब्ध नाही. गुलाबी कोड्याची कल्पना ते इंजिनिअरिंग कॉलेजच्या बाजूला संध्याकाळी फिरायला गेले असताना पश्चिमेकडील रंगांप्रमाणे पूर्वेकडेही रंग उमटलेले पाहून त्यांना सुचली. त्यांची प्रेमगीते बाह्यसृष्टी व अंतःसृष्टी यांच्या संगमातून निर्माण झाली आहेत. शीघ्रकवित्वाचाही गुण त्यांच्या अंगी होता. 'बाजाची पेटी' व 'बंदूक' या वस्तूंवर त्यांनी तत्काळ कविता करून दाखविल्या होत्या. त्यांचे हे शीघ्रकवित्व पाहणारांना त्यांची बुद्धी बाजाच्या पेटीसारखी अगर भरलेल्या बंदुकीप्रमाणे आहे, असे मात्र खास वाटले असेल. हात चालू लागला, की पेटीतून सूर बाहेर पडतात किंवा चाप ओढला, की बंदुकीतून गोळ्या जशा बाहेर पडतात, त्याप्रमाणे त्या वेळी त्यांनी एकामागून एक कवितेचे चरण लिहिले.

गडकऱ्यांनी 'प्रेमसंन्यास' १९१० साली लिहिले. या वेळी किर्लोस्कर मंडळी सोडून ते पुण्याला येऊन राहिले होते. चरितार्थासाठी काही तरी धडपड केल्याशिवाय

त्यांना गतीच नव्हती. श्री. शं. मुजुमदार आपल्या आठवणीत लिहितात, 'प्लेगनारायणाचा कोप होऊन जिकडे तिकडे वाताहत झाली आहे, चोहोंकडे वणवा पेटल्यामुळे पुणे शहरात उग्नितेचे साम्राज्य पसरले आहे, अशा मनाच्या ओढघस्त परिस्थितीत आमचे तरुण मित्र गडकरी सरस्वतीदेवीला भूषवीत होते. नाट्यग्रंथसंग्रहालयात वसतिस्थान ठेवून वेळी अवेळी मन मानेल तेव्हा व लहर फिरेल तसा निव्वळ चहाच्या कढत पाण्यावर गुजारा करून त्यांनी हे नाटक लिहिले.'

'प्रेमसंन्यासा'बद्दल त्यांना पाचशेपासून सातशेपर्यंत रक्कम मिळाली. या रकमेत पुस्तकाचा हक्क विकून येणारे पैसे मिळविले, तरी या उत्पन्नावर गडकऱ्यांना 'पुण्यप्रभावा'पर्यंतची चार वर्षे काढावी लागली, हे लक्षात घेतले, म्हणजे लक्ष्मी-सरस्वतीचे वैर किती तीव्र असते, याची कल्पना येईल. या काळात त्यांचा 'मनोरंजना'शी कवी व लेखक या नात्याने संबंध जडला. पण या संबंधापासून त्यांना पैशापेक्षा कीर्तीचाच अधिक लाभ झाला असावा. 'मनोरंजना'ने त्यांना फूल ना फुलाची पाकळी म्हणून काही मोबदला दिला असेल; पण केसांत खोवण्याकरिता फुलाऐवजी फुलाची पाकळी दिली, तर ती जशी देऊन न देऊन सारखीच, त्याप्रमाणे गडकऱ्यांच्या प्रापंचिक अडचणींच्या मानाने 'मनोरंजना'चा मोबदलाही फारसा महत्त्वाचा नसावा. किंबहुना असेही म्हणता येईल, की कवींचा कारखाना हा विनोदी लेख गडकऱ्यांनी पूर्ण न करण्याचे कारण आपल्याला लेखनाचा योग्य मोबदला मिळत नाही, ही जाणीवच होय. १९१५ पासून पुढे गडकऱ्यांनी एकही विनोदी लेख लिहिला नाही, एवढी एकच गोष्ट किरकोळ लेखांपासून त्यांना किती द्रव्यप्राप्ती झाली असेल, हे सांगू शकेल.

किर्लोस्कर मंडळी १९१३ मध्ये फुटून त्यातून गंधर्व मंडळी निघाली. फुटलेल्या जहाजाप्रमाणे फुटलेली कंपनी तारणे हे काम काही सोपे नसते. चांगले नट निघून गेल्यामुळे, असतील त्या नटांवर काम भागवून घेण्याचा प्रसंग येतो. अशा वेळी उत्तम नवे नाटकच काय ते कंपनीला लाभदायक होण्याचा संभव असतो. गडकऱ्यांनी 'पुण्यप्रभाव' लिहायला सुरुवात केली, त्या वेळी त्यांच्यापुढे हीच गोष्ट प्रामुख्याने होती. 'पुण्यप्रभाव' १९१५ साली पुरे झाले होते. पण त्याच वेळी गडकरी नाटकमंडळीशी भांडून निघून गेल्यामुळे नाटक बसविण्याचे काम लांबणीवर पडले. किर्लोस्कर मंडळीत पुन्हा पाऊल टाकायचे नाही, असे गडकऱ्यांनी ठरविले असल्यामुळे ते 'पुण्यप्रभाव' घेऊन गंधर्व मंडळीकडे गेले; परंतु गडकऱ्यांनी सांगितलेली तीन हजार रुपये ही नाटकाची किंमत गंधर्व मंडळीला अधिक वाटली. किर्लोस्कर मंडळीकडून तुमचे नाटक रंगभूमीवर आल्यास ते मागे पडेल, असे मानहानिकारक वाटणारे उद्‌गारही त्यांच्या कानांवर पडले. त्या उद्‌गारांनी गडकऱ्यांचा स्वाभिमान खडबडून पुरा जागा झाला. ते पुन्हा किर्लोस्कर मंडळीकडे गेले व त्या कंपनीकडून

नाटक रंगभूमीवर आणून ते त्यांनी लोकप्रिय करून दाखविले. संगीत व गद्य या दोन्ही स्वरूपांत हे नाटक एक तप होऊन गेले, तरी कुठल्याही नाटकमंडळीला तिच्या सामर्थ्याच्या प्रमाणात लाभदायक होत आहे. गडकऱ्यांना मात्र या नाटकापासून दोनअडीच हजारांपेक्षा अधिक प्राप्ती झाली नसावी.

'पुण्यप्रभाव' रंगभूमीवर आल्यापासून अवघ्या दोन वर्षांत (१९१६ जून ते १९१८ जून) गडकऱ्यांनी 'एकच प्याला' व 'भावबंधन' ही नाटके लिहिली. याच काळात 'राजसंन्यासा'चे उपलब्ध असलेले प्रवेशही त्यांनी लिहिले. 'एकच प्याला' व 'भावबंधन' या नाटकांपासून त्यांना प्रत्येकी कमीत कमी पाच हजार रुपयांची प्राप्ती झाली असावी. या दोन्ही नाटकांचे संपूर्ण हक्क त्यांनी त्या त्या कंपनीला दिले असल्यामुळे ही मोबदल्याची रक्कम पूर्वीपेक्षा वाढली, असे म्हणण्यापेक्षा त्यांच्या 'पुण्यप्रभावा'ने मिळविलेल्या अलोट यशानेच हे काम केले, असे म्हणणे अनुचित होणार नाही.

गडकऱ्यांच्या लेखनाच्या पद्धतीची कल्पना 'राजसंन्यासा'वरून होते. त्या नाटकाच्या आरंभी दिलेल्या टाचणावरून त्यातील पहिला प्रवेश नाशिक येथे ता. ५। ११ । १६ रोजी लिहून पूर्ण झाला, असे दिसते. वरेरकर आपल्या आठवणीत सांगतात, की १९१४ साली सिंधुदुर्गाच्या तटावर या प्रवेशातली बहुतेक वाक्ये त्यांनी अक्षरशः बोलून दाखविली होती. याचा अर्थ 'राजसंन्यासा'तील प्रवेश प्रत्यक्ष लिहिण्यापूर्वी दोनअडीच वर्षे त्यांच्या डोक्यात तयार होऊन राहिले होते.

वरेरकरांची ही आठवण गडकऱ्यांची लेखनपद्धती, स्मरणशक्ती, नाट्यविषयावरील त्यांचे परिश्रम, इत्यादी गोष्टींवर पूर्णपणे प्रकाश पाडते. संकल्पित नाटकांतील भाषणेच्या भाषणे गडकरी घडाघड म्हणून दाखवीत, याचे इंगीत त्यांच्या या लेखनपद्धतीतच होते. बी पेरून घटका झाली नाही, तोच अजून झाड का दिसत नाही, म्हणून जमीन खणून पाहणाऱ्या बालकाप्रमाणे कल्पना सुचली, की लगेच ती कागदावर उतरून मोकळे होणारे लेखक पुष्कळ असतात. गडकऱ्यांची पद्धती अगदी उलट होती. सुचलेल्या कल्पनेबरोबर ते आपल्या बुद्धीने खेळत बसत. यामुळे ती कोणत्या तऱ्हेने मांडली असता अधिक मोहक होईल, हे अगदी सूक्ष्म दृष्टीने त्यांना पाहता येत असे. स्वभाव अथवा प्रसंग यांच्या कल्पना सुचतील, तशाच वाङ्मयात घातल्यास त्यांचे सौंदर्य उठून दिसण्याचा संभव फार कमी. मुलगी कितीही सुंदर असली, तरी झोपेतून जागी होताच तिला जशीच्या तशी परक्याला दाखवायला तिची आई तयार होणार नाही. उपवर मुलीची आई पाहायला येणाऱ्या माणसांच्या डोळ्यांत ती भरावी, म्हणून तिची वेषभूषा जेवढ्या काळजीने करते, तेवढी काळजी आपली प्रत्येक कल्पना नटविण्याकरिता गडकरी घेत असत. कल्पनेच्या या शृंगाराला किती वेळ लागेल, याचा नेम मात्र मुळीच नसे. 'भावबंधन'ची

तयारी दोन, अडीच महिन्यांत झाली, तर 'राजसंन्यास' दोन, अडीच वर्षांतही पूर्ण होऊ शकले नाही. 'राजसंन्यासा'च्या आरंभी दिलेल्या टाचणांवरून सेनापती युद्धभूमीचा नकाशा काढताना जेवढी दक्षता दाखवीत नसेल, तेवढी रंगभूमीच्या बाबतीत त्यांनी दाखविली आहे, असे आढळून येईल. त्यांच्या नाटकांतील लांबलचक भाषणे, कोट्या-कल्पनांनी अवास्तव फुगलेले प्रवेश, इत्यादी दोषांचे मूळही प्रत्येक कल्पनेशी शक्य तितके खेळत बसण्याच्या त्यांच्या प्रवृत्तीतच होते: पुतळा करणाऱ्या शिल्पकाराने प्रत्येक अवयवाच्या सौंदर्याबरोबर त्या सर्वांच्या प्रमाणबद्धतेकडेही लक्ष दिले पाहिजे. पण गडकरी प्रत्येक अवयव जास्तीत जास्ती सुंदर करण्याच्या मोहाला बळी पडत. हा मोह इतका प्रबळ असतो, की त्याने अंध झालेल्या लेखकाला प्रमाणबद्धतेच्या अभावी उत्पन्न होणारे कलादोष कधीच दिसत नाहीत.

तथापि, त्यांच्या कल्पनाशक्तीच्या विविध विलासांचे कोणीही कौतुकच करील. लेखनाच्या या विशिष्ट पद्धतीमुळेच 'राजसंन्यासा'चा शेवटचा अंकाचा शेवटचा प्रवेश ते प्रथम लिहू शकले. आधी कळस व मग पाया अशा पद्धतीने नाट्यमंदिर उभारण्याचे अवघड काम त्यांच्यासारख्या बुद्धिवान व कल्पनाप्रभू लेखकानेच करावे. नाटक असो, विनोदी लेख असो अथवा कविता असो, त्यांची लिहिण्याची पद्धत बहुधा एकच असे. प्रत्येक अनुभवाकडे सूक्ष्म दृष्टीने पाहायचे, त्यातून मिळालेले कल्पनाबीज बुद्धीच्या भूमीत पेरून ठेवायचे, लहरीप्रमाणे त्याला भावनेचे जल घालायचे, त्या कल्पनाबीजाचा लहानसा वृक्ष झाला, तरी तेवढ्यावर संतुष्ट व्हायचे नाही, तो फळांनी लादून गेला, म्हणजे मात्र त्यांतील निवडक फळे रसिकांच्या पदरात टाकायची, असे या पद्धतीचे वर्णन केले, तर ते चुकीचे होणार नाही. या विशिष्ट पद्धतीमुळेच त्यांच्या लेखनाला कुबेराच्या भांडाराचे स्वरूप आले. हे भांडार पाहता अनेकदा असे मात्र मनात आल्यावाचून राहत नाही, की या संचयाकरिता त्यांनी केलेले परिश्रम या भांडारातील सुंदर अलंकार एखाद्या अप्सरेच्या अंगावर घालून तिची मूर्ती वाचकांपुढे उभी करण्याच्या कामी खर्च झाले असते, तर अधिक बरे झाले असते.

हरतऱ्हेने पैसा मिळविल्याखेरीज मनुष्याला संपत्ती संपादन करता येत नाही. वाङ्मयसंपदाही काही या नियमाला अपवाद नाही. द्रुमनचा अमानुष छळ करणाऱ्या कमलाकराची कल्पना पुण्यात त्या वेळी घडलेल्या एका प्रसंगावरून त्यांना सुचली. वरेरकरांच्या मुलीचे गीता हे नाव ऐकताच त्यांच्या लेखनशक्तीने ते टिपून घेतले व नाटकात घालण्याचे ठरविले. 'पुण्यप्रभावा'तील अग्निकुंडाच्या प्रवेशाचे मूळ (सदरहू नाटकाच्या काही आवृत्त्यांत हा प्रवेश छापला गेला आहे.) नाटक दाखवायला आलेल्या एका मनुष्याच्या लिखाणातील अर्थहीनता व अप्रासंगिकपणा यांच्यांत आहे. हिरण्यकश्यपूच्या काळी एकमेकांच्या उरावर बसणारे त्यांचे वाग्भट व चरक

विसाव्या शतकातील सुधाकराच्या नाटकात वैद्य व डॉक्टर यांच्या रूपाने अवतरले.

सूचकत्वापेक्षा विस्ताराकडे व मूर्तीच्या सौंदर्यापेक्षा अवयवांच्या मोहकतेकडे गडकऱ्यांची प्रतिभा अधिक झुकत असे, याची आणखी उदाहरणे देण्याची आवश्यकताच नाही. कल्पकता, बुद्धी व व्यासंग यांचा त्रिवेणीसंगम त्यांच्यांत झाला होता, हे त्यांचे विरोधक देखील कबूल करतात. 'सकाळचा अभ्यास' हे सुंदर प्रहसन त्यांनी एका रात्रीत लिहून दिले. विद्यार्थिदशेत आर्यभूषण नाटकगृहातील तळमजल्यावर दहा आण्यांच्या जागेत कोपऱ्यात उभे राहून कोल्हटकरांच्या नाटकांची त्यांनी अभ्यासपूर्वक टाचणे केली. या दोन्ही गोष्टी अगदी साध्या वाटल्या, तरी लेखक या दृष्टीने गडकऱ्यांच्या अंगी असलेले मुख्य गुण त्यात प्रतिबिंबित झाले आहेत.

त्यांच्या आठवणी वाचताना त्यांच्या विनोदी वृत्तीप्रमाणे सूक्ष्म निरीक्षणाचाही प्रत्यय येतो. एका संस्थानिकाची मुलगी पाहून क्षीरसागर गडकऱ्यांना म्हणाले, 'मास्तर, या मुलीच्या चेहऱ्यावरील तेज पाहून भक्ती उत्पन्न होते. 'गडकरी एकदम उद्गारले, 'पांडोबा, तुम्ही हिच्याबरोबर लग्न करायला तयार आहात, हे खास!' गडकऱ्यांचा हा आरोप ऐकताच बिचारे क्षीरसागर 'छे: छे:! तशी कल्पना सुद्धा माझ्या मनात आली नव्हती.' असे सांगू लागले. पण गडकरी अशाने थोडेच गप्प बसतात? ते म्हणाले, 'समजा, ही मुलगी संस्थानिकाची नसून, नुसत्या श्रीमंताची आहे. दैवाच्या फेऱ्यात सापडून श्रीमंत माणसं गरीब होतातच की नाही? तेव्हा हिच्या बापाची श्रीमंती जायला हरकत नाही. आता हा तुमच्या - आमच्यासारख्या गरिबाची मुलगी झाली. मुलगी म्हटली, की तिचे लग्न झालेच पाहिजे. या गरीब बापाला बडे स्थळ कुठून मिळणार? अर्थात जावई म्हणून त्याने तुम्हाला पसंत करायला काहीच हरकत नाही. बोला आता, असं झालं तर तुम्ही या मुलीशी लग्न कराल, की नाही? अहो, ज्याला जी गोष्ट आवडते, ती त्याला मिळाली, तर नको असते असे थोडेच आहे? ती मिळणे शक्य नाही, म्हणून नको, असं म्हणायचं, झालं.'

या भाषणाचे स्वरूप शेख महंमदाच्या मनोराज्यासारखे असले, तरी इच्छा व सिद्धी यांच्या कायमच्या खडाष्टकामुळे मनुष्याचे मन स्वत:ची फसवणूक कशी करून घेते, हे गडकऱ्यांनी त्यात मोठ्या गमतीने दाखविले आहे. गडकऱ्यांचा वाङ्मयसंसार अत्यंत यशस्वी झाला, यात संशय नाही. 'प्रेमसंन्यास' रंगभूमीवर येऊन वीस वर्षे झाली; परंतु ते अगर त्याची धाकटी भावंडे अजून रंगभूमीवर अत्यंत लोकप्रिय आहेत. एका स्तंभावर उभ्या राहणाऱ्या सुवर्णद्वारकेप्रमाणे 'एकच प्याला' व 'भावबंधन' या नाटकांच्या आधारावर 'गंधर्व' व 'बलवंत' या दोन मंडळ्या गेल्या दहा वर्षांत उभ्या राहू शकल्या, असे म्हटले, तरी चालेल. १९२१ ते १९३१ या दहा वर्षांत 'एकच प्याला'च्या २५७ खेळांपासून गंधर्व मंडळीला ३, ३४, ७७३ रु. १२ आणे एवढी प्राप्ती झाली. या दहा वर्षांतील या कंपनीचे एकपंचमांश उत्पन्न

केवळ या एका नाटकाचे आहे. 'रंगभूमि' मासिकात लेख लिहीत असताना ज्या डोक्याची पाच रुपये किंमत झाली, त्यानेच पुढे अशा रीतीने नाटकमंडळ्यांना लक्षावधी रुपये मिळवून दिले.

साध्या संसाराप्रमाणे वाङ्मयसंसारातही परंपरेला थोडे फार महत्त्व असते. गडकऱ्यांची कल्पनाशक्ती व भाषासंपत्ती यांचा गेल्या तपातील मराठी साहित्यावर चांगलाच ठसा उमटला आहे. त्यांचे अनुकरण करणारांपैकी बहुतेकांना ते साधले नाही, हा त्यांच्या अप्रतिम प्रतिभेचा उत्कृष्ट पुरावाच आहे. त्यांच्या शिष्यवर्गात प्र. के. अत्रे व न. ग. कमतनूरकर या दोघांची प्रामुख्याने गणना करायला हरकत नाही.

सूर्याच्या प्रखर किरणांप्रमाणे त्यांच्या लेखनातील दोष रसिकांना तापदायक वाटले, तरी वाङ्मयविश्वातील कल्पकतेच्या वृक्षवेलींचा विकास करणारा दिनमणी व दवबिंदूपासून समुद्रजलापर्यंत सर्व प्रकारचे पाणी शोषून घेऊन त्यांचे पर्जन्यात रूपांतर करणारा सहस्रकिरण म्हणून ते सदैव या सूर्याला भक्तिभावाने वंदन करतील.

❖❖❖

आत्मचरित्र

गडकऱ्यांचे आत्मचरित्र! असे चरित्र उपलब्ध असते, तर सुरंगीच्या फुलांच्या ताज्या माळेवर लुब्ध होणाऱ्या भ्रमरांप्रमाणे रसिकांच्या त्याच्यावर उड्या पडल्या असत्या! पण आत्मचरित्राचे प्रकरण सुचण्याइतकी गडकऱ्यांच्या चरित्रग्रंथाची वाढ दुर्दैवाने होऊच दिली नाही. त्यांच्या लेखणीतून जर आत्मवृत्त उतरले असते, तर त्याची शोभा विजेच्या चकचकाटात तांडव करणाऱ्या सागराप्रमाणे वाटली असती, यात शंका नाही.

पण या मृत्युलोकात अमृताची तहान पाण्यावरच भागवून घ्यावी लागते. त्यांच्या लेखनात विखुरलेल्या विविध आत्मचरित्रात्मक छटा हेच सद्यःस्थितीत त्यांनी स्वतःचे काढलेले चित्र म्हणता येईल. अशा रीतीने एखाद्याच्या वाङ्मयावरून त्याच्या चरित्राची रूपरेखा आखणे योग्य आहे किंवा काय, असा एक प्रश्न साहजिकच उपस्थित होतो. कल्पित कथानकातून विविध भूमिका रंगविणाऱ्या मनुष्याचा स्वभाव अचूक ओळखणे अवघड नाही काय? सोळा हजार एकशे आठ गोपींच्या महालात एकाच वेळी दिसणाऱ्या श्रीकृष्णाच्या मूर्तींपैकी खरा श्रीकृष्ण कसा ओळखायचा? शास्त्रीय वाङ्मयात व्यक्तित्व प्रगट करणे इष्ट असते; पण ललितवाङ्मयात व्यक्तित्व लपविणे हाच कलेचा उत्कर्ष असतो. अशा स्थितीत कलावंताचे चरित्र त्याच्या कल्पनासृष्टीतील एका विशिष्ट भागात दाखविणे म्हणजे प्रसंगानुसार निरनिराळ्या रंगांनी नटणाऱ्या पाण्याला एक ठरावीक रंग आहे, असा हट्ट धरण्यासारखे होईल.

या आक्षेपात थोडेसे तथ्य आहे, हे खरे. उपमा किंवा रूपके मर्यादेपेक्षा अधिक ताणली, की त्यांच्यांतील स्वारस्य जाते. वाङ्मय व चरित्र यांच्या अन्योन्यसंबंधाचेही असेच आहे. नाटक, कादंबरी किंवा गोष्ट ही काही लेखकाची डायरी नव्हे! पण त्याचबरोबर हेही लक्षात ठेविले पाहिजे, की कलावंताच्या सौंदर्यसृष्टीचा विस्तार नसला, तरी उगम त्याच्या वैयक्तिक अनुभवातच असतो. एखाद्या नामांकित चित्रकाराने रेखाटलेल्या विविध स्त्रियांच्या चेहऱ्यांत थोडे फार साम्य आढळतेच, की

नाही? टॉलस्टॉयच्या कादंबऱ्या अगर नाटके यांत त्याच्या आयुष्याचे काय थोडे प्रतिबिंब पडले आहे? अपत्याचा तोंडवळा आपल्यासारखा दिसू नये, अशी आईची कितीही उत्कट इच्छा असली, तरी ती गोष्ट तिच्या हातची थोडीच आहे? वरच्या दर्जाच्या वाङ्मयनिर्मात्यांच्या सृष्टीतही आपण तेच तेच पुन्हा पाहत आहोत, असा वाचकाला जो भास होतो, त्याचे कारणही आत्मचरित्रात्मकच आहे. ते 'तेच तेच' कर्त्याच्या जीविताशी संलग्न असल्यामुळे आपलेपणाच्या हक्काने प्रत्येक नव्या वाङ्मयसृष्टीत घुसण्याचा प्रयत्न करते!

गडकऱ्यांचे वाङ्मय व चरित्र ही एकमेकांशी ताडून पाहिली म्हणजे, त्यांच्या जीवितातील काही महत्त्वाच्या गोष्टींवर प्रकाश पडतो. त्यांचे पहिले लग्न ते मॅट्रिक होण्यापूर्वीच झाले. पुढे दोन-तीन वर्षांनी धन आणि मान यांच्या वृक्षांनी दुतर्फा भरलेला शिक्षणाचा राजरस्ता सोडून त्यांनी नाटकमंडळीची खडकाळ वाट सुधारली. त्यांच्या या माथेफिरूपणाचे मूळ वैवाहिक वैषम्यात होते, याचा पुरावा 'प्रेमसंन्यासा'तील जयंत व मनोरमा हे जोडपेच देईल. जयंताचे हृदय कवीचे आहे. मनोरमेचे कवयित्रीचे तर नाहीच नाही, पण ते स्त्रीचे आहे की काय, हे सांगणेही कठीण आहे. जयंत आणि मनोरमा यांच्यांतील वैषम्याविषयी गडकऱ्यांनी मुग्धपणा धारण केला नसता, तर आज १९०४ – १९०६ या वर्षांत त्यांच्या अंत:करणात चाललेल्या वादळावर प्रकाश पडला असता! मनोरमा जिवंत असल्यामुळे जयंत लीलेशी पुनर्विवाह करण्याचा विचार सुद्धा मनात आणीत नाही, असे 'प्रेमसंन्यासा'त दाखविले आहे. खुद्द गडकऱ्यांनीही बरीच वर्षे दुसरे लग्न न करण्याचे सर्वात मोठे कारण यापेक्षा दुसरे कोणते असणार? मात्र वर एके ठिकाणी सूचित केल्याप्रमाणे हे साम्य इथेच संपते. नाटकातील जयंत शेवटी प्रेमसंन्यास घेतो; गडकऱ्यांनी १९१७ साली पहिली पत्नी जिवंत असतानाच द्वितीय विवाह केला.

'एकच प्याला'तही त्यांचा आत्मानुभव थोडा-फार चित्रित झालेला आहे. प्रेमभंगामुळे भगीरथ मद्यपान करू लागतो, या गोष्टीचे '१९०६ साली कोल्हटकरांचे वाङ्मय मर्गादर्शनाकरिता जवळ नसते, तर मी वेडा झालो असतो.' या उद्गारांशी थोडे तरी साम्य आहे. मद्यपानापूर्वी सुधाकराचा संसार किती सुंदर होता, याचे त्यांनी रेखाटलेले चित्र मनोमंदिरातील आशेच्या संग्रहातूनच घेतले नसेल काय? रामलाल या पात्रात लौकिक 'राम' व घरगुती 'लाल' या आपल्या दोन्ही नावांचा संगम त्यांनी घडवून आणला आहे. तो अगदीच अहेतुक आहे, असे कसे म्हणावे? 'भावबंधना'तील मनोहराला प्रेमभंगामुळे जग स्मशानासारखे वाटू लागते. त्यांच्या आवडत्या विषयाने त्याही नाटकात हळूच डोके वर केले आहे.

त्यांच्या कवितेकडे वळले, की नाटकावरून काढलेले तर्क अगदीच निराधार नाहीत, अशी खात्री होते. त्यांचा सर्व जिव्हाळा प्रेमगीतांत प्रगट झालेला आहे. या

गीतांपैकी काही सुंदर कल्पनांकरिता लिहिली गेली असली, तरी काहींचा उगम त्यांच्या वैयक्तिक भावनांतूनच झाला आहे. खालील ओळी वाचताना त्या निव्वळ नाट्यात्मक आहेत, असे गडकऱ्यांचे सर्व चरित्र ठाऊक असलेल्या मनुष्याला कधी तरी वाटेल का?

'हाती संसाराची माती,
मनिच्या आशा मनाच खाती,
भूतकाळची भूते रडती,
मिटल्या जाग्या डोळ्यांपुढती शून्याचे मैदान !
निष्प्रेमाची शेज सोबती,
भयाण दुनिया सारी भवती
विषण्ण येती विचार चित्ती,
बाह्यांतर विश्वात खेळत उदासीनता एक!'
(अवेळी ओरडणाऱ्या कोकिळेस)

'सौंदर्ये भरल्या जगास बघुनी हा प्रश्न चित्ती उठे ।
जीवाने जगि काय कार्य करणे श्लोकात नाही कुठे।।'
(एका जुन्या श्लोकाची आठवण)

'सुकला चुकला जीव आजवर तुजवाचुनि फिरता ।
हृदयशारदे ! शब्दशारदा नको मला आता ।।'
(हृदयशारदेस)

'या मदीय चिरनिराश । जीवन्मृत मानसास
पुनरपि उमलावयास । काल दिला कोणता?'
(पुनर्विकसन)

'फुले वेचिली, पण... आता ही द्यावी कोणालागी?'
राक्षसवृत्ति स्मरणदेवता क्षणात झाली जागी ।।'
(फुले वेचिली पण —)

'केल्या ज्याच्या पायघड्या मी तुझ्या पावलांसाठी ।
त्या हृदयाला तुडवुनि गेलिस नटव्या थाटापाठी।। '
(निर्दय बालिकेस)

प्रेमविषयक गीतांपैकी कल्पनाप्रधान कविता सोडून दिल्या, तर इतर सर्वांत वरील चरणांत घुमणारा सूरच ऐकू येतो. 'ती कोण', 'हृदयास', इत्यादी कवितांत

आढळून येणारी उत्कटताही आत्मभावनादर्शक आहे, यात संशय नाही.

गडकऱ्यांच्या आयुष्यातील एका विशिष्ट भागाविषयी हे उल्लेख झाले. पण याशिवाय इतर कित्येक कवितांची कमळेही दुःखपंक व अश्रुजल यांनी भरून गेलेल्या त्यांच्या मानससरोवरातच निर्माण झाली असल्यामुळे तीही त्यांचे चरित्र – अगदी अस्पष्ट रीतीने का होईना – सांगू शकतात. १६ । २ । १८ रोजी बोरिवली येथे गडकऱ्यांनी लिहिलेली कविता हेच कदाचित त्यांचे शेवटचे प्रेमगीत असेल. या शेवटच्या प्रेमगीतात पहिल्या निर्मल प्रेमाचे हृदयस्पर्शी चित्र त्यांनी रेखाटले आहे. ती कर्जतची शाळा. ते रम्य बालपण आणि ती –

'बाले, दृष्टि मनोहरा मजवरी तू टाकिली ज्या क्षणी ।
गेला तो क्षण सांग सांप्रत कुठे? हे शल्य राही मनी ॥
कालाच्या उदरात खोल दडला जाऊनि कोठे तरी ।
शोकच शेष आज उरला प्रेमातुनी अंतरी॥
विद्यादानि नसे विशेष गति त्या बाल्यात आम्हा तशी ।
प्रेमाचा पहिला धडा गिरविला निर्दोषशा मानसी ॥'
(जुन्या कवितांची आठवण)

'मी कुमार तीही कुमारी असताना जागी एका' या चरणाला शोभेल, अशीच ही हकीकत आहे. यानंतर गडकरी पुण्याला आले; त्यांचे लग्न झाले; त्यांना वैराग्य येण्यासारखी कारणे घडली आणि संसाराकडे पाठ फिरवून संसाराच्या चित्रसंग्रहाकडे – नाटकमंडळीकडे – त्यांनी आपले पाऊल वळविले.

पण ज्वालामुखीने बेचिराख केलेला प्रदेश देखील पुन्हा द्राक्षाच्या मळ्यांनी फुलून जातो. मनुष्याचे मनही तसेच आहे. १९०६ पासून तीन-चार वर्षे नाटकमंडळीत काढल्यावर गडकऱ्यांचे मन थोडेसे स्थिर झाले असावे. १९०९ मध्ये आपल्या अल्लड प्रेमाला

'म्हणुनि, लाडक्या! कुठे न जाई,
या हृदयातचि लपुनी राही,
योग्य मित्र नच सुख तरि नाही!
कुसंगतीहुनि, वेड्या! मानी फार बरा एकांत!'

असा त्यांनी उपदेश केला; एवढेच नव्हे, तर पुढे आपल्या पुनर्जात प्रेमास

'क्षणभर वाटत होते मजला,
की तव ओघ आटुनी गेला,
परि जो अखंड भरला त्याला
कशाची तूट – चल, उघड झाकली मूठ!

विसरून जाऊ अनुभवजाला
तुडवू पायी चल खेदाला
टाकू जाळूनि नैराश्याला
दु:ख सब झूट । - चल, उघड झाकली मूठ'

असे प्रोत्साहन देण्याइतका आशावाद त्यांच्यांत उत्पन्न झाला. १ । ६ । १६ ला लिहिलेल्या 'शेवटचे प्रेमगीत' या कवितेतील

'तुटे स्नेहसंबंध सर्वस्वि आता ।
टाकिता तू असे या अनाथा ।।
सात वर्षे, सखे, हर्षद स्वप्न जे ।
पाहिले, भोगिले तेच आता ।।

....

यत्न केले, सखे! रत्न तुजसारखे
कधितरी व्हावया प्राप्त हाता।।

....

जन्मजन्मांतरी एकदा क्षणभरी।
प्रेम लाभो तुझे शोकघाता।।'

या चरणांवरून विशेषत: त्यातील सात वर्षांच्या कालविषयक उल्लेखावरून या पुनर्जात प्रेमाचा प्रवाह १९०९ ते १९१६ पर्यंत वाहत असावा, असे वाटते. 'गोफ', 'हृदयास', 'निर्दय बालेस'. 'निर्वाणीची विनवणी', 'इच्छा, उपभोग व विषय', 'जीवितास', 'प्रेमाची प्रामाणिकता', वगैरे १९१६ त लिहिलेल्या कवितांवरूनही १९१६ मध्ये त्यांच्या आशावृक्षावर दुर्दैवाने पुन्हा घाव घातला असावा, अशी शंका येते. 'मनी वसे, ते कवनी दिसे' असे गृहीत धरून वाचकाच्या मनात डोकावणारी ही शंका सर्वस्वी खरीच असेल, असे मात्र नाही. स्फुट गीतांत चरित्र पाहू जाणे म्हणजे दवबिंदूत पडलेल्या आकाशाच्या प्रतिबिंबावरून त्याच्या अफाटपणाची कल्पना करण्यासारखे आहे. त्यातही कवी कवितेला प्रिया मानून काय लिहितो आणि प्रियेला कविता समजून काय लिहितो, हे सांगणे त्याचे त्याला सुद्धा कठीण होत असेल. कविता प्रसन्न होत नाही, म्हणून कवीने तिची केलेली मनधरणी वाचकांना प्रणयलोलुप मनुष्याच्या विनवणीसारखी भासेल अगर कवीने प्रियेच्या सहवासात सुखाने घालविलेल्या कालाचे वर्णन त्यांना कवितेपासून होणाऱ्या आनंदाचे द्योतक आहे, असे वाटेल.

'शेवटचे प्रेमगीत' या वर उल्लेखिलेल्या कवितेकडे या दृष्टीने पाहिले, तर मन थोडे साशंक झाल्यावाचून राहत नाही. १९०९मध्ये गडकऱ्यांची कविता प्रसिद्ध व्हावयाला सुरुवात झाली; १९१६मध्ये 'पुण्यप्रभाव' रंगभूमीवर आल्यानंतर नाट्यलेखनाला स्वत:ला वाहून घेण्याचे निश्चित करून गडकऱ्यांनी कवितेचा जवळजवळ कायमचा निरोप घेतला. सदरहू कवितेतील सात वर्षांच्या काळाचा असा अर्थ लावणे अशक्य नाही. तथापि; आत्मभावनाप्रधान कवनातील भावात्मक कविता कोणत्या आणि नाट्यात्मक कोणत्या या गोष्टी कवीचे चरित्र व त्याच्या काव्याचे स्वरूप ही दोन्ही लक्षात घेऊन रसिकांनीच ठरवावयाच्या असतात.

गडकऱ्यांच्या अंत:करणाची तळमळ दुसऱ्या काही कवितांत चांगल्या रीतीने व्यक्त झाली आहे. त्यांच्या संकल्पित अडीच हजार अभंगांपैकी दहाच वाचकांच्या पदरात पडले असले, तरी त्यांत त्यांचे हळुवार हृदय स्पष्ट दिसते. मनुष्य व राक्षस यांच्यांतील फरक पहिल्याला आपल्या पापाचा पश्चात्ताप होतो आणि दुसऱ्याला तो होत नाही, असाच करावा लागेल. जगात चूक कुणाच्या हातून होत नाही? धुतल्या तांदळाचे धुवण दृष्टीआड झाल्यावर त्यांनी आपल्या शुद्धपणाची बढाई हवी तर खुशाल मिरवावी! पण मनुष्याच्या आयुष्याचे सार 'चुकणे', 'त्या चुकीचा पश्चात्ताप होणे' आणि 'ती पुन्हा आपल्या हातून होऊ नये, म्हणून पद्धतशीर प्रयत्न करणे' या सूत्रत्रयीत साठविलेले आहे. यातील पहिल्या पायरीवर सर्व मानवजात नेहमीच उभी असते. दुसऱ्या पायरीला तिच्यापैकी बहुतेक हाताने स्पर्श करतात; पण तिच्यावर चढणारे थोडेच आढळतात. या थोड्यांपैकीही एखादाच तिसरी पायरी गाठू शकतो. गडकऱ्यांच्या कवितांत आढळून येणारे आत्मपरीक्षण ते दुसऱ्या पायरीवर चढण्याचा प्रयत्न करीत होते, हे दाखविण्याइतके स्पष्ट आहे.

गडकऱ्यांचे आयुष्य असावे तितके नियमित व निर्बंधयुक्त नव्हते, म्हणून त्यांच्या काव्यावर व प्रेमगीतांवर आडून गोळ्या झाडणारे पुष्कळ लोक आहेत. वाङ्मय हे व्यक्तीच्या हृदयाचे अप्रत्यक्ष रीतीने होणारे आविष्करण असल्यामुळे त्या विशिष्ट हृदयाचे त्यात थोडे-फार प्रतिबिंब पडते, हे कुणीही नाकारणार नाही. पण वाङ्मयनिर्माता म्हणून एखादा मनुष्य मोठा झाल्याबरोबर त्याच्या वैयक्तिक जीवनाची चव्हाट्यावर चर्चा करण्याचा हक्क इतरांना प्राप्त होतो, असे थोडेच आहे? उपदेशात्मक आणि कलाविलासात्मक हे वाङ्मयाचे प्रांत एकमेकांहून अगदी भिन्न आहेत. या दोन्ही भागांतील व्यक्तींची अथवा वाङ्मयाची तुलना करणे हे पक्व आम्रफलाची प्रफुल्ल गुलाबाशी तुलना करण्यासारखे हास्यास्पद आहे. फुललेल्या गुलाबाच्या पाकळ्या तोंडात टाकून त्यांना नीरस म्हणणाऱ्या मनुष्याची शहाण्यांत गणना होईल का ? आपल्या मुलाला गाणे शिकविण्याकरता ठेवलेल्या गवयाची नीतिमत्ता प्रभु रामचंद्राच्या कसाला लागते की नाही, हे कधी कुणी पाहिले आहे काय? मोर साप

खातो, म्हणून उन्हाळ्यात मयूरपिच्छांचा पंखा मिळाल्यास त्याने वारा घ्यायला कुणी कांकूं करील, असे वाटत नाही.

गडकऱ्यांचे वाङ्मय कल्पनाप्रधान व कलाविलासात्मक असल्यामुळे संतचरित्रांशेजारी त्यांचे चरित्र ठेवून 'हे चित्र पाहा आणि हे चित्र पाहा' म्हणून आरडाओरड करण्यात काही अर्थ नाही. पावित्र्य हा ज्यांच्या तळहाताचा मळ आहे, असे सज्जन या जगात किती निर्माण होत असतील, ते कुणाला ठाऊक! 'ज्याने मनाने सुद्धा व्यभिचार केला नसेल, त्यानेच या पतित स्त्रीवर दगड टाकावा', असे ख्रिस्ताने म्हणताच सभोवतालच्या क्षुब्ध जनसंमर्दातून एक खडा सुद्धा पुढे आला नाही. या कथेचे मर्म लक्षात घेतले किंवा आपल्या आयुष्यग्रंथातील अक्षर अन् अक्षर जगाला वाचून दाखविणारा रुसो किंवा टॉलस्टॉय पाहिला, म्हणजे नीतिनियमांच्या नावाने छाती बडवून घेणाऱ्या जगाला त्याच छातीच्या आतील बाजूला काय चालले आहे, याची दाद नसते, ही गोष्ट स्पष्टपणे प्रत्ययाला येते.

गडकऱ्यांच्या जीवितनौकेला ज्या भयंकर वादळाशी टक्कर द्यावी लागली, त्याच्याकडे दुर्लक्ष करणे म्हणजे मानवी जीवनाला गणिताचे नियम लावण्यासारखे आहे. भावनोत्कट स्वभाव, बाळपणी झालेला पितृवियोग, दारिद्र्याचा दाह, कष्टाने कॉलेज गाठले, न गाठले, तोच झालेला भयंकर मनोभंग, नैराश्यपूर्ण तारुण्य, नाटकमंडळीत काढलेली वर्षे या सर्वांचा समुच्चय लक्षात घेतला, म्हणजे गडकऱ्यांच्या वैयक्तिक दोषांविषयीही सहानुभूती वाटू लागते. हे दोष गडकऱ्यांना दिसत नव्हते, असे थोडेच आहे? अनामिकाच्या अभंगात ते म्हणतात -

'माझ्यावरी मीच मांडीन फिर्याद ।
तुझ्यापायी दाद मागावया ।।'

स्वत:च्या गुन्ह्याची तीव्र जाणीव झाल्याखेरीज स्वत:वर फिर्याद मांडायला कोण तयार होईल?

'पांडुरंगा, आम्ही युगांचे दुर्जन ।
क्षणाचे सज्जन पश्चात्तापे ।।
व्रत एकादशी मात्र हे देहाशी ।
नित्य मनापाशी दिवाळीच ।।
नावाचेच साव आम्ही थोरथोर ।
मनाचे हे चोर सर्व काळ ।।'

या चरणांत प्रगट होणारी तळमळ सात्त्विक नाही, असे कोण म्हणेल? एखादी गोष्ट वाईट, हे कळावे, ती आपण करतो, म्हणून वाईट वाटावे; पण मोहाचा प्रसंग आला, की तीच पुन्हा हातून व्हावी, हा प्रत्येकाचा नित्याचा अनुभव आहे. दारूबाज

म्हणून ज्याला नाक मुरडतो, तो मनुष्य सुद्धा क्षणाचा सज्जन असतो. उलट, बाहेरून मनुष्य कितीही निर्मळ भासला, तरी त्याचे अंतरंग तसे कुठे असते? हा लपंडाव गडकऱ्यांनी 'मनाचे हे चोर सर्व काळ' या ओळीत स्पष्ट करून दाखविला आहे.

'फूल ना फुलाची पाकळी' ही २४ । ११ । १७ रोजी लिहिलेली कविताही या दृष्टीने वाचनीय आहे. या कवितेचा पूर्वेतिहासही काही कमी गमतीचा नाही. १९१७ च्या आरंभी गडकऱ्यांवर एक स्तुतिपर कविता 'मनोरंजना'त आली. त्या कवितेत त्यांची केशवसुतांशी तुलना केली होती. या स्तुतीला उत्तर म्हणून 'चित्रमयजगत्'मध्ये जी कविता प्रसिद्ध झाली, तिचा आरंभ 'तो कुठे शिवाजी राजा । कोठे हा हैदरअल्ली' या चरणाने झाला होता. गडकऱ्यांना हैदरअल्ली करणाऱ्या या कविमहाशयांनी त्यांच्यावर आणखी किती तरी मुक्ताफळांची वृष्टी या कवितेत केली होती. या कवितेला उत्तर म्हणून गडकऱ्यांनी 'फूल ना फुलाची पाकळी' लिहिली. शहाजहान, कालिदास, वाल्मीकि आणि श्रीकृष्ण यांच्या अंगचे दोष त्यांच्याबरोबरच गेले; त्यांच्या सुंदर कृती मात्र अमर झाल्या आहेत. त्यांच्याकडे बोट दाखवून गडकरी म्हणतात –

'काटे सुकले फांदीवरती - धन त्यांची झाली राना ।
गुलाब, देवा, तुम्हा वाहिला, गोड करूनि तो का घ्या ना ॥'

आपले जीवन फुलासारखे सर्वांगसुंदर नाही, हे ते जाणतात. पण आपल्या इतर दोषांचे गालबोट वाङ्मयाला लागू नये, म्हणून ते विनंती करतात -

'रसिका, घ्या फूल नाही फुलाची पाकळी तरी ॥

'माझा मृत्युलेख' ही त्यांची एकश्लोकात्मक कविता त्यांच्या स्वभावाची निदर्शक आहे. मृत्यूच्या अंधूक छायेमुळे उत्पन्न होणारा गंभीरपणा या श्लोकात निर्माण केल्यावर, तो एक एप्रिल रोजी लिहिला गेला, या गोष्टीचा फायदा घेऊन कवितेखाली 'एप्रिलफूलची कृती' हे शब्द लिहिण्याचा मोह त्यांना आवरता आला नाही. श्लोक लेखनानंतर त्यांची विनोदी वृत्ती जागृत झाली असली, तरी त्यातील भावार्थ त्यांच्या अंतःस्थ भावनांतूनच प्रगट झाला आहे. भावनाप्रधान मनुष्याचे अंतःकरण कुणालाच दिसत नाही. त्याचे वर्तन अनेकदा अंतःकरणाशी अत्यंत विसंगत असते. आप्तेष्ट व मित्र हे सुद्धा त्याची पारख त्याच्या बाह्य कृतीवरून करतात. पण त्यांपैकी पुष्कळ गोष्टी आपल्या हातून कशा होतात, हे त्याचे त्यालाच कळत नाही. अकारण रागवायचे नाही म्हटले, तरी राग येतो, तोंडातून कठोर शब्द काढायचे नाहीत म्हटले, तरी ते एकदम बाहेर पडतात. आयुष्याचे सिंहावलोकन करू लागले, की भावनाशील मनुष्याला प्रत्येक चुकीबद्दल पश्चात्ताप होऊ लागतो. पण इतरांना त्याच्या अंतःकरणाची ही तळमळ सहसा समजत नाही आणि ती

समजावी तरी कशी? त्याची भावना व कृती यांचा जोपर्यंत मेळ बसत नाही; तोपर्यंत जगाने तरी त्याच्यावर विश्‍वास कसा ठेवावा? अशा स्थितीत गैरसमज वाढतात, नाही नाही ते आरोप मनुष्यावर येतात, त्याच्या स्वभावाचे चित्र सहानुभूतिशून्य कलमाने काढण्यात येते आणि या सर्वांचा शेवट जीवित दुखःमय होण्यात होतो. सर वॉल्टर रॅलेने जगाचा इतिहास लिहिला होता. पण डोळ्यांसमोर घडलेल्या एका मारामारीविषयी आपला व दुसऱ्याचा मतभेद होतो, हे पाहून डोळ्यांआड झालेल्या पूर्वकालीन गोष्टींविषयी आपण निश्‍चित विधाने करणे मूर्खपणाचे आहे, असे त्याला वाटले आणि त्याने तो जाळून टाकला. आपल्या आयुष्याचा चित्रपट पाहताना रॅलेप्रमाणे भावनाशील मनुष्याची स्थिती होते. गडकरी स्वतःच्या मृत्युलेखात म्हणतात, ते काही खोटे नाही.

'यावज्जीवहि काय मी न कळले आप्तांप्रती नीटसे ।
मित्रांतेहि कळे न गूढ - न कळे माझे मलाही तसे ।
अज्ञाता ! मरणोत्तर प्रकट ते होईल तूते कसे ?।'

❖❖❖

उत्तरार्ध

प्रेमसंन्यास

'प्रेमसंन्यास' रंगभूमीवर १९१२ साली व पुस्तक-विक्रेत्यांच्या कपाटात १९१३ मध्ये प्रगट झाले. मनुष्यांप्रमाणे ग्रंथांचा गर्भवास ठरावीक मुदतीचा असतो, असे थोडकेच आहे? गर्भवासात चार महिने देखील न काढता जन्माला आलेले व दीर्घायू झालेले नाटक सहज दाखविता येईल. उलट, विनायकांच्या 'प्रभावती'ने सोळा वर्षांचा दीर्घ गर्भवास सोसला. गडकऱ्यांनी 'प्रेमसंन्यास' केव्हा लिहिले, हे बरोबर सांगता आले नाही, तरी त्याचा मालमसाला १९०९ पासून तयार होत होता खास! त्यांचे 'स्मशानातील गाणे' १९०९ मध्ये लिहिले गेले. त्यातील ३१, ३२ कडवी व 'प्रेमसंन्यास' पृ. ३५ वरील कमलाकराचे भाषण यांत अतिशय साम्य आहे.

'गोपी सोळा सहस्र असती
तरिही वृंदेसाठी श्रीपति
निघे स्मशानी, धीर न पोटी
तुळशीभवती, विधवा करिती, काय न हाच विचार?'

–'वाग्वैजयंती' पृ. २८

'ही तुळशी काय सांगते? सोळा हजार एकशे आठ गोपींचा मेळा भोवती नाचत होता; पण कृष्णाने एका वृंदेच्या शोकामुळे तिच्या स्मशानात - या तुळशीवृंदावनाकडे – धाव ठोकली, हीच गोष्ट तुळशी सांगणार ना?'

–'प्रेमसंन्यास' पृ. ३५

चर्वितचर्वणाचा गडकऱ्यांना तिटकारा असल्यामुळे या दोन्हींचे लेखन एकाच वेळी झालेले दिसते. शिवाय घिसाडघाईने प्रेमसंन्यासावर एक लांबलचक टीका लिहून ती दाखविण्याकरता आलेल्या टीकाकारभाऊंना 'मी माझ्या डोक्याने या

नाटकाच्या विषयावर सतत तीन वर्षे विचार केला आहे', असे जे गडकऱ्यांनी सांगितले, तेही वरील विधानाला पोषक आहे. 'प्रेमसंन्यासा'चे बरेचसे लेखन १९१० - ११ साली झाले असले, तरी १९०९ - १० साली गडकरी त्याची रूपरेखा आखीत होते खास!

दुपारची भ्रांत पडलेल्या स्थितीत असले काव्यमय नाटक लिहिले जावे, हे मृगाच्या पोटात कस्तूरी आढळावी किंवा कमळ चिखलात उगवावे, अशापैकी भासते. विरोधाभास हा परमेश्वराचाही आवडता अलंकार आहे. नाही तर वृत्तलेखक व शिक्षक या नात्याने मिळणाऱ्या दोन्ही खुर्च्या नाहीशा होऊन पायपीट करणाऱ्या मनुष्याचे पाऊल साहित्याच्या कंटकमय अरण्यात पडावे व यशस्वी व्हावे, हे नवलच नाही काय? कंपनीतील मास्तरकी व शाळेतील मास्तरकी या दोन्ही व्यावहारिक पायऱ्यांवर स्थिर न झालेल्या मनुष्याचे खरे कार्यक्षेत्र नाट्यलेखन होते. 'प्रेमसंन्यासा'चे पहिले प्रवेश पैशाभराच्या खाण्याने पोटाचे तोंड बंद करून गडकऱ्यांनी लिहिले. गोकुळाच्या तोंडून 'मला आज देशमुखांकडे पाहुण्यांच्या पंक्तीला बसावयाचे आहे', हे उद्‌गार निघत असताना लेखक पोट बांधूनच पाहुण्यांच्या मेजवानीची तयारी करीत होता. 'अहह कष्टमपंडितता विधे:!'

'प्रेमसंन्यासा'च्या जन्मकाळची मराठी रंगभूमीची स्थिती मात्र त्याच्या स्वागताला अत्यंत अनुकूल होती. देवलांच्या 'शारदे'नंतर सुशिक्षित समाजावर संगीत नाटककार म्हणून कोल्हटकरांची व गद्य नाटककार म्हणून खाडिलकरांची छाप होती. संगीताचा चंद्र व गद्याचा सूर्य यांची क्षेत्रे भिन्न असून, त्या त्या क्षेत्राला अनुकूल असेच वाङ्मयगुण या उभय लेखकांत होते. कोल्हटकर व खाडिलकर हे सारखेच लोकप्रिय होते, असे मात्र नाही. सुधारणेचा निर्भीड कैवार घेऊन कोल्हटकर आपल्या लेखनदुग्धात मिठाचा खडा टाकीत आहेत, असे अनेकांना वाटे; उलटपक्षी, खाडिलकरांचे लेखन राजकीय बाण्याचे व चिपळूणकरी थाटाचे असल्यामुळे त्यांच्या लेखनदुग्धात साखर पडते, असे लोक मानीत; परंतु काव्यमय व नादमधुर संगीत, बहुश: सभ्य, कल्पनाप्रचुर व मार्मिक विनोद, स्वतंत्र संविधानके, इत्यादी गुणांत कोल्हटकरांचा हात धरणारा कोणीच नसल्यामुळे संगीतातील मूर्धाभिषिक्त नाटककार तेच होते. पण 'प्रेमसंन्यासा'च्या जन्मापूर्वी दोनच वर्षे ही स्थिती पालटली. खड्गाची मेखला, भगव्या झेंड्याची काचोळी अगर समुद्राची सरिता व्हावी, त्याप्रमाणे खाडिलकरांच्या गद्य मनोवृत्ती संगीत झाल्या व 'प्रेमध्वजा'चा निरोप घेऊन ते 'मानापमाना'त गुंतले. पूर्ववयात गद्य नाटके लिहिली जाणे स्वाभाविक आहे. पण तिशीत वैराग्य आणि चाळिशी उलटल्यानंतर शृंगार असा खाडिलकरांच्या नाटकांचा प्रकार झाला आहे. संगीताने त्यांना खेचून नेले, ते जन्मठेप देऊनच नेले! पुढे संगीताची नजर चुकवून त्यांनी 'सत्त्वपरीक्षा' लिहिली खरी; पण त्यानंतर दहा वर्षात

त्यांनी तीन संगीत नाटके लिहिली, तरी गद्याचे मीठ त्यांच्या बाबतीत अळणी झाले, ते झालेच!

एका म्यानात दोन सुऱ्या राहत नाहीत, त्याप्रमाणे एका कंपनीचे एका तोलाचे दोन नाटककारही असू शकत नाहीत. ज्याची नाटके खोऱ्याने पैसे ओढतात, त्याच्याकडेच कंपनीचा काटा झुकणे स्वाभाविक आहे. घरात देखील मिळवित्या मुलावर आईची मेहरनजर जास्त असते, हा नेहमीचाच अनुभव आहे. मग नाटककंपनी तर काय बोलून चालून धंदेवाईक मंडळी! नवीन गवई चालींचा खाडिलकरांनी आश्रय केल्यामुळे कोल्हटकरांच्या विशिष्ट गुणांपैकी चालींचा प्रश्न संपुष्टात आलाच होता. 'विनोद व स्वतंत्र संविधानके' याचे नवीन साहित्य 'प्रेमसंन्यास' घेऊन आले. कोल्हटकरांच्या प्रतिभेत तडफेपेक्षा सौंदर्य जास्ती असल्यामुळे त्यांची गद्य नाटके फारशी यशस्वी होणे शक्य नव्हते. गद्यसम्राट खाडिलकर समरांगण सोडून संगीताच्या उद्यानात शिरले होते. अशा संधीला 'प्रेमसंन्यासा'चा उदय झाला.

प्रतिभा व आवड या दृष्टीने गडकऱ्यांचे कोल्हटकरांशी अत्यंत साम्य आहे. सामाजिक नाटक अनेक वेळा फायदेशीर होत नाही, कलेऐवजी मतांकडे लक्ष देऊन नाके मुरडणारे फार आढळतात, हा कोल्हटकरांचा कटु अनुभव गडकऱ्यांना माहीत नव्हता, असे नाही. त्यांची आवड खाडिलकरांकडे जर जास्ती झुकत असती, तर सामाजिक नाटक गद्य स्वरूपात पुढे आणण्याचा धाडसी प्रयत्न करण्यापेक्षा त्यांनी नाटकाकरिता एखादे ऐतिहासिक कथानकच निवडले असते. शिवाजी महाराजांना व्याख्यानात खेचून आणले, की टाळ्या मिळतात हा नेहमीचा अनुभव आहे. मग रंगभूमीवर शिवाजी पाहताच टाळ्यांना अजूनही रंग चढतो, यात नवल काय?

विषयाच्या दृष्टीने पाहता गडकऱ्यांनी कोणत्या नव्या सामाजिक विषयाला हात घातलेला नाही. 'मतिविकार' व 'प्रेमसंन्यास' आणि 'मूकनायक' व 'एकच प्याला' यांचे विषयसूत्र एकच आहे. 'भावबंधन' विषयनिरपेक्ष असून, त्याची मूलभूत कल्पना 'सहचारिणी'च्या वाचनातून उद्भवली. 'पुढच्याला ठेच, मागचा शहाणा' हा न्याय वाङ्मयातही सत्यच असतो, हे मात्र गडकऱ्यांनी दाखविले. 'मूकनायका'खेरीज कोल्हटकरांची वरील दोन्ही नाटके रंगभूमीवर अल्पजीवी झाली. त्यांच्यांतील दोषांचे निरीक्षण करून ते शक्य तितके टाळण्याचा गडकऱ्यांनी प्रयत्न केला आहे. विषयांच्या बाबतीत एवढी गोष्ट चटकन डोळ्यात भरते, की जरी सुदैवाने गडकऱ्यांना आणखी आयुष्य लाभले असते, तरी त्यांच्या लेखणीने नाट्यसाहित्याला सौंदर्याचा साज चढविला असता; पण क्रांतिकारक सामाजिक तत्त्वांचे निःस्पृह मंडन करण्याला मात्र ते पुढे सरसावले नसते! 'यद्यपि शुद्धं लोकविरुद्धं नाकरणीयं नाचरणीयं' हे तत्त्व सामाजिक नाटके यशस्वी करावयाची असल्यास विसरून चालणार नाही, एवढे त्यांनी आपल्या मनावर पक्के ठसविले असावे! यामुळे त्यांची सामाजिक नाटके

अंशत: अद्भुतरम्यच झाली आहेत.

'प्रेमसंन्यासा' चीच साक्ष या बाबतीत पुरे आहे. हे प्रथमत: आनंदपर्यवसायी नाटक असून, महादेवाच्या देवळात जयंत लीलेचे पाणिग्रहण करतो आणि देवळात घंटानाद होत असताना पडदा पडतो, अशी त्याची मूळची रचना होती; पर त्यांनी कुणाच्या मार्मिक सल्ल्याने महादेवाच्या देवळाचे स्मशान केले (शंकर नेहमी स्मशानात राहतो, या दृष्टीने हा फरक नव्हेच, म्हटले, तरी चालेल) व ते का केले, हे एक कोडेच आहे. प्रि. भाटे यांच्या मताने तर 'म्हातारा आणि त्याचा बैल' यातील म्हाताऱ्याच्या तोडीला बसण्याइतका दुबळेपणा त्यांनी या पर्यवसानात दाखविला आहे. डॉ. गुणे यांनी आपल्या 'प्रेमसंन्यासा'वरील टीकेत (मा. मनोरंजन, १९१५ जानेवारी) नाटकाच्या या दु:खद अंताचे नाट्यनीतीच्या (Dramatic Justice) आधाराने समर्थन केले आहे. ही नाट्यनीती मूळची गडकऱ्यांची असती, तर गोष्ट निराळी; पण लीलेचे पाणिग्रहण करण्याऐवजी आपल्या हाताने तिला मंत्राग्नी देण्याची पाळी जयंतावर जिच्यामुळे आली, ती नाट्यनीती गडकऱ्यांच्या गळ्यात कुणी तरी बांधलेली आहे. नाटक आनंदपर्यवसायी असते, तर डॉ. गुण्यांनी नाटकात पुनर्विवाह करण्याचे धैर्य दाखविल्याबद्दल गडकऱ्यांचे अभिनंदनही केले असते. बाहुलीचे कुंकू पुसून पुन्हा तिचे लग्न लावण्याने समाज जेवढा चिडेल, तेवढाच नाटकातल्या पुनर्विवाहाने खवळेल; परंतु नाटक मुद्दाम शोकपर्यवसायी करताना हे कुणीच लक्षात घेतले नाही.

डॉ. गुण्यांची ही नाट्यनीती तरी काय आहे, ते पाहणे जरूर आहे. ते म्हणतात, 'नाट्यनीतीच्या कल्पनांना अनुसरून बापाला विवाहसंबंधांत न विचारल्याबद्दल शकुंतलेला काही वर्षे तीव्र पतिविरह होतो, तर केवळ रजकाच्या सांगण्यावरून सीतेचा त्याग करणाऱ्या रामाला पूर्ण पश्चात्ताप व दीर्घ शोक होतो. बिचारी लीलाही याच न्यायाला बळी पडते, यात नवल नाही.' (मा. मनोरंजन, १९१५, पृ. ८०). इहजन्मीच्या दु:खकंटकांचे मूळ जसे पूर्वकर्मांत मानायचे, त्याप्रमाणे नाटकातील पात्रांना भोगाव्या लागणाऱ्या हालांची बोळवण नाट्यनीतीवर होते. शकुंतलेला दुर्वासाचा शाप मिळाला नसता, तर दुष्यंताला तिची विस्मृती झाली नसती व निदान कालिदासांचे शाकुंतल तरी पंचांकीच झाले असते. दुर्वासाने शाप दिला, तो पित्याच्या अनुमतीशिवाय शकुंतलेने दुष्यंताला वरिले, म्हणून थोडाच आहे? दारात आलेल्या गोसाव्याला काही लभ्यांश झाला नाही, म्हणजे तो, तुझे नि:संतान होईल, म्हणून बडबडत जातो, त्यांतलाच डुड्ढाचार्य दुर्वासाचा प्रकार आहे. फरक एवढाच, की सामान्यत: कावळ्याच्या शापाने गाई मरत नाहीत; पण शकुंतलेसारख्या गरीब गाईच्या बाबतीत दुर्वासाची वाणी खरी झाली. शकुंतलेच्या स्वच्छंदी वर्तनाचा राग येऊन कण्वाने तिला शाप दिला असता, तर अलाहिदा गोष्ट होती. 'उत्तररामचरित' पाहिले, तरी घरोघरी

मातीच्याच चुली हाच अनुभव येतो. रामाला दीर्घविरह व पश्चात्ताप झाला, तो यथायोग्य होता; कारण कोल्ह्याच्या शब्दाला किंमत देऊन कामधेनूला त्याने घरातून हाकून दिले होते. पण एक प्रकारचा अज्ञातवास व दारुण पतिविरह सोसावयाला सीतेच्या हातून काय चूक घडली होती? ती रामाची बायको झाली, हीच! खरी गोष्ट अशी आहे की, नाटकातील सत्पात्रांवरील संकटे त्यांच्या स्वत:च्या चुकांपेक्षा अनेक वेळा परिस्थितीने व दैवदुर्विलासानेच ओढवतात. त्यात नाट्यनीतीचे नसते स्तोम माजविण्यात काही हशील नाही. नाट्यनीतीचा धारवाडी काटा लीलेला लावला, हे योग्यच केले, असे डॉ. गुणे म्हणतात; पण सुशीलेला पळवून नेणे, द्रुमनच्या प्रेताचे तुकडे पेटीत भरून ती विहिरीवर आणून ठेवणे, इत्यादी कृष्णकृत्यांत कमलाकराचा केवळ उजवा हात असा जो तंट्या मानकाप्या, त्याला प्रायश्चित्त द्यायला ही नाट्यनीती कशी विसरली? जयंतावरील नि:सीम प्रेमामुळे क्षणभर मन बेभान होऊन लीला त्याला आलिंगन देण्याकरता पुढे झाली, हीच काय ती तिची चूक! त्या चुकीबद्दल घरी छी: थू, जनांत अपमान, जयंतासारख्या प्रिय मनुष्याचा अंत पाहण्याचा प्रसंग, इतक्या गोष्टी तिच्या कपाळी लादूनही नाट्यनीतीचे डोळे निवत नाहीत. तिला लीला मेलीच पाहिजे, असे वाटते! खाशी नाट्यनीती! चोर सोडून संन्यासी सुळी द्यायचा उद्योग! कमलाकराला तंट्या शेरास सव्वा शेर भेटला! या सव्वाशेराच्या अपराधाचे माप त्याच्या पदरात टाकायचे सोडून नाट्यनीतीने आपली करडी नजर लीलेसारख्या फुलाकडे वळविली. मगरूर वरिष्ठाची खोडकी मोडायची सोडून गरीब पट्टेवाल्यावर लाथा मारणाऱ्या असल्या कारकुनी नाट्यनीतीला कितीशी किंमत द्यायची? वीणा बापाच्या हातावर तुरी देऊन पळून जाते; नाट्यनीती बौद्धावतार धारण करून तिच्याकडे डोळेझाक करते! विद्याधर सुशीलेच्या खोलीत रात्रीच्या वेळी शिरतो, सुशीला जागी होते; परंतु नाट्यनीती झोपी जाते. पण लीलेच्या बाबतीत मात्र नाट्यनीती रामशास्त्र्याचा आव आणते! बरे, जयंत तरी पवित्र होता ना? मग लीलेला मारून त्याला दु:खाच्या खाईत लोटण्याचे नाट्यनीतीला काय कारण? डॉ. गुणे म्हणतात, 'अगदी हाती आलेले रत्न कमलाकरने हिरावून नेले, याबद्दल मग जयंताला खेद वाटेनासा झाला', 'बालपणी बीजारोपण झाल्यामुळे तारुण्यात हृदयाच्या तळापर्यंत दूरवर मुळे पसरणारा प्रेमवृक्ष एकदम समूळ उपटताना हृदयाच्या चिंधड्या होतात, हे लक्षात ठेवा.' (पृ. १४४) हे जयंताचे शेवटचे उद्‌गार, त्याला खेद होत नव्हता, असेच दर्शवितात काय? सारांश, नाटकाच्या पर्यवसानाचे मंडन 'नाट्यनीती' च्या जुलमी कायद्याने होणे शक्य नाही. दैवदुर्विलास म्हणून वाचक आपले समाधान मानून घेतील. तथापि, नाटकाचा शेवट परिणामकारक होत असला, तरी प्रेमळ हृदयाच्या बालविधवांच्या पुनर्विवाहाचे मंडन करण्याच्या हेतूला तो उपयोगी पडत नाही. खुनाच्या आरोपाच्या दृष्टीने जयंत व चारुदत्त यांच्यांत विलक्षण साम्य आहे.

चारुदत्त सुळी व जयंत फाशी जाण्याच्या ऐनवेळी अनुक्रमे वसंतसेना व विद्याधर येतात. नाटकाला आनंदपर्यवसायी वळण इथेच मिळते. वसंतसेना आल्यानंतर नाट्यनीती म्हणून विवाहित स्त्री असताना वारांगनेवर प्रेम करणाऱ्या चारुदत्ताला शिक्षा करण्याकरिता ग्रंथकर्त्याने त्याच्यावर आणखी गंडांतर उपस्थित केले असते, तर ते कसे दिसले असते? लीलेच्या बाबतीत सुताची चोरी न् सात वर्षांची सक्तमजुरी असला विलक्षण प्रकार झाला आहे, नाट्यनीतीने त्यांचे मंडन करण्यापेक्षा दुर्दैवावरच त्याचे खापर फोडणे योग्य होईल.

'प्रेमसंन्यासा'च्या जन्मकाळी पुनर्विवाहाचा प्रश्न पूर्वीइतका वादग्रस्त किंवा हमरीतुमरीवर येण्यासारखा राहिलेला नव्हता! समाजाचे पाषाणहृदय पाझरू लागले होते, असे नाही; पण सुशिक्षित तरुण पिढी, कालमाहात्म्य, पुनर्विवाहाचे मंडन करणारी व्याख्याने व लेख, या सर्वांच्या प्रभावाने या पाषाणाच्या तीक्ष्णकडा गुळगुळीत झाल्या होत्या, एवढेच! 'वचने किं दरिद्रता' म्हणून कित्येक पुनर्विवाहाची अघळपघळ तरफदारी करीत! बोलाचीच कढी, बोलाचाचि भात हे असल्या बोलकेपणाचे अंत:स्वरूप ओळखून इतरेजनही या कढीभातावर यथास्थित ताव मारीत. बैठक संपली, की उपरणे झाडून स्वत:चे चवथे लग्न एखाद्या मुग्ध कुमारीशी जुळविण्याला, अगर लग्नानंतर वर्षाच्या आत घरी आलेल्या एखाद्या पुतणीला सोवळी करावयाला सर्वच तयार असत. पुनर्विवाहांची संख्या गोगलगाईच्या गतीने देखील अद्यापिही वाढत नाही, हे पाहिले म्हणजे, समाजाच्या सहानुभूतीचे कुरवाळणे किती औपचारिक असते व त्यामुळे पोटात पडलेली आग शमणे किती अशक्य आहे, हे दिसून येईल, तथापि, विसाव्या शतकाच्या पहिल्या दशकात 'पुनर्विवाह' हा विषय चर्चेच्या दृष्टीने जितका अप्रिय होता, तितका तो दुसऱ्या दशकात उरला नाही.

पुनर्विवाहाच्या प्रश्नाला प्रथमत: चालना देणारी 'सौभाग्यरमा' व 'मनोरमा' ही पुस्तके आगरकरांच्या काळात होऊन गेली. आगरकरांच्या मृत्यूनंतर सामाजिक सुधारणेला थोडीशी ओहोटी लागली; पण देवलांची शारदा, कोल्हटकरांची नाटके, केशवसुतांची 'तुतारी' इत्यादी लाटांनी लवकरच भरती सुरू झाली, हे सिद्ध केले. हरिभाऊंनी केशवपनाचा भयंकर क्रूरपणा 'पण लक्षात कोण घेतो' मध्ये हृदयद्रावक रीतीने रेखाटला आहे. त्यांच्या इतर सामाजिक कादंबऱ्यांतूनही प्रसंगानुसार विधवांचे दैन्य, दारिद्र्य व दु:ख यांचे यथार्थ चित्र रेखाटले गेले आहे; परंतु 'पुनर्विवाह' हाच मुख्य विषय असलेली कादंबरी त्यांनी लिहिलेली नाही. प्रि. भाटे यांनी 'प्रेमसंन्यास'च्या प्रस्तावनेत जे हरिभाऊ - कोल्हटकरांना साधले नाही, ते गडकऱ्यांनी साध्य केले, हे सिद्ध करण्याकरिता 'भयंकर दिव्य' ही पुनर्विवाहावरील कादंबरी आहे, असे गृहीत धरले आहे. हरिभाऊंच्या सामाजिक कादंबऱ्या म्हणजे 'आजकालच्या गोष्टी' होत. आजच्या समाजाचे चित्र त्यांत असल्यामुळे सध्याचे सर्व वादग्रस्त विषय कमी-

अधिक प्रमाणात त्यांत येतातच. 'भयंकर दिव्या'त पुनर्विवाहाचा संबंध येतो, तो असा! असल्या बादरायण संबंधावरून पुनर्विवाहावर हरिभाऊंना लिहावयाचे होते; पण समाजाला दुखविण्याचे धैर्य न झाल्यामुळे त्यांनी कथानकाची पगडी फिरविली, हा तर्क निदान आम्हाला तरी सुसंगत वाटत नाही. 'पुनर्विवाह' हा जर 'भयंकर दिव्या'चा मुख्य विषय असता, तर त्यांतील नायिका बालविधवा कल्पिल्यावाचून विषयाची मांडणी उठावदार होणार नाही, हे इतरांपेक्षा हरिभाऊंनाच अधिक लवकर समजले असते. वडाची साल पिंपळाला लावून 'भयंकर दिव्य' या वादाच्या भोवऱ्यात आणले गेले असल्यामुळे त्याला वगळणेच इष्ट होईल. अर्थात प्रि. भाटे यांनी उल्लेखिलेली 'मतिविकार' व 'सुविचारविजय' ही दोनच नाटके 'प्रेमसंन्यासा'पूर्वी पाच - सहा वर्षे जनसमाजापुढे आली होती.

'सुविचारविजय' नाटक सुबोध असून, विधवांची गाऱ्हाणी त्यात चांगल्या रीतीने मांडली आहेत. पण वाङ्मयगुणांच्या अभावी ते नाटक एकदा मागे पडले, ते पडलेच. नाटकासारख्या ललितवाङ्मयात सत्याला सौंदर्याची जोड अवश्य असली पाहिजे. एखाद्या विषयाचे व्यवस्थित प्रतिपादन करणारे निबंधवजा नाटक गंधहीन पुष्पासारखे भासते. सौंदर्य हा सर्व ललितकलांचा आत्मा असल्यामुळे वनश्री सोडून रूक्ष माळरानात ज्याप्रमाणे कुणी फिरायला जात नाही, त्याप्रमाणे वाङ्मयगुणसंपन्न कृती सोडून बालबोध; परंतु रूक्ष प्रबंधाकडे लोकही धाव घेत नाहीत.

उरता उरले 'मतिविकार'. त्याचा 'प्रेमसंन्यासा'शी अगदी निकटचा संबंध आहे. गडकऱ्यांची बुद्धी स्वातिनक्षत्रातल्या शिंपल्याप्रमाणे कोल्हटकरांच्या लेखणीतला प्रत्येक जलबिंदू स्वीकारायला व त्याचे मौक्तिक करावयाला नेहमी सज्ज असे. कोल्हटकर - गडकऱ्यांची प्रत्यक्ष ओळख 'मतिविकारा'च्या जन्माच्या वेळीच झाली. 'मतिविकारा'ची रंगभूमीवर कुणी आनंदाने, तर कुणी नाके मुरडून कशी संभावना केली, हे त्यांनी पाहिले. या सर्व गोष्टींचे प्रतिबिंब 'प्रेमसंन्यासा'त पाहवयाला सापडते.

चकोर - चंद्रिका व जयंत - लीला यांच्या प्रेमप्रवाहाचे सूक्ष्म निरीक्षण केले, तर त्यांत साम्य आहे, असे आढळून येईल. जयंत - लीलेप्रमाणे चकोर व चंद्रिका यांचे प्रेमही बालपणापासूनचे आहे. नदीतीरावर बसून लीला आपल्या व जयंताच्या बालपणच्या आठवणी ज्याप्रमाणे काढीत आहे, (पृ. ३२) त्याप्रमाणे 'मतिविकारा'त चंद्रिकेच्या मैत्रिणी 'तुझे खरे लग्न खेळात चकोराशी झाले, तेच; नंतरचे खोटे' असे तिला सांगत आहेत (अंक १, प्र. ४) चंद्रिकेची भेट घेण्याची बंदी झाल्यामुळे चकोर तापशाचा वेष घेऊन विहाराच्या घरी जातो, तेथे त्याचा व चंद्रिकेचा संवाद होतो, इतक्यात सर्व मंडळी तेथे येऊन चकोराला ओळखतात व त्या प्रसंगी तरंगिणी विहारावर रागावून निघून जाते. तरंगिणीच्या मृत्यूच्या अफवेनेच पुढील कथानकाला गती दिली जाते. 'प्रेमसंन्यासा'तही एकमेकांशी बोलण्याची बंदी झाल्यामुळे जयंत

- लीला चोरून भेटतात व ही चोरी उघडकीला येऊन कमलाकर या प्रसंगाचा पूर्ण फायदा घेतो. याच प्रसंगामुळे मनोरमा डोक्यात राख घालून घर सोडते व तिच्या कल्पित मृत्यूवरच कथानकाची पुढील उभारणी होते. हरिहरशास्त्री व कमलाकर, वेणू व द्रु मन यांची तुलना केली, म्हणजे नाटक आकर्षक होण्याकरता गडकऱ्यांनी काय काय सुधारणा केल्या, हे कळून येते.

'मतिविकारा'मध्ये 'चंद्रिके'ला फार कमी अवसर मिळाला असल्यामुळे विषयप्रतिपादनाची स्थिती, मिय्या मूठभर न् दाढी हातभर अशी झाली आहे. मनोहराच्या सच्छील सूर्याला ग्रासू पाहणारी सरस्वती व त्या ग्रहणातून होणारी त्याची उज्ज्वल मुक्तता या कथाभागात चंद्रिका कुठल्या कुठे लोपून जाते, हाच आक्षेप 'हा पुनर्विवाहाचा विषय एखाद्या पर्दानशीन बाईप्रमाणे बुरख्यात घालून या नाटकात रा. कोल्हटकरांनी आणला आहे' या शब्दांनी प्रि. भाटे यांनी व्यक्त केला आहे. हेतुसिद्धीच्या दृष्टीने गौण प्राधान्य मिळणे केव्हाही इष्ट नसते व हा दोष 'मतिविकारा'त आहे. पण 'प्रेमसंन्यासा'त देखील तो, कमी प्रमाणात का होईना, आढळतो, हे मात्र ते विसरले. विधवेची विशिष्ट दुःखे तन्मय होऊन रेखाटण्याकडे गडकऱ्यांनी आपले सर्व कौशल्य खर्च केले आहे, असे म्हणवत नाही. कमलाकरासारख्या सैतानाच्या कसाबकरणीनेच 'प्रेमसंन्यासा'च्या उत्तरार्धाला गहिरा रंग चढतो. पहिल्या अंकातील विधवेच्या स्वप्नावरून झालेले लीला - सुशीलांचे संभाषण, दुसऱ्या अंकातील जयंत - लीलेची भेट, पाचव्या अंकातील फाशीचा देखावा आणि लीलेचे विषपान एवढ्याच प्रसंगी लीला रंगभूमीवर येते. यांतील शेवटचे दोन प्रसंग हृदयद्रावक असले, तरी त्या ठिकाणी लीला बालविधवा आहे, म्हणून हृदय द्रवते, असे मात्र नाही. कोणत्याही प्रणयिनीवर असा प्रसंग ओढवला, तर ती निराळ्या रीतीने वागेल, असे थोडेच आहे? लीला - जयंताच्या प्रेमकहाणीत गडकऱ्यांनी लीलेच्या वैधव्यदशेचा जेवढा उपयोग करून घ्यायला पाहिजे, तेवढा घेतला नाही. लीला कुमारिका आहे, असे घटकाभर समजले, तरी नाटकाच्या नावात देखील फरक करण्याचे कारण पडणार नाही. फक्त वैधव्याचे उल्लेख गाळले, म्हणजे झाले. लीलेचे जयंतावर बालपणापासून प्रेम आहे; पण जयंताच्या पायात लग्नाची बेडी पडली आहे. जयंत-मनोरमा यांच्या स्वभावांत जमीन-अस्मानाचे अंतर आहे. अशा स्थितीत नाटकाला सुरुवात झाल्यावर लीला कुमारिका असती, तरी कथानकाचा ओघ असाच वाहत राहिला असता. आपली प्रेममूर्ती आपणाला मिळत नाही, म्हणून झुरण्याची पाळी कुमारिकांवरही येऊ शकेल. नाटकाच्या दुःखद अंताचे कारण वैधव्य झाले असते, तर गोष्ट निराळी. कोल्हटकरांनी पुनर्विवाहाला बुरखा घालून आणले असले, तरी त्याचेही तोंड 'प्रेमसंन्यासा'तील पुनर्विवाहाइतकेच प्रेक्षकाला ओळखू येते. किंबहुना आनंदी पर्यवसानामुळे उथळ वाचकांना देखील नाटककारांचा हेतू कळून चुकतो.

उलट, 'पाहिलेत, अहो, पुनर्विवाह होऊ नये, अशी देवाचीच इच्छा आहे. नाही तर जयंत सुटल्यावरही लीला मेली, याचे कारण काय?' अशा प्रकारच्या रूक्ष विचारसरणीच्या लोकांना प्रोत्साहन मिळावे, असा 'प्रेमसंन्यासा'चा शेवट झाला आहे. 'मनोहरा'चे पात्र रेखाटताना 'मतिविकार' सोडून कोल्हटकर 'शीलप्रभाव' लिहायला बसले, हे जितके खरे आहे, तितकेच सुशीलेचे पात्र निर्माण करून गडकरी 'पातिव्रत्यप्रभाव' गाऊ लागले, हेही खरे आहे. सुशीलेचे पात्र निर्जीव, ती नुसती शुष्क तत्त्वज्ञानाची पुतळी आहे, तिच्या विरोधाने लीलेचे चित्र अधिकच उठून दिसते, असे डॉ. गुणे म्हणतात. पण विधवांच्या करुण कहाणीकडे लोकांचे मन ओढण्याचे कार्य 'सुशीले'मुळे विफल मात्र होते. समाजात सुशीला आहेत व असाव्यात. पण नाटकाचे काम वंद्य, क्षम्य व निंद्य अशी तिन्ही प्रकारांची पात्रे रेखाटून 'यद्रोचते तद् ग्राह्यम्' असे हात जोडून म्हणणे एवढेच नाही. त्यातून मनुष्याने सिंहाचे चित्र रेखाटले, की त्याच्या पाठीवर मनुष्यच बसावयाचा; त्याप्रमाणे पुरुषांनी स्त्रीजीविताला कलम लावले, की त्यात ते पहिला रंग पातिव्रत्याचाच भरतात. 'मतिविकारा'त मनोहर विधुर राहिला, म्हणून चकोराला 'तुमच्या दादासाहेबांचे उदाहरण पाहा. ते विधुर राहतात. मग लग्नावाचून तुमचेच काय अडले आहे?' असा प्रश्न कोणी करणार नाही. पण सुशीलेकडे बोट दाखवून लीलेलाही तिच्या पावलावर पाऊल टाकून जायला हरकत कोणती, असा प्रश्न अनेकांच्या मनांत उभा राहतो. 'मनोहरा'चे स्तोम माजविण्यात कोल्हटकरांनी जी चूक केली, तीच 'सुशीले'ला निर्माण करण्यात गडकऱ्यांनी केली. त्यातून ती अद्भुत तऱ्हेने विधवेची सधवा होत असल्यामुळे 'पाहा हा पातिव्रत्याचा प्रभाव; नाही तर ती लीला बघा; मृतपतीचे चिंतन करण्याऐवजी जयंताला भाळली आणि बिचारीला परिणामी विष खाऊन मरावे लागले!' या उद्गारांनाही गडकऱ्यांनी जागा करून दिली आहे. या दृष्टीने विद्याधर - सुशीलेचे अद्भुतरम्य कथासूत्र साध्या सामाजिक कथेत त्यांनी घुसडले नसते, तर फार बरे झाले असते. 'सुधारणेचा मध्यकाळ' या कादंबरीतील एका जोडप्याशी या जोडप्याचे साम्य असून, त्या कादंबरीतही पुनर्विवाहाची थोडी-फार चर्चा असल्यामुळे वाचकांनी ती अवश्य वाचून पाहावी. सारांश, 'मतिविकारा'च्या रचनेत प्रो. भाटे यांनी जे दोष दाखविले आहेत, ते थोड्या-फार प्रमाणात 'प्रेमसंन्यासा'तही उतरले आहेत, याचे मुख्य कारण कोल्हटकर - गडकऱ्यांचा ओढा वस्तुस्थितीपेक्षा अद्भुताकडे आहे, हेच होय!

'मतिविकार' अप्रिय होण्याला काय कारणे झाली, ते प्रस्तुत लेखकाला माहीत नाही; परंतु रंगभूमीवर चांगले वठण्यासारखे ते नाटक असूनही त्याचे प्रयोग का होत नाहीत, याबद्दल अनेकांनी आश्चर्य प्रगट केले आहे. त्याच्या अप्रियतेच्या अनेक कारणांपैकी 'हरिहरशास्त्री' या पात्रांचे स्वभावचित्र हे प्रमुख होय, असे वाटते.

'मतिविकारा'पूर्वीचे 'गुप्तमंजूष' कोल्हटकरांनी स्त्रीशिक्षणावर म्हणून लिहिले होते; पण त्या वेळी सुधारकी विचारांचे उंदीर आपल्या पदरात बांधण्याचा ग्रंथकर्त्याचा हा प्रयत्न आहे, हे 'रुग्णमार्जर' हाती आल्यामुळे वाचक विसरून गेले. 'मतिविकारा'पर्यंत कोल्हटकरांनी जी काही सुधारकी मते पुढे मांडली, ती गनिमी काव्याने! अद्भूतरम्य कथानके घेऊन व राजेराण्यांचा आश्रय करून त्यांनी पूर्वी वाचकांवर हल्ला केला होता. पण 'मतिविकारात' राजाराणीचे उच्चाटन होऊन लोकसत्ताकराज्य आले व ते सुधारकी तत्त्वांची गर्जना करू लागले. त्यातून 'हरिहरशास्त्री' हे पात्र 'वरुनि धुवट सोवळे' अशा थाटाचे दाखविल्यामुळे व सुशिक्षित; परंतु पुराणमतवादी विहाराला थिल्लर व चंचल केल्यामुळे पुराणाभिमानी पक्षाच्या शेपटीवरच पाय पडला. पुराणाची पाने वाचता वाचता सरस्वतीवर पापी नजर ठेवणारा शास्त्री हरिहर कुणीकडे व सरस्वती गळ्यात पडली असता तिच्या मोहांध दुष्टीत अंजन घालून तिला सन्मार्ग दाखविणारा मनोहर कोणीकडे! धर्माचा मक्तेदार असा शास्त्री दुराचारी व केसाने गळे कापणारा दाखविला गेला आणि कन्याशाळा काढणारा सुधारक मनोहर शुकाचा अवतार व इतरांचा उद्धारक झाला. जुन्या मतांच्या माणसांना नाकांना यामुळे मिरच्या झोंबणे स्वाभाविक होते. कृष्णकृत्ये करणारा कमलाकर सुधारक मंडळींत घालून 'हरिहरशास्त्र्या'च्या योजनेमुळे जुन्यांना येणारा घुस्सा गडकऱ्यांनी दूर केला. 'बाबासाहेब' व 'गोकुळ' यांखेरीज एकही जुन्या चालीचे अगर मतांचे पात्र प्रेमसंन्यासात नाही. बाबासाहेबांचे वर्तन नव्या दृष्टीने रूक्ष असले, तरी व्यवहारदक्षतेचे आहे. द्रुमनसारखी गाय कपटी कोल्ह्यांच्या संगतीने चिखलात कशी रुतते, हे पाहताच त्यांच्या वठलेल्या दयेला पालवी फुटू लागते. अर्थात 'बाबासाहेबा'चे स्वभावरेखन जुन्या मतांना दुखविणारे नाही. 'गोकुळा'ची स्थानी-अस्थानी थट्टा केली असली, तरी जुन्या मतांपेक्षा त्याचा विसराळूपणाच या थट्टेला कारणीभूत झाला आहे. शिवाय जुन्या मतांच्या गोकुळाला एका पारड्यात टाकून, दुसऱ्या पारड्यात वसंत - वीणेचे विलायती वेडाने बहकलेले जोडपे ठेवले असल्यामुळे तराजूचा काटा कुणीकडेच झुकत नाही. 'मतिविकारा'तील नीच व थिल्लर पात्रे जुन्या मतांची आणि उदात्त व उदार पात्रे नव्या मतांची असे दुर्दैवाने ढोबळ वर्गीकरण झाले. जुन्या मतांची मंडळी दुखविली जातील, अशा प्रकारचे पात्र न घालण्याची गडकऱ्यांनी 'प्रेमसंन्यासा'त पूर्ण खबरदारी घेतली आहे.

पण या खबरदारीबरोबरच नकळत सुशिक्षित सुधारकी कुटुंबाचे जे चित्र त्यांच्याकडून रेखाटले गेले आहे, ते याहून अधिक निर्मळ असते, तर बरे झाले असते. या सुधारकी कंपूत तात्यासाहेब, जयंत, विद्याधर, कमलाकर व वसंत या पंचकाचा समावेश केला पाहिजे. यांपैकी प्रत्येकात काही ना काही ठळक दोष आहेतच. तात्यासाहेबांसारखे हलक्या कानाचे लोक सुधारणा कसली कपाळाची करणार?

जयंताची व्यवहारज्ञानशून्यता, डॉन् क्विक्झोट्ला शोभणारे विद्याधराचे वर्तन व अपरात्री त्याने सुशीलेच्या खोलीत केलेला प्रवेश, बहीण बेपत्ता झाली असताना तिला शोधण्यासाठी जिवाचा आटापिटा करायचा सोडून वीणेला घेऊन जाणाऱ्या वसंताचा पळपुटेपणा, या सर्व गोष्टी शिक्षण व सुधारणा यांना कमीपणा आणणाऱ्या व त्यांच्याविषयी दुर्ग्रह उत्पन्न करणाऱ्या आहेत. प्रत्येक महापंडित शुक्राचार्य होतो अगर पदवीबरोबर नीती सुशिक्षिताला माळ घालते, असे आम्ही म्हणत नाही; परंतु प्रस्तुत नाटकात रंगविलेला सुधारकी वळणाचा सुशिक्षित समाज पाहून कोणालाही त्याची कीव येईल. सध्याच्या समाजाचे हे खरेखुरे चित्र असेल, तर 'आग लागो त्या सुधारणेला' असे उद्‌गार जुनी मंडळी काढतील. या दृष्टीने बायकोची परीक्षा पाहणारा विद्याधर अधिक समंजस दाखविला असता व रात्री तिच्या खोलीत शिरण्याची कर्तबगारी त्याने दाखविली नसती, तर अधिक बरे झाले असते. विलायती वस्तूंचे वसंताचे वेड ठीक आहे; पण द्रुमनच्या पळून जाण्याने त्याच्या मनाची मुळीच चलबिचल होत नाही. बहिणीच्या मानापमानाची चाड व तिच्याविषयीचे प्रेम ही सर्व तो भूमध्यसमुद्रातच टाकून आला होता काय? त्याला द्रुमनच्या शोधार्थ पाठवून कमलाकराच्या कारस्थानाचा स्फोट करणे अनुचित झाले नसते.

कमलाकर सुशिक्षित अगर सुधारक आहे, असे नाटककार सांगत नाहीत, हे खरे; परंतु तात्यासाहेबांचा उजवा हात म्हणून त्याने घरात वावरणे, त्याने द्रुमनला पुनर्विवाह करण्याचे आमिष दाखवणे, इत्यादी गोष्टी तो या मंडळीतला आहे, असे दाखवितात. केतकीच्या आश्रयाने सर्प राहतो, यात तिचा अपराध नाही, हा न्याय कमलाकराच्या बाबतीत सुधारणेलाही लागू पडेल. पण हरणाचे कातडे पांघरलेले असले लांडगे इतरांना लवकर ओळखता येत नाहीत, हा त्यांचा दोष आहे. कमलाकराविषयी जयंत थोडा फार साशंक असणे स्वाभाविक होते. पण विद्याधराशिवाय इतरांना त्याचे काळेकुट्ट हात पांढरे शुभ्र दिसत असतात. विद्याधराचे डोळे उघडतात, ते चवथ्या अंकात! मनुष्यप्राण्याच्या हातून जे जे पाप होणे शक्य आहे, ते ते न कचरता कमलाकर करतो. लीलेचा पापी बुद्धीने हात धरणे, द्रुमनला पुनर्विवाहाची थाप देऊन आपल्या पाशात ओढणे व ती गरोदर राहिल्यावर तिला घरातून बाहेर काढून वाऱ्यावर सोडणे, मनोरमेला घरातून बाहेर काढून आगगाडीत तिच्याविषयीची पापी वासना पुरवून घेण्याचा प्रयत्न करणे, द्रुमन पुन्हा सापळ्यात सापडताच तिला कुत्र्याच्या मौतीने मारणे व तिचे तुकडे तुकडे करून, ते पेटीत भरून, त्या पेटीच्या पुराव्यावर जयंताची मान फासात अडकविणे, सुशीलेला पळवून नेण्याचा प्रयत्न करणे, बनावट पत्रे पाठविणे व तारा मधल्यामध्ये फोडणे आणि लीलेच्या अज्ञानाचा फायदा घेऊन तिला विष पाजणे, इतकी कामे त्याने नाटकात लीलेने व (लीलेसाठीही!) केली आहेत. कमलाकराचे स्वभावचित्र म्हणजे काजळी ढगांनी व्यापलेले अवसेचे

आकाश आहे. त्यात एकही तारका चमकत नाही. तो लीलेचा हात धरतो, आगगाडीत मनोरमेवर हात टाकतो व द्रुमन तर त्याचा हात धरून प्रथमत: माणसांतून व नंतर जगातून उठतेच! या बाबतीत तो हरिहरशास्त्र्याच्या पट्टशिष्य भासतो. शास्त्रीबुवा चंद्रिका, सरस्वती व वेणू यांच्यापुढे आपले पुराण सोडतात; तर कमलाकर लीला, मनोरमा व द्रुमन यांना आपल्या पाशात ओढू पाहतो. प्रतिनायक म्हणजे दुर्गुणांचा पुतळा हे दाखविण्याची आपल्याकडे रूढी पडून गेली आहे. त्याचाच हा परिणाम असावा! नाटकात प्रतिनायकाच्या कारस्थानाला मोठासा वाव नसला, की त्यांची नजर नायिकेखेरीज इतर लुंग्यासुंग्या स्त्रियांकडेही वळते, असे दिसते. प्रतिनायकात काही क्रूर मनोवृत्ती असल्या, तरी स्त्रीविषयक बाबतीत तो इतका उल्लू झालेला असतो, असे मानण्यात औचित्य काय? कमलाकराचे पात्र गडकऱ्यांनी कमी भडक रंगविले असते, तर सद्‌भिरुचीच्या दृष्टीने अधिक बरे झाले असते. 'यागो'चे शेक्सपिअरने रेखाटलेले चित्र सर्वांना परिचित आहे; पण द्वेषाच्या भावनेने व्यवस्थित व्यूह रचून सुड घेणे निराळे आणि प्रत्येक स्त्रीच्या मागे लागून येनकेन प्रकारेण राक्षस होणे निराळे! सहारातही थोडीशी हिरवळ असतेच!

'स्वतंत्र कथानका'बद्दल प्रि. भाटे यांनी गडकऱ्यांची पाठ थोपटली आहे (प्रेमसंन्यास, दुसऱ्या आवृत्तीची प्रस्तावना पाहा) गडकरी त्या स्तुतीला नि:संशय पात्र आहेत. 'प्रेमसंन्यासा'चा एखादा धागादोरा इकडचा तिकडचा असला, तरी वीण सर्वस्वी त्यांचीच आहे. स्वतंत्र कथानकाचा हा विशेष त्यांनी कोल्हटकरांपासून उचलला. 'प्रेमसंन्यास', 'पुण्यप्रभाव' व 'भावबंधन' यांची कथानके पाहिली, म्हणजे कोल्हटकरांप्रमाणे गुंतागुंतीची कथानके रचण्याकडेच त्यांचा ओढा होता, हे स्पष्ट दिसते. गडकरी हे वैचित्र्यवादी (Romantic) नाटककार होते, हे त्यांच्या संविधानकांच्या घडणीवरून देखील दिसून येते. 'प्रेमसंन्यासा'चे कथानक स्वतंत्र, पण कोल्हटकरी पद्धतीचे असल्यामुळे त्यात चटकदारपणा व वैचित्र्य हे गुण आणि असंभाव्यता व दुर्बोधता हे दोष आढळून येतात. 'या नाटकातील संविधानक बरेच चटकदार असून, गडकरी यांनी त्यात अद्‌भुत व हृदयद्रावक असे बरेच प्रसंग आणले आहेत', या भाट्यांचा अभिप्रायातील 'आणले आहेत' हे शब्द त्यांनी सहेतुक वापरले आहेत किंवा काय, हे त्यांचे त्यांना माहीत! पण काही प्रसंग ओघानुसार आले नसून, आणले आहेत, असे वाचकांना मात्र नि:संशय वाटते. मनोरमेने आगगाडीतून खाली उडी टाकणे, द्रुमनने गळफास लावून घेऊन आत्महत्या करणे, इत्यादी प्रसंगांची त्यांनी रंगभूमीवर योजना केली आहे. असल्या प्रसंगांमध्ये आकर्षकपणा असला, तरी तो चित्रपटातल्या प्रसंगात अगर रेनॉल्ड्‌सच्या कादंबऱ्यांत आढळणारा आकर्षकपणा आहे. एखादा निकराचा प्रसंग कथासूत्रे कौशल्याने वळून अद्‌भुतरम्य करणे निराळे व पदोपदी असल्या प्रसंगांची पेरणी करणे निराळे. अशा प्रसंगांच्या विपुलतेमुळे

वाचक बहुधा दिपून जातात व सर्व गोष्टी डोळे उघडून पाहण्याचे भानही त्यांना राहत नाही. 'प्रेमसंन्यासा'चे कथानक आजकालच्या समाजातले आहे, हे लक्षात घेता खून, दरोडे, बलात्कार, विषपान, फाशी जाणे या सर्व मंडळींचे यात भरलेले संमेलन कसेसेच भासते. यांपैकी सर्वच गोष्टी गाळणे आवश्यक आहे, असे कुणीच म्हणणार नाही. पण खळबळ उडवून देणाऱ्या (Sensational) प्रसंगाची ही खोगीरभरती कलाहीनतेची वाटते. कोल्हटकरांच्या सामाजिक नाटकाभोवती पसरलेले अद्भुतरम्यतेचे दाट धुके मात्र प्रेमसंन्यासात कमी आहे. त्यामुळे 'वधूपरीक्षे'पेक्षा प्रेमसंन्यास सामाजिक या पदवीला अधिक पात्र आहे. तथापि, हरिभाऊंच्या सामाजिक कादंबऱ्या व 'शारदा' नाटक यांच्याशी तुलना केली असता गडकरी अद्भुतरम्यतेचे पट्टीचे भोक्ते होते, असेच म्हणावे लागते. प्रबळ काव्यशक्तीचाही हा कदाचित परिणाम असेल.

पौराणिक नाटकांना सर्व प्रकारच्या संभवनीयतेचा मक्ताच मिळालेला असतो. द्रौपदीच्या वस्त्रहरणप्रसंगी श्रीकृष्ण द्वारकेत असला, तरी त्या नाटकाचा रसभंग न होता रसपरिपोषच होतो. ऐतिहासिक नाटकात संभवनीयतेचे स्वातंत्र्य क्षेत्र संकुचित होते. शिवाजी दिल्लीला कैदेत असताना रायगडावर दिसला, असे दाखविणाऱ्या नाटककाराला वाचकांच्या नाक मुरडण्याखेरीज दुसरे काय दिसणार? परंतु सामाजिक नाटकात तर संभाव्यतेच्या बाबतीत तारेवरची कसरत करावी लागते. कांचनभट शारदेला श्रीमंतांकडे घेऊन जातो व श्रीमंतांचा रंगभंग होऊ नये, म्हणून महालात तिला एकटीलाच ठेवतो, हा प्रसंग अशक्य व अर्थातच इंग्रजी पद्धतीचे अनुकरण करून घातलेला आहे, शारदेच्या जन्मकाळी अनेकांना वाटले. नाटक हे संसाराचे चित्र आहे, हे खरे; परंतु चित्रकाराला कलेचा उत्कर्ष साधण्याकरिता ज्याप्रमाणे सौंदर्योपासक व्हावे लागते, त्याप्रमाणे नाटककारालाही संसाराची चित्रे रंगविताना विविध रंगांचा व नाजूक कुंचलीचा आश्रय करावा लागतो. पौर्णिमेच्या चंद्राचे चित्र रेखाटावयाचे, तर चार-दोन व्यापाऱ्यांची दुकाने, त्यात पत्ते खेळत आणि गुडगुडी ओढीत बसलेली घेलाशेट मंडळी व त्या दुकानात पडणारे चंद्राचे किरण असे साहित्य कोणता चित्रकार पसंत करील? सुंदर वनश्री, शोभिवंत टेकडी व तिच्या पुढे अफाट सागर हेच साहित्य त्याला अधिक आवडेल. सामाजिक नाटककारांची स्थिती अशीच होते. 'प्रेमसंन्यासा'तील स्त्री-पुरुषांचे अनिरुद्ध संमेलन समाजात त्या वेळी जवळ जवळ मुळीच आढळत नव्हते; पण 'काट्यावाचुनि गुलाब नाही' हे ध्यानात आणून काव्यमय व कल्पनाप्रचुर नाटकांना विशेष सवलती द्याव्या लागतात.

दोन अंकांपर्यंत संथ वाहत आलेल्या कथाप्रवाहाला मनोरमा आगगाडीतून उडी टाकते, हा प्रसंग अगदी निराळे वळण देतो. या दृष्टीने या प्रसंगाचे थोडे अधिक विवेचन करणे जरूर आहे. मनोरमा द्रुमनला आपली हकीकत सांगताना म्हणते, 'पुढे मी पुलावरून खाली न पडता पुलाच्या तारांतच अडकून राहिले; थोड्या वेळाने

कामावरचे लोक येऊन त्यांनी मला दवाखान्यात आणून टाकले. पण इथे पाहते, तो बाबासाहेब मामंजी! आज चार दिवस ते येथे नव्हते, म्हणून वेळ निभावली; पण आता कसे होणार?' यावरुन मनोरमेला दवाखान्यात येऊन चार दिवस झाले होते व बाबासाहेब द्रुमनच्या खोलीत येऊन गेल्यावर ती तेथे आली, असे दिसते. अर्थात मनोरमेने पुलावरून उडी टाकणे व द्रुमनला भेटणे यांत चार दिवसांचे अंतर आहे; पण आपल्याबरोबर नेण्याचे आमिष दाखवून मेल्या मांगाने विश्वासघात करून, मला एकटीलाच गाडीत बसवून दिली! आणि आपण तोंड काळे करून निघून गेला. अखेर गाडीतच माझ्या पापांची घटका भरत आल्यामुळे नाइलाजाने मी या घाटपायथ्याच्या दवाखान्यात आले.' असे द्रुमन मनोरमेला सांगते (पृ. ७८). 'आज रात्रीच्या गाडीने द्रुमनला आणि मनोरमेला एकमेकींच्या नकळत निरनिराळ्या डब्यांत बसवून मनोरमेसह मध्येच उतरून पडतो, म्हणजे झाले' (पृ. ७२, हा कमलाकराच्या कपटनाटकाचा धागा ध्यानात आणला, म्हणजे या बाबतीतला गडबडगुंडा स्पष्ट दिसतो. मनोरमा व द्रुमन एकाच गाडीतून एकाच वेळी जातात; कमलाकराच्या पापी हाताच्या स्पर्शापेक्षा मृत्यूच्या जबड्यातील उडी बरी वाटून मनोरमा पुलावरून उडी टाकते व सकाळी दवाखान्यात आणली जाते. 'पापाची घटका भरत आल्यामुळे' द्रुमनही तेथेच उतरते व दवाखान्यात येते. पहाटेस द्रुमनच्या खोलीत रडण्याचा आवाज ऐकू आला; पुढे एक तशाच आवाजाची किंकाळी ऐकू आली आणि नंतर रडण्याचा आवाज बंद झाला, अशी बाबासाहेबांना वर्दी मिळते व ते द्रुमनच्या खोलीत येऊन झडती घेतात. आगगाडीत भरत आलेली द्रुमनच्या पापाची घटका चार दिवस लांबवल्यावाचून या सर्व गोष्टींची संगतीच लागत नाही. द्रुमन - मनोरमेची गाठ पाडणे कथानकाच्या दृष्टीने अवश्य होते; पण हा दुवा जोडताना स्थलकालांची गडकऱ्यांनी योग्य काळजी घेतलेली दिसत नाही.

पुलावर पडून पुन्हा चार दिवसांत बरी होणारी मनोरमा पाहिली, म्हणजे 'देव तारी त्याला कोण मारी' हे उद्गार काढल्याशिवाय राहवत नाही. ईश्वराप्रमाणे नाटककारही प्रत्येक व्यक्तीचे विशिष्ट कार्य योजून ठेवीत असतो. ते पार पाडल्याखेरीज तो तिला मरायलाही फुरसद देणार नाही, हेच खरे! आपल्या अविचाराच्या फासात जयंताची मान अडकविल्याखेरीज मनोरमेला मरण कसे येणार? पुलावर पडून त्यात लोंबकळत राहून कथानकाला मदत करणाऱ्या मनोरमेपेक्षा दवाखान्यात अधिक स्वाभाविक रीतीने आणलेली मनोरमा कथासूत्र सुंदर करू शकली असती, असे वाटते! मात्र चालत्या आगगाडीच्या देखाव्याला प्रेक्षकवर्ग मुकला असता, हा भाग निराळा!

बीज, भूमी, खत व पाणी इतके साहित्य दिल्यानंतर त्या बीजाचा फलपुष्पसंपन्न वृक्ष करून दाखविणे हे जसे चतुर मालाकाराचे काम, त्याप्रमाणे नाट्यवस्तूचा पाया, विशिष्ट परिस्थिती व विशिष्ट स्वभावाची पात्रे इतके साहित्य घेतल्यानंतर त्यातून

कथानकाचा स्वाभाविक विकास दाखविणे हे कुशल नाटककाराचे काम आहे. पौराणिक किंवा ऐतिहासिक नाटकांची गुंफण सामाजिकापेक्षा थोडी निराळी असते. त्यातील पुढील प्रसंग मागच्यातून उत्क्रांत झालेच पाहिजेत, असे म्हणता येणार नाही. पण सामाजिक नाटककाराने आपल्या संविधानकग्रहाची कक्षा आखल्यानंतरही त्यात ना आगा, ना पीछा असे प्रसंग आणणे - ते कितीही चटकदारपणाचे असले, तरी - कृत्रिमपणाचे दिसते व कौशल्याचा अभाव दाखवते. दोर वळू लागण्याच्या वेळी वाटेल तितके तंतू हातात घेता येतील; पण एक-दोन पेड झाल्यानंतर त्यात नवे तंतू घुसडणे किती विशोभित होते, हे सांगितलेच पाहिजे, असे नाही. या दृष्टीने कमलाकराचा सुड घेण्याखेरीच दुसरे काही न दिसणेच मनुष्यस्वभावाला शोभेल, ती द्रुमन पुन्हा कमलाकराच्या तडाक्यात कशी सापडली, ही गोष्ट नाटककारांनी जवळजवळ गुलदस्तातच ठेवली आहे (अंक ३ प्र. ३). 'तडजोडीच्या गोड गोष्टींनी फसून तू पुन्हा येथे आलीस' असे पृ. ८३ वर कमलाकर म्हणतो. 'अशी मी जाते आणि त्या मांगाची कसाबकरणी साऱ्या जगाला कळविते' (पृ. ७८) या प्रतिज्ञेने निघालेली द्रुमनसारखी चवताळलेली वाघीण तडजोडीच्या जाळ्यात सापडली कशी? 'माझ्या अब्रूची मला मुळीच चाड वाटत नाही', असे तीच उघड उघड म्हणते. मग कमलाकर तिच्याशी तडजोड करतो कसली? शेपटीवर पाय पडल्यामुळे दंशासाठी उघडलेले तोंड गोडीगुलाबीची भाषा कशी बोलू शकणार? द्रुमन परत आली, ती आपल्या घरी गेली नाही. उलट, कमलाकरांशी गोलमेजपरिषद भरविण्याकरता त्याच्या भूतमहालाकडे गेली, ही कल्पना किती असंभाव्य व हास्यास्पद आहे! द्रुमनच्या परत येण्याचा कोणालाही सुगावा न लागणे व ती अचूक कमलाकराच्या जाळ्यात मिळणे याला जयंताची साडेसाती किंवा कमलाकराचे उच्चीचे ग्रह यांपैकी काय कारणीभूत झाले असावे, याचा निकाल कोण करणार? द्रुमन परत येताच ती प्रथम कमलाकराच्या नजरेला पडली, अशा सूत्राने हा सुटणारा दुवा घट्ट करण्याचा गडकऱ्यांनी प्रयत्न केला आहे. पण नाटकातील नीच पात्राला त्याच्या नशिबाचा पूर्ण फायदा कथानकाच्या मध्यभागी देण्यात स्वारस्य काय? द्रुमनच्या बाबतीत कमलाकर गाफील राहिला. याच काट्याचा नायटा होऊन त्याचे कारस्थान ढासळणे स्वाभाविक होते; पण त्याच्या हातातून गेलेला व त्याच्यावर उलटू पाहणारा विषदिग्ध बाण अनायसे त्याला परत मिळतो! द्रुमन इतरांच्या आधी कमलाकराच्या दृष्टीला पडली, असेही गृहीत धरले, तरी ती तडजोडीला कशी कबूल झाली, तिच्या आंधळ्या रागाला तडजोडीची दृष्टी आली कशी, हे नाटककारांनी मुळीच दाखविले नाही. कमलाकरावर पुन्हा विश्वास ठेवणे म्हणजे वाघाने घेतलेल्या चाव्यातून रक्त गळत असता हरिणीने त्याच्याजवळ जाणे अगर सुऱ्याचा एक घाव बसलेल्या गाईने हंबरडे फोडीत दूर जाण्याऐवजी खाटकाच्या हातात मान देणे असला प्रकार होय. कमलाकराच्या

पाशात तिला अडकविण्यासाठी बेअब्रूची कल्पना तिला दुःसह होत होती, असा धागा जोडणे यापेक्षा अधिक श्रेयस्कर झाले असते!

आपल्या हाताने आपल्या पायावर धोंडा पाडून घेण्याची कमलाकराची कृती म्हणजे दरोडेखोराला पाकिटातून नोट म्हणून द्रुमनचे आत्मवृत्तपर पत्र देणे होय. या बाबतीत नाटककारांनी योगायोगाचाच फायदा घेतला आहे. कमलाकराकडे उधारीची बात नव्हती, हे दाखविण्यासाठीच की काय, दरोडेखोराने पेटी आणून ठेवल्याबरोबर त्याच्या हातात नोट पडली, असे त्यांनी दाखविले आहे. दरोडेखोर व कमलाकर यांचा जमाखर्च नेहमीचा असल्यामुळे (सुशीलेला पळविण्याच्या प्रयत्नात याच हस्तकाची मदत कमलाकर घेतो) हा रोखठोक व्यवहार कसासाच वाटतो. त्यातून द्रुमनचे पत्र कमलाकराला मिळाल्यापासून (अंक ३ प्र. ५) नोट म्हणून ते पत्र दरोडेखोराच्या हातात पडेपर्यंत कमीत कमी एक दिवस तरी जातो. आपल्या गळ्याला फास लावणाऱ्या त्या चिटोऱ्याची राखरांगोळी करायची सोडून कमलावर ते पाकिटात राहू देतो, याचे 'विनाशकाले विपरीत बुद्धिः' या न्यायाने समर्थन करता येईल. पण प्रतिनायक इतरांसाठी खणलेल्या खड्ड्यात स्वतः गाडला जातो, हे जितक्या खोचदार खुबीने दाखविले जाईल, तितके अधिक इष्ट असते. दुसऱ्याला डोक्यात घालण्यासाठी उचललेला धोंडा निसटून स्वतःच्या पायावर पडतो, हाही ईश्वरी न्यायच आहे; पण नाट्यसृष्टीच्या ईश्वराने त्या धोंड्याखाली इंगळी ठेवून तिच्या दंशाने त्या आततायी अत्याचाऱ्याला शिक्षा करणे अधिक कौशल्याचे दिसते.

दरोडेखोराच्या हाती मिळालेले पत्र विद्याधराच्या हाती पडणे हा कमलाकराच्या अधःपाताचा प्रारंभ होय. हा प्रसंगही काकतालीय न्यायाने घडून आला आहे. विद्याधराला तात्यासाहेबांच्या घरातील घडामोडींत व लफड्यात धड अब्रूने राहणे कठीण वाटून तो दुसरे बिऱ्हाड शोधतो. विद्वान विद्याधराला दुसरे बिऱ्हाड पाहून देणार कोण? तर कपटी कमलाकर! जयंताची मानहानी करण्याचा कमलाकराने विडा उचललेला असून व जयंताच्या पृ. ८९ वरील भाषणात ते विद्याधराला समजले असूनही तो कमलाकराची जागा पसंत करतो. कमलाकराने दिलेली जागा विद्याधराने धूर्तपणाने पतकरली असती, तर प्रश्न निराळा! पण एवढ्या मोठ्या शहरात कमलाकराशिवाय जागेचा माहितगार त्याला मिळत नाही व सुताने स्वर्गाला जाणारा कमलाकर (चिटोऱ्याने यमपुरीला जाण्याकरिताच की काय) आपला बालेकिल्ला असलेला भूतमहाल त्याच्या स्वाधीन करतो. कमलाकराची पाळत राखून विद्याधराने भूतमहाल शोधून काढला असता किंवा अन्य रीतीने कारस्थानाचा छडा त्याने लावला असता, तर या झटापटीला रंग आला असता. पण 'ईश्वरेच्छा बलीयसी' म्हणूनच की काय, आपल्या कृष्णकृत्यांचे माहेरघर असा भूतमहाल कमलाकर विद्याधराच्या हवाली करतो. चोराने आपल्या तिजोरीची किल्ली विरुद्ध बाजूच्या वकिलाच्या हवाली

केल्यानंतर त्याला चिरडण्यात तो वकील पुरुषार्थ गाजविणार तरी कोणता?

बरे, इतक्या उप्पर ते पत्र विद्याधराला मिळते ते तरी कसे? दरोडेखोराची आणि कमलाकराची नुसती तोंडओळख होती, असे नाही. खांद्याला खांदा लावून त्यांनी किती तरी दृष्कृत्ये पार पाडली असतील! या दृष्कृत्यांची पूर्वतयारी भूतमहालातच झाली असणार. अर्थात विद्याधराचे अनोळखीपणाचे प्रश्न, त्याचा भिन्न स्वर (वेळ रात्रीची असल्यामुळे व विद्याधराला दिवा बारीक करून ठेवायची सवय असल्यामुळे तोंडवळा स्पष्ट दिसला नाही, असे म्हणता येईल), इत्यादी गोष्टींवरून त्या दरोडेखोराला काहीच संशय येऊ नये काय? 'तू राहतोस कुठे, तुझे नाव काय' वगैरे प्रथम परिचयाच्या वेळी शोभणारे प्रश्न विद्याधर त्याला विचारतो. (कमलाकराचा व त्याचा पूर्वपरिचय लक्षात घेता तो कुठे राहतो, हे कमलाकराला माहीत असावयालाच पाहिजे. एक वेळ रोग्याला डॉक्टराचे व पक्षकाराला वकिलाचे घर माहीत नसणे शक्य आहे; पण कमलाकराला 'तंट्या' चा ठावठिकाणा पोस्टमनपेक्षाही बिनचूक माहीत असणारच!) हे प्रश्न विसंगत व शंका उत्पन्न करणारे आहेत; परंतु तंटाजीराव या वेळी साधुवृत्ती धारण करतात. कमलाकराचे दुर्दैव! पृ. १३९ वर 'अरेच्या, ही काय चुकामूक आहे? कमलाकर कोण? तुम्ही, का मी त्या दिवशी ज्यांना कागद दिला, ते?' असे प्रश्न तंट्याच्या तोंडी घालून विद्याधराच्या हातात पत्र जाण्याचा प्रसंग लंगडा भासू नये, अशी तजवीज मात्र नाटककर्त्यांने केली आहे.

कमलाकराशी तंट्याचा संबंध एकदाच व तो पेटीच्या बाबतीत अंधाऱ्या रात्री आला असता, तर हा पुरावा सबळ ठरला असता! पण पहिल्या अंकातील 'खवळलेल्या पद्माकराने सुशीलेला घरातून दरोडा घालून पळविण्याचा घाट घातला आहे आणि त्याबाबतीत माझ्या साह्याबद्दल त्याने दहा हजार रुपये देऊ केलेच आहेत', हे कमलाकराचे उद्‌गार अंक ३ प्र. ४ यात त्याची दरोडेखोराशी दिसणारी सलगी (दरोडेखोर या प्रवेशात तोंडे झाकून येतात, असे लिहिले आहे; पण त्यांची तोंडे कमलाकराला दिसली नाहीत तरी कमलाकराचे त्यांना दिसायला हरकत नाही.) आणि 'विद्याधरावर वार करणारा तो पद्माकराचा दरोडेखोर अगदी उरफाट्या काळजाचा आहे' हे कमलाकराचे पृ. ९४ वरील उद्‌गार काय दर्शवितात? दरोडेखोराला देण्याला विद्याधराजवळ एक सोडून दोन शंभराच्या नोटा असतात, हेही जयंताचे सुदैव म्हटले पाहिजे. नाटककार किंवा कादंबरीकार त्यांच्या घरी अठराविश्वे दारिद्र्य असले, तरी कल्पनासुष्टीतील त्यांचे मानसपुत्र कोट्यधीश व्हायला वेळ लागत नाही, हेच खरे!

तात्यासाहेबांच्या घरात उघड्या डोळ्यांनी वावरणाऱ्या विद्याधराला भूतमहालात येईपर्यंत कमलाकराचा संशय येत नाही व जयंताच्या गळ्याभोवतालचा यमपाश आपल्या स्पर्शाने तोडणारे द्रुमनचे पत्र हातात आल्यानंतर तात्यासाहेबांना ही बित्तंबातमी

सांगण्याऐवजी मरणोन्मुख मनोरमा मरेल, म्हणून तो घाटपायथ्याची वाट सुधारतो, हे पाहिले म्हणजे, ब्रीफलेस् बॅरिस्टराइतकीच त्याची वकिली पुढील आयुष्यात चालणार अशी खात्री होते. 'एकच प्याला'तील रामलाल व 'प्रेमसंन्यासा'तील विद्याधर यांची निर्जीव दिरंगाई पाहिली म्हणजे, मित्रांच्या बाबतीत गडकऱ्यांचे नायक अभागी आहेत, असे वाटते. ज्या वेळी डोके चालविले पाहिजे त्या वेळी रामलाल-विद्याधर हे देवाने डोकेच दिले नसावे, असे वर्तन करतात व हातपाय हालविण्याऐवजी ते जोडून स्वस्थ बसतात. द्रुमनचे पत्र दोनशे रुपयांना पैदा करून नंतर विद्याधर जे स्वागत भाषण करतो, तेही विचित्र आहे. 'द्रुमनने आत्महत्या केली, तिचे प्रेत कमलाकराने पेटीत भरून त्या विहिरीवर नेले, लीलेला भेटण्यासाठी आलेला जयंत आयताच त्या हरामखोराच्या जाळ्यात सापडला आणि मनोरमा घाटमाथ्याच्या दवाखान्यात पडली आहे. द्रुमनने स्पष्ट स्पष्ट लिहून ठेविले आहे सारे!' (पृ. १०२) द्रुमनचे प्रेत कमलाकराने पेटीत भरून त्या विहिरीवर नेले, याचा उल्लेख द्रुमनच्या पत्रात होणे कसे शक्य आहे? आपण आत्महत्या केल्यानंतर आपल्या मृत देहाचा दुरुपयोग करून कमलाकर जयंताची विडंबना करणार आहे, याचे स्वप्न द्रुमनला थोडेच पडले होते? आत्महत्येपर्यंतचा मजकूर पत्रातील व पुढील सर्व विद्याधराचा तर्क, असे गृहीत धरले, तर हा घोटाळा होणार नाही. आत्महत्या करण्याचा द्रुमनचा ठाम निश्चय झाल्यानंतर तिला टाक-शाई मिळाली, हीही काकदृष्टी कमलाकराची कुंभकर्णी डोळेझाकच होय. खंबीर पुरावा हाती आल्यानंतर तात्यासाहेबांना भेटून नंतर घाटपायथा गाठायचा साधा मार्ग विद्याधर सोडतो व घाटपायथ्यावरून तात्यासाहेबांना तार करण्याचा मुत्सद्दी बेत करून स्टेशन गाठतो! उंटावरून शेळ्या हाकण्याची कल्पनादेखील याच्यापेक्षा शहापणाची भासते. फार झाले, तर तात्यासाहेबांना भेटण्यात चार-दोन घंटे मोडले असते व पहिली गाडी चुकल्यामुळे विद्याधर मनोरमेच्या मृत्युशय्येपाशी उशिरा जाऊन पोहोचला असता. पण शेवटचा कडेलोटाचा प्रसंग - जयंत फाशी जाणार, इतक्यात विद्याधर येतो व जयंताचे मृत्यूच्या प्रदेशात पडलेले पाऊल मागे खेचतो, त्यामुळे नाहीसा झाला असता. व्यवहारज्ञानाचा पूर्ण अभाव विद्याधराच्या ठिकाणी एवढ्यासाठीच दाखविला असावा, असे वाटते. बाकी या प्रवेशापर्यंत त्याचा स्वभाव इतका विलक्षण उतावळा दाखविला आहे, असेही नाही; परंतु स्वत:च्या बायकोचे पांढरे फटफटीत कपाळ पाहून व तिची वैराग्यवृत्ती जाणूनही तिच्या पातिव्रत्याची परीक्षा पाहण्याची ज्याला हुक्की येते, त्याच्या स्वभावाचा अंत कुणाला लागणार?

प्रेमसंन्यासाच्या उत्तरार्धाची घडण थेट मृच्छकटिकासारखी आहे व प्रि. भाटे यांनी आपल्या प्रस्तावनेत तसा उल्लेखही केला आहे. चारुदत्तावर वसंतसेनेच्या व जयंतावर मनोरमेच्या खुनाचा आरोप आहे. शकाराचा समज वसंतसेना मेली, असा

आहे, त्याप्रमाणे कमलाकरही मनोरमेच्या बाबतीत निर्धास्त आहे; पण दोघीही जिवंत असतात. चारुदत्तावर खुनाचा आरोप यावयाला ज्या उद्यानात शकाराने वसंतसेनेचा गळा दाबून प्राण घेण्याचा प्रयत्न केला, त्याच उद्यानात एक ओळखू न येणारे प्रेत सापडते. या बाबतीत कमलाकराची शकारावर कडी आहे. कारण द्रुमनच्या प्रेताचे अमानुषपणे तुकडे करून तो आपला व्यूह रचतो. कथाप्रवाहांचे हे साम्य पाहिले, म्हणजे नाटकाची अखेरी जयंत फासावर चढत आहे, इतक्यात विद्याधर येऊन त्याला सोडवितो, या ठिकाणीच होणे युक्त दिसते. पण कथानकाचा लंबक एकदा या टोकाला, तर एकदा त्या टोकाला झुकविणे व अशा रीतीने प्रेक्षकांना स्तिमित करणेच गडकऱ्यांनी पसंत केले, हे उघड आहे.

जयंतावर मनोरमेच्या खुनाचा जो आरोप आला आहे व सबळ पुराव्यामुळे त्याला ज्याबद्दल फाशीची शिक्षा होते, त्या आरोपाचा पाया कितीसा पक्का आहे, हे पाहणेही अनुचित होणार नाही. दुसऱ्या अंकाच्या पाचव्या प्रवेशात लीलेची भेट घेण्यासाठी आलेल्या जयंताला तिसऱ्या अंकाच्या शेवटी खुनाच्या आरोपाची भेट मिळते. या दोन्ही प्रवेशांत कालदृष्ट्या किती अंतर आहे. हे प्रथमतः पाहू. अंक २ रा प्रवेश ६ यातील प्रसंग ज्या दिवशी कमलाकर व मनोरमा निघाली, त्याच रात्री आगगाडीत घडलेला आहे. अंक ३ प्रवेश १ हा मनोरमेच्या बोलण्याप्रमाणे - बाबासाहेब मामंजी आज चार दिवस इथे नव्हते, म्हणून वेळ निभावली - चार दिवसांच्या अंतराने येतो. (प्रस्तुत लेखकाला तो अंक २ प्रवेश ६ याच्या दुसऱ्या दिवशीच घेणे श्रेयस्कर वाटते. पण ग्रंथकर्त्याचा लेखी पुरावा असल्यावर इतरेजनांची लुडबुड काय कामाची?) अंक ३ प्रवेश ३ मध्ये घाटपायथ्यावरून द्रुमन परत आली असून, पुन्हा कमलाकराच्या तडाक्यात सापडली आहे. ती मेलने आली असली, तरी मध्यंतरी एक दिवस गेला, असे धरणे वाजवी होईल. याच प्रवेशाच्या शेवटी 'उद्या याच वेळी किंवा रात्री येईन तोपर्यंत आपला कायम विचार करून ठेव', हा निर्वाणीचा खलिता कमलाकराकडून तिला मिळतो. असले संकेत कमलाकर घड्याळाप्रमाणे पाळणार, हे ठरलेलेच. त्यामुळे तिसरा प्रवेश व पाचवा प्रवेश यांत एक दिवसाचे अंतर आहे, हे उघड होते. लीलेच्या नावाचे खोटे पत्र जयंताला पोहोचवणे व रात्री पेटी नेण्याची व्यवस्था करणे यांना मध्यंतरीचा एक दिवस लागणार! अशा रीतीने मनोरमा बेपत्ता झाल्यापासून ग्रंथकर्त्याच्या मताने कमीतकमी सात दिवसांनी जयंत मनोरमेचा खून करणारा म्हणून पकडला गेला. जयंत या आठवड्यात कुठे परगावी गेला होता, असे नाही. 'मनोरमेने काळे करून त्यावर इमारत उभारली' (पृष्ठ ९०) या जयंताच्या वाक्यावरून घरातील सर्व मंडळींची समजूत मनोरमा बेताल होऊन घर सोडून गेली, अशीच झाली असावी. जयंतावर आलेल्या खुनाच्या आरोपाला या गोष्टी प्रतिकूल आहेत; परंतु त्याच्या बाजूने त्या आणण्यात आल्या नाहीत.

कमलाकराने त्याला पकडण्यासाठी लीलेच्या पत्राचे जे आमिष दाखविले आहे, तेही असेच लेचेपेचे आहे. बनावट कागद करण्यात कोणताही प्रतिनायक प्रवीण असलाच पाहिजे. तेव्हा अक्षर लीलेचे आहे किंवा नाही, हा संशय जयंताला कसा आला नाही, हे विचारण्यात काही अर्थ नाही. पण पाहुण्याच्या हातून साप मारविण्याची युक्ती कमलाकर योजतो व गोकुळाला आपला दूत करतो. विद्याधराबरोबरच्या संवादात 'कमलाकराचे पत्र जयंतांना द्यायचे; पण कमलाकराचे पत्र आहे कुठे आधी, हे लीलाताईंनी जयंताला लिहिलेले पत्र कमलाकरांनी जयंताजवळ देण्यासाठी मजजवळ दिले' (पृ. ९७) असेही गोकुळ बोलून जातो. कमलाकराचे व जयंताचे इळ्याभोपळ्याइतके सूत आहे हे माहीत असणाऱ्या विद्याधराला यात काहीच संशयास्पद वाटत नाही, हे कसे? पुढे जयंत पकडला गेल्यानंतर तरी या पत्राची वाटाघाट झालीच असेल. विद्याधराला गोकुळाचे हे उद्‌गार आठवत नाहीत. जयंताची सुटका व्हावी, म्हणून इच्छा करणारा गोकुळ ते पत्र आपल्या हवाली कमलाकराने केले, असे बोलत नाही; (त्याची स्वयंभू विस्मरणशक्ती या वेळी अधिकच तीव्र झाली असावी). आश्चर्य हे, की लीलेने ते पत्र खरोखरीच पाठविले होते किंवा काय, याची चौकशी करण्याचे एकालाही भान राहत नाही!

मोहाच्या निसरड्या किनाऱ्यावरून स्त्री-पुरुषांचा अधःपात झाला, तर स्त्री जननिंदेच्या चिखलात रुतून बसते; पण पुरुष अंगावर एक शिंतोडाही न उडता बाहेर येऊ शकतो, हा अनुभव दुर्दैवी द्रुमनचे उदाहरण पाहून बाबासाहेबांना आला. लीला - सुशीलांना पुनर्विवाहाची परवानगी त्यांनी दिली. पण या पत्रात त्यांनी 'द्रुमन'चा स्पष्ट उल्लेख का करू नये, हेच कळत नाही. पृ. ९५ वर 'एका यःकश्चित बालविधवेने आपले पोर मारले' असा या प्रकरणी गोकुळ उल्लेख करतो; पण ही बालविधवा द्रुमन आहे, असे गोकुळाला किंवा इतरांना कळले असते, तर या गोष्टीला थोडेसे तरी निराळे स्वरूप आले असते.

पौराणिक किंवा ऐतिहासिक नाटककाराला कथानकाची प्रमाणबद्ध रचना व विकास यांजकडेच लक्ष द्यावे लागते. सामाजिक किंवा काल्पनिक नाटके लिहिणारांना कथानक निर्माणही करावे लागते. सर्व साहित्य सज्ज असले, म्हणून पाककुशलतेशिवाय षड्रस अन्न होत नाही, किंवा पाया भक्कम असला, तरी त्यावरची इमारत सुंदर होतेच, असा नियम नाही, हे खरे. पण कथानक रचण्याची व रंगविण्याची द्विविध शक्ती असल्यावाचून सामाजिक नाटककाराला यशस्वी होता येत नाही.

'प्रेमसंन्यासा'च्या रचनेसंबंधाने वर दिग्दर्शन केलेच आहे. नाटक चटकदार करण्यासाठी आपल्या प्रतिभेचा सर्व जामदारखाना गडकऱ्यांनी उघडला होता, असे दिसते. प्रेक्षकांच्या मनोवृत्तींना हेलकावे देऊन त्या आतुर व उत्सुक ठेवण्याचे काम त्यांनी या नाटकात चांगलेच पार पाडले आहे. विद्याधराला द्रुमनचे पत्र मिळताच

जयंत सुटला, असे वाटून प्रेक्षकांना हायसे वाटते, तोच घाटपायथ्यावरून विद्याधराने केलेली तार कमलाकराच्या हातात पडते व प्रेक्षक 'हाय हाय' म्हणू लागतो. जयंत फाशी जाणार, असे वाटून डोळ्यांत दुःखाश्रू उभे राहतात, तोच मनोरमेच्या अन्यत्र असलेल्या अस्तित्वाचा पुरावा घेऊन देवदूताप्रमाणे विद्याधर येतो. दुःखाश्रूंचे रूपांतर आनंदाश्रूंत होते. लीला - जयंतांना विवाहाचे अमृत, हालाहलतुल्य हालानंतर का होईना, लाभणार, असे वाटते, तोच कमलाकर त्यात कालकूट मिसळतो. कथानकाच्या वातचक्राबरोबर प्रेक्षकांच्या मनोवृत्तीही या प्रसंगी गरगर फिरत असतात. पाचव्या अंकाच्या दुसऱ्या प्रवेशात लीलेबरोबरच नाटकाचा अंत झाला असता, तर तो तुटकपणा सध्याच्या विस्तारापेक्षा परिणामकारक झाला असता. स्मशानातील जयंताच्या तोंडचे गद्यकाव्य वाचनीय असले, तरी आनंदाचा अगर दुःखाचा कोणताही प्रसंग शिल्लक नसल्यामुळे दृश्यकाव्य या दृष्टीने उठावदार होणे शक्य नाही. नाटकाचा तिसरा अंक कमलाकराच्या अंगावर काटे उभे करणाऱ्या कारस्थानांनी भरला आहे. ज्या अर्भकाला जन्म दिला, त्यालाच मरण देण्याची द्रुमनवर आलेली पाळी, सुशीलेसारख्या कुलस्त्रीला पळविण्याचा प्रयत्न, द्रुमनची भीषण आत्महत्या व होळीवर पोळी भाजणाऱ्या कमलाकराने तिच्या प्रेताच्या बळावर जयंताला जिवंत जाळण्यासाठी टाकलेला डाव, यांच्या काळ्याकुट्ट रंगाने तिसरा अंक माखलेला आहे. पहिल्या दोन अंकांतील नाट्यवस्तूची मांडणी कमलाकराच्या कुटिल कर्तबगारीला वाव मिळेल, अशा प्रसंगांच्या अनुरोधाने करण्यात आली आहे. अंक २, प्र. ६ वगळता या दोन अंकांत अद्‌भुत प्रसंगाचा अभाव आहे; परंतु विनोदी प्रवेशांनी त्यांची उणीव भरून काढली आहे.

'प्रेमसंन्यास' पाहून किंवा वाचून संपविले, म्हणजे प्रसन्न मन:स्थितीत प्रेक्षक किंवा वाचक आपल्या उद्योगाला लागतो, असे मात्र म्हणता येणार नाही. जयंत-लीलेची दुःखद प्रेमकहाणी त्याच्या मनात घोळते, हे तर त्याचे एक प्रमुख कारण आहेच; पण तामस प्रसंगांचा सुकाळ हेही त्यांचे दुसरे कारण आहे. 'पुनर्विवाहा'वरील नाटक रंगविण्याला अथपासून इतिपर्यंत कृष्णकृत्यांतच कुंचली बुडविली पाहिजे, असे म्हणता येणार नाही. पण 'प्रेमसंन्यासा'त पहिल्या अंकाच्या पाचव्या प्रवेशापासून तो तहत नाटकाच्या अंतापर्यंत भडक वातावरणाची छाया सर्वत्र पडलेली आहे. अंक १, प्र. ५ यात कमलाकर लीलेचा हात धरतो, तर अंक २, प्र. ५ मध्ये विद्याधर सुशीलेचे पाय धरण्याकरता अपरात्री तिच्या खोलीत शिरतो. अंक २, प्र. २ मध्ये वसंत वीणेला पळविण्यात प्रणयभक्ती दाखवतो, तर त्याच्या पुढच्याच प्रवेशात त्याची बहीण कमलाकराबरोबर मुंबई गाठण्याचा बेत मुक्रर करते. अंक २, प्र. ५ मध्ये लीला क्षणभर विकारवश होऊन व स्वत:ला जयंताची मनोमन साक्ष अशी पत्नी मानून त्याला आलिंगन देण्याला धावते, तर त्याच्या पाठोपाठ धावत्या आगगाडीत

कमलाकर मनोरमेविषयी आपली पापी वासना पुरी करण्याचा प्रयत्न करतो! तिसऱ्या अंकाच्या पहिल्या प्रवेशात पोटचे पोर मारून द्रुमन येते; तर दुसऱ्या प्रवेशात वीणेला पळवून आणणारे बॅरिस्टरसाहेब आपल्या प्रणयसागराच्या भरतीचे प्रदर्शन करतात. तिसऱ्या प्रवेशात 'तू, मनोरमा, यांसारख्या माणसांचा मी भुकेला आहे' म्हणून कमलाकर सांगतो, तर चवथ्या प्रवेशात सुशीलेला भ्रष्ट करण्यासाठी उतावळा झालेला पद्माकर आपल्या हस्तकांच्या रूपाने दृष्टीला पडतो. स्त्री - पुरुषांच्या कमी-अधिक प्रमाणाच्या अनीतिसंबंधांचा स्पष्ट वा अस्पष्ट उल्लेख अखंड चालू राहिल्यामुळे वाचकाच्या मनावर त्याचा एक प्रकारचा वाईट परिणाम झाल्यावाचून राहत नाही. जगात अशा गोष्टी घडत नाहीत, नाटक अगदी सोवळेपणाने लिहिले पाहिजे, असे कुणीच म्हणत नाही. पण हिंस्र पशूंनी भरलेल्या अरण्यात, वनश्री कितीही चांगली असली, तरी कुणी जाणार नाही, हे विसरून चालणार नाही. स्त्री - पुरुषांमधल्या अनीतिमय संबंधांची बाष्कळ प्रहसने वगळल्यास उच्च दर्जाच्या नाटकात इतका मनमुराद उपयोग दुसऱ्या कुणीही केला नाही. कोल्हटकरांच्या 'मतिविकारा'त मात्र असल्या गोष्टी प्रमाणाबाहेर आल्या आहेत. पण 'प्रेमसंन्यासा'शी तुलना करता त्या कमीच भरतील. मनोहराच्या अत्यंत उज्ज्वल चारित्र्यामुळे वाचकाच्या मनाचा समतोलपणा कायम राहवयाला त्या नाटकात फार मदत होते.

विद्यासेवक मासिकामध्ये 'प्रेमसंन्यासा'ची प्रयोगदृष्ट्या गलिच्छ नाटक म्हणून एका गृहस्थांनी एकदा संभावना केली होती. प्रसंगी गंगाजलाप्रमाणे निर्मळ विनोद लिहू शकणाऱ्या गडकऱ्यांना असल्या प्रसंगांचे कालियाडोह का आवश्यक वाटले, हेच समजत नाही. The evil, that men do, lives after them. The good is oft interred with their bones. ही उक्ती मुत्सद्द्यांना, धर्मसंस्थापकांना, समाजसुधारकांना व ग्रंथकारांनाही लागू पडते. बऱ्यापेक्षा वाईटाचे अनुकरण जगात कोठेही जास्त होते. पेशवाईत घोड्यावर हुरडा चोळीत दिल्लीच्या बादशहाच्या उरात धडकी भरविणाऱ्या बाजीरावाच्या शौर्याचे अनुकरण थोडेच झाले असेल; पण त्याचा मस्तानीशी आलेला संबंध कित्त्यादाखल ठेवणारे अनेक आढळले असतील. गडकऱ्यांच्या नाटकाचीही तीच स्थिती होत आहे. त्यांची तेजस्वी प्रतिभा नसलेले लोक बहिरंगांमध्ये त्यांचे अनुकरण करू लागतात व त्याचा परिणाम विषपान, खून, व्यभिचारी स्त्री-पुरुष, यांची रेलचेल असलेली नाटके हा होय. नाटकांची खरी कसोटी गुरु-शिष्य, पति-पत्नी, माता-पुत्र, इत्यादिकांना त्याची गोडी एकमेकांच्या संगतीत 'कसेसेच' न वाटता अनुभविता यावी, ही आहे. 'प्रेमसंन्यासा'ला ही कितीशी लागू पडेल? स्त्रियांचे कोमल मनोविकार, 'बालबालिकांच्या अल्लड मनोवृत्ती, तरुणतरुणींच्या मुग्ध भावना यांचा विचार केला, म्हणजे वर उल्लेखिलेले प्रसंग पुष्पराशींवर ठेवलेल्या निखाऱ्यांसारखे भासतात. हे सर्व टाळता येणार नाहीत. पण असे प्रसंग

टाळता येतील, तितके टाळून इतर सूचक पद्धतीने सौम्य केले पाहिजेत. शेक्सपिअरच्या हॅम्लेटसारख्या नाटकात असल्या प्रसंगांची माळच्या माळ आढळते, हे खरे; परंतु व्यभिचारी मातेने पित्याचा खून केलेला पाहून उद्विग्न होणाऱ्या फाजील विचारी राजपुत्राचे कथानक निराळे व प्रेमाचा कोंडमारा झाल्यामुळे हृदय फुटणाऱ्या हिंदू बालविधवेचे चरित्र निराळे, हे येथे लक्षात ठेवले पाहिजे.

'हरिभाऊंच्या कादंबऱ्या, ज्याप्रमाणे आबाल-वृद्धांनी व आबालिकापुरंध्रींनी वाचण्यास हरकत नाही, त्याचप्रमाणे गडकऱ्यांच्या नाटकांची स्थिती आहे', असे प्रि. भाटे म्हणतात. हरिभाऊंच्या कादंबऱ्यांना गालबोटादाखल असलेली 'मधली स्थिती' सोडली, तर भाट्यांचे त्यांच्याविषयीचे मत वस्तुस्थितीस धरून आहे. पण गडकऱ्यांच्या 'प्रेमसंन्यास' व 'पुण्यप्रभाव' या नाटकांसंबंधाने तोच निर्वाळा देणे शक्य नाही. शृंगार, विनोद व कृष्णकृत्ये यांनीच नाटकाला रंग भरण्याची सामान्य पद्धत असते; पण त्यांचे किती माफक प्रमाणात व कसे मिश्रण केले पाहिजे, हे फारच थोड्यांना कळते व अनेकांना कळले, तरी वळत नाही. बालबालिकांची बुद्धी नाटकातील संभाषणाच्या रसाचे आकंठ पान करण्याइतकी विकसित झालेली नसते. त्यांच्यावर ठसा उमटतो, तो फक्त प्रसंगांचा! म्हणून मुलांना जी नाटके दाखवायची असतील, ती शुद्ध प्रसंगांनी परिपूर्ण असणेच इष्ट आहे; नाही तर अश्लील चलच्चित्रपटांइतका जरी नाही, तरी कोवळ्या मनावर असल्या नाटकांचा थोडासा वाईट परिणाम होणारच! नाटकातले प्रसंग आकर्षक असले, तरी त्यांचा सरस विस्तार करावयालाही कल्पकता व मार्मिकता लागते. 'मतिविकारा'त 'आनंदराव' व 'विहार' या सुधारक-दुर्धारक पितापुत्रांची स्वभावचित्रे बहारीची वठली आहेत. गडकऱ्यांनी तात्यासाहेब-बाबासाहेबांकडे कामापेक्षा अधिक लक्षच दिले नाही. विधवेच्या स्वप्नात तद्रूप झालेल्या लीलेचा परिचय मात्र त्यांनी तिसऱ्या प्रवेशात गोड रीतीने करून दिला आहे. 'ताई, एका आंधळ्या मुलाने प्रकाश काय असतो, असे विचारले आहे; तसेच सुख काय असते, हे सुद्धा बालविधवेला दुसऱ्याच्या सांगीवरून कळेल, तेवढेच' हे पृ. ११ वरील लीलेचे भाषण अतिशय हृदयद्रावक व सरस वठले आहे. लीला - सुशीलांच्या संवादात त्यांच्या स्वभावांतील विरोध चांगलाच खुलून दिसतो. बुद्धिप्रधान सुशीला व भावनाशील लीला यांची अंतःकरणे एकाच मार्गाने कशी धावणार? लीलेचे हृदयकुमुद प्रेमचंद्रानेच प्रफुल्लित होणारे आहे. तत्त्वज्ञानाचा सूर्य तेजस्वी असला, तरी त्याची कळी त्यामुळे उमलत नाही. पृ. ३ वरील बाबासाहेबांचे भाषण व पृ. १२ वरील 'देवा, या निराशेच्या प्रेमाचा खेळ कसा संपविणार आहेस, तुझे तुलाच ठाऊक!' हे सुशीलेचे उद्‌गार सूचक व पर्यवसानाची छटा दाखविणारे आहेत. याच प्रवेशात पाहुणेमंडळींची बैठक आहे. सर्व पात्रांचा सहज परिचय करून देण्याला ती फार उपयोगी आहे. कोट्यांच्या रंगपंचमीतही सर्व पात्रे सामील होतात

व गोकुळ वसंताचे द्वंद्वयुद्ध सुरू होते. मनोरमेची मत्सरी दृष्टी व लीलेची प्रेमळ दृष्टी यांतील तीव्र अंतर जयंताला किती जाणवत होते, हे या प्रवेशाच्या शेवटी दाखविले आहे. सर्व नाटकात लीला दुबळी भासते व प्रेमळ बालविधवेला ते शोभूनही जाते. पण अंक १, प्र. ५ मधील कमलाकराची फाजील लगट ती धीटपणाने झिडकारते आणि आपल्या तेजस्वीपणाचा त्याला प्रत्यय आणून देते. अंक २, प्र. ५ हा सर्वच काव्यमय असून, त्यात लीलेच्या मनावर क्षणभर बसणारा विकाराचा पगडा कसा उत्पन्न होतो, हे फार नाजूक रीतीने रेखाटले आहे. तिसऱ्या अंकाच्या पहिल्या प्रवेशात पोटच्या पोराला मारणाऱ्या द्रुमनची करुण कहाणी परिणामकारक होते. पाचव्या अंकातील पहिला प्रवेश जयंत - लीलेच्या मोकळेपणाने झालेल्या पहिल्या आणि शेवटच्या भेटीने डोळ्यांत आसवे आणतो. पाचव्या अंकाच्या दुसऱ्या प्रवेशात तर करुणाची परमावधी होते. जयंताला एका क्षणाचा विलंब लागतो; मृत्यूच्या राज्यातून तो परत येतो; पण लीला त्याला शोधण्यासाठी तिकडे जाण्याला आधीच निघालेली असते! संसार म्हणजे शुद्ध लपंडाव आहे, याचा या वेळी पूर्ण प्रत्यय येतो! या प्रवेशाने सद्गदित होणार नाही, असा मनुष्य विरळा! गडकऱ्यांना करुणरस चांगला साधत असे, याचा प्रत्यय 'प्रेमसंन्यासा'त पूर्णपणे येतो; 'प्रेमसंन्यासा'च्या पहिल्या चार अंकांत अद्भुत व हास्य यांचे आणि पाचव्या अंकात करुणाचे साम्राज्य आहे.

कथानकाला ज्या ज्या स्थळी विलक्षण वळण मिळते, ते ते स्थळ आपोआपच वेधक होते. जयंत - लीलांचा एकांत कमलाकराला समजणे, मनोरमेने पुलावर उडी टाकणे, लीलेला भेटण्यासाठी आलेल्या जयंताने प्रेताच्या तुकड्यांनी भरलेल्या पेटीवर हात ठेवणे व तो पकडला जाणे, चिंताक्रांत विद्याधराच्या हाती दरोडेखोराच्या हातून द्रुमनचे पत्र येणे, ऐन फाशीच्या वेळी विद्याधर येऊन दाखल होणे, विद्याधर हाच गुणाकर हे सुशीलेला कळणे, हे असे प्रसंग होत. अशा प्रसंगी दुर्जनांना दैव अनुकूल असल्यास दुःखाची व सज्जनांचा विजय असल्यास आनंदाची ऊर्मी आपोआप उसळते. भावनेच्या आत्म्याला कल्पनेचे शरीर व भाषेची वस्त्रे यथायोग्य मिळाली, की रसाविर्भावही होतो व खरेखुरे घडणारे चित्र या नात्याने त्या प्रसंगाचा प्रेक्षकांवर परिणाम होतो, परंतु मनुष्याप्रमाणे नाट्यलेखनाच्या बाल्यावस्थेतही भडक रंगाची आवड जास्ती असते. 'प्रेमसंन्यासा'त चोहोंकडे वादळाची खळबळ दिसून येते, याचे तरी कारण हेच आहे.

स्वभावरेखनात विविध प्रकारची पात्रे आणणे, त्यांच्या साम्यविरोधाने नाटकाला रंग चढविणे आणि कथानकाचा स्वभाववैशिष्ट्यावर व स्वभाववैशिष्ट्याचा कथानकावर होणारा परिणाम दाखविणे, इत्यादिकांचा समावेश होतो. श्रीमंतांच्या घरच्या मेजवानीप्रमाणे 'प्रेमसंन्यासा'त वैचित्र्य भरपूर आहे. बालपतिमूर्तीच्या चिंतनात मग्न होणारी पौराणिक थाटाची सुशीला, तर हृदयातले प्रेम हृदयातच गाडून टाकावे लागत असल्यामुळे

झुरणारी विसाव्या शतकातील लीला, 'दोन विधवा मुली म्हणजे उरावर दोन जळत्या शेगड्या' समजणारे बाबासाहेब, तर इष्ट सुधारणेला 'संशयाचा फायदा' देणारे तात्यासाहेब, विलायती माती हिंदुस्थानातील सोन्यापेक्षा अधिक किमतीची मानणारा वेडा वसंत, तर जुन्या पशूंची बुद्धी नव्या मनुष्यापेक्षा श्रेष्ठ असलीच पाहिजे, असले सिद्धान्त बांधणारा गोकुळ, यांच्या विरोधामुळे आपण खरेखुरे जग डोळ्यांपुढे पाहत आहो, असे वाटते. बाबासाहेबांचे पात्र सोडून दिले, तर स्वभावाच्या उत्क्रांतीकडे मात्र नाटककाराने फारसे लक्ष दिले नाही. प्रत्येकाच्या स्वभावाचा खुंटा हलवून बळकट करण्यातच बहुतेक प्रसंग खर्ची पडले आहेत. आकस्मिक प्रसंगांपेक्षा स्वभावाची वळणे अधिक स्वाभाविक असतात व मानवी हृदयाचे यथार्थ ज्ञान असलेला नाटककारच या कलेत यशस्वी होतो. 'प्रेमसंन्यासा'तील विद्याधर, कमलाकर, सुशीला, वसंत, गोकुळ या सर्वांचे स्वभाव 'स्वभावाला औषध नाही' ही म्हण सत्य करणारे दिसतात. रखरखणाऱ्या वाळूत पडलेल्या कळीसारखी नाटकातील नायिका लीला हिची स्थिती आहे. अंक १, प्र. ३ मध्ये तिचे जयंतावरील प्रेम ढगाआडून दिसणाऱ्या चांदणीप्रमाणे अस्पष्ट दिसते. अंक १, प्र. ५ मध्ये कमलाकराच्या पाशवी वृत्तीचा धिक्कार करून ती आपले उज्ज्वल शील निदर्शनास आणते. अंक २, प्र. ५ मध्ये तिचे काव्यमय हृदय जयंताविषयीच्या प्रेमाने किती तुंडुब भरले आहे व जयंताचा आधार न मिळाल्यास जिच्यावर सुंदर फुले फुलायची, ती ही लता हां हां म्हणता कशी मातीमोल होईल, हे स्पष्ट कळून येते. यानंतर अंक ३ व ४ यांत लीलेला नाटककारांनी पडद्याआडच ठेवले आहे. अंक ४, प्र. ५ मध्ये जयंत तुरुंगात असताना त्याला जे लीलेचे पत्र मिळते, त्यावरून तिची मन:स्थिती काय ताडता येईल, तेवढीच! पाचव्या अंकाच्या पहिल्या प्रवेशात जयंताच्या गळ्यात काळपाश पडलेला पाहून ती त्याला मिठी मारते व दुसऱ्या प्रवेशात प्रेमाचे माणूस गेल्यावर जगात क्षणभर जगणे हे देखील पाप होय, म्हणून विषाच्या साहाय्याने जयंताच्या भेटीला निघून जाते. प्रणयिनी या नात्याने लीलेचे चित्र फार हृदयद्रावक झाले आहे. परंतु बालविधवा या नात्याने तिच्या जखमेत जे मीठ पडत आहे, त्याची यथार्थ कल्पना वाचकांना येत नाही. तिच्या प्रेमप्रवाहाला प्रतिबंध होतो, तो ती बालविधवा आहे म्हणून नाही; तर जयंत विवाहित आहे, म्हणून! जयंत अविवाहित असता, तर असला पुनर्विवाह करण्यात तात्यासाहेबांनी पुढाकारच घेतला असता व नाटकच लिहावे लागले नसते! या दृष्टीने 'कोमल हृदयात ताबडतोब रुजून फोफावणाऱ्या प्रेमवृक्षांचे अंकुर दिसतात, न दिसतात, तोच त्यांचे निर्बीज करून, तुमच्या लीला-जयंतांना समाधानाचे धडे शिकवा!.... बाळपणी बीजारोपण झाल्यामुळे तारुण्यात हृदयाच्या तळापर्यंत दूरवर मुळे पसरणारा प्रेमवृक्ष एकदम समूळ उपटताना हृदयाच्या चिंधड्या होतात, हे लक्षात ठेवा!' (पृ. १४४) हा संन्यासी जयंताचा संदेश मननीय

आहे. प्रि. भाटे यांनी हे नाटक पुनर्विवाहावर आहे, असे सांगितले आहे व प्रचलित समजही असा आहे. पण 'विद्याहरणा'तील शुक्राचार्य अगर 'एकच प्याल्या'तील सुधाकर यांच्याप्रमाणे दुःखद अनुभवांनी आतडे तुटून जयंताने जे शेवटी उद्‌गार काढले आहेत, तेच त्या नाटकाचे रहस्य व्यक्त करतात, असे म्हटले, तर चूक होईल काय? हृदयसर्वस्व लीलेची राखरांगोळी झालेली पाहून जयंताचे फुटलेले हृदय या उद्‌गारांच्या रूपाने आक्रंदत बाहेर पडले आहे. त्याची साक्ष सर्वांत विश्वसनीय मानली पाहिजे. वरील उद्‌गारांच्या अनुरोधाने निष्कर्ष काढला, तर विषमविवाहाचे दुष्परिणामच प्रेमसंन्यासा'त प्रामुख्याने दाखविले गेले आहेत. 'जयंत, लीला व मनोरमा' यांची स्थिती या दृष्टीने चकोर - चंद्रिकेसारखी नसून नंदन, मोहिनी व इंदिरा या प्रेमशोधना'तील त्रिकुटासारखी झाली आहे. 'मतिविकारा'त चंद्रिकेचा पुनर्विवाह होत नाही, याला चकोराचा विवाह अगर अन्य कोणतेही कारण नाही. तिचा बोलका सुधारक बाप आनंदराव व स्वतःला दुर्धरकाग्रणी मानणारा भाऊ विहार यांच्या कात्रीत तिच्या प्रेमाच्या चिंधड्या होतात. 'सुभगपण भरतभूप्रति वितरिं ईश्वरा' हे भरतवाक्यही त्या नाटकाचे साध्य दाखविते. 'प्रेमसंन्यासा'चा मुख्य प्रश्न पुनर्विवाह हा आहे, असे मानून प्रस्तुत लेखकाने वर विवेचन केले आहे; पण विषमविवाहावर ग्रंथकर्त्याचा जास्ती जोर असावा, असे मानण्याला जागा आहे. विषमविवाहाचे खंडन व पुनर्विवाहाचे मंडन ही जोडगोळी गडकऱ्यांना सोडावयाची होती, असा मुद्दा त्यांच्या बाजूने येईल. नाटकात किती विषयांचे खंडनमंडन करावयाचे, हा नाटककाराचा प्रश्न आहे. विषयसूत्र एकच असले, तरी कथानक चटकदार करण्यासाठी अगर शृंगार रंगविण्यासाठी चांगल्या चांगल्या नाटककारांचे देखील त्या एका सूत्राकडे दुर्लक्ष होते. मग 'किमु यत्र चतुष्टयम्' अशी स्थिती असल्यावर काय होईल, हे सांगावयाला नकोच. शारदेत जरठ - कुमारीविवाहनिषेधाच्या गाड्याबरोबर देशस्थ - कोकणस्थांच्या एकीच्या नळ्याची यात्रा होईल, असे देवलांना वाटले. 'परिवर्तन' व 'जन्मरहस्य' ही दोन नाटके वगळल्यास कोल्हटकरांच्या इतर नाटकांत धनी असणाऱ्या विषयाचे नाव गण्या व कथानकाच्या चाकराचे नाव रुद्राजीराव असे आढळते. एका धोंड्याने दोन पक्षी म्हणीच्या कोशात मारता येत असले, तरी व्यवहारात दोन्ही पक्षी उडून जाऊन धोंडा मात्र हाती येतो, असाच अनुभव आहे. रसांचे बेमालूम मिश्रण साधले, म्हणून विषयाचे साधेल, असा नियम नसतो; यासाठी ध्येयपर ललितवाङ्मयात कथानकाचा भोवरा विशिष्ट विषयाच्या कक्षेत खेळवणेच इष्ट असते. आपली कृती गारुड्याची पोतडी होऊ नये, अगर एक ना धड भाराभर चिंध्यांचा आरोप आपल्यावर येऊ नये, अशी इच्छा असणाऱ्या माणसाने एकाच विषयाचा लोहचुंबक घेऊन त्याकडे स्वाभाविकपणे आकर्षिल्या जाणाऱ्या साहित्यानेच नाट्यरचना करावी, हे बरे.

पुनर्विवाह समाजात दोन कारणांसाठी रूढ झाला पाहिजे. सुशील परंतु प्रेमळ हृदयाच्या कलिका रूढीच्या तापलेल्या तव्यावर होरपळून जाऊ नयेत, हे एक व विकारवशतेमुळे अनाथ अबलांचे पाऊल वाकडे पडून त्यांना अनीतीचा मार्ग अगर आत्महत्येकरता विहीर पाहावी लागते, ती पाहावी लागू नये, हे दुसरे. ही कारणे या नाटकात सजीव होतात. पहिल्याची मूर्ती लीला आणि दुसऱ्याची द्रुमन आहे. सुशीलेसारख्या वैराग्यशील विधवेचे पात्र पुनर्विवाहाची परवानगी मिळावी, म्हणून प्रतिपादणाऱ्या नाटकात अप्रस्तुत आहे. मनोनिग्रही व सच्छील विधवा काय किंवा विधुर काय, समाजात वाढतील तितके हवेच आहेत. पण मनोनिग्रह हे 'येरा गबाळा'चे काम नव्हे. बेफाम पुरुष आणि मोहमय परिस्थिती यांनी डोळे झाकल्याकारणाने सामान्य विधवा वाट चुकते. यासाठीच पुनर्विवाहाची ऐच्छिक रूढी पडली पाहिजे. सुशीलेसारखे पात्र पुनर्विवाहाचे खंडन करणाऱ्या नाटककारालाच अधिक उपयोगी पडले असते. हिंदुस्थानात हजारो लोक अर्धपोटी राहत आहेत, त्यांना दुवक्ता जेवावयाला मिळाले पाहिजे, म्हणून कंठशोष करणाऱ्या वक्त्याने लंघने फार उत्तम, मनुष्याने नेहमी उपास केले पाहिजेत, जेवढे कमी जेवावे, तेवढी जास्त हुशारी वाटते, इत्यादी गोष्टी सांगणे कितीसे फायदेशीर होईल?

विधवेचे एकदा वाकडे पाऊल पडले, की तोंड काळे करण्याखेरीज तिला दुसरे गत्यंतरच उरत नाही. हिंदुसमाजात अद्यापि 'पुरुषराज्य' असल्यामुळे तिला पापाच्या समुद्रात लोटणारा स्वत: कोरडाच्या कोरडाच राहतो, ही विषम वस्तुस्थिती द्रुमनच्या रूपाने दाखविली आहे. पण द्रुमन नाटकात प्रथमत: दिसते, तीच अगदी बनलेली व कमलाकराच्या पाशात सापडलेली! अशा बालविधवा स्वभावत: सरळ असतात; पण गोड गोड भूलथापा देऊन व साखर पेरून त्यांना माणसातून उठवायला कमलाकरासारखे नरपशू कारणीभूत होतात. नाटकाच्या आरंभी द्रुमन - कमलाकरांची सामान्य ओळख दाखवून या माशीला तो कोळी आपल्या जाळ्यात कसा ओढतो, हे दाखविले असते, तर अनाथ अबलांची बाजू चांगल्या रीतीने पुढे आली असती. 'मतिविकारा'तील 'वेणू'चे चित्रही अशा अबलेचा करुणास्पद उत्तरार्ध दाखविते. पण पूर्वार्धालाच मुळापासून हात कुणीच घातलेला नाही. स्वत:ला सावरण्याचा शक्य तितका प्रयत्न करीत असता द्रुमनचे पाऊल घसरले, असे दाखविले असते, तर तिच्याविषयी वाचकांच्या मनात अधिक सहानुभूती निर्माण झाली असती. सध्याचे तिचे चित्र कीव करण्यासारखे असले, तरी ते हृदय दुभंग करू शकत नाही. लग्न झाल्यानंतर सुखस्वप्नात गुंग असणाऱ्या बालिकेचे हृदय वैधव्याच्या आकाशीच्या कुऱ्हाडीने कसे छिन्न होते, कर्मठ आई-बाप अगर सासू-सासरे भेटले, म्हणजे वपनाच्या अग्नीत ते छिन्नभिन्न हृदय कसे भाजले जाते, मायेच्या मलमपट्टीऐवजी अपशब्दरूपी मिठाचे पाणी त्यावर कसे ओतले जाते, हे कुशल लेखणीने चित्रित

केल्यावर जनमने हालल्यावाचून कशी राहतील? पोटाशी पोर नाही, गळ्यात पतीचा हात नाही, अशा स्थितीत भेसूर वाटणाऱ्या वादळी रात्री डोळ्याला डोळा न लागता तिला कशा कंठाव्या लागतात, प्रेमासाठी आसावलेल्या तिच्या हृदयाचा गैरवाजवी फायदा घेऊन कामुक कुलांगार तिच्याभोवती आपले जाळे कसे पसरतात आणि दुराचारात आयुष्य घालविणारा पुरुष नामानिराळा राहून एका क्षणाची चूक करणाऱ्या या दुबळ्या जीवाला देहांतशासनाची शिक्षा समाज कशी करतो, या सर्व गोष्टी पुनर्विवाहमंडनपर नाटकात अवश्य आल्या पाहिजेत.

गडकऱ्यांनी आपली भाषा चांगली कमाविली होती, हे त्यांच्या 'प्रेमसंन्यासा'वरून सिद्ध होते. 'प्रेमसंन्यास' हे त्यांचे पहिले नाटक खरे; पण ते वाचताना भाषेच्या दृष्टीने लेखक नवशिका आहे. असे क्षणभरही कुणाच्या मनात येत नाही. पाच-दहा वर्षांच्या तपश्चर्येने प्रतिभासंपन्न लेखकाला आपली विशिष्ट भाषासरणी बनविता येते; परंतु गडकऱ्यांनी तपश्चर्येचा काळ अज्ञातवासाच्या गुहेत घालविला असल्यामुळे 'प्रेमसंन्यासा'त ते कसलेले लेखक म्हणूनच पुढे येतात! कोल्हटकरांचे 'वीरतनय' व खाडिलकरांचे 'सवाई माधवरावांचा मृत्यू' ही नाटके भाषेच्या दृष्टीने चांगली असली, तरी त्यांच्या पुढील नाटकांच्या मानाने वाङ्मयगुणांत व भाषेच्या विलासात ती कमीच भरतात. कोल्हटकर - खाडिलकर हे उत्कृष्ट खेळाडू असले, तरी मैदानात येऊन उभे राहिल्याबरोबर वाटणारा संकोच व भीती ही त्यांच्या पहिल्या कृतीत दिसतात. 'प्रेमसंन्यासात' गडकऱ्यांची स्थिती तशी नाही. ते पहिल्या चेंडूपासूनच सहाचे टोले सुरू करतात.

गडकऱ्यांच्या भाषेवर खाडिलकरांपेक्षा कोल्हटकरांचाच अधिक परिणाम झाला आहे. खाडिलकरांची भाषा बहुधा सुबोध व सावेश असते. काही विशिष्ट स्थळे सोडल्यास 'प्रेमसंन्यासा'त काव्यमय कोमलताच वावरत असलेली आढळून येईल. कोल्हटकरांच्या भाषेत ओज आढळत नाही, असे नाही, (मतिविकार अंक १, प्रवेश ५ पाहा); परंतु त्यांची कथानके व प्रसंग असे असतात, की त्यांत ओजस्वी भाषेचा त्याग कपिलाषष्ठीइतकाच दुर्मीळ होतो. 'प्रेमसंन्यासा'च्या दुसऱ्या अंकातील पाचव्या प्रवेशात जयंताच्या तोंडी आलेली रूढिराक्षसीची निंदा हा ओजस्वी भाषेचा एक चांगला नमुना आहे. कमलाकराच्या कारस्थानांमुळे भयानक व दुःखद अंतामुळे करुण हाच रस नाटकात प्रामुख्याने वावरत असल्यामुळे धबधब्याप्रमाणे भव्य असणाऱ्या ओजस्वी भाषेला यात विशेषसे स्थानच नाही.

गडकरी नाट्यदृष्टीने कोल्हटकरांच्या व काव्यदृष्ट्या केशवसुतांच्या तालमीत तयार झालेले! अर्थात त्यांच्या कृतीत गद्य काव्याचा प्रवाह दुप्पट विस्तारला, हे सांगावयाला नकोच. नदीतीरावर एकटीच बसलेली लीला व पुढे झालेला तिचा आणि कमलाकराचा संवाद, सुशीलेच्या खोलीत भीत-भीत शिरणाऱ्या विद्याधराने

केलेले चांदण्या रात्रीचे वर्णन, जयंत व लीला यांच्या भेटीतील उष:कालाचे चित्र व त्या ठिकाणी पडलेला कल्पनांचा पाऊस, द्रुमनच्या खोलीत शिरणाऱ्या कमलाकराने केलेले वर्षाकालीन संध्यासमयाचे वर्णन, लीलेने अश्रूंच्या अक्षरांनी जयंताला लिहिलेले पत्र, फासावर चढणाऱ्या जयंताने लीलेचा घेतलेला निरोप, लीलेच्या विषपानानंतर होणारा जयंताचा व तिचा हृदयद्रावक संवाद आणि स्मशानात लीलेच्या धडधडणाऱ्या चितेपुढे जयंताच्या भग्न हृदयातून वाहणारे शोकाचे - छे: रक्ताचे - पाट, ही सर्व स्थळे कल्पनावैभवाच्या दृष्टीने पहिल्या प्रतीची आहेत. एखाद्या सामान्य नाटककाराला सबंध नाटकात दाखविता येणार नाही, इतके कल्पनाभांडार गडकरी एखाद्या प्रवेशात उधळून जातात. रत्नांचा पाऊस कुबेरच पाडू जाणे!

सुशिक्षित व अशिक्षित, स्त्री व पुरुष, कोमल व कठोर मनुष्य यांच्या तोंडी एकाच थाटाची व घाटाची भाषा घालण्याने रसभंग होतो, हे कोल्हटकरांपेक्षाही गडकरी जास्ती विसरले आहेत. 'पहिल्या पिढीच्या पुढाऱ्यांनी सुधारणेची वेळ रूढीच्या काटेरी कुंपणावरूनच जपून समाजवृक्षावर चढविली असती, तर आज तिला आचाराची सुंदर फुले खास आली असती; पण अनुकरणाच्या आंधळेपणाने त्यांनी तिला वरच्यावर टाकून समाजवृक्षावर चढविताना घाईने खाली पाडून मातीला मात्र मिळविली' (पृ. ४) हे तात्यासाहेबांचे भाषण, 'मायामोहाच्या निद्रेत आत्म्याला हे संसाराचे स्वप्नच पडत नाही तर काय! तेव्हा त्या विधवेप्रमाणे सौभाग्याच्या स्वप्नातून जागे होऊन भयंकर वैधव्याची जागृती भोगीत बसायचे, त्यापेक्षा आपले हे वैधव्याचे स्वप्न संपून ईशज्योतीत एकरूप झालेल्या पतीबरोबर अखंड सौभाग्याची तेजोमय जागृती अनुभवणे किती तरी चांगले, नाही का?.... भक्तिरूप सखीने ही मायानिद्रा मोडल्यावर जी अक्षय सौभाग्यजागृती मिळेल, तिच्या मानाने ही दोन्ही स्वप्ने सारखीच!' हे सुशीलेचे बोलणे (पृ.१०), आणि 'निदान माझ्या दृष्टिसुखाच्या तरी आड येऊ नकोस! चातक मेघमालेच्या नुसत्या दर्शनाने जिवंत राहतो, तसा तुझ्या दृष्टीच्या अमृतवर्षावाने माझ्या दग्ध प्रेमाचे पुनरुज्जीवन होईल!..... कैलासनाथाप्रमाणे शशिकला प्रत्यक्ष मस्तकी धारण करता आली नाही, तरी तिच्या चंद्रिकेच्या प्रभेवर चकोर आपली तृषा भागवतो!' (पृ.४४) हे विद्याधराचे उद्‌गार वाचले, म्हणजे आपले मानसपुत्र व मानसकन्या या सर्वांना भाषेच्या बाबतीत गडकऱ्यांनी सारखेच शृंगारले आहे, असे दिसून येईल. कल्पकतेच्या जोडीला मार्मिकता असल्यावाचून सौंदर्यप्रदर्शन व्हावे, तसे परिणामकारक होत नाही. नाटकातील पात्रांविषयी आपलेपणा वाटायला (आणि सामाजिक नाटकात तर तो वाटलाच पाहिजे) स्वभावभिन्नतेइतके भाषाभिन्नत्वही उठावदार असले पाहिजे. समतेचे तत्त्व व्यवहारात इष्ट असले, तरी प्रौढ भाषा व अलंकारांची उधळपट्टी यांत सारासार विचारच पाहिजे. दासी विदुषीसारखी बोलू लागली, म्हणजे हे शुद्ध नाटक आहे, असे वाटू लागते. पण नाटककाराचे

कसब तर 'Real art lies in concealing art' या वचनाप्रमाणे आपल्यापुढे कृत्रिम नाट्यप्रयोग चालला आहे, याचा प्रेक्षकांना विसर पाडण्यात असते. बुद्धिजन्य चमत्कृतीमुळे असली भाषणे आनंददायक होतात; पण कला या दृष्टीने त्यांचे कौतुक करता येत नाही. या दृष्टीने देवल - आपट्यांची अनलंकृत भाषा कोल्हटकर-गडकऱ्यांच्या सजलेल्या सम्राज्ञीपेक्षा जवळची वाटते व हृदयाला जाऊन भिडतेही.

काव्यकल्पना व अलंकार यांच्या बाबतीतही 'न हि चूडामणि: पादे नूपुर: शिरसि धार्यते' हे सुभाषित पाळणे उचित असते. चकोर, चातक, कमल, चंद्र, सूर्य, इत्यादी 'मंडळी ज्याच्या त्याच्या तोंडी कोंबून उपमा - उत्प्रेक्षांचा सुकाळ करण्यात अर्थ नसतो. मनुष्य, दृष्टांत झाले, तरी आपल्या अनुभवाचे देतो. या दृष्टीने धंदा, वय, परिस्थिती, इत्यादी सर्व गोष्टींचा पूर्ण विचार करून कुणाच्या तोंडी किती व कशी आलंकारिक भाषा घालावयाची, हे ठरविले पाहिजे. निबंधलेखक जशी सावेश व आलंकृत भाषा लिहील, तशी द्रुमन व बाबासाहेब यांच्या तोंडी शोभणार नाही. नाटकातील प्रत्येक पात्राने काव्याचा, साहित्यशास्त्राचा अगर वक्तृत्वकलेचा अभ्यास केलेला असतो थोडकाच? त्या व्यक्तीला ती कल्पना सुचणे ज्या मानाने संभाव्य, त्या मानाने ती कल्पना अधिक पटते, असा अनुभव आहे. 'सर्वत्रौदरिकस्य अभ्यवहार्यमेव विषय:' 'या' 'विक्रमोर्वशीया'तील विनोदी ताशेऱ्यात मनुष्यस्वभावाचे मर्म अचूक सांगितले आहे. 'प्रेमसंन्यासा'मधील कल्पनावैभव संध्याकालीन शोभेप्रमाणे भासते, त्यातले नावीन्य समुद्रातून नुकत्याच वर काढलेल्या मोत्यांप्रमाणे दिसते, हे सर्व खरे; पण पात्रांना पुढे करून गडकरी बोलत आहेत, ही कल्पना मात्र पुन:पुन्हा मनात डोकावते. नाटकाचा सर्वसूत्रधार ग्रंथकर्ताच असतो; पण ईश्वराप्रमाणे अदृश्य व अलिप्त राहून त्याने सूत्रे हलविली पाहिजेत.

कल्पना सुचतात, म्हणून घालणे हे नाटकाच्या ओघाला अनेक वेळा प्रतिबंधक होते. नाटक हे काव्य आहे खरे; पण आधी दृश्य आणि नंतर श्राव्य हे चार बोटांचे अंतर कवी विसरू लागला, की प्रेक्षकांना नाटक कानांनी पाहण्याची पाळी येते. ललितवाङ्मयातील तारेवरची कसरत म्हणजे नाट्यलेखन होय. एखाद्या उत्तम गवयाला कितीही चीजा येत असल्या, तरी कालमर्यादा लक्षात घेऊनच त्याने त्यांची निवड केली पाहिजे. कल्पनांच्या व कोट्यांच्या बाबतीतही हेच तत्त्व पाळायला नको का? रंगभूमीवर प्रयोग करताना कंपनीने प्रवेशच्या प्रवेश गाळावे, यात नाटककाराला भूषण कोणते? दोन-दोन, तीन-तीन पृष्ठांची भाषणे नट म्हणू लागले, तर प्रेक्षक झोपी गेल्यावाचून राहणार नाहीत. नाटकाची खरी करामत संवादांवर आहे. व्याख्यानवजा भाषणे वेड्याच्या बडबडीप्रमाणे कंटाळवाणी होतात. नाइलाजावाचून नाटककाराने या रसभंगकारक गोष्टींचा आश्रय करू नये. वरील नियम गडकऱ्यांनी 'प्रेमसंन्यासा'त अनेक ठिकाणी मोडले आहेत. 'इयमधिकमनोज्ञा वल्कलेनापि तन्वी' हे ते विसरले

व भाषेला शृंगारता-शृंगारता त्यांनी अनेक ठिकाणी तिचा देह इतका झाकून टाकला आहे, की डोळे दिपवणाऱ्या दागिन्यांखेरीज प्रेक्षकाला दुसरे काहीच दिसत नाही. इतकी श्रीमंती आजपर्यंत पाहवयाला न मिळाल्यामुळे सामान्य वाचकवर्ग तेवढ्यावरच गुंग होऊन जातो. पण मार्मिक व रसिक लोकांना या बाबतीत नाकापेक्षा मोती जड झाले, असेच वाटेल.

भाषेच्या व बहिरंगाच्या बाबतीतही आपली विशिष्ट छाप गडकऱ्यांनी प्रगट केली आहे. विशषेणांचा सुकाळ व अनुप्रासांची गर्दी हे त्यांचे दोन ठळक विशेष होत. अनुप्रासांची अतोनात हौस कोल्हटकरांच्या 'वीरतनय' वगैरे नाटकातील पद्यात दिसून येते. त्यांचे गद्य प्रौढ व कल्पनाप्रचुर असले, तरी अनुप्रासाच्या शृंगारापासून अलिप्त आहे. गडकऱ्यांच्या पूर्वीच्या नाटककारांनी अगर ग्रंथकारांनी गद्यात दोन-तीन शब्दांचे अनुप्रास सहज साधल्यास आपल्या कृतीत घातले असतील; पण अनुप्रासांच्या अनेकमजली इमारती गद्यात उभारावयाचा हव्यास गडकऱ्यांनीच धरला (मुक्या मनाच्या मातीत मिसळलेल्या महत्त्वाकांक्षा - पृ.१४४, भोळ्या भाबड्या भूतकाळाला त्याच्या विरोधी वर्तमानकाळाखाली झाकून भयानक भविष्याशी टक्कर द्यावयाला पृ.६२). मोरोपंतांनी काव्यात यमकाचे जेवढे स्तोम माजविले, तेवढेच गद्यात गडकऱ्यांनी अनुप्रासाचे माजविले आहे. नाटकातले गद्य हे प्रसंग, भावना, पात्र यांना अनुसरून बदलत राहिले पाहिजे. यामुळे सर्व ठिकाणी अनुप्रासांची उडालेली गर्दी कृत्रिम भासते. निर्यमक कविता सशास्त्र ठरविण्याच्या काळात गद्याच्या गळ्यात अनुप्रासांचे लोढणे अडकविण्यात हशील काय? बायकांचे दागिने कमी करण्याची चळवळ करून, पुरुषाने एकेका नाकपुडीत दोन नथा घालाव्या, असा कायदा मागायचा, की काय? संस्कृत कवितेत शब्दालंकारांचे बंड जास्ती, म्हणून आधुनिक कवितेचे पोवाडे गायचे आणि अनुप्रासासारख्या हातपाय पसरणाऱ्या भटाला गद्याच्या ओसरीत जागा करून द्यायची! गडकऱ्यांच्या पूर्वी अनुप्रासप्रचुर गद्य कोणीही लेखकाने लिहिले नसल्यामुळे स्वाभाविकच त्यातील कृत्रिम नावीन्यावर लोक भाळले.

अनुप्रास सहज साधले, तरी त्यांची खैरात न करण्याचे आणखीही एक कारण आहे. नाटकातील पात्रांच्या तोंडी जी आलंकारिक भाषा घातली जाते, तीच एक प्रकारची अतिशयोक्ती आहे. व्यवहारात त्याच्या शतांश अलंकार देखील कुणाच्या तोंडी आढळणार नाहीत. अशा प्रकारे कवीला मिळणाऱ्या निरंकुशत्वाचा फायदा अलंकारांच्या रूपाने घेतल्यावर पुन्हा भाषेवर अनुप्रासांचे खोगीर लादणे हे असमंजसपणाचे द्योतक होईल. नाटकाचा स्वाभाविकपणा संभाळून आपली प्रतिभा ग्रंथकर्त्याने व्यक्त केली पाहिजे. 'प्रेमसंन्यासा'मध्ये गडकऱ्यांनी या दृष्टीने विचारच केलेला दिसत नाही.

भावनेच्या भिन्न भिन्न छटा दाखवायला मार्मिक विशेषणांचा कित्येक वेळा फार चांगला उपयोग होतो व गद्यापेक्षा पद्यामध्ये क्षेत्र फार आकुंचित असल्यामुळे या

गोष्टीचा प्रत्यय येतो; परंतु स्थानी-अस्थानी विशेषणांची योजना व त्यातूनच अनुप्रासांची आवड असा संयोग झाला, की वाक्याला मालगाडीचे स्वरूप येते व कर्त्याच्या गार्डाला क्रियापदाच्या ड्रायव्हरला गाठण्यासाठी मनस्वी धावपळ करावी लागते. नाटकातील वाक्ये कितीही व्याकरणशुद्ध असली, तरी बाणाच्या कादंबरीतल्यासारखी असल्यास त्यांचे तेज पडणार नाही. विशेषणे अनेक वेळा आगंतुक असल्यामुळे वाक्यातील पाहुण्यांची पंगत अकारण फुगते. नाटकातील संवादांत पल्लेदार तोफांपेक्षा छोटी पिस्तुलेच उपयोगी पडतात. गडकऱ्यांच्या पद्धतीत कृष्णार्जुनांप्रमाणे काही विशेषण - विशेषांची अभंग मैत्री जमते. 'यत्र यत्र धूमः तत्र तत्र वन्हिः' या न्यायाने एक शब्द आला, की दुसरा अनुप्रासयुक्त शब्द घालण्याची लेखकाला सवय होते व बांधेसूद लेखनपद्धतीची जागा फुगीर, विस्कळित व क्वचित अर्थहीन पद्धती पटकावते.

अनुप्रास व विशेषणे यांच्या ऐवजी गडकऱ्यांनी नवे संप्रदाय, नव्या म्हणी बालोचित व स्त्रियांच्या तोंडी साजेल, अशी भाषा, या गोष्टींत जर आपली प्रतिभा चालविली असती, तर त्यांची नाटके अधिक स्वाभाविक व विलक्षण रसाळ झाली असती. 'प्रेमसंन्यासा'तील स्त्रीपात्रांच्या तोंडची भाषा वर्गात शिकविली जाणारी अशी आहे. तिच्यात घरगुतीपणा सहसा आढळत नाही.

कोल्हटकरांची नाटके थोडी-फार लोकप्रिय झाली, याचे मुख्य कारण त्यांतील स्वतंत्र व नावीन्यपूर्ण विनोदच होय. गडकऱ्यांनी हे पूर्णपणे ओळखले व या लोहचुंबकाचा शक्य तितका उपयोग करून घेण्याचे ठरविले. 'प्रेमसंन्यासा'त गोकुळ - मथुरा व वसंत - वीणा ही परस्परविरुद्ध टोकाची दाम्पत्ये घालून त्यांनी विनोद - सत्यनारायण प्रसन्न केला. 'प्रेमसंन्यासा'त विनोद नसता, तर ते झाले, त्याच्या निम्मेदेखील लोकप्रिय झाले नसते! शुद्ध विनोदाला नाटकात मज्जाव असू नये, हे खरे; परंतु नाट्यमंदिराच्या उभारणीत तो एकजीव होऊन गेला पाहिजे, हेही तितकेच खरे आहे. कला म्हटली, की सुसंबद्ध स्वरूपाची कल्पना आलीच. 'A place for every thing and every thing in its own place' हे तत्त्व नाटकातील प्रत्येक घटकाला लावले पाहिजे. नाही तर प्रतिभासंपन्न कवी, चांगला विनोदी लेखक, चटकदार संविधानके रचणारा कल्पक व मनुष्यस्वभावाचे मार्मिक ज्ञान असणारा मनुष्य, अशी चौकडी जुळल्यावर उत्कृष्ट नाटक निर्माण व्हायला काय हरकत आहे? घरात हरतऱ्हेची पक्वान्ने खूप आहेत, म्हणून एकेकाचा पाहुण्यावर मारा करण्याऐवजी पाहुण्याचे पोट पाहून त्यातली सर्व थोडी थोडी ताटात वाढणेच हितावह असते. काव्य अगर विनोद अनुकूल असणाऱ्या लेखकांना अनेकदा या साध्या गोष्टींचे विस्मरण पडते.

कोल्हटकरांच्या पूर्वी मराठीत शब्दावरील कोटी ही एक थोडीशी दुर्लभ चीज होती. कोल्हटकरांनी ती बरीच सवंग केली व गडकऱ्यांच्या लिखाणाचे पानच

तिच्यावाचून हालत नाही. कोल्हटकरांच्या नाटकातील विनोद, कोटी (wit) व विनोद (humour) या दोन्ही घटकांचा मिळून बनलेला आहे. 'मूकनायक' व 'मतिविकार' यांत प्रसंग, परिस्थिती व पात्रे यांच्या द्वारे त्यांनी निर्माण केलेला विनोद उच्च प्रतीचा आहे. 'गुप्तमंजूषा'तील शृंगीभृंगी हशा पिकवीत असले, तरी त्या नाटकातील विनोदात विनोदी पात्रे कथानकाशी समरस करणे व विनोदी प्रसंगाचा नाटकाच्या विकासाकडे उपयोग करून घेणे या दृष्टीने 'प्रेमसंन्यास' 'गुप्तमंजूषा'चे भावंड शोभेल. 'मूकनायक' - 'मतिविकारा'शी त्याचे नाते असले, तरी ते फार दूरचे आहे.

गंभीर प्रवेश व विनोदी प्रवेश हे समांतर वाटण्यापेक्षा एकमेकांतून उत्क्रांत झालेले दिसले पाहिजेत. कमलाकर गोकुळामार्फत लीलेच्या नावचे पत्र पाठवून जयंताला आपल्या कपटजालात अडकवितो. हा गोकुळाचा नाटकाशी जवळ जवळ बादरायण संबंध आहे. या कामाला विसरभोळा गोकुळच पाहिजे होता, असे थोडेच आहे? घरातल्या एखाद्या नोकराकडून हे काम करविले, एवढे नाटककाराने सांगितले असते, म्हणजे बस्स झाले असतें. नाटकातल्या एका दुव्यासाठी (व तोही तितका दृढ साधला आहें, असे नाही) एक पात्र कल्पिणे व जवळजवळ नाटकाचा एकपंचमांश नाटकाच्या विषयसूत्राशी विसंगत अशा विनोदाला देणे यात फारसे स्वारस्य नाही. विषमविवाह व पुनर्विवाह हे नाटकाचे मुख्य विषय मानले, तर या बाबतींतील व्यंगे व दोष दाखविणारी विनोदी पात्रे व त्यांची परिस्थिती नाटकाच्या विषयाला अधिक पोषक झाली असती. 'मतिविकारा'तील विनोद असा स्वाभाविक व सहजसुंदर आहे. 'प्रेमसंन्यासात' 'गोकुळ - मथुरा' यांचा सवतासुभा स्थापन करण्यात आला आहे. कला या नात्याने नाटकातील विनोदात ती मोठीच उणीव आहे.

शारीरिक व्यंगे व मनुजसुलभ मानसिक दोष हे दोन्ही विनोदाचे विषय होऊ शकतात परंतु पहिल्या प्रकारचा विनोद स्थूल व उथळ आणि दुसऱ्या प्रकारचा त्या मानाने सूक्ष्म व मार्मिक वठतो. रमणीवर्णनात सुंदर आकृतीपेक्षा प्रेमळ हृदयाचे महत्त्व जसे जास्ती, तसे विनोदात बहिरंगापेक्षा मानवी अंतरंगाचे पृथक्करण अधिक कौशल्यदर्शक असते. गोकुळाचा विसराळूपणा व मथुरेचे कुब्जेला लाजविणारे लावण्य यांवरच गडकऱ्यांनी 'प्रेमसंन्यासा'तील विनोदाची इमारत उभारली आहे. भडक रंगाने रंगविलेल्या चित्रांसारखी ही विनोदी पात्रे भासतात. कारण विसराळूपणाखेरीज गोकुळात व कुरूपपणाखेरीज मथुरेत दुसरे काही आहे, असे बहुधा वाटतच नाही. विनोदी पात्रे म्हणजे आचरटपणाचे पुतळे अगर मूर्खपणाचे मासले, अशी वाचकांची कल्पना होऊ देता उपयोगी नाही. तशी कल्पना झाल्यास विनोद सहानुभूतिशून्य होतो व त्याने हसविण्याचे कार्य साधले, तरी सुधारण्याचे कार्य पार पडत नाही. 'प्रेमसंन्यासा'तील अंक १, प्र. २, अंक २, प्र. ४, अंक ३ प्र. २, अंक ४ प्र. २ व ६ हे विनोदाला

वाहिलेले असून, अंक १ प्र. ३ यातील कोट्या - प्रतिकोट्यांचा कडाका वाचनीय आहे. या सर्व प्रवेशांत गडकऱ्यांची तरल कल्पनाशक्ती अत्यंत उज्ज्वलतेने चमकत असून, कोट्यांचा पाऊस पाडीत आहे. कोल्हटकरांची कोट्यांची सरच कित्येकांना असह्य होते; पण गडकऱ्यांचा लोंढा पाहिला, म्हणजे त्यांची सर पुरवली, असेच वाटते. कोट्याच्या या पक्वान्नराशीत अगदी शिळे असे जवळजवळ काहीच सापडणार नाही. विनोदाला जितकी साधी व सुटसुटीत भाषा असेल, तितका तो अधिक खुलतो. पोपटाच्या पाठीवर हत्तीची अंबारी लादण्यात अर्थ नसतो. अनुप्रासाच्या बारांनी रंगणाऱ्या लांब-लांब वाक्यांच्या फटाक्यांच्या माळा गडकऱ्यांनी आपल्या विनोदाच्या गळ्यात बांधलेल्या नाहीत, हे लक्षात ठेवण्यासारखे आहे. 'एकूण अंगवस्त्राच्या गाठीपेक्षा लग्नगाठच बरी' (पृ.७) अशी कोटीबाजपणाच्या वशिल्याने आत शिरलेली व अश्लील छटा असलेली तुरळक वाक्ये सोडली, तर 'प्रेमसंन्यासा'तील विनोद शुद्ध आहे, हे त्याच्या शत्रूंनाही कबूल करावे लागेल. कोल्हटकरांप्रमाणे गडकऱ्यांनाही कोट्यांची हौस अनिवार आहे व स्थलकालपात्रांचा विधिनिषेध न ठेवता ती ते पुरवून घेतात. कोट्यांवरील प्रेमामुळे संवादाला क्लिष्टपणा अगर कृत्रिमपणा आल्याची उदाहरणे 'प्रेमसंन्यासा'त भरपूर आढळून येतील. त्यातून गोकुळासारख्या विसरभोळ्या माणसाच्या तोंडून कोट्यांचा भडिमार करविणे हे शेंदाड शिपायाकडून आघाडीवर गोलंदाजी करविण्यासारखे आहे. दोन परस्परविरोधी वस्तूंचा अनपेक्षित संबंध आणल्याशिवाय चांगली कोटी निष्पन्न होऊ शकत नाही. मग ज्याला आपले घरी पाठ केलेले वयही स्मरत नाही, त्याने, एखाद्या भाषाप्रभू पंडिताला शोभतील, अशा कोट्या करणे कितीसे शक्य आहे? अतिशयोक्ती कुलीन स्त्रीप्रमाणे मर्यादा पाळणारी असली, म्हणजेच शोभून जाते. ती पठाणी थाटाने स्वच्छंद वावरू लागली, की तिचे सौंदर्य लोप पावते. कोर्टात गोकुळ प्रश्नांना जी उत्तरे देतो, ती वेड्याच्या राज्यात खपून जातील; पण विसरभोळेपणाचा विनोद कितीही वाढविला, तरी त्याच्या उत्तरात अतिशयोक्तीची अतिशयोक्ती झाली आहे, असेच वाटते. वास्तवतेचा लोप करून विनोद लिहिण्यात चातुर्य नसते. गोकुळाच्या साक्षीत गडकऱ्यांचे कोर्ट ज्याप्रमाणे काम करते, ती व्यवहाराला धरून आहे किंवा काय, याचा त्यांनी विचारच केला नसावा. मनमुराद कोट्या करता येतील, असा प्रसंग मिळाल्यावर तो वस्तुस्थितीला कितीसा धरून आहे, याची कोण पर्वा करतो? चवथ्या अंकातील दुसऱ्या प्रवेशात मथुरा लिहिलेल्या कागदावरून गोकुळाला सवाल करते, हा प्रसंगही याच मासल्याचा आहे. अंक १, प्र. २ व अंक २, प्र. ४ यांतील मथुरेच्या वागणुकीवरून विनय व विद्या यांपैकी कुणाशीही तिची ओळख असेल, असे वाटत नाही; पण पश्चात्ताप होऊन परत आल्याबरोबर तिचा नवा जन्म झाला, असे दिसते. दुर्वासासारख्या जुन्या मताच्या खाणावळवाल्याची ही मुलगी

कितपत शिकलेली असेल, हा प्रश्नच आहे; परंतु सवाल धडाधड विचारण्याइतके तिचे सफाईदार वाचन अंक २, प्रवेश ४ मध्ये आढळते. हा चमत्कार घडवून आणला कोणी? श्रीमती कोटिदेवीने. व्यापाराप्रमाणे वाङ्मयातही कोट्यधीशाच्या डोळ्यांवर धूर येतो व वस्तुस्थिती त्याला दिसावी तितकी स्पष्ट दिसत नाही, हेच खरे! इतिहासाप्रमाणे वाङ्मयाचीही अनेक वेळा पुनरावृत्ती होत असते. अंधानुकरण अगर प्रतिभाहीनत्व या आवृत्तीच्या मुळाशी असतात, असे नाही; पण बीज व भूमी समान मिळाल्यावर फळांतही साम्य आढळणे स्वाभाविकच असते. या दृष्टीने पाहिले, म्हणजे हरिहरशास्त्री चंद्रिकेचा हात धरतो, तर कमलाकर लीलेचा हात धरतो, पश्चात्ताप झाल्याचे दाखवून कंदन इंदिरेला व कमलाकर लीलेला फसवितो, असे अनेक प्रसंग डोळ्यांपुढे उभे राहतात. विहंग चंडीचे व गोकुळ मथुरेचे सारख्याच रसभरित तऱ्हेने वर्णन करतात. प्रसंगांत साम्य असले, म्हणजे प्रत्येक लेखकाचे कौशल्य तुलना करून पाहवयाला मिळते, म्हणूनच या गोष्टीचा येथे उल्लेख केला आहे. कमलाकराच्या कृष्णकृत्यांच्या काळोखाने भरलेले, पण जयंत-लीलांच्या प्रीतितारकांनी नटलेले हे नाटक वाङ्मयसृष्टीतील अमावास्येच्या रात्रीप्रमाणे आहे, असे म्हणता येईल.

❖❖❖

पुण्यप्रभाव

नदीप्रमाणे नाटकाचेही मूळ शोधू नये, असे म्हणावयाला हरकत नाही. नदीचे अफाट पात्र पाहून तिचे मूळ शोधायला जाणाऱ्या मनुष्याच्या डोळ्यांची निराशा झाली, तरी आपण तिचा उगम शोधून काढला, या कल्पनेने त्याच्या मनाचे थोडे तरी समाधान होईल. पण पुन:पुन्हा फांद्या जमिनीत रुजवून आपल्या देहाला जाळ्याचे रूप देणाऱ्या वटवृक्षाचे मूळ नक्की ओळखणे जितके सुलभ, तितकाच एखाद्या नाटकाचा उगम शोधून काढणे सोपे आहे. स्त्रीस्वातंत्र्याचे निशाण आवेशाने उभारणाऱ्या इब्सेनच्या 'बाहुलीचे घर' या नाटकाचीच गोष्ट पाहावी. त्यातील नायिका नोरा हिने पतीचे प्राण वाचविण्याकरता एका कर्जखतावर खोटी तारीख घातलेली असते. आपल्या पत्नीचा हा खोटेपणा उमगताच नवरा तिच्यावर तुटून पडतो. त्या वेळी नोराचे डोळे उघडतात आणि नवऱ्याकडून होणाऱ्या आपल्या लाडांची किंमत एखाद्या लहान मुलीने बाहुलीवर घातलेल्या शृंगारापेक्षा जास्ती नाही, हे तिला कळून चुकते. कायद्याच्या दृष्टीने नोराने गुन्हा केला असला, तरी प्रेमाच्या दृष्टीने तिचा हेतू उच्चच होता, हे ध्यानात घेण्याइतकेही मनाचे औदार्य तिचा पती दाखवीत नाही. स्वत:च्या डोळ्यांच्या सुखासाठी पती पत्नीला सुंदर वस्त्रालंकारांनी नटवितो, स्वत:च्या प्रणयलीलांसाठी तो आपल्या हक्काच्या बाहुलीला सजवितो; पण गुन्ह्याच्या जबाबदारीचा अथवा पापाच्या भागीदारीचा प्रश्न आला, की त्याचे हे स्वार्थी प्रेम तत्काळ उडून जाते. सहानुभूती, दया, प्रेम, इत्यादी भावनांच्या हाकांपेक्षा स्वत:च्या अब्रूची कुरकुर त्याला अधिक चांगली ऐकू येते. पति-पत्नीप्रेमाविषयीचे हे गंभीर पण कटु सत्य रंगविण्याची स्फूर्ती इब्सेनला कुठून मिळाली, हे पाहिले, म्हणजे मात्र हसू आल्यावाचून राहत नाही. एका बाईने आपला दिवाणखाना शृंगारण्याकरिता एका खोटा चेक वटविण्याचा प्रयत्न केल्याची गोष्ट इब्सेनच्या कानांवर पडली. या ओबडधोबड दगडातून आपल्या नाटकाची सुंदर मूर्ती इब्सेनने निर्माण केली.

नाटकाची मूलभूत कल्पना व नाटक यांच्यांत अशा रीतीने जमीन - अस्मानाचे अंतर पडत असल्यामुळे गडकऱ्यांना 'पुण्यप्रभावा'ची कल्पना कशी सुचली, हे

सांगणे कठीण आहे. पातिव्रत्याचा प्रभाव वर्णन करण्याकरता त्यांनी कथानक रचिले असेल; कोल्हटकरांच्या 'प्रेमशोधन' नाटकातील कंदनाचे कलिपुरुषापासून सत्पुरुषापर्यंत झालेले स्थित्यंतर पाहून 'वृंदावना'ची मूर्ती त्यांच्या मन:सृष्टीत वावरू लागली असेल; राजनिष्ठ पन्नेने स्वामिभक्तीसाठी पोटचा गोळा बळी दिलेला पाहून पतिभक्तीसाठी आपल्या चिमण्या बालकाचे बलिदान करणाऱ्या कालिंदीची कल्पना त्यांना फार मनोहर वाटली असेल. हे किंवा यांसारखे आणखी काही तर्क पुढे मांडले, तरी नाटकाच्या उगमाची समाधानकारक मीमांसा होणे शक्य नाही. प्रात:काळी फुलणाऱ्या कलिकेच्या हास्याला दवबिंदूंचे स्नान, वायूचे आंदोलन आणि सूर्यकिरणांचे नृत्य यांच्यापैकी कोण किती साहाय्य करते, याचे पृथक्करण कुणाला करता येईल?

असे असले, तरी नदीविषयीची संपूर्ण माहिती होण्याच्या दृष्टीने तिच्या मुखाकडून उगमाकडे जाणे हे जसे उपयुक्त असते, त्याप्रमाणे नाटकाचे गुणावगुण कळण्याच्या दृष्टीने त्याच्या पर्यवसानाकडून उलट प्रवास करणे फलप्रद होते. अशा प्रवासात विषय, स्वभावरेखन, संविधानक, मांडणी, इत्यादी अनेक गोष्टींवरून नवा-नवा प्रकाश पडलेला दिसतो. 'पुण्यप्रभावा'चा असा प्रवास सुरू केला, की प्रथमत:च एक गोष्ट मनश्चक्षूंपुढे उभी राहते. ती म्हणजे 'पुण्यप्रभावा'ची उभारणी वृंदावन व वसुंधरा यांच्यांतील तीव्र विरोधावर झाली आहे, ही होय. तू नाही तुझ्या काकाने शिव्या दिल्या असतील, असे म्हणून कोकराला गट्ट करू इच्छिणाऱ्या लांडग्याप्रमाणे वागणारा वृंदावन वसुंधरेच्या पातिव्रत्याचा बळी घेऊ इच्छितो. वसुंधरेवर त्याने हा सुड उगविण्याचे कारण तिच्या पित्याने त्याच्या मागणीवर घाव घालून त्यात 'हलक्या कुळा' सारख्या अपशब्दांचे मीठ भरले होते, हे आहे. संकटाशिवाय परीक्षा नाही. या न्यायाने वसुंधरेच्या पातिव्रत्याचे तेज ती वृंदावनाच्या कचाट्यात सापडते, तेव्हाच प्रगट होते. भक्ताला आराध्यदैवतापुढे जसे इतर सर्व जग तुच्छ, त्याप्रमाणे पतिव्रतेला पातिव्रत्यापुढे कुणाचीही किंमत नसते. पातिव्रत्याची कल्पना व पोटचा गोळा या दोन्हींमध्ये विरोध उभा राहिला असताना ती आपल्या प्रिय पुत्राचा बळी द्यायलाही माघार घेत नाही. वसुंधरेच्या या तत्त्वनिष्ठेवरच नाटकातले मुख्य कथानक उभारण्यात आले आहे.

या कथानकाची वाढ कशी झाली असेल, हे पाहणे अत्यंत मनोरंजक आहे. वसुंधरा डोळ्यांत पाणीही न आणता आपल्या मुलाचा बळी देते, हे दृश्य प्रथमदर्शनी उदात्त वाटले, तरी परिणामी करुणच होणार, हे ओळखून गडकऱ्यांनी तिच्या मुलाचे रक्षण करण्याचे ठरविले. बिचारी सत्यसृष्टीतील साध्वी असती, तर तिला आपल्या सद्‌गुणांचे बक्षीस असे हातोहात कधीच मिळाले नसते! वसुंधरेचे मूल तिच्या त्यागाला कोणताही कमीपणा न येऊ देता वाचवायचे, म्हणजे त्याच्या जागी दुसरे मूल आणून ठेवले पाहिजे. ही मुलांची अदलाबदल साधण्याकरिता कालिंदी जन्माला

आली. तिने हा दिव्य त्याग करण्याचे कारणही पतिभक्तीच होती, असे दाखविल्यामुळे विषयाच्या दृष्टीने नाट्यसूत्रात तिला गुंफणे सुलभ झाले. पण कालिंदीला आपला केतन वसुंधरेच्या दीनाराच्या जागी ठेवण्याची संधी मिळणार कशी, हा प्रश्न या वेळी गडकऱ्यांच्या पुढे उभा राहिला असावा. वसुंधरा जाणून बुजून तिच्या या त्यागाला संमती देणार नाही; शिवाय वृंदावनासमोर जाऊन कालिंदी आपले मूल त्याच्या कट्यारीखाली कसे धरू शकेल? तिने तेवढे धाडस केले, तरी दीनार वाचणे काही शक्य नाही. या सर्व अडचणीतून वाट काढायची, म्हणजे कालिंदीने वसुंधरेला आणि वृंदावनाला ओळखता येणार नाही, अशा रीतीने या बालहत्येच्या प्रसंगी रंगभूमीवर आले पाहिजे. अरबी भाषेतल्या गोष्टीत आढळणारा राक्षस कालिंदीच्या मुठीत असता, तर तिने रूप बदलून ही गोष्ट साध्य केली असती! ते अशक्य असल्यामुळे बुरख्याचा एकच मार्ग गडकऱ्यांना शिल्लक उरला.

पण कालिंदीने बुरखा घेऊन यायचे म्हटले, म्हणजे ज्या दासीच्या जागी ते येणार, ती बुरखेवालीच असली पाहिजे. अशा रीतीने दामिनीच्या तोंडावर बुरखा आला. पण दामिनीला तरी बुरख्यात तोंड लपवायला काही तरी कारण हवेच. हे कारण गडकऱ्यांनी तिच्या संशयी नवऱ्याच्या रूपाने रंगभूमीवर आणले.

वसुंधरा व वृंदावन यांच्या या विरोधाच्या कथासूत्रात अशा रीतीने कालिंदी व दामिनी ही दोन पात्रे आपोआप गुंफली गेली. वसुंधरेच्या तळघरात आपल्याऐवजी कालिंदीला जाऊ देण्यात दामिनीचा काही तरी हेतू दाखविला पाहिजे, असे वाटून गडकऱ्यांनी तिला दागिन्यांचा लोभ बहाल केला. आपल्या पतीला बालहत्येच्या पातकापासून परावृत्त करण्याकरता स्वत:च्या मुलाचा बळी देणारी कालिंदी, कालिंदीला आपल्या बदली जाऊ देणारी लोभी दामिनी आणि बायकोचा मुखचंद्र अष्टौप्रहर बुरख्याच्या मेघाखाली असला, तरच या जगात नवऱ्याची धडगत आहे, हा अपूर्व शोध लावणारा संशयी सुदाम, अशा सोपानपरंपरेने जाऊन गडकऱ्यांनी वसुंधरेच्या मुलाचा बचाव करण्याचे ठरविले. या रचनेत वैचित्र्याबरोबर रसोत्कर्षाचे प्रसंगही साधलेले असल्यामुळे तिचे कुणीही कौतुक करील.

पण जुगारी मनुष्य जिंकलेल्या डावावर तृप्त न राहता अधिक खेळण्याच्या भरीस पडतो व सर्वस्व गमावून बसतो. या कथाभागाच्या संपूर्ण रचनेत गडकऱ्यांच्या हातूनही थोडासा तसाच प्रकार झाला आहे. त्यांच्या कोमल कविमनाला वसुंधरेच्या दीनाराप्रमाणे कालिंदीच्या केतनाचा मृत्यूही कसासाच वाटू लागला. वसुंधरेला पातिव्रत्याबद्दल पुत्रप्राप्तीच्या रूपाने बक्षीस मिळावे आणि कालिंदीला मात्र ते मिळू नये, असा पंक्तिप्रपंच काय कामाचा? झाले; कालिंदीवरही कृपा करण्याचे ठरले. वृंदावनाच्या कट्याराखाली बळी पडण्याकरता एक तिसरेच मूल पुढे आले. हे तिसरे मूल आणायचे कुणी व कुठून, त्या मुलाचा नाहक बळी दिला, तर त्याच्या आई-

बापाचे शाप आपल्या माथी बसतील, की नाही, इत्यादी प्रश्न गडकऱ्यांनी एका फटक्यासरशी सोडविले. वसुंधरेवर पूर्वी प्रेम करणारा ईश्वर संन्यस्तवृत्तीने त्याच वेळी त्या नगरात येऊन राहिलेला असतो. तो एक मेलेले मूल पैदा करून ते कालिंदीच्या केतनाच्या जागी ठेवतो. वाघिणीला आणि नागिणीला लीलेने खेळविणारा वृंदावन शेवटी एका मेलेल्या मुलाच्या पोटात कट्यार खुपसून सुडाचे समाधान मानून घेतो. बिचारा ईश्वर संन्यासी होता, की अनाथ अर्भकांच्या एखाद्या आश्रमात नोकर होता, हा प्रश्न बाजूला ठेवला, तरी खून टाळण्याची ही शक्कल और आहे, यात शंका नाही. प्रेते जाळण्यापेक्षा अगर पुरण्यापेक्षा त्यांचा अधिक चांगला उपयोग होणे शक्य आहे, हे या योजनेवरून स्पष्ट दिसून येते. ज्याचा खून व्हावयाचा असेल, त्याच्या जागी काही तरी गडबडगुंडा करून एखादे प्रेत नेऊन ठेवले, की काम फत्ते! खुनी इसमाला खून केल्याचे समाधान मिळून, शिवाय मेलेल्या मनुष्याचा तोटा असा काहीच नाही. पुन:पुन्हा मरे, त्याला कोण रडे, या न्यायाने त्याला आपले समाधान मानून घेता येईल. एवढेच नव्हे, तर आपण दोनदा मेलो, तरी आप्तेष्टांना आपल्या उत्तरक्रियेचा खर्च एकदाच करावा लागणार आहे, या विचारानेही त्याला आनंद होईल.

'पुण्यप्रभावा'तील ईश्वर नाटकी असल्यामुळे त्याला जरूर लागताच मेलेले मूल मिळाले! खऱ्याखुऱ्या जगातल्या एखाद्या मुडदेफरासाच्या हातून देखील हे काम इतक्या उत्तम रीतीने पार पडले असते, की नाही, याची शंका आहे. हे बेवारशी मूल आभाळातून काही खास पडले नसावे. त्याच्या आई-बापांकडून ईश्वराने ते कसे पैदा केले, हे कोडे सामान्य मानवांना सुटणे शक्य नाही! चराचर सुष्टीत ईश्वर 'कर्तुमकर्तुमन्यथाकर्तुम्' अशा सामर्थ्याचा असतो; नाटक हे सृष्टीचे प्रतिबिंब असल्यामुळे त्यातल्या 'ईश्वराला'ही हाच नियम गडकऱ्यांनी लावला, असे दिसते. तरी थोडक्यात निभावले! ईश्वराचे नशीब शिकंदर, म्हणून ते मेलेले मूल कुठून तरी घेऊन येताना नूपुराची आणि त्याची गाठ पडली नाही. नाही तर बोवाजींच्या गाठोड्यात त्यांचेच कर्म आहे, अशी खूणगाठ बांधून त्याचा डांगोरा शहरभर पिटायला त्याने कमी केले नसते!

ईश्वराच्या लीलांपुढे वेदांनीही नेति नेति म्हणून हात टेकले आहेत! तेव्हा त्याची गोष्ट सोडून दिली, तरी निदान कालिंदीला त्या मेलेल्या मुलाचा पत्ता लागायला हवा होता. ईश्वराच्या आश्रमातून वसुंधरेच्या तळघरापर्यंत जाताना व नंतर तळघरातही तिने आपल्या लाडक्या केतनाकडे एकदा सुद्धा ढुंकून पाहिले नाही, असे दिसते! माती मातीला मिळायला निघाल्यानंतर तिचा लोभ धरण्यात मतलब काय, असा तिने पोक्त विचार केला असावा! कालिंदीच्या स्वभावाचा कोमलपणा लक्षात घेता, मुलाला वृंदावनाच्या कट्यारीखाली धरताना देखील त्याचा मुका घेण्याचा मोह तिला अनावर व्हायला पाहिजे होता. पण तसे झाले, तर ईश्वराचे गौडबंगाल बाहेर पडेल, अशी भीती वाटून गडकऱ्यांनी तिला या वेळी दुसरी

वसुंधराच करून सोडली. स्वभावाने कथानकाला आपल्या मागाहून नेण्याच्या ऐवजी कथानकच स्वभावाला आपल्या रंगणात फिरवू लागले आहे, असे या प्रसंगी वाटल्यावाचून राहत नाही.

आपण पोटाशी धरलेले मूल आपला केतन आहे, की दुसऱ्या एखाद्या लहान मुलाचे प्रेत आहे, याचीही कालिंदीला शुद्ध नव्हती, असे घटकाभर मानले, तरी मुलांच्या अदलाबदलीचा आणि मातांच्या स्वार्थत्यागाचा हा रसोत्कट प्रसंग साधताना शक्याशक्यतेकडे गडकऱ्यांनी पूर्णपणे काणाडोळा केला आहे. चवथ्या अंकाच्या पहिल्या प्रवेशात कालिंदी वृंदावनाला विरोध करते व म्हणते, 'आपल्या हातून हे पाप मी होऊ देणार नाही. कंठरवाने ओरडून ब्रह्मांडाला जागे करीन. अशी महाराजांजवळ जाऊन दाद मागेन. त्यांनी आपल्याला बंदिवासात घातले, तरी चालेल.' पतीचे हात पापाने माखले जाण्यापेक्षा शृंखलांनी बद्ध होणे अधिक बरे, असे मानणारी ही पत्नी संधी मिळताच राजाकडे धावत जाईल व वृंदावनाच्या राक्षसी वृत्तीला आळा घालवील, अशी स्वाभाविकच कुणाचीही कल्पना होईल. ती वरील उद्‌गार काढते, तेव्हा वृंदावन तिला बागेतल्या बंगल्यात कोंडून ठेवण्याची व्यवस्था करतो. या बंगल्यात ईश्वराची आणि तिची गाठ पडते, तेव्हा राजाकडे जाण्याची गोष्ट कालिंदी अजिबात विसरून जाते, ही आश्चर्याची गोष्ट आहे. वसुंधरेच्या मुलाचे रक्षण करण्याकरीता आपला मुलगा बळी द्यायला निघालेली ही पतिव्रता दोघांनाही वाचविण्याच्या साध्या उपायाचे नाव देखील काढत नाही! दामिनीचा बुरखा घेऊन तिला जर वसुंधरेच्या तळघरात जाता येते, तर राजवाड्यात जायला तिला कोणती हरकत होती? राजाचे व दामिनीचे सूत आहे, असे नूपुराने सुदामाला सांगितल्यामुळे तो आपल्या बुरखेवाल्या बायकोला पकडण्याकरता राजवाड्याच्या दाराआड लपून बसला होता, असे थोडेच आहे? राजाकडून सर्व बंदोबस्त होण्याची शक्यता असताना कालिंदीने आपल्या पोटच्या गोळ्याच्या जिवावर उदार होणे ही गोष्ट बाजारात जाऊन तांबडी शाई आणणे शक्य असताना ते न करता उरात चाकू खुपसून रक्ताने तिचे काम भागविण्याइतकी विलक्षण आहे!

पायाचे नख काढून काम होत असताना पाय तोडण्याची तयारी दाखविणे, यात त्याग असला, तरी शहाणपणा खास नाही. हा अविचारी त्याग तरी सफाईदार रीतीने पार पडला आहे, असेही नाही. दामिनी दीनाराला घेऊन येते व नंतर कालिंदी केतनाला घेऊन तळघराकडे जाते. मध्यंतरीच्या काळात दोन घटकांनी आपल्याला सोडून जाणाऱ्या दीनाराकडे वसुंधरा लक्ष देत नाही, म्हणून बरे आहे. वृंदावन दीनाराला ठार मारण्याकरिता येईल, तेव्हा शिवलीलामृताच्या अकराव्या अध्यायातील कोणत्या ओव्या म्हणाव्यात, याचा विचार करण्यात ती गुंग झाली होती, की काय, हे समजत नाही. पातिव्रत्यासाठी तिने दीनारावर पाणी सोडणे जितके स्वाभाविक,

तितकेच त्या भयंकर प्रसंगापूर्वी दीनाराला जवळ घेऊन तिने त्याला अश्रूंनी न्हाऊ घालणे हेही स्वाभाविक नाही का? पण 'कालपासून मी पुन्हा दीनाराकडे पाहिले सुद्धा नाही' असे गडकऱ्यांनी वसुंधरेकडून वदविले असल्यामुळे दामिनीने दीनाराला नेल्याचा तिला पत्ता लागला नसेल, असे म्हणता येईल. या पुढील गोष्टींचे समर्थन करणे मात्र कठीण आहे. दामिनी वसुंधरेसमोरही बुरखा काढीत नव्हती (सुदामाला पुरुषाप्रमाणे बायकांविषयी संशय येऊ लागला होता काय?) हे मान्य केले, तरी तिच्या व कालिंदीच्या आवाजांतील फरक वसुंधरेच्या लक्षात कसा येत नाही? अभिमन्यूचे गाणे दामिनीला येत असेल; पण कालिंदीलाही तेच अचूक येत असावे, हे एक आश्चर्यच आहे! कदाचित अरुंधती नगरीतील मुलींच्या क्रमिक पुस्तकात हे गीत असल्यामुळे ते सर्व बायकांना पाठ येत असेल!

वसुंधरा व वृंदावन या दोघांच्याही दृष्टीने दीनाराचा वध झालेला असतो. त्या प्रेताची व्यवस्था लावण्याचे काम वास्तविक वृंदावनचे. पण निरपराधी पोराच्या पोटात कट्यार खुपसण्याइतका दुष्टपणा त्याच्यामध्ये असला, तरी त्या प्रेताची विल्हेवाट लावण्याइतके व्यवहारज्ञान त्याच्या अंगी दिसत नाही. ते असते, तर कालिंदी स्मशानात स्वत: मूल पुरायला गेल्यामुळे प्रेक्षकांच्या डोळ्यांतून जे अश्रू वाहतात, ते वाहविण्याची संधी गडकऱ्यांना कशी मिळाली असती? एवढ्यासाठी त्यांनी अशी कल्पना केली आहे, की दामिनीच्या बुरख्याखाली असणारी कालिंदी ते प्रेत सकाळी बुरख्याआड लपवून बागेतील बंगल्यात नेते. नंतर रिकामा पाळणा हलवून शोक करीत बसणारी वसुंधरा त्या प्रेताकडे एकदा सुद्धा पाहत नाही, हे नाटककाराप्रमाणे कालिंदीचेही भाग्य म्हटले पाहिजे. सबंध दिवस हे प्रेत बागेतील बंगल्यात ठेवून कालिंदी ते पुरायला रात्री स्मशानात जाते! तिच्यावर पहारा असल्यामुळे तिला दिवसा कुणी बाहेर जाऊ दिले नसेल, असे म्हणावे, तर रात्री तरी ती बाहेर कशी पडली? आदल्या रात्री दागिन्यांच्या लोभाने दामिनी तिच्या जागी येऊन बसली होती, तशी चांगल्या नवऱ्याच्या आशेने किंकिणीने दुसऱ्या रात्री तिची उणीव भरून काढली होती, की काय? सबंध दिवसभर मुलाचे प्रेत कालिंदीपाशी असूनही तिला तो आपला केतन नाही, हे काही केल्या कळत नाही. प्रेम आंधळे असते, याचे उत्कृष्ट उदाहरण याच्यापेक्षा दुसरे कोणते देता येईल?

अमावास्येच्या मध्यरात्री स्मशानात जाऊन आदल्या रात्री मारलेले (वास्तविक त्याच्या आधीच मेलेले; किती वेळ आधी, ते मात्र ईश्वर जाणे!) मूल पुरण्याची पाळी कालिंदीवर का आली, याचाही गडकऱ्यांनी उलगडा केला नाही! तिच्या गळ्यात मेलेले मूल बांधणारा ईश्वर दुसऱ्या दिवशी कुठे बेपत्ता होतो ? लाक्षणिक अर्थाने नाटकात वृंदावनालाही पुरून उरलेला हा साधुपुरुष एक आधी मेलेले व नंतर मारलेले मूल पुरण्याच्या कामी कच का खातो, हे सांगणे कठीण आहे. कालिंदीला तो सबंध दिवस

शोकात काढायला लावून केतनाला कुठे तरी लपवून ठेवण्यातही त्याला काय पुरुषार्थ वाटला असेल, तो त्याचा त्याला ठाऊक! नाटकाचा शेवट गोड करण्याच्या नादात नाटककार त्याला विसरले व तो कलिंदीला आणि मेलेल्या मुलाला विसरला, हे मात्र खरे! कालिंदीला घेऊन राजाकडे जाण्याची साधी गोष्ट तर ईश्वराला केव्हाच सुचत नाही! दामिनीला दागिन्यांचा साज मात्र तो ताबडतोब देतो. मेलेल्या मुलाप्रमाणे दागिने पैदा करण्याची अजब विद्याही त्याला साध्य झालेली दिसते!

नाटकाचे पर्यवसान कृत्रिम आनंदात करण्याचे धोरण गडकऱ्यांनी स्वीकारल्यामुळेच प्रसंग व स्वभाव यांच्यांत इतका विसंगतपणा उत्पन्न झाला आहे. वास्तविक पाहिले, तर वृंदावनासारख्या राक्षसी स्वभावाच्या मनुष्याच्या गुन्ह्याला जगातली कुठलीही शिक्षा कमीच झाली असती. पण कालिंदी त्याची अर्धांगी झाल्यामुळे तिच्या मुलाला वाचविता-वाचविता गडकऱ्यांनी वृंदावनाचाही शिक्षेपासून बचाव केला आहे. हा बचाव एका गेलेल्या मुलाच्या आधारावर केल्यामुळे तो निर्जीव वाटावा, हे स्वाभाविकच आहे. सुधाकराच्या नशिबाशी संबद्ध झाल्यामुळे सिंधूवर जर दुःखाचे डोंगर कोसळतात, तर सुधाकरापेक्षा शतपटीने दुष्ट असलेल्या वृंदावनाच्या पत्नीलाही दुःख भोगावे लागणे नाट्यनीतीच्या दृष्टीने चुकीचे ठरले नसते. पण गोड शेवट करण्याकरता गडकरी गोड कपट करण्याच्या नादाला लागले. पण या कपटाचे परिणाम वर वर्णिलेले असंभाव्यता, असंबद्धता, वगैरे दोष होत. आनंदात्मक आणि विनोदप्रधान नाटकात गोड कपटे व रहस्ये शोभून जातात. पर करुणात्मक व गंभीर नाटकांची गोष्ट तशी नाही. मोटारीखाली आपले मूल सापडले, या कल्पनेने मूर्च्छित झालेली माता दाखवून नंतर तिचे मूल सुरक्षित आहे, असे दाखविणे चमत्कृती उत्पन्न करण्याच्या दुष्टीने ठीक असते; पण मोटारीखाली तिच्या मुलाऐवजी त्याच्यासारखे दिसणारे एक मेलेले मूल मिळाले होते, असे या चमत्कृतीने समर्थन केले, म्हणजे करुणाकरिता योजलेल्या प्रसंगांचे अद्‌भुतात रूपांतर होते. स्वप्नात केलेले राज्यदान प्रत्यक्ष सृष्टीत आचरून दाखवावे लागते, इतके त्यागदैवत उग्र आहे. पण 'पुण्यप्रभावा'तील वसुंधरा व कालिंदी या दोघींचाही त्याग शेवटी लुटीपुटीचा ठरत असल्यामुळे तो नाटकाच्या सोयीकरता तर त्यांनी केला नाही, अशी शंका क्षणभर मनात उत्पन्न झाल्यावाचून राहत नाही.

नाट्यमंदिराच्या मधल्या भागाची ही चिकित्सा झाली. या भागाचा पाया व त्याच्यावर उभारलेला कळस यांच्याविषयीही विचार करणे अगत्य आहे. 'पुण्यप्रभावा'चा मध्यबिंदू वसुंधरेने पातिव्रत्याच्या संरक्षणाकरता केलेला दिव्य त्याग हा आहे. हा त्याग करणे आवश्यक व्हावे, म्हणून ती व तिचा पती भूपाल ही येन केन प्रकारेण वृंदावनाच्या पूर्णपणे ताब्यात आली पाहिजेत. हे घडवून आणण्याकरता गडकऱ्यांनी, 'पुण्यप्रभावा'चे दोन अंक – पृष्ठसंख्येच्या दृष्टीने पाहिले, तर निम्मे नाटक – खर्च

केले आहे. प्रमाणबद्धतेच्या दृष्टीने हा मोठा दोष आहे, यात शंका नाही. नाटकाचा आरंभ कथानकाच्या कुठल्या भागापाशी करावयाचा, या गोष्टीकडे नाटककाराने पूर्ण लक्ष देणे जरूर असते. 'हॅम्लेट' व 'टेंपेस्ट' या दोन्हींखेरीज इतर सर्व नाटकांतील महत्त्वाच्या घटना शेक्सपिअरने प्रत्यक्षच रंगभूमीवर दाखविल्या आहेत. इब्सेनची पद्धत यापेक्षा सर्वस्वी निराळी आहे. त्याच्या नाटकात आरंभी वातावरण शांत दिसत असते. पण ही शांतता ज्याचा लवकर स्फोट व्हावयाचा आहे, अशा ज्वालामुखीच्या पठारावरील हिरवळीप्रमाणे असते. बीजाचा अंकुर, अंकुराचा रोपा व रोप्याचा वृक्ष करीत बसणे त्याला आवडत नाही. त्याच्या नाटकात कथानकाला चालना देणाऱ्या महत्त्वाच्या गोष्टी नाटक सुरू होण्यापूर्वीच घडून आलेल्या असतात. युद्धाची कारणे, दोन्ही पक्षांचे डावपेच, वगैरे गोष्टी तो रंगवीत बसत नाही. तो एकदम युद्धाला सुरुवात करतो. युद्ध रंगात आले, की जाता-जाता त्याला कारणीभूत झालेल्या गोष्टींचा उलगडा कौशल्याने करण्याची त्याची हातोटीही अवर्णनीय आहे.

कथानकाचा सर्व विकास नाटकात करणे आणि कारणीभूत गोष्टी पूर्वसूत्रात घालून फक्त त्यांनी घडवून आणलेले कार्य दाखविणे या दोन्ही मार्गांपैकी श्रेष्ठ कोणता, हे कथानकाच्या स्वरूपावर अवलंबून असते. इब्सेनच्या पद्धतीने 'पुण्यप्रभावा'चा आरंभ करणे इष्ट झाले असते की नसते, हा प्रश्न सोडून दिला, तरी वृंदावनाने भूपाल व वसुंधरा यांचे हातपाय अडकविण्याकरता पसरलेले कपटजाल सत्तर पृष्ठे पसरले नसते, तर नाटक निःसंशय अधिक परिणामकारक झाले असते. समुद्रातले मासे पकडण्याकरता कोळ्यांना रापणीसारखे मोठे जाळे घालावे लागते; पण तळ्यात तेवढ्या जाळ्याची मुळीच जरुरी नसते. भूपालासारख्या नाकासमोर जाणाऱ्या साध्या मनुष्याला खड्ड्यात पाडणे हे फारसे कठीण काम नसल्यामुळे निम्मे नाटक कारस्थानात खर्च होणे कलेच्या दृष्टीने सदोष आहे. व्याख्यात्याची ओळख करून देता देता एखाद्या अध्यक्षाने व्याख्यानाच्या वेळापैकी निम्मा वेळ खाल्ला, तर त्याच्या या 'परिचयाचे' कोण कौतुक करील?

पहिल्या दोन अंकांचे प्रवेशवारीने पृथक्करण केले, की ही गोष्ट स्पष्ट होईल. पहिल्या अंकाच्या पहिल्या प्रवेशात ईश्वर व वसुंधरा यांची गाठ घालून देऊन कथानकाच्या पूर्वसूत्राशी वाचकांची ओळख करून दिली आहे. दुसऱ्या प्रवेशात वृंदावनाचे दुष्ट व कालिंदीचे प्रेमळ अंतःकरण दृष्टीला पडते. तिसऱ्या प्रवेशात नूपुर, कंकण व किंकिणी यांचा किणकिणाट आहे. चवथ्या प्रवेशात वृंदावन राजाचे मन भूपालाविषयी कलुषित करतो. अशा रीतीने चव्वेचाळीस पुष्ठांच्या पहिल्या अंकात वृंदावनाला राजाच्या कानात विष ओतण्याची संधी मिळते, एवढाच कथाभाग आला आहे. ही संधी तरी वृंदावनाने काही अक्कल लढवून मिळविली, असे थोडेच आहे? राजा इंद्रनाथाच्या बंडाचा बंदोबस्त करण्याकरता मोहिमेवर जाण्याची भूपालाला

सूचना करतो. भूपाल त्याला 'सध्या मोहिमेवर जाण्याची माझ्या मनाची तयारी नाही' असे उत्तर देतो. सुताचे भूत करून दाखववावे, त्याप्रमाणे भूपालाच्या या नकाराला वृंदावन राजपुत्राच्या संकल्पित वधाचे रूप देतो. बिचाऱ्या भूपालाला स्वत:पेक्षा गडकऱ्यांचीच काळजी असल्यामुळे त्याने राजाला नकार दिला असावा! नाही तर काहीच कारण नसताना तो निरुत्साही का झाला असता? मनाची तयारी करण्यासाठी तो राजाकडून सवड मागून घेतो. कुस्ती ठरली, की पहिलवान खुराक सुरू करतात, त्याप्रमाणे गीतेसारखे कर्मयोगपर ग्रंथ अगर वीररसपूर्ण पोवाडे वाचून तो मनाची तयारी करणार होता, की काय, कुणास ठाऊक!

पहिला अंक असा कृतिशून्य आहे, एवढेच नव्हे, तर दुसरा अंकही आपल्या वडील भावाच्या पावलावर पाऊल ठेवून मार्गक्रमण करीत आहे. त्यातल्या पहिल्या प्रवेशात सुदाम आपल्या बायकोच्या मुखचंद्राला बुरख्याचे ग्रहण लावतो. दुसऱ्या प्रवेशात भूपाल व वसुंधरा काव्यशास्त्रविनोदात काळ घालवीत असलेली दिसतात, तिसऱ्यात महाराज व किंकिणी यांना करावयाच्या विनंत्यांच्या कात्रीत सापडल्यामुळे कंकणाच्या अकलेचे तुकडे-तुकडे झालेले आढळतात, आणि चवथ्यात भूपालाला पकडण्याकरता वृंदावनाने रचलेले कपट-नाटक रंगभूमीवर येते. भूपाल व वसुंधरा वृंदावनाच्या पूर्णपणे ताब्यात यावीत, म्हणून केलेला हा सत्तर पुष्ठांचा खटाटोप पाहिला, म्हणजे समुद्रात बुडलेला आपला कमंडलू काढण्यासाठी एखाद्या तेजस्वी ऋषीने सर्व तप:सामर्थ्य खर्च करून सबंध समुद्र पिऊन टाकण्याचा उद्योग आरंभावा, असा काही तरी भास येतो.

भूपाल व वसुंधरा वृंदावनाच्या कपटपाशात सापडावीत, म्हणून जे कारस्थान उभारण्यात आले आहे, ते तरी चमत्कृतिपूर्ण व गुंतागुंतीचे असावयाला पाहिजे होते! पण गडकऱ्यांनी आपल्या मते हा किल्ला दगडधोंड्यांनी बांधला असला, तरी त्याचा मालमसाला वाळूपेक्षाही ठिसूळ आहे. वृंदावन भूपालाला फसवून युवराजाच्या शयनमंदिरात आणतो. भूपाल युवराजाचा वध करणार आहे, अशी वृंदावनाने खोटी समजूत करून दिल्यामुळे राजाही मच्छरदाणीच्या आड येऊन उभा राहिलेला असतो. या राजाला मारेकरी समजून भूपाल युवराजाच्या अंगावरून त्याच्यावर तलवार उगारतो. तत्काळ राजाची भूपालाच्या राक्षसी हेतूबद्दल खात्री होते व तो भूपालाला सहकुटुंब सहपरिवार वृंदावनाच्या हवाली करतो.

लहरीपणाबद्दल कुप्रसिद्ध असलेला एखादा आधुनिक संस्थानिक सुद्धा या राजाइतका मूर्ख असेल, असे वाटत नाही. भूपालाविरुद्ध एका अक्षराचा देखील लेखी पुरावा नसतो. भूपाल युवराजाच्या अंगावरून पलीकडे तलवार उगारतो, एवढ्या गोष्टीवरून राजाची त्याच्या वाईट हेतूबद्दल खात्री पटते! पलीकडील व्यक्तीवर वार करण्याकरिता निजलेल्या माणसाच्या अंगावरून उगारलेली तलवार

आणि त्या निजलेल्या माणसाला मारण्याकरता उगारलेली तलवार यांच्यामधले अंतर न ओळखण्याइतका राजा मूर्ख असेल, असे म्हणवत नाही. कदाचित तलवार पाहिल्याबरोबर भीतीने त्याने डोळेच मिटून घेतले असतील! राजा भूपालाशी जे वर्तन करतो, त्यावरून त्याच्या राज्यात 'हम करेसो' हा एकच कायदा अमलात असावा, असे वाटू लागते. संशयाचा फायदा आरोपीला देण्याऐवजी फिर्यादीला देणारा हा गृहस्थ न्यायासनावर विराजमान होऊन किती लोकांची कत्तल करीत असेल, ते एका चित्रगुप्तालाच ठाऊक! असल्या संशयी, मूर्ख व हलक्या कानाच्या राजाच्या पदरी राहण्याची चूक भूपालासारख्या समंजस मनुष्याच्या हातून कशी झाली, हेच कळत नाही.

वृंदावनाचे कारस्थान पत्त्यांच्या बंगल्याप्रमाणे असल्यामुळे त्याला एखाद्या राजाची जरुरी होती, असे मानून पुढे गेले, तरी कथासूत्राचा हा धागा पुढेही व्यवस्थितरीतीने गुंफलेला दिसत नाही. हे मच्छरदाणीबहाद्दर राजेसाहेब युवराजाच्या शयनमंदिरातून जे अंतर्धान पावतात, ते नाटकाच्या शेवटी स्मशानाच्या वाटेवर नूपुरापुढे प्रगट होतात! मध्यंतरी ते कोणत्या राजकारणात गढून गेलेले असतात, ते अरुंधतीनगरीच्या प्रधानमंडळालाच माहीत! रागाच्या भरात त्यांनी भूपालाला वृंदावनाच्या स्वाधीन केले असले, तरी राग ओसरल्यानंतर त्यांनी त्याची थोडी तरी चौकशी करायला पाहिजे होती! साठी बुद्धी नाठी, या न्यायाने या बुड्ढेबुवांचे मौनव्रत क्षम्य मानले, तरी जे साठीत नाही, ते आठीत असते, या तत्त्वानुसार बालयुवराजाने तरी भूपाल व वसुंधरा यांची विचारपूस करणे आवश्यक होते.' नाटकाच्या आरंभी तो 'आपले माझ्यावरचे प्रेम मातृप्रेमापेक्षाही अधिक आहे' असे वसुंधरेजवळ उद्‌गार काढतो. पण वृंदावनाच्या कारवाईनी ती तळघरात बंदिवान होऊन पडल्यानंतर पहिल्या-दुसऱ्या अंकांत तिला माता मानणारी ही स्वारी तिची भेट घेण्याचा देखील प्रयत्न करीत नाही. तळघरात कोंडलेली वसुंधरा आपल्याला खाऊ देऊ शकणार नाही, असा पोक्त विचार या बाबतीत युवराजांनी केला असेल, की काय, हे सांगवत नाही. बिचारे पोर नाटकाच्या शेवटी डोळे चोळीत चोळीत रंगभूमीवर येऊन उभे राहते व भूपालाला वंदन करते, एवढेच काय ते त्याचे कार्य! ही भूमिका त्रिशंकूप्रमाणे लोंबकळत न ठेवता तिचा उपयोग वृंदावनाचे कारस्थान हाणून पाडण्याकडे–निदान त्याचा स्फोट करण्याकडे तरी करून घेण्यात आला असता, तर नाटक निःसंशय रंगदार झाले असते. ईश्वरानेही मेलेले मूल पैदा करण्याच्या भानगडीत न पडता या जिवंत मुलालाच हाती धरले असते, तर कथानकातली अस्वाभाविकता कमी झाली असती.

भूपालाला येन केन प्रकारेण वृंदावनाच्या ताब्यात देण्यापलीकडे राजा व युवराज यांचा नाट्यकथानकाला मुळीच उपयोग होत नाही. शेवटच्या अंकात मृत्युंजय महाराज हरून अलरशीदचे शिष्य होतात आणि वेष पालटून रात्री नगरसंचार करू लागतात असे दाखविले आहे. पण राजेसाहेबांच्या या नव्या लहरीची वाचकांना

काडीमात्रही कल्पना नसल्यामुळे त्यांचे हे निशाभ्रमण त्यांना कसेसेच वाटते. स्मशानात कालिंदीची व त्यांची गाठ पडून त्यांना वसुंधरेच्या छळाचा पत्ता लागतो. पण वृंदावनाच्या हृदयातील ईश्वर जागृत झाल्यानंतर राजेसाहेब जागे होत असल्यामुळे नाट्यदृष्ट्या त्यांचा काहीच उपयोग होत नाही. नगरसंचाराच्या व्यायामाने त्यांची प्रकृती सुधारली किंवा नाही, हे कळण्यालाही नाटकात काही मार्ग नाही. नाटकाच्या आरंभी इंद्रनाथाविरुद्ध मोहीम करण्याचा त्यांचा विचार असतो. पण सहाव्या अंकात त्याची त्यांना मुळीच आठवण होत नाही. मग रात्री-अपरात्री नगरसंचार करण्यात त्यांचा उद्देश शहरातील सर्व भुते गोळा करून ती इंद्रनाथाविरुद्ध पाठविण्याचा होता, की काय, हे सांगणे कठीण आहे!

राजा व युवराज यांची लोढणी कथानकाच्या गळ्यात गडकऱ्यांनी अडकविली नसती, तर 'पुण्यप्रभाव' प्रमाणबद्ध व सुटसुटीत झाले असते. सद्य:स्थितीतही पहिल्या दोन अंकांचा फाफटपसारा न मांडता पहिल्या अंकाच्या शेवटी भूपाल फसून वृंदावनाच्या कपटजालात अडकतो, असे दाखविणे अशक्य नव्हते. पण या दृष्टीने गडकऱ्यांनी 'पुण्यप्रभावा'च्या मांडणीचा बहुधा विचारच केला नसावा!

वृंदावनाचे कारस्थान हा आदी, वसुंधरा व कालिंदी यांनी केलेलं पुत्राचे बलिदान हा मध्य, आणि हृदयातील ईश्वर जागृत झाल्यामुळे वृंदावनाने वसुंधरेच्या हातातील हार गळ्यात घालून घेण्याऐवजी आपल्या अश्रूंची माळ तिच्या पायांवर वाहणे हा अंत, अशा 'पुण्यप्रभावा'च्या तीन पायऱ्या आहेत. यांतील तिसऱ्या पायरीचा विचार स्वभावविवेचनात ओघाओघाने येणार असल्यामुळे तिच्याविषयी स्वतंत्र चर्चा करण्याची आवश्यकता नाही.

या नाटकातील भूमिकांचे वर्गीकरण खाली दिल्याप्रमाणे होते:

मुख्य पात्रे – वृंदावन, वसुंधरा.

दुय्यम पात्रे – कालिंदी, भूपाल, ईश्वर, दामिनी.

गौण पात्रे – सुदाम, नूपुर, कंकण, किंकिणी, मृत्युंजय महाराज व त्यांचे चिरंजीव इंद्रायुध.

वृंदावन – या पात्राची योजना केवळ कलिपुरुष म्हणून गडकऱ्यांनी केली आहे, असे म्हणवत नाही. नाटकाचा गोड शेवट त्याच्या स्वभावात घडून येणाऱ्या सात्त्विक परिवर्तनावर अवलंबून आहे. या परिवर्तनाची कल्पना त्यांना 'प्रेमशोधन' मधील कंदनाच्या स्वभावरेखनावरून बहुधा सुचली असावी! वसुंधरेला त्याने घातलेल्या मागणीला 'कमी दर्जाच्या कुळातला' म्हणून वाटाण्याच्या अक्षता मिळतात. वसुंधरेचे भूपालाशी लग्न झालेले पाहताच हाही 'लग्नाचे सोंग' करून कालिंदीबरोबर संसार थाटतो. स्वत:च्या लग्नाला तो 'लग्नाचे सोंग' म्हणत असला, तरी हे सोंग त्याला उत्तम साधले होते, असे पाळण्यात खेळणाऱ्या केतनावरून म्हणायला हरकत नाही.

कांचनगडच्या मोहनेतला हंबीररावही असेच लग्नाचे सोंग करतो. पण त्याच्या पत्नीला मूल लांब राहिले, त्याचाकडून प्रेमाचा एक शब्द सुद्धा लाभत नाही. कालिंदीची स्थिती तितकी करुणास्पद वाटत नाही. हे लग्नाचे सोंग करण्यात वृंदावनाचा मुख्य हेतू वसुंधरेचे मन आपल्याविषयी साशंक राहू नये, हाच असवा. हिरव्यागार गवताखाली विषारी सर्पाला जसे लपता येते, त्याप्रमाणे कालिंदीसारख्या अर्धांगीमुळे सोज्ज्वळ दिसणाऱ्या संसाराच्या आड वृंदावनाला आपल्या सुडाची जोपासना करता आली. या सुडाचे कारण मुख्यत: एकच दिसते. भूपालाची तळघरात प्रथमत:च गाठ घेताना वृंदावन म्हणतो, 'वसुंधरेच्या बापाचे' शब्द ऐकूनही माझे तिच्या नवऱ्याशी मित्र-भावाने वागणे, तिच्या लहानशा पोराला सुद्धा खरे वाटणार नाही! त्या उन्मत्त थेरड्याने प्रत्यक्ष माझ्या मातेबद्दल – त्या शब्दांचा मी आज उच्चार करीत नाही, अजून केला नाही, भ्रष्ट झालेल्या वसुंधरेच्या वर्णनाच्या वेळी ते मी वापरणार आहे. तेवढ्यासाठी मी तुझ्याशी स्नेह केला.' वसुंधरा वृंदावनाच्या कुळाचा कमी दर्जाचे म्हणून उल्लेख करते; खुद्द वृंदावनही वसुंधरेच्या बापाने आपल्या आईविषयी नाही-नाही ते अपशब्द वापरल्याचे जोरजोराने सांगत असतो. वृंदावनाच्या भाषणावरून वसुंधरेच्या वडिलांनी त्याच्या आईविषयी निंद्य उद्‌गार काढले होते, असे दिसते. वसुंधरेचा बाप एक गावंढळ म्हातारा असता, तर रागाच्या भरात तो फटकळपणाने काही तरी बोलून गेला, असे या बाबतीत म्हणता आले असते. पण गडकऱ्यांनी वसुंधरेच्या मुखाने त्याचे स्त्रीदाक्षिण्य पुढे दिल्याप्रमाणे वर्णन केले आहे. 'एकदा एका अनाथ पतिव्रतेच्या लज्जारक्षणासाठी बाबांनी पन्नास आडदांड बेशरमांच्या हत्यारबंद टोळीत एकट्यांनी उडी टाकून कपाळावर जखम करून घेतली! पुढे वीरसभेत बसताना त्या जखमेचा वण झाकून जाऊ नये, म्हणून मंदिलाचा मोत्यांचा शिरपेच बाबा नेहमी काढीत; नाथ, त्या वीरपुरुषाची मी वीरकन्या!' प्राणाची पर्वा न करता अनाथ अबलेच्या संरक्षणाकरता सिंहाप्रमाणे धावणारा मनुष्य पिसाळलेल्या कुत्र्याप्रमाणे एखाद्याच्या आईचा अब्रूचा चावा घेईल, यावर कुणाचाही भरवसा बसणार नाही.

वसुंधरेने वृंदावनाच्या मागणीला नकार दिला, असे दाखविले, तर लीला कमलाकराला झिडकारते व त्यामुळे तो तिचा सुड घेतो, या प्रसंगाचीच पुनरावृत्ती होईल, अशी भीती वाटून गडकऱ्यांनी वृंदावनाच्या सुडाचे कारण वसुंधरेच्या बापाच्या माथी मारले आहे. त्याच्या पिकलेल्या केसांना ते शोभेल, की नाही, याची मात्र त्यांनी मुळीच काळजी घेतली नाही. वृंदावनाच्या आईविषयी काही लोकापवाद होते किंवा काय, याचाही खुलासा करण्याच्या भानगडीत ते पडले नाहीत. प्रसंग पडेल, त्याप्रमाणे पैसे उसने आणायचे, पण त्यांचा हिशेब ठेवायचा नाही, अशा स्वभावाच्या माणसाचा कारभार जसा अनागोंदी होतो, त्याप्रमाणे जरूर लागेल, त्या वेळी एखादे

कारण अगर साधन उत्पन्न करायचे व पुढे त्याची वासपूस करायची नाही, या प्रवृत्तीमुळे गडकऱ्यांची ही नाट्यरचना विस्कळित व अव्यवस्थित झाली आहे!

वृंदावनाची स्वभावमीमांसा करू लागले, की ही गोष्ट पुरेपूर पटते. वसुंधरेच्या बापाच्या अपशब्दांचा सुड उगविण्याकरता तो वसुंधरेला भ्रष्ट करू इच्छितो, की वसुंधरा मिळाल्यावाचून त्याच्या मनाचे समाधान होत नाही, म्हणून तो या फंदात पडतो, हा प्रश्नच आहे. आईचा अपमान ही शुद्ध लंगडी सबब वाटते; पण लंगडी असूनही वाटेल तिथे चालू शकते, अशी या जगात सबब ही एकच गोष्ट असल्यामुळे गडकऱ्यांनी तिचा फायदा घेण्याचा प्रयत्न केला आहे. ज्या प्रवेशात आपल्या मातेच्या अपमानाचा वृंदावन उल्लेख करतो, तेथे त्या उल्लेखाआधीच तो भूपालापाशी त्यांच्या 'हृदयातील वसुंधरेची मूर्ती' मागतो. पहिल्या अंकात कालिंदीशी बोलतानाही त्याची अशीच धरसोड सुरू असते. 'माझ्या मानहानीची भरपाई करून घेण्यासाठी माझा हा सारा खटाटोप आहे', हे त्याचे शब्द हवेत विलीन होतात, न होतात, तोच कालिंदीविषयी विचार करताना तो स्वत:शी म्हणतो, 'हे वाटेवरचे प्रेम मिळवून मी काय करू? मला जे पाहिजे, तेच मी मिळवीन... वसुंधरेचा हार स्वीकारण्यासाठी ही गळ्यातली घोरपड हळूहळू दूरच केली पाहिजे.' या वाक्यावरून त्याला वसुंधरा पाहिजे होती, असे अनुमान काढावे, तर तिसऱ्या अंकाच्या शेवटी तो म्हणतो, 'वसुंधरे, तुला भ्रष्ट केल्याशिवाय माझा सुड थांबणार नाही. नुसता माझ्या गळ्यात हार घालण्याने सुद्धा माझे समाधान होईल.' दारूची तलफ चहाने भागविणाऱ्या इसमाला दारूबाज कोण म्हणेल? वसुंधरा अस्सल आर्य असल्यामुळे परपुरुषाच्या गळ्यात हार घालणे तिला गैर वाटले व वृंदावनाला तिच्या पोराच्या वधाचा फास करण्याची संधी मिळाली. पण आर्य संस्कारांपासून अलिप्त असलेल्या वातावरणात या प्रसंगाची योजना केली, तर परपुरुषाच्या हातात हात घलणाऱ्या अगर त्याला आपल्या हाताचे चुंबन घेऊ देणाऱ्या समाजातील वसुंधरेने वृंदावनाच्या गळ्यात हार घालण्याचे कदाचित कबूलही केले असते! वसुंधरेने फक्त आपल्या गळ्यात हार घालावा, असे म्हणणारा वृंदावन कामुक अगर लावण्यलुब्ध दिसत नाही. तो दुसऱ्या स्त्रीची अब्रू घेऊन आपल्या आईच्या अब्रूनुकसानीची भरपाई करू इच्छिणारा एक दंश धरणारा दुष्ट मनुष्य आहे. नाटकाच्या शेवटी वृंदावनाच्या हृदयातला ईश्वर जागा होत असल्यामुळे सुड, कामुकता, वगैरे विकार वृंदावनाच्या हृदयातून पळ काढतात, हे ठीकच आहे. वसुंधरेच्या नुसत्या हाराने तो संतुष्ट झाला असता, असे मानले, तर त्याचा दुष्टपणा दंशमूलक ठरतो. गळ्यात हार पडला, की हळूहळू बाहुपाश येईलच, असा मुत्सद्दीपणाचा विचार त्याने केला असल्यास मात्र त्याचे कारस्थान काममूलक मानले जाईल. त्याच्या हेतूविषयीचे नाटकातील सर्व उल्लेख एकत्र केले, तर कामुकतेपेक्षा सुडाचेच पारडे जास्ती जड होते. आरशात पद्मिनीचे प्रतिबिंब

पाहणाऱ्या अल्लाउद्दीन खिलजीच्या मनात जसे कपट होते, त्याप्रमाणे गळ्यात हार घालून घेण्याच्या वृंदावनाच्या इच्छेच्या आड आणखी काही डावपेच असेल, असे त्याच्या बोलण्यावरून तरी वाटत नाही.

सुडाच्या सैतानाने हृदयात थैमान मांडल्यामुळे वृंदावन भूपालाला पकडण्याचे कृष्ण-कारस्थान करतो. शेवटी हृदयातला ईश्वर प्रगट झाल्यामुळे या सैतानाला तेथून पळ काढावा लागतो. वृंदावनाच्या स्वभावाची ही दोन टोके आहेत. या टोकांमधला प्रवास गडकऱ्यांनी कोणत्या योजनांनी पार पाडला आहे, हे पाहणे इष्ट आहे. वृंदावन प्रथमत: रंगभूमीवर येतो, त्या वेळी त्याचे मन कृष्णमेघाप्रमाणे असते. या मेघाच्या मागे कालिंदीच्या प्रेमळ व सात्त्विक स्वभावाची वीज चमकत असल्यामुळे हे दृश्य अत्यंत हृदयंगम वाटते. दुष्टपणा घुबडासारखा असतो. त्याला विचारांच्या सूर्यकिरणांकडे पाहवत नाही. यामुळे या प्रवेशात वृंदावन कुठल्याही गोष्टीचा विचार करायचा नाही, असे ठरवून आपला बेत तडीला नेण्याच्या उद्योगाला लागतो. भूपालावर युवराजाच्या खुनाच्या बेताचा आरोप लावताना कंकणासारख्या अक्कलशून्य मनुष्याला तो जवळ करतो, ही गोष्ट त्याच्या बुद्धीला खास शोभत नाही. 'कुठल्याच गोष्टीचा विचार न करण्याचे' ठरविल्यामुळे त्याने कंकणाला हाताशी धरले असेल! दुसऱ्या अंकाच्या शेवटी भूपाल त्याच्या ताब्यात येतो! भूपाल व वसुंधरा यांचे ललाटलेख हस्तगत करण्याकरिता त्याने रचलेल्या कारस्थानावरून सुडाच्या बुद्धीखेरीज इतर प्रकारची बुद्धी त्याला विशेष नसावी, असे वाटते! राजाच्या मूर्खपणाची खात्री असल्यामुळे तो इतका गाफिल राहिला, असेही कुठे दाखविले नाही. तिसऱ्या अंकापासून त्याच्या सुडाच्या विचारांना मूर्तस्वरूप येते. 'वसुंधरेने माझ्या गळ्यात नुसता हार घातला, तर माझे समाधान का होऊ नये? भूपालाची जागा एक क्षणभर मिळाली, तर संकेताने माझी सुडाची कल्पना खात्रीने शांत होईल', असा विचार करीतच तो भूपालाची गाठ घेतो. तिसऱ्या अंकाच्या पाचव्या प्रवेशात कालिंदीला दूर लोटून दिल्यावर ती रडू लागते, तेव्हा 'गोड शब्दांनी हिचे समाधान केले पाहिजे; नाही तर रडक्या मुद्रेची ही ब्रह्महत्या डोळ्यांपुढून हलायची नाही', असे तो उद्‌गार काढतो. मोठमोठ्या दरोड्यांचे बेत करणाऱ्या मनुष्याने अंधारात जायला भ्यावे, अशातले त्याचे हे उद्‌गार वाटतात. हळवेपणा व बेडरपणा यांचे एक विलक्षण मिश्रण वृंदावनाच्या स्वभावात गडकऱ्यांनी दाखविले आहे. बायकोची रडवी मुद्रा पाहून तिचे समाधान करणारा हा प्रेमळ पती दोन दिवसांनी तिला कोंडून ठेवण्याचा हुकूम सोडतो. मध्यंतरीच्या काळात 'रडव्या मुद्रेची ब्रह्महत्या' बाधू नये, म्हणून त्याने एखादा ताईत पैदा केला होता, की काय? दीनाराला मारताना तो उजव्या हाताने त्याच्या पोटात कट्यार खुपसतो व डाव्या हाताने डोळे पुसतो! वृंदावनाच्या कोमलपणाचा विकास करायला हा प्रसंग अत्यंत चांगला होता. दीनाराला प्रत्यक्ष न मारता

मारण्याच्या हेतूने वसुंधरेपासून त्याने त्याला दूर नेले असते, तरी चालले असते. पण आईच्या डोळ्यांदेखत मुलाच्या पोटात कट्यार खुपसण्याच्या प्रसंगाचा मोह अनिवार असल्यामुळे गडकऱ्यांनी या गोष्टीकडे लक्ष दिले नाही. भूपाल वसुंधरेला 'माते' म्हणून संबोधतो व तिला वंदन करतो. या वेळी वृंदावनाच्या हृदयाला पाझर फुटतो. हार घालून घेण्याच्या प्रवेशात त्याच्या सर्व उच्च मनोवृत्ती जागृत होतात. तोंडाने तो वसुंधरेशी वादविवाद करीत असला, तरी तिचा हात धरण्याचा धीर त्याला होत नाही. हात धरण्याकरता तो पुढे होतो; पण हात धरून पाप करण्याऐवजी पाय धरून पावन होण्यातच त्याला समाधान वाटते.

वृंदावनाच्या स्वभावाची मूलभूत कल्पना मनोरम आहे, यात शंका नाही. दुष्ट मनुष्याचे हृदय पाषाणासारखे असते खरे; पण पाषाणावर कुशल कारागिराचे घाव पडले, म्हणजे त्यातूनही सुंदर मूर्ती बाहेर पडते, हे तत्त्व दुष्ट हृदयाच्या बाबतीतही अनेकदा अनुभवाला येते. विकारांच्या कृष्ण मेघांनी मनाचे आकाश कितीही काळवंडून गेले, तरी विवेकसूर्याचे किरण कधीही पूर्ण लोप पावत नाहीत. व्यक्ती, समाज व जग यांच्या सर्व सुधारणाविषयक आशा या एका तत्त्वावर अधिष्ठित झालेल्या आहेत. मनुष्याच्या मनातील सत् आणि असत् यांचे द्वंद्व दर्शविणारी ही भूमिका कल्पिण्यात गडकऱ्यांनी वरच्या दर्जाची प्रतिभा व्यक्त केली आहे. मात्र कठोरपणा व कोमलपणा, सुडाची इच्छा आणि सात्त्विक बुद्धी, अंध विकार व उज्ज्वल भावना यांच्यांतील कलहाची सूक्ष्म चित्रे त्यांनी नाजूक हाताने रेखाटली नाहीत. अजाण अर्भकाचा खून करताना डाव्या हाताने डोळे पुसण्यापलीकडे ज्याची विवेकबुद्धी जागृत होत नाही, तो राक्षस वसुंधरेच्या व्याख्यानांनी एकदम शुद्धीवर येतो, हे मानवी मनाचे पृथक्करण कितीशा लोकांना पटेल?

वसुंधरा - बहुरत्ना वसुंधरा असे गडकऱ्यांच्या या नायिकेविषयीही म्हणता येईल! तिनीसांजेच्या वेळी आपल्या मुलाला कुणाची तरी दृष्ट लागेल, म्हणून भिणारी ही माता वृंदावनाने त्याचा वध करण्याची धमकी देताच चोवीस तासांत त्याच्याकडे एकदादेखील ढुंकून बघत नाही. पिंगळ्याचे ओरडणे ऐकताच घाबरून जाणारी आणि शकुनांवर पूर्ण विश्वास ठेवणारी ही साधीभोळी बाई वृंदावनाच्या नेत्रात अश्रुबिंदू चमकलेला पाहून अमावस्येच्या मध्यरात्री आपल्या शृंगारमंदिरात त्याच्या गळ्यात हार घालण्याची कबुली देण्याइतकी धीट होते! पहिल्या दोन अंकांतील तिचा बायकीपणा पुढे एकदम नाहीसा होतो. तळघराच्या थंड हवेचा कदाचित असा परिणाम होत असेल!

वसुंधरेच्या स्वभावातील ही कोलांटी उडी व बागेत नवऱ्याबरोबर बोलत असताना ती दाखवीत असलेले पांडित्य ही दोन्ही सोडून दिली, म्हणजे पातिव्रत्यासाठी सर्वस्वाचा त्याग करणे हेच तिचे वैशिष्ट्य आहे, असे दिसते. तिने नुसता गळ्यात

हार घातला, तरी तेवढ्याने सुद्धा राजी व्हायला वृंदावन तयार आहे. पण बोहल्यावर पतीच्या गळ्यात एकदा माळ घातल्यावर पुन्हा दुसऱ्याच्या गळ्यात–सदूहेतूने का होईना – माळ घालायला कोणत्या पतिनिष्ठ स्त्रीचा हात पुढे होईल? पातिव्रत्याची कल्पना उत्कट भावनेवरच अवलंबून असल्यामुळे वसुंधरेचा निग्रह भावनेच्या दृष्टीने अत्यंत वंद्य वाटतो. आपण आपला हट्ट चालविला, तर वृंदावन आपल्या लाडक्या मुलावर व प्रिय पतीवर तलवार चालवायला कमी करणार नाही, हे कळल्यानंतरही तिचा निश्चय अढळच राहतो. आपल्या पातिव्रत्यासाठी पुत्र व प्रसंगी पतीही बळी जाईल, हे माहीत असताना ती आपल्या ध्येयापासून रसभरही चळत नाही. तिचा हा हठनिग्रह एका दृष्टीने अमानुष, तर दुसऱ्या दृष्टीने अतिमानुष आहे. तळघरात दामिनीच्या वेषाने आलेली कालिंदी रडू लागते, त्या वेळी वसुंधरा म्हणते, 'दामिनी, रडू नकोस अशी! त्यात मनाला इतके अवघड ते काय वाटते? होणारासारखे व्हायचे टळत नाही. रडणे कधी तरी नशिबी ठेवलेलेच आहे.' तिचे हे उद्गार वाचून सीता-द्रौपदीसारख्या पतिव्रतांप्रमाणे गार्गी-मैत्रेयी वगैरे तत्त्वज्ञ विदुषींचेही रक्त ब्रह्मदेवाने तिच्या अंगात भरपूर ओतल्याचा भास होतो. रावण सीतेला आकाशमार्गाने नेऊ लागला, तेव्हा तिने आक्रोश केला. एवढी धीराची द्रौपदी; पण वस्त्रहरणाच्या वेळी श्रीकृष्णाचा सद्‌गदित कंठाने धावा करण्याखेरीज तिला दुसरा मार्ग सुचला नाही. वसुंधरा अशी मवाळ पतिव्रता नाही! वृंदावनाने 'उद्या दीनाराला मारीन' म्हणून धमकी देताच ती म्हणते, 'उद्याची मुदत कशाला हवी? वृंदावन, तुम्हांला सांगून टाकते, की दीनार तुमच्यापुढे पडला आहे! तुम्हाला काय वाटेल आताच तर करा!' आजचे काम उद्यावर ढकलू नये, या सदुपदेशाचा इतका कट्टा कैवारी जगाने आजपर्यंत दुसरा कोणीही पाहिला नसेल. पाळण्यात निजलेल्या दीनाराशी वत्सलपणाने बोलणारी व नंतर दीनाराच्या रिकाम्या पाळण्याला प्रेमाने झोके देणारी वसुंधरा रंगविण्याची गडकऱ्यांनी दक्षता दाखविली आहे, म्हणून बरे आहे. नाही तर तिच्या त्यागाला क्रौर्याचेच स्वरूप आले असते! पतीचा बळी देण्याच्या वेळी मात्र वसुंधरेचे मन थोडेसे बावरते. याच वेळी तिला वृंदावनाच्या डोळ्यात अश्रुबिंदू तरंगताना दिसतो. या बिंदूच्या साहाय्याने ती संकटसिंधूतून तरून जाण्याचे ठरविते. देव आपल्या मदतीला धावून येईल, असा तिला विश्वास वाटतो. ही श्रद्धा इतक्या पराकोटीला पोचले आहे, की वृंदावनाच्या गळ्यात हार घालण्याच्या वेळी देवाने आपली सुटका केली नाही, तर निदान कट्यार अगर हिरकणी ती करू शकेल, असा विचार सुद्धा तिच्या मनात येत नाही. वृंदावन आपला हात धरतो, असे वाटताच 'दीनाराचा बळी घेणाऱ्या परमेश्वरा, आता तुझी लाज तुलाच' म्हणून ती डोळे झाकून घेते. याच वेळी वृंदावनाचे डोळे उघडतात, म्हणून सर्व गोष्टी सुरळीत पार पडतात. नाही तर परमेश्वराला जगात तोंड दाखवायला जागा उरली नसती!

महंमद गिझनीने सोमनाथावर स्वारी केली, तेव्हा देव आमचं रक्षण करण्याला समर्थ आहे, म्हणून तेथील पुजारी स्वस्थ राहिले! महंमदाने हाडे खिळखिळी केली, तरी बिचाऱ्यांच्या देवाने हूं की चूं देखील केले नाही. वसुंधरेच्या देवाचे तसे नाही. तो वृंदावनाच्या हृदयातून प्रगट होतो. वृंदावनाच्या अश्रूंनी त्याच्या मृदु हृदयाची कल्पना आणून दिल्यामुळे वसुंधरेने त्याची एकांतात गाठ घेण्याचा डाव टाकावा, यात अनुचित असे काहीच नाही. पण आपल्या पातिव्रत्याच्या संरक्षणाकरिता तिने दुसरी काहीच तजवीज केलेली दिसत नाही, हे मात्र आश्चर्य आहे. परमेश्वरावरील आत्यंतिक श्रद्धा हेच तिचे निर्वाणीचे शस्त्र दिसते. या श्रद्धेच्या बळावर आपला दीनारही ईश्वराकडून आपल्याला परत मिळेल, असे तिने म्हटले असते, तरी चालले असते. निदान नाटकातल्या गोड कपटाला अशी श्रद्धा पोषक झाली असती!

वसुंधरेचे मातृहृदय दोन-तीन स्थळी गडकऱ्यांनी सुंदर रीतीने व्यक्त केल्यामुळे तिच्या स्वभावचित्रात तेजस्वीपणाबरोबर थोडीशी रम्यताही आली आहे. नाही तर ग्रीष्मातील मध्यान्हीच्या सूर्याप्रमाणे त्याचे तेज दु:सह झाले असते. मंडलेश्वराची पत्नी असून, बिचारीची चौकशी करणारी एकही मैत्रीण सबंध नगरात नसावी, हे तिचे दुर्दैव आहे. अरुंधतीनगराची लोकसंख्या नाटकातील पात्रांच्या संख्येइतकीच होती, ती काय, कुणाला ठाऊक! पण भूपाल आणि वसुंधरा यांच्यावर वृंदावन वाटेल तो अत्याचार करीत असताना त्याचा प्रतिकार करण्याला भूपालाचा कुणीही मित्र पुढे येत नाही, ही गोष्ट आश्चर्यकारक वाटल्यावाचून राहत नाही. वसुंधराही पूर्णपणे सत्याग्रही दिसते. तळघरात दामिनी तिच्या सैनातीला असते. तिच्याकडून ईश्वराला आपल्यावरील संकटाची माहिती करून द्यावी आणि दीनाराचे प्राण वाचवावे, ही कल्पना देखील तिला सुचत नाही. पुराणांतरी वर्णिलेल्या त्यागाच्या गोष्टी अद्‌भुतरम्य असतात. चिलयाला उखळात कांडणाऱ्या चांगुणेच्या दारात अतिथी धरणे धरून बसलेला असतो. कपोताला वाचविण्यासाठी शिबीला आपले मांस कापून द्यावे लागते. तसे न करता श्येनाला ठार मारून कपोताचे व स्वत:च्या शरीराचे संरक्षण करण्याचे त्याने ठरविले असते, म्हणजे त्याचे सत्त्व पाहायला आलेल्या इंद्राला चांगलीच अद्दल घडली असती! शिबिश्रियाळांच्या चरित्रांचा अगर तत्सम इतर पौराणिक कथांचा सत्त्वपरीक्षा हाच आत्मा आहे. वसुंधरेची स्थिती तशी नाही. वृंदावनाच्या कपटजालातून निसटण्याचा तिने प्रयत्न केला असता, तर तिच्या उज्ज्वल पातिव्रत्याशी विसंगत झाले असते, असे वाटत नाही. पण पातिव्रत्याकरिता डोळ्यांत पाण्याचा थेंबही न येऊ देता मुलावर पाणी सोडण्याची तयारी तिच्या चरित्रात दाखवायची, एवढेच ध्येय गडकऱ्यांनी आपल्या डोळ्यांपुढे ठेवलेले दिसते.

भूपाल-वसुंधरेशी लग्न केल्यामुळे वृंदावनाच्या कारस्थानाला बळी पडणे एवढाच भूपालाचा नाटकातला कार्यभाग आहे. वाघिणीला व शत्रुसैन्याला आपण शौर्याने

तोंड दिल्याच्या गोष्टी तो सांगतो; पण वृंदावनाने बंदिखान्यात टाकल्यानंतर तिथून सुटण्याची तो मुळीच धडपड करीत नाही! त्याला अन्नपाणी काही वृंदावनच आणून देत नसेल! पण वृंदावनाचे कारस्थान प्रतिकारस्थानाने हाणून पाडण्याचा विचार देखील त्याच्या डोक्यात येत नाही. तो 'तत्त्वज्ञानी हृदयाचा' आहे, असे वृंदावन म्हणतो. दुसऱ्या अंकात त्याचे तत्त्वज्ञान दारूचा पेला पिऊन जगाला विसरून जावे, असे म्हणण्यापर्यंत पोहोचलेले असते. मोहक मरणाचे कल्पनाचित्र काढीत असताना तो म्हणतो, 'ऐहिक मोहकतेला भुलून मनाला जगाशी चिकटविणारी जाणीव विसरण्यासाठी मद्याचा घोट घेतलाच पाहिजे.' दीनाराचा प्राण घेण्याची धमकी वृंदावन देतो, तेव्हा हा तत्त्वज्ञ पुरुष 'माझ्या विचारशक्तीला तुझ्या शब्दांकडे कधीही पाहवणार नाही.' असे उत्तर देतो. पण स्वतःच्या प्राणांवर बेतताच 'संस्कारजन्य पातिव्रत्यासाठी प्रत्यक्षगम्य प्राणांचा विनिमय करणे विचारवादाला सोडून आहे', असे म्हणण्यापर्यंत या तत्त्वज्ञानी महात्म्याची मजल जाते. त्याच्या मनात विचारांचा संघर्ष निर्माण करणारा पातिव्रत्य, की प्राण, हा कूटप्रश्न उत्तम रीतीने रंगविला गेला असता, तर त्याची भूमिका अधिक वैशिष्ट्यपूर्ण झाली असती. पण वसुंधरेला असला फाजील विचारी नवरा शोभणार नाही, असे वाटून गडकऱ्यांनी तोही शेवटी भावनावश होतो, असे दाखविले आहे. देवालयात भक्ताची गडबड सुरू असली, तरी दैवत काही जागचे हलत नाही. 'पुण्यप्रभावा'तही तसेच झाले आहे. पतिव्रता वसुंधरा सर्व कृती करीत असून, तिचे पतिदैवत जागच्या जागी स्वस्थ आहे.

कालिंदी-वसुंधरा सूर्यप्रभेसारखी तेजस्वी आहे; कालिंदी चंद्रिकेप्रमाणे कोमल आहे. पतीच्या हातून परक्या मुलाची हत्या होऊ नये, म्हणून ती आपल्या स्वतःच्या अपत्याचा बळी द्यायला तयार होते. तिचा काव्यमय मुग्धपणा, पतीच्या हृदयावर विश्वस्त मनाने डोके टेकल्यामुळेच की काय, तिला ऐकू येणारे त्याच्या हृदयातील रहस्याचे कुजबुजणे, पुण्यकृत्यात पतीला पत्नीने हातभार लावला पाहिजे, त्याप्रमाणे त्याच्या हातून पाप घडू लागले, तर त्याचा हात धरणे हेही तिचे कर्तव्य आहे, ही तिची उच्च भावना, इत्यादी गोष्टी गडकऱ्यांनी मोठ्या कौशल्याने रंगविलेल्या आहेत. भावनोत्कट स्वभावाला साजेल, असेच तिचे वर्तन असते. केतनाचा बळी दिल्यानंतर वसुंधरेची मुक्तता कशी करावयाची, याचा ती क्षणभरही विचार करीत नाही, हे मात्र आश्चर्य आहे! वृंदावनाच्या जीविताशी संलग्न झालेले तिचे जीवन काळ्या चंद्रकळेच्या सुंदर सोनेरी काठाप्रमाणे वाटते. विषय, स्वभाव व कथानक या तिन्ही दृष्टींनी तिची भूमिका नाटकाशी पूर्णपणे एकजीव झाली आहे. केतनाचा बळी दिल्यानंतर दुसऱ्या दिवशी रात्री स्मशानात जाऊन पुत्रशोक करीत बसण्यापेक्षा अधिक उचित कृती जर गडकऱ्यांनी तिच्याकडून करविली असती, तर ही भूमिका कल्पनेप्रमाणे कृतीच्याही दृष्टीने निर्दोष ठरलेली असती.

ईश्वर : बिचाऱ्या ईश्वराला गडकऱ्यांनी वेठीला धरून 'पुण्यप्रभावा'त कामाला लावले आहे, असे म्हणावे लागते. वसुंधरेच्या बाबतीत निराशा झाल्यानंतर बेपत्ता झालेला हा गरीब गृहस्थ नाटक सुरू होण्याच्या वेळी अरुंधतीत प्रादुर्भूत होतो. पहिल्या प्रवेशात वाचकांना कथानकाचे पूर्वसूत्र सांगणे व कालिंदी केतनाचा बळी द्यावयाचा ठरविते, तेव्हा केतनाच्या ऐवजी एक मेलेले मूल आणून ठेवणे ही दोन कामे तो नाटकात करतो. त्याच्या फकिरी बाण्याचा उपयोग करून राजाला त्याच्या भजनी लाविले असते, तर वृंदावनाचे कारस्थान म्हणून पाडण्याच्या कामी त्याचा अधिक उपयोग झाला असता. तो कुठे राहतो, तळघरातल्या बित्तंबातम्या कळत असतानाही तो स्वस्थ का बसतो, इत्यादी गोष्टींचा उलगडा करणे अशक्य आहे. केतनाच्या जागी आणून ठेवलेले मेलेले मूल ज्या घरात राहत होते, त्याच्या आसपास हा राहत असला पाहिजे, एवढे मात्र निश्चित सांगता येईल. वृंदावनाच्या वसुंधराविषयक तामसी प्रेमाचा काळेकुट्टपणा ईश्वराच्या तिच्याविषयीच्या सात्त्विक प्रेमामुळे किंचित उठून दिसतो. पण पहिल्या प्रवेशानंतर या स्वभावविरोधाचे गडकऱ्यांना बहुधा विस्मरण पडले असावे!

दामिनी : मुलांच्या अदलाबदलीच्या प्रवेशात बुरख्याचा फार उपयोग आहे. त्या दृष्टीने दामिनी मुख्य कथानकाशी निगडित झालेली आहे. दागिन्यांची हाव हा तिचा स्वभावदोष, असून त्यामुळे तिच्याप्रमाणे कथानकाचाही फायदा झालेला आहे. तिला ईश्वर दागिन्यांचा साज देतो व ती कालिंदीला बुरख्यासकट आपली जागा देते. स्त्रीचा अलंकार जो पती तो प्रतिक्षणी अंगावर येत असताना देखील बिचारीची अंगावर दागिने घालण्याची हौस तृप्त झालेली नसते. दोघांच्या भांडणात तिसऱ्याचा लाभ व्हावा, त्याप्रमाणे वृंदावन-कालिंदीच्या विरोधाचा फायदा तिला दागिन्यांच्या रूपाने मिळतो.

गौण पात्रांपैकी राजा व युवराज यांचे विवेचन कथानकाचा विचार करताना झालेच आहे. बिचाऱ्या भूपालावर खुनाचा आरोप यायचा होता, म्हणून त्यांना या नाटकात जागा मिळाली. उरलेली चार पात्रे - सुदाम, नूपुर, कंकण व किंकिणी मुख्यत: विनोदाकरिता नाटकात घातली आहेत. या चौकडीपैकी कंकण आवश्यक आहे, असे कित्येकांचे म्हणणे आहे. घरात शिरणारा आगंतुक पाहुणा जसे कुठले तरी लांबचे नाते शोधून काढतो, त्याप्रमाणे कंकणाचा काय अगर इतर विनोदी पात्रांचा काय, नाटकाशी बादरायण संबंध जोडण्याची गडकऱ्यांनी आपल्याकडून सावधगिरी बाळगली आहे. पण बादरायण संबंध म्हणजे रक्ताचा संबंध नव्हे, हे लक्षात ठेवणे जरूर आहे.

कंकण : कित्येकांना नाट्यवस्तूला आवश्यक वाटणारे हे पात्र नाटकाच्या कथानकात फक्त दोनदा लुडबुड करते. भूपालावर युवराजाचा वध करण्याच्या प्रयत्नाचा आरोप लादताना वृंदावन त्याला आपला साक्षीदार म्हणून पुढे करतो.

त्याची साक्ष घेण्याइतका शहाणपणा राजा दाखवीत नाही, म्हणून बरे आहे! नाही तर दुसऱ्या अंकाच्या शेवटी वृंदावनाचे कारस्थान उघडकीला येऊन भूपालाऐवजी तोच तुरुंगात पडला असता! वेड्यांच्या इस्पितळातल्या गृहस्थाची साक्ष व्यवहारात कुणी देणार नाही व घेणार नाही. पण नाटकात तशा प्रकारच्या लोकांनाच साक्षीदार बनविण्यात येते! कंकणाचा दुसरा उपयोग तो किंकिणीच्या विनंतीवरून ईश्वराला कालिंदीची भेट घेऊ देतो, हा आहे. कंकणाच्या ऐवजी दुसरा कोणीही पहारेकरी असता, तरी ईश्वराच्या भगव्या वेषाकडे पाहून तरी त्याने त्याला आत सोडलेच असते. कथानकाचा हा दुवा इतका लवचीक आहे, की तो नाटककाराने कोणत्याही साधनाने साधला असता, तरी त्याबद्दल फारशी तक्रार करता आली नसती. 'वीरतनया'त शालिनी लोभी फत्तेसिंगाचा हात ओला करून तुरुंगातील शूरसेनाची गाठ घेतेच की नाही? कंकणाची उभारणी आपल्यावर जगातल्या साऱ्या बायका भाळून जातात, असे मानणाऱ्या स्वभावदोषावर केली आहे.

किंकिणी : कंकणामागोमाग किंकिणीही यायचीच! कालिंदीच्या चालण्याबोलण्याचे अनुकरण करून कालिंदी होऊ पाहणारी ही एक आचरट दासी आहे. मुख्य कथानकाशी तिचा संबंध ती कंकणाला सांगून ईश्वराला कालिंदीच्या कोठडीत जाऊ देते, एवढाच आहे. हिच्या घरात नुपूर-कंकणासारखे मुलुखावरून ओवाळून टाकलेले लोक वाटेल त्या वेळी वाटेल तसा धांगडधिंगा घालत असतात. इतकेच नव्हे, तर शेवटच्या अंकात अवसेच्या मध्यरात्री ही नूपुराबरोबर रस्त्यावर हिंडतही असते. आई, बाप, बहीण, भाऊ, वगैरेंना तिने सोडचिठ्ठी दिलेली दिसते. त्यांच्यापैकी कुणीही असते, तर दामिनीप्रमाणे हिच्या तोंडावर बुरखा घालून शिवाय पायात भक्कम बेडी अडकवायला त्याने कधीही कमी केले नसते!

सुदाम : फाल्गुनरावाचा पट्टशिष्य! वय ठाऊक नाही; पण तरुण असावा! धंदा बायकोवर पाळत ठेवण्याचा! किल्ले, भुयार, वगैरेंची योजना राजेलोक परचक्राकरिता करीत असतात. सदरहू गृहस्थाने ती परपुरुषांच्या भीतीने केली आहे! बिचाऱ्याला रात्रीही स्वस्थ झोप लागत नसेल! दामिनीवर बुरखा लादण्याला त्याचा संशयी स्वभाव कारणीभूत झालेला आहे.

नूपुर : 'गावगुंडाचार्य' या पदवीला सर्वथैव पात्र असणारे हे पात्र आहे. स्त्री-पुरुष एकत्र दिसले, की याच्या मनात पाप आलेच. रात्रंदिवस दुसऱ्याची कुलंगडी शोधण्यात स्वारी चूर असते. नीती, सद्भावना वगैरे गोष्टी जगात आहेत, याचा त्याला पत्ताही नाही. बिचाऱ्याला जेवायला तरी कोण घालीत होते, हा प्रश्नच आहे! जातपात पाहायलाच नको! भित्रेपणा, मूर्खपणा, काय वाटेल तो गुण याच्या पोतडीत भरलेला आहे.

ही चारी पात्रे कथानकाच्या दृष्टीने जवळ-जवळ निरुपयोगी आहेत. ईश्वर सध्या

दगडाप्रमाणे स्वस्थ बसून राहतो. त्याने थोडीशी हालचाल केली असती, तर कंकणाचे काम त्याच्या हातून सहज करविता आले असते. मूळ कथानकाशी असंबद्ध अशा या चार पात्रांनी 'पुण्यप्रभावा'त सवतासुभा स्थापन केला आहे, असे म्हणावयाला हरकत नाही. नाटकातील करुणावर उतारा म्हणून गडकऱ्यांनी हा हास्यरस वाचकांना पाजला असेल; पण कथानक व कला यांच्या दृष्टीने तो थोडा-फार विसंगत आहे. शस्त्रक्रिया करणाऱ्या वैद्याने रोग्याला गुंगीचे औषध देण्याऐवजी गुदगुल्या करण्यासारखा हा प्रकार झाला आहे. जुळ्या भावंडांप्रमाणे या नाटकातील गंभीर व करुण रसाची जोडी आहे; पण जुळ्या भावंडाचे भावी आयुष्यात सख्य राहतेच असे नाही. ही द्विदल नाट्यरचना न आवडल्यामुळेच न. चिं. केळकर यांनी एकदा विनोदी प्रवेश वगळून 'पुण्यप्रभावा'ची एक तालीम मुद्दाम करविली होती, असे सांगतात.

गडकऱ्यांच्या बाजूने या विनोदाचे समर्थन थोडेसे विषयदृष्ट्या करता येईल. स्त्रीविषयी पुरुषांच्या कल्पना जितक्या उदात्त, तितक्या क्षुद्रही असतात. हे क्षुद्रत्व सुदाम, कंकण व नूपुर यांच्या भूमिका रेखाटून गडकऱ्यांनी चित्रित केले आहे. पण या क्षुद्रत्वाच्या जोडीला भूपाल व ईश्वर यांचे उदात्तत्व रंगविण्याचे भान मात्र त्यांना राहिले नाही. वसुंधरा व कालिंदी यांच्याकडे बोट दाखवून हातच्या काकणाला आरसा नको होता, असे म्हणावे, तर दामिनी व किंकिणी पुढे उभ्या राहतात! हा विनोद उर्दू नाटकातून घेतला आहे, असे बालगंधर्वांचे म्हणणे आहे.

सर्व गोष्टी लक्षात घेता कथानकाची शिथिल रचना व कलेच्या पूर्णत्वाला आवश्यक असलेल्या संयमाचा अभाव ही दोन कारणे या विसंगत विनोदाच्या मुळाशी आहेत, असे म्हणता येईल. या विनोदाच्या अंतरंगाकडे वळले, तर त्याची सजावट, शाब्दिक कोट्या, कल्पनानिष्ठ कोट्या व प्रसंगगत विनोद अशा तीन प्रकारांनी केलेली दिसते. रसनीरस शाब्दिक कोट्यांची या नाटकात नुसती खिचडी झाली आहे. लग्नात व्याह्यांची पंगत बसली, म्हणजे पात्रापात्रविचार न पाहता जशी पक्वान्ने पानात टाकीत जायचे, त्याप्रमाणे विनोदी प्रवेश सुरू झाला, की शक्य तितक्या कोट्या करायच्या, अशा ईर्ष्येने गडकऱ्यांनी हा विनोद लिहिलेला दिसतो. सुदाम आणि नूपुर कोटीशिवाय तोंडातून वाक्य काढीत नाहीत; एवढेच नव्हे, तर बिचाऱ्या दामिनी-किंकिणीसारख्या बायाबापड्यांनाही मधून मधून या पुरुषांचे अनुकरण करण्याची हुक्की येते. 'आज रात्री तुला दागिने मिळतील' असे ईश्वराने सांगताच दामिनी विचारते, 'मग आज रात्री हा सोन्याचा दिवस खचित उगवणार, म्हणता?'

शाब्दिक कोट्यांच्या अतिरेकामुळे 'पुण्यप्रभावा'तील विनोद बुद्धिबळाच्या पटावरील लुटुपुटीच्या घरात वावरणाऱ्या लाकडी हत्ती-घोड्यांप्रमाणे निर्जीव वाटतो. शाब्दिक कोट्यांच्या नगाऱ्यापुढे कल्पनानिष्ठ अगर स्वभावनिष्ठ कोट्यांच्या टिमकीचा आवाज

फारसा ऐकूही येत नाही. दामिनी नूपुराला पेटाऱ्यात दडविते; पण बायकोशी गनिमी काव्याने लढणारा सुदाम त्याच पेटाऱ्यात आधीच लपून बसलेला असतो. हा प्रसंग चलच्चित्रपटात अगर आपल्या प्रियकराला मोठ्या रांजणात लपवून नवऱ्याला दार उघडणाऱ्या बाईवर उभारलेल्या प्रहसनात नित्य दिसत असला, तरी हास्यजनक आहे. पण गडकऱ्यांनी या प्रसंगाचा फायदा मात्र फारसा करून घेतलेला नाही. नूपुर आणि कंकण किंकिणीपाशी प्रेमयाचना करतात व चित्रांच्या साहाय्याने प्रियतमेचे वर्णन करणारा कंकण त्या चित्रांचा अनुक्रम नूपुराने बदलला असल्यामुळे सपशेल तोंडघशी पडतो. हा प्रसंगही मोठा मनोरंजक आहे. उपमांचा अनुक्रम चुकला, की आपादमस्तक वर्णन करण्यात केवढा विसंगतपणा उत्पन्न होतो, हे दाखवून गडकऱ्यांनी आपले बुद्धिचापल्य या प्रवेशात निःसंशय उत्तम रीतीने प्रगट केले आहे. पण ही प्रेमयाचनेची कल्पना पाश्चात्त्य पद्धतीची असल्यामुळे आर्यसंस्कृतीतील पातिव्रत्याची पताका फडकविणाऱ्या नाटकात ती अनुचित दिसते, या गोष्टीकडे त्यांचे लक्ष गेले नाही. ज्या नाटकात दोन आर्यस्त्रिया पतीसाठी आपल्या पोटच्या गोळ्याचा बळी द्यावयाला तयार होतात, दामिनीसारखी सामान्य स्त्रीदेखील नवऱ्याने लादलेला बुरखा फाडून टाकीत नाही, त्याच नाटकात किंकिणीसारख्या कुमारिकेच्या घरात दोन उपटसुंभांनी प्रेमाची शाब्दिक शर्यत सुरू करावी, यात सुसंगतपणा राहिला कोठे? तलवारीचे पाणी पाहताच नुपूराच्या तोंडचे पाणी पळते, इतका भित्रेपणा त्याच्या पदरी बांधून नंतर तो रात्री-अपरात्री सुदामाच्या घरी अगर कालिंदीमागून स्मशानातही जातो, असे दाखविले आहे. सारांश, सुचेल तो हास्यरसपोषक प्रसंग रंगवायचा; पण कथानक अगर स्वभाव यांच्या दृष्टीने त्यांचे औचित्य पाहवयाचे नाही, अशी या विनोदाची स्थिती झाली आहे.

सुंदर कल्पना व भाषा हा गडकऱ्यांचा एक प्रमुख विशेष आहे. थंडीच्या दिवसांत प्रातःकाळी रानातले पान न् पान जसे दवबिंदूंनी अलंकृत झालेले दिसते, त्याप्रमाणे 'पुण्यप्रभावा' तील पान न् पान कल्पनामौक्तिकांनी नटलेले आहे. पहिल्या अंकातील प्रेमभग्न ईश्वराची भाषणे व वृंदावन - कालिंदीचा संवाद, दुसऱ्या अंकातील भूपाल व वसुंधरा यांचे तत्त्वविचार आणि काव्यकल्पना यांनी ओसंडून भरलेले भाषण, इत्यादी स्थळी आपली बुद्धी विविध फुलांच्या पायघड्यांवरून तर चालत नाही ना, असा संभ्रम वाचकाच्या मनात उत्पन्न होतो. तिसऱ्या अंकापासून वृंदावन - कालिंदी आणि वृंदावन - वसुंधरा यांची वाग्युद्धे सुरू होतात. या वाग्युद्धांत दोन्ही पक्षांकडून कल्पनांची नानाविध अस्त्रे व प्रत्यस्त्रे सोडण्यात येतात! या अस्त्रांच्या तेजाने वाचकांचे डोळे दिपतात, असे म्हटले, तरी अतिशयोक्ती होणार नाही. भूपाल - वसुंधरा यांचा बागेतील प्रवेश व वृंदावन - वसुंधरा यांच्यामधील शेवटचा हार घालण्याचा प्रवेश हे दोन्ही प्रसंग वाचताना, वर्षर्तु संपत आला, म्हणजे सायंकालीन

मेघांच्या संमिश्र रंगांची जी शोभा दिसते, ती शब्दरूप धारण करून आली आहे, की काय, असा भास झाल्यावाचून राहत नाही.

हे प्रसंग वाचून गडकऱ्यांची कल्पनाशक्ती किती तरल व उज्ज्वल आहे आणि त्यांची सौंदर्यदृष्टी किती सूक्ष्म आहे, याची पूर्ण कल्पना कुणालाही येईल, पण सौंदर्य, कल्पना व बुद्धी यांचा त्रिवेणीसंगम झाला असूनही हे प्रसंग नाटकाला व्हावे, तितके उपकारक होत नाहीत. लांबटपणा व मधूनमधून आढळणारा दुर्बोधपणा हे दृश्य काव्याच्या दृष्टीने त्यांचे मुख्य दोष आहेत. शिवाय वसुंधरा, कालिंदी, भूपाल, वृंदावन व ईश्वर या पाचही लोकांच्या संभाषणावरून त्यांनी एकाच गुरूच्या हातांखाली काव्यग्रंथांचे अध्ययन केले असावे, अशी पदोपदी शंका येते. संन्यस्त ईश्वर, तत्त्वज्ञ भूपाल व दंशक वृंदावन हे तिघेही बुद्धिमान असतील; पण बुद्धीचे व्यक्त स्वरूप जी वाणी, ती प्रत्येकाच्या ह्रदयातील विचारविकारात घोळून येणे अधिक स्वाभाविक असताना वसुंधरेभोवती भ्रमण करणारे हे तीन चंद्र काव्यसुधेचा वर्षाव करताना एकमेकाला मुळीच हार जात नाहीत. ईश्वर वसुंधरेचा पती होण्याला अयोग्य आहे, असे वसुंधरेच्या वडिलांनी का ठरविले, याचा उलगडा त्याची सुंदर भाषणे ऐकून व सात्त्विक मनोवृत्ती पाहून कुणालाही करता येणार नाही. वृंदावनाच्या आईचा उद्धार त्यांनी ज्या लहरीत केला, तीच लहर दुर्दैवी ईश्वराविरुद्ध उसळली असावी. भूपालाला विचारी,तत्त्वज्ञानी, वगैरे विशेषणे मधून मधून नाटककर्त्यांनी बहाल केली आहेत. पण दुसऱ्या अंकात वेदांताबरोबर रंगेलपणाही त्याला आठवतो! वृंदावन कालिंदीशी बोलायला सुरुवात करतो, न करतो, तोच कुमुदिनी व कोकिळा त्याच्या मदतीला धावून येतात!

मुसळधार पावसाने पुष्कळदा पिकांचा फायदा होण्यापेक्षा नुकसानच होते. गडकऱ्यांच्या कल्पनाप्राचुर्याचीही थोडी-फार अशीच स्थिती झाली आहे. दागिन्यांपलीकडे जिला काही एक दिसत नाही, अशी दामिनीसारखी दासी 'दृष्ट लागेल, म्हणून असले रत्न झाकून का ठेवायचे?' एवढे म्हणून दीनाराचा मुका घेते, असे गडकरी दाखवीत नाहीत. ती लगेच पुढे म्हणते, 'या साऱ्या योगायोगाच्या गोष्टी! सुंदर नक्षत्रांचा एवढा पसारा देवाने आभाळात उघड्यावरच नाही का टाकला आहे तो?' अरुंधतीनगरीच्या पाण्यातच मनुष्याला कवी करण्याचा गुण होता, असे मानल्याखेरीज दामिनीच्या या भरारीचा उलगडा करता येणे शक्य नाही.

स्थानी अस्थानी कल्पना पेरल्यामुळे 'पुण्यप्रभावा'च्या भाषेत सहजता आढळत नाही. अनुप्रास, नामांच्या मागे लावलेली विशेषणे, सौंदर्यापेक्षा वैचित्र्याकडे लक्ष देऊन निर्माण केलेल्या कल्पना, इत्यादिकांनीही या कृत्रिमपणात भर घातली आहे. निराश मनाला एकांत देखील तापदायक होतो, हे सांगताना ईश्वर म्हणतो, 'विषण्ण अर्थाचा एकांतातला कलकलाट नुसत्या नादाने भरलेल्या गर्दीतल्या गडबडीपेक्षा

हजारपटीच्या कडवटपणाने कानठळ्या बसवू लागतो.' वसुंधरा विदुषी असल्यामुळे तिला हे कदाचित सहज समजले असेल; पण वाक्यपृथक्करणाचे पुस्तक ज्यांच्या हातात नाही, अशा प्रेक्षक-वाचकांनी हे वाक्य आले म्हणजे काय करायचे? 'मनाची मर्जी मोडणाऱ्या या मंजूळ मैनेची मान मुरगाळून तिचे तोंड बंद करायला मला किती वेळ लागणार?' असे कालिंदीविषयी वृंदावन उद्‌गार काढतो. कालिंदी त्याच्या विरुद्ध बोलत असतानाही तो तिला 'मंजूळ मैना'च म्हणतो! मला म जुळविला पाहिजे, म्हणून 'मनाची मर्जी' असा पाल्हाळिक शब्दप्रयोग त्याच्या तोंडी घातला आहे.

'अभिमन्यू' हे करुणगीत आणि पौराणिक कथांचे उल्लेख यांनी या नाटकातील करुणरसाचा चांगला परिपोष केला आहे, वसुंधरेच्या त्यागाचा चकचकाट, वृंदावनाच्या राक्षसी वृत्तीचा गडगडाट, कालिंदीची करुणाची वृष्टी आणि काजव्यांच्या चमकदार थव्यांप्रमाणे कोट्याकल्पनांनी भरून गेलेली सृष्टी यांमुळे 'पुण्यप्रभाव' नाटक वर्षाकाळातील पर्जन्यपूर्ण रात्रीसारखे भासते, यात संशय नाही.

❖❖❖

एकच प्याला

'एकच प्याला' हे हेतुप्रधान नाटक आहे. त्याचे प्रत्येक पान मदिरेने आपल्या नाममुद्रेने अंकित केले आहे. दारूबाजाचे पश्चात्तापाचे अश्रू, त्याच्या सद्‌गुणी पत्नीची निर्मल आसवे आणि त्याच्या मुलाचे – या दुर्दैवी दाम्पत्याच्या प्रेमलतेवर फुललेल्या पहिल्यावहिल्या फुलाचे रक्त, यांच्या त्रिवेणीसंगमाने रंगलेले हे नाटक सहेतुक आहे व त्याचा मुख्य उद्देश दारूचे भयंकर दुष्परिणाम दाखविणे हाच आहे, असे कुणी म्हटले, तर त्यात अस्वाभाविक काहीच नाही. खुद्द गडकऱ्यांनी या नाटकाच्या पहिल्या अंकाच्या पहिल्याच प्रवेशात सुधाकराचा सुंदर संसार दारूच्या प्याल्यात बुडून जाणार, अशा प्रकारची धोक्याची पूर्वसूचना दिली आहे व पाचव्या अंकात शेवट रामलालाच्या उद्‌गारांनी केला आहे:

'अरेरे, काय हा अनर्थ! एकदम तीन जीवांच्या तीन परी झाल्या! मूल गेलं, सिंधू गेली, सुधाकर गेला. घर बुडालं, नाव बुडालं आणि वंश बुडाला! या जगात सुधाकराचं आता काय राहिलं आहे? सर्वस्वासह हे तीन जीव ज्याच्यात बुडाले, तो तेवढा दारूचा हा एकच प्याला!'

प्रतिपाद्य विषयाची मांडणी गडकऱ्यांनी कशी केली आहे, हे पाहण्यापूर्वी त्याला पोषक अगर नाशक असे काही उपविषय कथानकात आले आहेत की काय, हे पाहणे आवश्यक आहे. या दृष्टीने रामलाल - शरद् व भगीरथ - शरद् या पात्रांचा विकास पाहिला, म्हणजे दोन गोष्टी चटकन डोळ्यांपुढे उभ्या राहतात. पहिली पृ. १०१ वरील 'एकच प्याला, एकच स्पर्श, एकच कटाक्ष! मोहाच्या कोणत्याही वस्तूचा पहिला प्रसंगच टाळला पाहिजे' हे रामलालचे स्वगत उद्‌गार आणि दुसरी भगीरथाने दारू सोडून शरद्‌शी पुनर्विवाह करणे. 'मोहाच्या कोणत्याही वस्तूचा पहिला प्रसंग टाळला पाहिजे' ही शिकवण मद्यपानाच्या निषेधाला परिपोषकच आहे. दारूचा पहिला प्याला जो लाथाडून देईल, तोच तिच्या मोहपाशातून मुक्त होईल, या सुधाकराच्या अनुभवाचे व्यापक स्वरूप रामलालने उच्चारलेल्या सिद्धांतात दिसून येते. प्रथमत: एक पैसा चोरायला कचरणारा मनुष्य पुढे हजारो रुपयांच्या चोऱ्या

करू लागतो, परस्त्रीकडे मोहवश होऊन पाहिल्यामुळे मनातल्या मनात स्वतःची निर्भर्त्सना करणारा पुरुष तीच गोष्ट अंगवळणी पडत गेली, की परदारागमनाला प्रवृत्त होतो, पहिल्या दिवशी रात्री वेश्येच्या दारातून लाजेने परत येणारा तरुण हळूहळू दिवसाढवळ्या देखील तिच्या घरात शिरताना मागे-पुढे पाहत नाही आणि पहिल्यांदा खोटा कागद करताना थरथर कापणारा हात सरावाने एखाद्या यंत्राइतका निश्चल होऊन ती कामे भराभर उरकून टाकतो!

पापाशी जिवाची ज्या वेळी प्रथमतःच तोंडओळख होते, तेव्हा त्याच्या मुखावरील सैतानी हास्य पाहून जीव त्याच्याकडे पाठ फिरवितो. पण या वेळी नुसते पाठ फिरवून काम भागत नाही. त्या पापापासून जितके दूर जाता येईल, तितके गेले पाहिजे. सामान्य जिवाला ते साधत नाही. पण पाप राक्षसी असल्यामुळेच मायावी असते. तात्पुरत्या सुखाचे मोहिनीजाल ते पसरू शकते. कीर्ती, कांचन, कामिनी, एक ना दोन अनेक दृढ मोहपाशांनी विणलेले जाळे पापाच्या हातात नेहमी सज्ज असते. जिवाने आपल्याकडे पाठ फिरविली, असे पाहताच ते जाळे पसरून पाप त्याचे पाय त्यात गुंतवून टाकते. एकदा पाय गुंतले, की जीव पापाच्या हातातील कळसूत्री बाहुले बनतो. नदीच्या धारेवर लागलेल्या मनुष्याप्रमाणे पापाच्या प्रवाहात तो वाहत जातो.

'दारूची सवय सुटण्याचा काळ ती लागण्यापूर्वीच काय तो असतो' हे सुधाकराने अंतकाळी कळवळून काढलेले उद्‌गार व 'मोहाच्या कोणत्याही वस्तूचा पहिला प्रसंगच टाळला पाहिजे' हे रामलालचे उद्‌गार ही दोन्ही एकमेकांची प्रतिबिंबेच आहेत. रामलालच्या वाक्यात निराकार मोह आहे; सुधाकराच्या सिद्धांतात त्याने साकार होऊन दारूचे रूप धारण केले आहे. या दोन्ही वाक्यांत गडकऱ्यांनी प्रतिपादिलेले तत्त्व अत्यंत महत्त्वाचे असून 'एकच प्याला'ची संपूर्ण फलश्रुती त्यात आहे, असे म्हणावयाला हरकत नाही. मानवी जीविताची रचनाच निसर्गाने अशी केली आहे, की त्याच्या एका बाजूला उन्नतीचा उत्तुंग पर्वत आकाशाला जाऊन भिडलेला दिसतो व दुसऱ्या बाजूला अधोगतीची खोल दरी पाताळापर्यंत पोहोचलेली असते. उन्नतीचा पर्वत चढायला अत्यंत कठीण. संयम, त्याग, विवेक, इत्यादी खडकांमुळे त्याच्यावर पाऊल देखील टाकू नये, असे मनाला वाटते. बरे, पायांची चाळण करून त्या पर्वतावर चढले, तरी हाताला काय लागायचे आहे? त्याच्या माथ्यावर ध्येयाच्या तारका चमकताना दिसतात; पण त्या तिथेच असतील, म्हणून काय नियम आहे? जो जो वर चढून जावे, तो तो त्या दूरच जायच्या, असे सामान्य जिवाला वाटते. अधोगतीच्या दरीचा देखावा या दृश्याच्या अगदी उलट असतो. मोहाचे धुके पसरल्यामुळे ही दरी फार खोल असेल, असे वाटत नाही. वृक्षवेलींनी ती गजबजलेली दिसते. आपण वेलींच्या आधाराने दरीत थोडे खाली उतरू,

झाडावरली मधुर फळे खाऊ, तृणशय्येवर विश्रांती घेऊ आणि ज्या वाटेने खाली गेलो, त्याच वाटेने वर येऊन पूर्ववत मार्गक्रमण सुरू करू, अशी मोहिनी प्रत्येक जिवाला आयुष्यात कधी ना कधी तरी पडतेच. पण तो एकदा दरीत उतरू लागला, की नेहमी खाली खालीच जातो. ज्या वेलींच्या आधारावर तो उतरत असतो, त्या भराभर उन्मळून पडतात. उन्नतीचा पर्वत तर लांबच राहिला; पण त्याच्या अलीकडचा साधा मार्ग देखील त्याला दिसेनासा होतो. तडफडत, धडपडत, आणि गडगडत खाली जाण्याखेरीज त्याला गत्यंतरच उरत नाही.

मोहाचा हा भयंकर अनुभव सुधाकराने दारूच्या रूपाने घेतला. सुधाकराच्या या अनुभवाला रामलालचा पाठिंबा मिळाल्यास 'अधिकस्याधिक फलम्' या न्यायाने नाटक अधिक परिणामकारक होईल, असे गडकऱ्यांना वाटले असावे. याचसाठी शरद्‌ला मुलीप्रमाणे मानणाऱ्या रामलालला त्यांनी क्षणभर मोहवश केले. एवढेच नव्हे, तर शरद्‌वर प्रेम करणाऱ्या भगीरथाविषयी – या भगीरथाला मद्यपानापासून परावृत्त करण्याचा प्रयत्न रामलालनेच केला होता, हे येथे ध्यानात घेणे जरूर आहे – त्याला मत्सर वाटू लागला, असे दाखवायलाही त्यांनी कमी केले नाही. शरद्‌विषयी रामलालच्या मनात क्षणभर मोह उत्पन्न झाला, एवढेच दाखवून जर गडकऱ्यांनी आपली लेखणी आवरली असती, तर त्यात हेतू अगर कला यांच्या दृष्टीने वावगे असे काहीच नव्हते. पण चवथ्या अंकाच्या शेवटी सिंधू मरणोन्मुख होऊन पडल्यानंतर रामलाल, भगीरथ व शरद् या त्रिकुटातील मत्सर व प्रेम यांचे चित्र रेखाटण्याकरता त्यांनी खर्च केलेली बारा पृष्ठे केवळ अनावश्यकच नव्हेत, तर कथानक, कला व परिणाम यांच्या दृष्टीने सर्वस्वी अनिष्ट आहेत. 'अधिकस्याधिकं फलम्' म्हणून गडकऱ्यांनी रामलालच्या मोहवशतेचे सविस्तर चित्र रेखाटले, हे उघड आहे. पण एका खुर्चीवर दोन माणसे कोंबून बसविली, म्हणजे दोघांनाही बसण्याचे सुख होत नाही, हा साधा अनुभव त्यांनी या बाबतीत लक्षात घेतला असता, तर फार बरे झाले असते!

फोटो काढताना मागे उभा केलेला इसम ऐनवेळी फोटोपुढे येऊन उभा राहिला, तर फोटो किती सुंदर निघेल, हे सांगायलाच नको. रामलालच्या मोहाने, 'एकच प्याल्या'च्या पाचव्या अंकाची हुबेहूब तशीच स्थिति केली आहे. वारुणी व तरुणी या दोन्हींच्या मोहावर जर गडकऱ्यांना लिहावयाचे होते, तर कथानकाची मूळपासूनची वीणच त्यांनी दुहेरी धरावयाला हवी होती.

रामलालच्या या आकस्मिक मोहाप्रमाणे भगीरथाने दारूला एकदम ठोकलेला रामरामही फारसा स्वाभाविक वाटत नाही. तत्त्वप्रतिपादनाची तर या प्रसंगाने नांगीच मोडून टाकली आहे. नक्राने गिळलेले माणिक एक वेळ त्याच्या तोंडात हात घालून परत काढता येईल, नागिणीने घातलेला विळखा तिने दंश करण्यापूर्वी सोडविता

येईल; पण दारूचा पहिला थेंब जिभेला लावला, की मनुष्य बुडाला, मदिरेच्या मोहपाशातून मग तो कधीही मुक्त होणार नाही, अशी घोषणा सर्व नाटकभर चालू असताना रामलालसारख्या मनुष्याच्या तेवीस ओळींच्या व्याख्यानाने त्याच नाटकातील एक दारूबाज दारू सोडून देतो, ही आश्चर्याची गोष्ट नव्हे काय? तसे पाहिले, तर भगीरथ सुधाकराच्या आधी मदिरादेवीचा भक्त झाला होता. ज्या वेळी सुधाकर सिंधूला 'या जगात तुझ्याखेरीज अशी एकही गोष्ट नाही, की जिचा म्हणून या सुधाकराला मोह पडेल', असे सांगत होता, त्या वेळी 'भर चौकात जाऊन पीत बसायला मला सांगितलं, तरी सुद्धा माझी तयारी आहे' असे म्हणण्यापर्यंत भगीरथाची मजल गेली होती. दारूच्यापायी नि:संग बनलेला हा महात्मा रामलालसारख्या नमस्कार-चमत्कारापलीकडे ओळख नसलेल्या मनुष्याच्या एका नाटकी व्याख्यानाने शुद्धीवर येतो, हा मानससृष्टीतला अत्यंत मोठा चमत्कार आहे. मद्यपानाच्या बाबतीत वडीलकीचा मान प्रेमभंगामुळे दारूबाज बनलेल्या भगीरथाकडे असताना तो पाच मिनिटांत दारू सोडू शकतो आणि त्याच्या मागाहून दारू पिऊ लागलेला सुधाकर व्याख्यानबाजीत पारंगत असलेला रामलालसारखा मित्र आणि सिंधूसारखी प्रेमळ पत्नी ही प्रतिक्षणी हात धरायला जवळ असताना देखील हातातील पेला खाली ठेवू शकत नाही! या विरोधी चित्रांची संगती कशी लावायची? अनुभवाच्या दृष्टीने पाहू लागले, तर फुंकर मारून वणवा विझवण्याइतकेच पोकळ बडबडीने एखाद्याला मद्यपानापासून निवृत्त करणे शक्य आहे. रामलालच्या व्याख्यानाने भगीरथ दारू सोडतो, हा प्रसंग वस्तुस्थितिदर्शक असता, तर वक्त्यांनी गजबजलेल्या पुणे शहरातील गुत्ते एका दिवसात बंद पडले असते! 'एकच प्याल्या' तील भगीरथ - शरद्‌चा पुनर्विवाह हाही आगगाडीचा अपघात होऊन यात सर्व आप्तेष्ट मरून पडले असताना, त्या एकांताचा फायदा घेऊन वाङ्‌निश्चय करणाऱ्या तरुण - तरुणीच्या प्रेमापेक्षा अधिक आनंददायक वाटत नाही. या पुनर्विवाहाचे श्रेय पदरात पाडून घ्यायचे गडकऱ्यांनी ठरविल्यामुळेच त्यांना भगीरथाची दारू सोडवावी लागली असावी! पण दोन धोंड्यांनी एकही आंबा न पडता धोंडे मात्र मारणाऱ्याच्या डोक्यावर येऊन पडावेत, तशातला रामलाल, भगीरथ आणि शरद् यांच्या प्रेमप्रकरणाचा प्रकार झाला आहे.

विषयाच्या एकजीवतेची हानी करणारे हे उपकथानक सोडून दिल्यास 'एकच प्याला'त जगात दारू करीत असलेल्या अनर्थांचे हृदयभेदक प्रतिबिंब दाखविण्याचाच गडकऱ्यांनी प्रयत्न केला आहे, हे कुणालाही कबूल करावे लागेल. 'गडकऱ्यांचा विनोद' या निबंधाचे लेखक शि. गो. भावे यांचे मत या बाबतीत भिन्न आहे. ते म्हणतात, 'एकच प्याला' नाटक म्हणजे एका अभिजात, सद्‌गुणी, विद्यावंत आणि उदारहृदय अशा माणसाच्या करुणास्पद अध:पाताचे चित्र होय; आणि हा अध:पातही

केवळ त्याच्या मनाच्या हळुवारपणामुळे झालेला आहे..... दारू हे केवळ एक बाह्य चिन्ह आहे. त्याऐवजी दुसरे कसलेही व्यसन असते, तरी परिणाम हाच झाला असता.' भावे यांच्या मते 'एकच प्याला' चा मुख्य विषय सुधाकरासारख्या सुशील, सुशिक्षित व सहृदय अशा मनुष्याचा मनाच्या कोमलपणामुळे झालेला अध:पात रेखाटणे हा आहे. सुधाकराच्या मनाच्या कोमलपणाचे भावे यांनी वर्णन केलेले नाही. पण गडकऱ्यांनी रेखाटलेल्या स्वभावचित्रावरून पाहता तो अत्यंत मानी होता, हे स्पष्ट दिसते. मानी माणसाचे मन पारिजातकाच्या फुलाप्रमाणे असते. अपमानाच्या नुसत्या झळीने सुद्धा ते कोमेजून जाते. सनद रद्द झाल्यामुळे सुधाकराच्या मनाला सर्पदंशाच्या वेदना व्हाव्यात, हे यामुळे स्वाभाविकच वाटते. उन्हाच्या तिरपीचा दगडावर काहीच परिणाम होत नसला, तरी तिच्यामुळे बर्फ तत्काळ वितळू लागते. सुधाकराचेही असेच झाले. जो अपमान दुसऱ्या व्यवहारी मनुष्याने कडू तोंडाने गिळून टाकला असता, त्याचा अनुभव येताच त्याला आवंढा गिळणे देखील अशक्य झाले. त्याच्या मनाच्या या कोमलपणाबद्दल कुणालाही सहानुभूतीच वाटेल. पण शस्त्रक्रियेच्या वेदना जाणवू नयेत, म्हणून गुंगी देणारे औषध जसे घ्यावे लागते, त्याप्रमाणे अपमानाच्या जखमेचा विसर पडावा, म्हणून तो सहजासहजी ज्या वेळी दारूचा स्वीकार करतो, त्या वेळी त्याची कीव वाटू लागते. तळिरामाला फारसा शाब्दिक देखील विरोध न करता पहिला एकच प्याला घेणारा सुधाकर मनाचा दुबळा वाटतो; तो कोमल दिसत नाही. कोमलपणा व दुबळेपणा यांचा जन्म एकाच मनोवृत्तीच्या पोटी होत असला, तरी एकाच समुद्रातून वर आलेले अमृत आणि हालाहल यांच्याइतकेच त्यांच्यांतही अंतर आहे. प्रसंगी वज्राचे कठोरत्वही ज्याच्या अंगी येऊ शकते, तोच खरा कोमलपणा होय. गार जमिनीवर पडताच वितळून जावी, त्याप्रमाणे प्रसंगाची आच लागताच सुधाकराच्या कोमलपणाचे दुबळेपणात रूपांतर झाले. सुधाकराचे मनोदौर्बल्य हाच यामुळे नाटकाचा मुख्य विषय होता. गडकऱ्यांनाही तसे वाटत होते, म्हणून 'साऱ्या अनर्थांचे कारण दारूचा पहिला एकच प्याला असतो' असे सुधाकराच्याकडून नाटकाच्या शेवटी त्यांनी वदविले. मानवी मनाचा दुबळेपणा व मोह यांच्या द्वंद्वयुद्धात दुबळेपणाला यश येण्याचा संभव असला, तर तो पहिल्याच झटापटीत. एकदा तो मोहाच्या पकडीत गेला, की मग त्या मगरमिठीतून त्याची सुटका होणे अशक्य.

दारू हे केवळ बाह्य चिन्ह आहे; दुसरे कोणतेही व्यसन असते, तरी सुधाकराचा असाच अध:पात झाला असता, असेही भावे यांचे म्हणणे आहे. दारूच्या ऐवजी वेश्या, जुगार, वगैरे व्यसनांची योजना करून आपण 'एकच प्याल्या'चे कथानक रचू लागलो, की ताबडतोब भावे यांचे विधान सदोष आहे, असे प्रत्ययाला येते. गडकऱ्यांना मदिरेच्या मोहाविषयी, दारूच्या दारुण दाहकतेविषयीच लिहावयाचे

होते. तळिरामाने दारूच्या प्याल्याऐवजी एखादी सुंदर वेश्या पुढे केली असती, तर मानभंगाने तळमळणारा सुधाकर तिच्याशी तुकारामाप्रमाणे वागला असता, असे आम्हाला वाटते. मनाला विरंगुळा मिळावा, म्हणून त्याने जुगाराचे फासे कदाचित हातात धरले असते; पण दारूप्रमाणे तो त्यांच्या आहारी कधीही गेला असता. सुधाकर कामुक नव्हता आणि लोभीही नव्हता. त्याला आपल्या मनात भडकलेली अपमानाची आग विझवायची होती. दारू घशातून खाली ओतली, की ती विझेल, या कल्पनेने त्याने दारूचा पहिला पेला ओठाला लावला. पण दारूने त्याच्या मनातली आग विझण्याच्या मिषाने त्याच्या शरीरात बिऱ्हाड केले व हळूहळू त्याचे सद्गुण, त्याचा संसार व त्याची सिंधू यांची राखरांगोळी करून टाकली.

सुधाकराला कुठले तरी एक व्यसन लागून त्याचा सत्यनाश झाला, एवढेच गडकऱ्यांना दाखवायचे नव्हते. इतर व्यसने दारूपेक्षा अधिक अनर्थकारक असोत अगर नसोत, दारू मनुष्याच्या शरीरात थेंबाने प्रवेश करते व शेवटी या थेंबाथेंबाचे तळे होऊन, त्यात तो मनुष्य, त्याचे कर्तृत्व आणि त्याचे कुटुंब या सर्वांना जलसमाधी मिळते, हे त्यांना स्पष्टपणे दाखवावयाचे होते. मॅकबेथ नाटकात राज्यलोभाऐवजी स्त्रीलोभ घातला अथवा ऑथेल्लोमध्ये मत्सराऐवजी दुसरा कोणताही विकार घातला, तर त्यांची जी दुर्दशा होईल, तीच 'एकच प्याल्या'त दारूऐवजी दुसरे व्यसन घातले, तर या नाटकाचीही होईल. 'एकच प्याल्या'च्या कथानकाच्या रचनेकडे पाहिले, तरी देखील सुधाकराच्या स्वभावापेक्षाही दारूच्या दुष्परिणामांकडेच गडकऱ्यांनी अधिक लक्ष दिले आहे, असे दिसून येते. दारू सुशिक्षित मनुष्याला राक्षस करते आणि सुशील मनुष्याच्या हातून बायकापोरांचे खून पाडविते, हे दाखविण्याकरिता त्यांनी सुधाकराला सुशिक्षित, सुशील व सहृदय केला. पण तेवढ्यावरून या नाटकात दारू हे नुसते बाह्य चिन्ह आहे, असे म्हणणे म्हणजे नारायणरावाच्या खुनात भाऊबंदकी हे नुसते बाह्य चिन्ह होते, असे सांगण्यासारखेच आहे.

नाटकाचे पृथक्करण केले असताही हीच गोष्ट सिद्ध होते. सदरहू नाटक गडकऱ्यांनी १९१६ जुलैपासून १९१७ नोव्हेंबरपर्यंत लिहिले. भावनाप्रधान लेखकाला नेहमी स्वतःच्या अनुभवांपासूनच अधिक स्फूर्ती मिळत असते. जगाच्या निरीक्षणापेक्षा आत्मपरीक्षणच त्याला नवे प्रसंग, नवी-नवी स्वभावचित्रे, नवीन कल्पना, इत्यादी लेखनसाहित्याचा पुरवठा करते. 'एकच प्याल्या'च्या प्रस्तावनेत गुर्जर म्हणतात, 'प्रस्तुत नाटकाची उभारणी, कै. गडकरी यांनी खुद्द स्वतःच्या व इतरांच्या खऱ्याखुऱ्या अनुभवाच्या पायावर केली आहे.' या वाक्यावरून 'दारूचे दुष्परिणाम' हा विषय गडकऱ्यांना नाटकाकरिता घ्यावासा वाटणे स्वाभाविक होते, असे स्पष्ट दिसते. हाच विषय निवडण्याचे दुसरे एक कारण गडकऱ्यांच्या महत्त्वाकांक्षेत आढळून येईल.

कोल्हटकर व खाडिलकर या दोन मोठ्या नाटककारांवर मात करायची, ही त्यांची सर्वांत मोठी इच्छा. 'पुण्यप्रभावा'ने त्यांना लोकप्रियता मिळवून दिली, तरी ते नाटक गंधर्व मंडळीने रंगभूमीवर आणले नसल्यामुळे आपल्या उत्कृष्ट सोन्याची कुशल सोनाराशी अद्यापि गाठ पडली नाही, ही रुखरुख गडकऱ्यांच्या मनात होतीच. बालगंधर्व शृंगाराप्रमाणे करुन ही रंगभूमीवर मूर्तिमंत उभा करू शकतात, हे गडकऱ्यांना अनुभवाने माहीत असल्यामुळे त्यांनी स्वत:च्या व इतरांच्या अनुभवांवरून सुचलेला व करुणरसाच्या उठावाला अत्यंत पोषक असा दारूचा विषय निवडला असावा. या विषयावर कोल्हटकरांचे कल्पनारम्य 'मूकनायक' व खाडिलकरांचे पौराणिक 'विद्याहरण' अशी दोन नाटके असल्यामुळे गडकऱ्यांनी तोच विषय परिणामकारक रीतीने पुन्हा रंगविण्याची महत्त्वाकांक्षा धरावी, यातही अस्वाभाविक असे काहीच नाही.

गडकऱ्यांचे स्नेही गुर्जर यांनी या नाट्यपटाचे धागेदोरे ग्रंथकर्त्याच्या स्वत:च्या व इतरांच्या अनुभवांतून निर्माण झाले आहेत, असे स्पष्टपणे सांगितल्यामुळे अनुकरण, पिष्टपेषण झालेला विषय, वगैरे आक्षेप त्याच्यावर घेणे अनुदारपणाचे आहे. 'एकच प्याला'ची गोष्ट प्रत्येक दिवशी प्रत्येक गावात घडणारी आहे. गडकऱ्यांसारख्या प्रतिभासंपन्न व भावनाप्रधान मनुष्याला तिच्या पायावर नाट्यमंदिराची उभारणी करण्याची इच्छा झाली नसती, तरच नवल. हृदयाने अनुभवलेले व डोळ्यांनी पाहिलेले शेकडो भयंकर प्रसंग पुढे असताना 'Bottle' सारखे नाटक अथवा 'Soldier's Wife' सारखी कादंबरी यांच्याकडे 'एकच प्याल्या'च्या कथानकाकरिता धाव घेण्याची गडकऱ्यांना काय जरूर होती? पिढ्यान् पिढ्या चित्रकार रम्य सूर्यास्ताची चित्रे रंगवीत आले आहेत, शतकानुशतकं गवई भैरवी आळवीत आहेत; म्हणून त्यात कुणी कुणाची नक्कल करतो, असे थोडेच आहे? कलेचा जन्म बुद्धीत नसून हृदयात होत असतो. बुद्धी अनुकरणाकरता धडपडते; पण हृदयाचे समाधान अनुभूतीनेच होते. भोवतालच्या चराचरात नांदणारे सौंदर्य व सत्य यांचा हृदयाशी संगम झाला, की या त्रिवेणीसंगमात कलेचा जन्म होतो. पुढे या कलेचा विकास मात्र बुद्धी करते.

'एकच प्याला' च्या कथनकाची कल्पना गडकऱ्यांनी इतर पुस्तकांवरून घेतली, हा आक्षेप जितका निराधार, तितकेच दारू हा शिळा विषय आहे, हे म्हणणेही हास्यास्पद आहे. कालिदासाचे मेघदूत तोंडपाठ असूनही पत्नीविरहाने व्याकूळ झालेला आधुनिक कवी कविता करतो व ती सरस होते. खरी कला कधीच शिळी होत नाही. हृदयाचे प्रतिबिंब ज्यात पडलेले आहे, ते काव्य कधी तरी निर्जीव होईल काय? संध्याकालीन सुंदर रंग वर्षानुवर्ष पाहिले, तरी नवीनच भासतात; प्रेमळ मातेच्या मांडीवर डोके टेकताना प्रत्येक वेळी पहिल्या खेपेइतकाच आनंद होत असतो: अंगणात

गुलाबांचा सडा पडत असला, तरी वेलीवर उमलणारी नवी गुलाबकळी पाहून मन मोहून जायचे, ते जातेच. कलेलाही हाच नियम लागू आहे. हजारो वर्षे अनेक उत्कृष्ट मानवी मूर्ती घडवूनही विधात्याला जसा आपल्या कामाचा कंटाळा आलेला नाही, त्याप्रमाणे मानवी हृदयाचे अनुभव सांगताना, त्याची चित्रे रंगविताना आणि त्याच्या सुखदु:खाशी समरस होताना कलेचेही मन कधी विटत नाही. वसंत ऋतू दरवर्षी तीच तीच फुले फुलवितो, कोकिळेकडून तेच तेच सूर काढवितो, वृक्षवेलींना तेच तेच साज चढवितो; पण असे असूनही तो आपणांला प्रत्येक वेळी नवा भासतोच की नाही? प्रत्येक सुंदर कलाकृतीही याच दृष्टीने नवीन असते.

दारूच्या लहानशा प्याल्यात विश्वाला गवसणी घालणारी बुद्धी, अखिल मानवजातीवर प्रेमछाया करू शकणारे हृदय आणि भीमालाही हेवा वाटेल, असे शरीर, या सर्वांची राखरांगोळी होऊन जाते, हे गडकऱ्यांना दाखवायचे होते. या दृष्टीने पाहिले, म्हणजे 'एकच प्याल्या'त मुख्य पात्रे दोनच दिसतात. सुधाकर आणि सिंधू नाटकाच्या आरंभी हे जोडपे नंदनवनात विहार करीत असते. प्रेमपारिजातकाची पुष्पे, विनोदगंधर्वाचे गायन आणि आशारूपी अप्सरांचे नर्तन यांनी त्यांचे जीवन सुखमय झालेले असते. पण सुधाकराच्या हाताला दारूचा स्पर्श होताच या नंदनवनातून या जोडप्याचा अध:पात होतो व शेवटी अपकीर्ती, दारिद्र्य आणि मृत्यू यांच्या रौरवाग्नीत त्याचे भस्म होऊन जाते. सुधाकर प्रेमळ, बुद्धिवान व सुखवस्तू आहे; सिंधू कोमल मनाची, समंजस व पतिनिष्ठ आहे; त्यांच्या संगमाला त्रिवेणीसंगमाचे पावित्र्य आणण्याकरता देवाधिदेवाकडून एक बाळजीव रवानाही झाला आहे. याच्यापेक्षा या जगात सुख सुख ते काय असणार? पण सुखपर्वताच्या या शिखरावरून, आनंदपूर्ण अशा या गगनमंडळातून मदिरेचा स्पर्श होताच या कुटुंबाचा अध:पात होतो.

सुधाकराच्या व त्याच्या कुटुंबाच्या धूळधाणीचे हे चित्र गडकऱ्यांनी पाच अंकांत रेखाटले आहे. कथानकाची अंकवार वाटणी त्यांनी खाली दिल्याप्रमाणे केली आहे. : अंक पहिला – मानी स्वभावाच्या सुधाकराचा मुनसफाशी खटका होऊन त्याची सनद जाते. जिवलग मित्र परदेशी व प्रिय पत्नी माहेरी असल्यामुळे हृदयाला झालेल्या अपमानाच्या या जखमेचे दु:ख त्याला असह्य होते. या वेदना विसरण्याकरता आपला कारकून तळिराम याच्या सल्ल्याने तो दारूचा पहिला प्याला ओठाला लावतो. अंक दुसरा – रामलाल व सिंधू परत येतात. सुधाकर तुसडेपणाने का वागतो, रात्री-अपरात्री बाहेर का जातो, वगैरे गोष्टींचा उलगडा सिंधूला होत नाही. ती रामलालला चौकशी करायला सांगते. तळिरामाची बायको गीता हिच्याकडून त्याला सुधाकराच्या मद्यपानाचा पत्ता लागतो. अंक तिसरा – रद्द झालेली सनद परत मिळण्याच्या दिवशी सुधाकर दारूने बेहोश होऊन कोर्टात जातो व बेताल बोलण्यामुळे त्याची सनद कायमची रद्द होते. पतीला दारूचे व्यसन लगाल्याचे सिंधूला कळते.

सुधाकराच्या व्यसनाला आळा घालण्याकरता रामलाल त्याच्या सासऱ्याला व मेव्हण्याला तारेने बोलावतो; पण सुधाकर त्या सर्वांचा दारूच्या धुंदीत अपमान करतो व दुसऱ्या कोणाची कवडी देखील घ्यायची नाही, अशी शपथ सिंधूकडून घेवविती. अंक चवथा दारूबाज नवरा म्हणजे शुद्ध पशू अशा अर्थाचे गीतेचे वाक्ताडन ऐकून सुधाकर शुद्धीवर येतो व सिंधू व मूल यांच्या साक्षीने दारू सोडण्याची प्रतिज्ञा करतो. सनद गेली असल्यामुळे दुसरी कसली तरी नोकरी करावी, म्हणून तो दारूच्या मजलशीतील दोस्तांकडे जातो. दारूबाज म्हणून हिणवून ते त्याच्या विनंतीला वाटाण्याच्या अक्षता लावतात! सुधाकर निराश होऊन पुन्हा दारू पिऊ लागतो व शेवटी सिंधू दारूला पैसे देत नाही, म्हणून तिला व मुलाला काठीने मारतो. मूल मरते व सिंधू घायाळ होऊन पडते. अंक पाचवा – पतिव्रता सिंधू नवऱ्याला त्रास होऊ नये, म्हणून भावाने मुद्दाम बोलावून आणलेल्या फौजदाराला माळ्यावरून पडल्यामुळे आपल्याला जखमा झाल्या आहेत, असे सांगते व सुधाकराला दारू सोडण्याची विनंती करून प्राण सोडते. पश्चात्तप्त सुधाकर दारूच्या प्याल्यात विष मिसळून तो शेवटचा प्याला पितो आणि सिंधूला भेटण्याकरता इहलोकातून निघून जातो.

कै. हरिभाऊ आपटे यांच्या 'थोड्या चुकीचा घोर परिणाम' या गोष्टीच्या कथानकाशी या कथानकाची तुलना करणे अनुचित होणार नाही. विष्णुपंत व लक्ष्मीबाई हे त्या गोष्टीतले सुखी दाम्पत्य आहे. लक्ष्मीबाई बाळंतपणाकरता माहेरी जाते व तिची पाठ फिरलेली पाहताच दारूच्या रूपाने अवदसा तिच्या घरात प्रवेश करते. पत्नी माहेरी गेल्यावर विष्णुपंत खाणावळीत जेवीत होता; पण त्या अन्नाला कंटाळून पुढे तो गंगाधरपंत नावाच्या स्नेह्याच्या घरी जेवू लागला. सदरहू गंगाधरपंत बाटलाबाईचे दासानुदास झालेले होते. एकदा विष्णुपंतांचे पोट दुखू लागले. तेव्हा 'औषधं मदिरातोयं' या मंत्राचा जप करून गंगाधरपंताने त्याला मद्यपानाची दीक्षा दिली. मद्यपानाच्या विद्येत शिष्य हां हां म्हणता गुरूची बरोबरी करू लागतो. विष्णुपंत या नियमाला अपवाद थोडाच होता? बायको माहेराहून परत आली, तेव्हा त्याची स्वत:ची विवेकबुद्धी व तिच्या डोळ्यांतील अश्रू यांनी दारूला त्याच्या घरातून हाकून देण्याचा प्रयत्न केला. पण फुले मारून नागीणीचा विळखा कधी सुटला आहे काय? हळूहळू घरापासून दारापर्यंत व दरापासून गटारापर्यंत विष्णुपंताने मजल मारली. लक्ष्मीबाईचा भाऊ तिला 'तू माझ्याबरोबर माहेरी चल; त्याखेरीज याचे डोळे उघडणार नाहीत', असा आग्रह करू लागला. पण ती साध्वी त्याच्याबरोबर गेली नाही. शेवटी तिला मोलमजुरी करण्याची पाळी आली. कचेरीत दारू पिऊन कामाचे कागद खराब केल्याबद्दल विष्णुपंताची नोकरीही गेली. पण 'मद्यं वा पिबेत् देहं वा पातयेत्' अशा कोटीला पोहोचलेल्या विष्णुपंताचे डोळे असल्या चटक्याने थोडेच उघडतात! शेवटी विष्णुपंताला दोषी तापाने पछाडले. त्या तापात लक्ष्मीबाईने

रक्ताचे पाणी करून त्याला काळाच्या दाढेतून बाहेर ओढून काढले. तिच्या या अलौकिक भक्तीने विष्णुपंत शुद्धीवर आला व त्याने दारूच्या पाशातून आपली सुटका करून घेतली.

कथानकाचे आनंदपर्यवसान सोडून दिल्यास हरिभाऊंची गोष्ट व 'एकच प्याल्या'चे कथानक यांत बरेचसे साम्य आहे, हे सहज दिसून येईल. वस्तुस्थिती रंगविण्याकडे हरिभाऊंचा कल असल्यामुळे हरिभाऊंनी हे साधे कथानक जसेच्या तसे ठेविले. पण कोल्हटकरांच्या परंपरेत वाढलेल्या व वैचित्र्याशिवाय रंग नाही, असे मानणाऱ्या गडकऱ्यांनी मुख्य कथासूत्राला इतर धाग्यादोऱ्यांची जोड देऊन ते गुंतागुंतीचे बनविले. चित्रातील पार्श्वभूमी चित्रविषयक व्यक्तींच्या भावदर्शनाशी सुसंगत असली, म्हणजे चित्राच्या सौंदर्यात भर पडते. उपकथानके अथवा कथानकाची गुंतागुंत यांचाही ललितवाङ्मयात तोच उपयोग होता. शेक्सपिअरच्या प्रेक्षकवर्गाची संस्कृती लक्षात घेता त्या वेळी सूक्ष्म छटांपेक्षा भडक रंग लोकांना आवडत असत, यात नवल वाटण्याचे काहीच कारण नाही. अद्भुतरम्य अथवा वैचित्र्यपूर्ण प्रसंगांची रेलचेल शेक्सपिअरच्या नाटकांत आढळून येते, याचे कारण हेच आहे. पण बाह्य सृष्टीतील वैचित्र्यापेक्षा अंत:सृष्टीतील वैचित्र्य दिग्दर्शित करण्याचा लेखक प्रयत्न करू लागला, की कथानकाची गुंतागुंत अगर क्षोभजनक प्रसंग त्याला तादृश महत्त्वाचे वाटत नाहीत. इब्सेनच्या नाटकांत आढळून येणारी पात्रांची काटकसर, मुख्य कथासूत्र व विषय यांच्या विकासासाठी प्रत्येक पात्राचा जास्तीत जास्त उपयोग करून घेण्याची प्रवृत्ती, प्रसंगाच्या भडकपणापेक्षा त्याच्या सूक्ष्म विकासाकडे असलेले त्याचे लक्ष, इत्यादी गोष्टींचे मूळ स्वभावाविष्करण हा नाटकाचा आत्मा आहे, या तत्त्वात आहे. बहुजनसमाजाच्या हृदयाला हलविणारे नायक शक्य तितके साधेच असले पाहिजे, हे धोरण पुढे ठेवूनच गडकऱ्यांनी 'एकच प्याल्या'ची रचना केली. वैचित्र्याचा मोह न आवरल्यामुळे असो अथवा प्रत्येक पात्राची शक्य तितकी वाढ करण्याची कलेला मारक अशी महत्त्वाकांक्षा त्यांनी बाळगल्यामुळे असो; 'एकच प्याल्या'चे कथानक त्यांना पूर्णपणे साधे ठेवता आले नाही. साधी रचना व गुंतागुंतीची रचना या दोन्ही साधण्याचा प्रयत्न करता-करता कलेच्या दृष्टीने सदोष रचना मात्र त्यांच्या हातून झाली. प्रौढ व तरुण अशा दोन बायका करणाऱ्या दादल्याच्या डोकीवरील काळे व पांढरे केस उपटले जाऊन तो जसा टकल्या होतो, तशीच परस्परविरोधी गोष्टी साध्य करणाऱ्या कलावंताची स्थिती होते. रामलालचा 'एकच स्पर्श' कायम ठेवून भगीरथ व शरद् यांच्यामधील प्रेमयुद्धाला गडकऱ्यांनी रजा दिली असती, तर अनेक रसभंगकारक प्रसंग या नाटकात आले नसते; एवढेच नव्हे, तर मुख्य पात्रांच्या विकासाला पूर्ण अवसर मिळून नाटक अधिक सरस झाले असते.

'एकच प्याल्या'तील पात्रांचे वर्गीकरण केले असता हा मुद्दा अधिक स्पष्ट होईल. या नाटकात (१) मुख्य पात्रे - सुधाकर व सिंधू, (२) दुय्यम पात्रे - तळिराम व गीता व रामलाल - शरद् - भगीरथ, आणि (३) गौण पात्रे - आर्यमदिरामंडळाचे सभासद, सिंधूचे वडील व भाऊ, डॉक्टर - वैद्य - फौजदार वगैरे धंदेवाईक मंडळी ही आहेत. गौण पात्रांच्या तिसऱ्या वर्गात पंधरा अधिक नग आहेत. लग्नमंडपात मिष्टान्नाकरता जमणाऱ्या इतरेजनांप्रमाणे ही गौण पात्रे भासल्यावाचून राहत नाहीत. नाटकातील कथानकाशी यांचा बादरायण संबंध सुद्धा नाही. दारूबाजांचा गोंधळ कसा असतो, बाटल्यामागून बाटल्या फोडता-फोडता ते काय काय तारे तोडतात, तनमनधनाची राखरांगोळी करून बसलेल्या या माणसांपेक्षा पिशाचेदेखील कमी भयप्रद असतील, असे का वाटू लागते, हे पाहावयाला या असंबद्ध पात्रांचे प्रवेश ठीक असतील. पण कथानक व मुख्य पात्रांचे स्वभाव यांच्याशी त्यांचा काडीइतकाही संबंध नसल्यामुळे कलादृष्ट्या ते विसंगत वाटतात. नाटककार व कला यांच्यामध्ये नाटकमंडळी उभी असल्यामुळे या कलाविहीन गोष्टी नाटककाराला कराव्या लागत असतील. पण नाटकमंडळी विनोदावाचून रंगभूमीवर पाऊल टाकायला तयार नाही, म्हणून असंबद्ध व आचरट पात्रांच्या बडबडीकरता नाटककाराने प्रवेशच्या प्रवेश खर्च करणे केव्हाही अयोग्यच मानले जाईल, 'एकच प्याल्या'चा विषय दारू आहे. म्हणून त्यात दारूबाजांच्या बैठकी भरवायला हरकत नाही, असे म्हणणे म्हणजे मुलगी ज्या ज्या मनुष्याकडून नाकारली जाते, त्याचे त्याचे विक्षिप्त स्वभावचित्र हुंड्यावरील नाटकात घुसडून देणे योग्य आहे, असे प्रतिपादण्यासारखे आहे. त्यातूनही 'एकच प्याला' हे आनंदपर्यवसायी अगर प्रहसनात्मक नाटक असते, तर आर्यमदिरामंडळाचे गालबोट त्याला शोभून गेले असते. पण अव्वलपासून अखेरपर्यंत ज्यात करुणाचे वातावरण पसरले आहे, त्या नाटकात उत्तान हास्याचे नाट्य-कथानकाशी सर्वथैव असंबद्ध असे प्रवेश घालणे म्हणजे पेटलेल्या चितेपाशी बसून जवळच्या मळीतील कणसे त्या चितेतील निखाऱ्यांवर भाजून खाण्यासारखेच आहे.

गौण पात्रांप्रमाणे दुय्यम पात्रांची गोष्ट गौण नाही. मुख्य पात्रे हे हृदय, दुय्यम पात्रे हे शरीर आणि गौण पात्रे हे कपडे, अशी नाट्यशरीराची कल्पना केल्यास ती वावगी होणार नाही. सुंदर कपडे अंगावर घातले, म्हणून एखादा मनुष्य सहृदय ठरतो, असे नाही. सुंदर शरीरावर सहृदयता अवलंबून असते, असेही नाही. पण कपड्यावाचून हृदय चालू शकले, तरी शरीरावाचून ते चालणार नाही. दुय्यम पात्रे नाटकात आवश्यक होऊन बसतात, त्याचे कारण हेच आहे. अपमान झाल्याबरोबर सुधाकर उठला आणि तडक दारूच्या गुत्त्यात गेला, असे वर्णन

कुणी केले, तर त्यामुळे करुणापेक्षा हास्यरसच उत्पन्न होण्याचा संभव अधिक. सुधाकराच्या हातात दारूचा पेला आकाशातून पडणे अशक्य असल्यामुळे गडकऱ्यांना तो पेला देण्याकरता तळिराम निर्माण करावा लागला. अट्टल दारूबाजाला बायको नसली, तर आपल्या मद्यपानाचे प्रयोग तो बिचारा कुणावर करणार? या कारणामुळे तळिरामाच्या जोडीला गीता नाटकात आली. दुय्यम पात्रांचे उरलेले त्रिकूट - रामलाल, सुधाकराचा मित्र म्हणून, शरद् सुधाकराची बहीण या नात्याने आणि भगीरथ 'झणिं दे कर या दीना' हा गुरुवर्य रामलाल यांचा उपदेश शरद्चे पाणिग्रहण करून अमलात आणण्याच्या सदुद्देशाने – या नाटकात संचार करीत असते. या सर्व दुय्यम पात्रांची व मुख्य भूमिकांची स्वभावचिकित्सा केली, म्हणजे नाटकातील बहुतेक गुणदोषांवर प्रकाश पडतो.

तळिराम – दारूची बाटली हातात घेऊन 'सदासर्वदा योग तुझा घडावा' तुझे कारणी देह माझा पडावा' असे म्हणत तिचे सतत चिंतन करणारे हे गृहस्थ सुधाकराचे कारकून असतात. या मदिराभक्ताचे वाचकांना प्रथमतः दर्शन होते, तेव्हाच बायकोच्या गळ्यातले मंगळसूत्र तोडण्यापर्यंत त्याची मजल गेलेली असते. अशा पट्टीच्या दारूबाजाला सुधाकराने 'चलाख, हुशार आणि जिवाला जीव देणारा' म्हणावे, याचे कुणालाही आश्चर्य वाटेल. कारकून व वकील यांचा हरघडी निकटचा संबंध येतो. अशा वेळी तळिरामाच्या तोंडाची घाण सुधाकराला केव्हाच येऊ नये, ही नवलाची गोष्ट नव्हे काय? सुधाकराच्या घरी येताना तळिराम चिपटे मापटे बडीशेप खाऊन अगर शेरभर भजी उठवून येत असे, असे मानले, तरी त्याच्या तारवटलेल्या डोळ्यांवरून अथवा बकणाऱ्या बुद्धीवरून ही गोष्ट सुधाकराच्या सहज लक्षात आली असती. नाटकाच्या आरंभी 'गीताबाई तर घरच्या माणसाच्या पलीकडे' असे सिंधूने उद्गार काढले आहेत. सिंधूशी इतके रहस्य असताना फटकळ गीतेने आपल्या नवऱ्याचे 'गुण' तिच्यापासून चोरून ठेवणे शक्य दिसत नाही. पण सुधाकराने तळिरामाला दिलेल्या सर्टिफिकिटाविरुद्ध सिंधू स्वगत अगर उघड एक अवाक्षरदेखील काढीत नाही! हरिभाऊंच्या गोष्टीत विष्णुपंताला त्याचा स्नेही गंगाधरपंत दारूचे व्यसन लावतो, असे दाखविले आहे. त्या ठिकाणी गंगाधरपंताच्या व्यसनाची विष्णुपंत व लक्ष्मीबाई यांना कल्पनाही नसणे स्वाभाविक दिसते. तळिरामाच्या बाबतीत मात्र तसे म्हणवत नाही. त्याच्यासारख्या भूतो न भविष्यति अशा दारूबाजाला कारकून म्हणून ठेवणाऱ्या सुधाकराला त्याच्या मद्यपानाची शंका देखील न यायला सुधाकराला नाक, डोळे व कान नव्हते, असे थोडेच आहे!

मद्यानंदी टाळी लागलेला हा महात्मा सुधाकराच्या मानभंगाचा फायदा घेऊन त्याला दारूची दीक्षा देतो. सुधाकराला दारूचे व्यसन लावण्यात त्याचा विशेष

काही उद्देश असतो, असे दिसत नाही. 'विद्याहरणा'ला आचरट शिष्यवर दारूपोई काढतो व ती डोक्यावर घेऊन नाचतो. पुराणातल्या बाणाचे रूपांतर जसे बंदुकीत झाले आहे, त्याप्रमाणे या शिष्यवराच्या दारूपोईचा आधुनिक अवतार 'आर्यमंदिरामंडळा'त दिसून येतो. या मंडळाने नाटकाच्या कथानकात अगर सुधाकराच्या स्वभावात काही फरक घडवून आणला आहे, असेही नाही. सुधाकराला दारूचे व्यसन लावल्यानंतर मंडळात बसून दारू पिण्यापलीकडे तळिरामाला नाटकात काहीच कार्य उरत नाही! तो कलिपुरुष नाही, त्याला सुधाकराचा सुड घ्यायचा असतो, असेही नाही. डोळ्यांनी दारूचे दर्शन घ्यायचे, तोंडाने तिचे पान व गुणगान करायचे, हाताने पेले भरायचे, कानांनी फक्त दारूबाजाचीच बडबड ऐकायची, यातच त्याला आपल्या आयुष्याचे सार्थक वाटत असते. तिसऱ्या अंकात रामलाल सुधाकराच्या घरातून त्याला हाकलून देतो. त्याच अंकाच्या शेवटी तो सुधाकराच्या घरी येतो व 'तुमची सनद गेली, त्या वेळी रामलालने बाईसाहेबांना मिठी मारली', असे विष सुधाकराच्या कानात ओततो. कुणाकडून पैचीदेखील मदत घ्यायची नाही, अशी सुधाकर सिंधूला शपथ घ्यायला लावतो, त्या वेळेलाही तळिराम त्याला चिथावतो. पण या दोन्ही गोष्टी त्याने सुधाकराचा नाश करण्याकरता हेतुपूर्वक केल्या आहेत, असे वाटत नाही. दारूबाजाचा आपल्या मनावर ताबा राहत नाही. मद्यपानाच्या धुंदीत सर्व गोष्टी त्याला विकृत दिसू लागतात. 'मूकनायका'त शरच्चंद्र राजालाही दारूच्या धुंदीत आपली पत्नी रोहिणी हिच्याविषयी वाईट संशय येतो, असे दाखविले आहे. त्या ठिकाणी राजेसाहेबांची स्वारी मुका विक्रांत आपल्या पत्नीला 'प्रिये' म्हणून हात मारीत आहे, अशी स्वतःची समजूत करून घेते! 'एकच प्याला'त तळिरामाने रामलालविषयी अशाच प्रकारची जी ठिणगी सोडली आहे, तिच्यामुळे भडका असा कुठेच होत नाही. सिंधू दारूला पैसे देत नाही, तेव्हा सुधाकर मुलाला मारायला धावतो व 'हे रामलालचं कारटं आहे' असे उद्‌गार काढतो. एवढाच काय तो सबंध नाटकात तळिरामाच्या या विषारी शब्दांचा प्रतिध्वनी आढळतो. हे विष मनात भिनल्यामुळे सुधाकराला रामलाल दृष्टीसमोरही नकोसा झाला आणि त्यामुळे सुधाकराला सुधारण्याचे प्रत्यक्ष प्रयत्न करणे रामलालला अशक्य झाले, असे दाखविले असते, तर कथानकाची पुढची मांडणी अधिक सुसंबद्ध झाली असती. गडकऱ्यांच्या तळिरामाचा जीव तिसऱ्या अंकात सिंधूने शपथ घेतल्यावर भांड्यात (अर्थात दारूच्याच) पडतो, तो पुन्हा कधीच बाहेर येत नाही. वीरपुरुष जसा लढता-लढता, त्याप्रमाणे तो दारू पिता-पिता मरतो. अशा रीतीने अक्षरशः धारातीर्थी देह पडल्यानंतर आपली जी उत्तरक्रिया होईल, तिच्यातही दारूलाच प्राधान्य असावे, एवढीच त्याची अंतकाळची इच्छा असते! चित्रगुप्ताच्या कचेरीत

ही स्वारी जाऊन दाखल झाल्यानंतर त्याच्या खात्याची सर्व पाने दारूने चिंब झाल्यामुळे त्यांच्यावरले एक अक्षरदेखील वाचणे शक्य नाही, अशी यमपुरीतल्या कारकुनाने खास तक्रार केली असेल! मदिराभक्तीची परमावधी हाच तळिरामाचा विशेष असल्यामुळे त्याचा कथानकाच्या प्रगतीलाही म्हणण्यासारखा उपयोग होत नाही अथवा त्याचे स्वभावचित्रही वैशिष्ट्यदर्शक वाटत नाही. तळिरामाचे गुरू विकंठ 'मूकनायका'त राजाकडून दारूच्या धुंदीत एका अनिष्ट परवान्यावर सही घेतात. त्यांच्या या सच्छिष्याकडून तशा प्रकारचे काही काम गडकऱ्यांनी करून घेतले असते, तर बरे झाले असते. 'एक कोटिबाज दारूबाज' यापलीकडे त्याच्या स्वभावाचा मनावर अगर कथानकावर काहीच परिणाम होत नाही.

गीता – तळिरामाइतके गीतेला नाटकात हातपाय पसरायला मिळाले नाहीत. बिचारी पुरुष नाही आणि दारूबाजही नाही. तेव्हा तिने मागे मागे राहावे, हे स्वाभाविकच आहे. पण थोड्या रेषांनी काढलेल्या एखाद्या सुंदर चित्राप्रमाणे तिचे स्वभावरेखन आकर्षक झाले आहे. तिचा स्वभाव सरळ आणि सडेतोड आहे. नवऱ्याशिवाय बायकोला अन्यगती नसल्यामुळे ती तळिरामाबरोबर दिवस काढते. पण ते मूग गिळून मात्र नाही. बायकोने तोंडाला कुलूप घातले, तरी दारूबाज नवऱ्याच्या तोंडाला कुलूप पडणे शक्य नाही हे तिला पक्के ठाऊक असते. नवऱ्याच्या जुलमामुळे जळणाऱ्या हृदयाला जिभेच्या द्वाराने वाट मोकळी करून दिल्याखेरीज तिला राहवतच नाही. सुधाकराच्या व्यसनाविषयी तिने रामलालला दिलेली माहिती, 'दारू पितो, तो कसला हो नवरा? माणसातदेखील जमा व्हायची नाही त्याची' या शब्दांनी तिने सुधाकराची केलेली निर्भर्त्सना, सुधाकराने आपले बोलणे ऐकले, असे वाटताच 'अगबाई! दादासाहेब इथेच होते, वाटते? आणखी माझ्या जिभेची सारखी टकळी चालली होती', हे तिच्या तोंडून निघालेले उद्‌गार, कामाचे पैसे आधी मिळतील का, असे सिंधूने विचारताच हाताने स्वत:जवळ असलेले पैसे मोजता मोजता उभ्या उभ्या जाऊन पैसे आणते, असे म्हणण्यात तिच्या हातून घडणारे भोळेभाबडे आणि प्रेमळ कपट, सुधाकराला व्यसन लावण्यापूर्वीच तळिरामाचे बरे-वाईट झाले असते, तर बरे झाले असते, या तिच्या उद्‌गारात दिसून येणारा प्रेमळपणा आणि फटकळपणा, या सर्व गोष्टी डोळ्यांपुढे आणल्या, की एक अशिक्षित, साधीभोळी, सडेतोड, पण अत्यंत प्रेमळ स्त्री डोळ्यांपुढे उभी राहते. रामलालला सुधाकराच्या व्यसनाची बातमी देणे आणि आपल्या रोखठोक बोलण्याने सुधाकराचे डोळे उघडणे ही दोन कार्ये नाटकात तिच्या हातून झाली असल्यामुळे कथानकदृष्ट्या तिची आवश्यकता सहजच पटते. पण कथानकाला गती देण्याइतकेच दुसरे महत्त्वाचे कार्य या भूमिकेकडून गडकऱ्यांनी करवून घेतले आहे. ते कार्य म्हणजे गीतेची पार्श्वभूमी देऊन सिंधूचे चित्र खुलविणे हे होय. सडेतोड व व्यवहारी गीता

आणि मुग्ध व ध्येयवादी सिंधू या दोन स्वभावचित्रांतील विरोध गडकऱ्यांनी मोठ्या कुशलतेने रेखाटला आहे. आकाशाच्या फिक्कट निळ्या रंगावर इंद्रधनुष्याचे सात रंग जसे खुलून दिसतात. त्याप्रमाणे गीतेच्या व्यवहारपूर्ण वर्तनाची पार्श्वभूमी मिळाल्यामुळे सिंधूच्या स्वभावातील ध्येयवादित्व अधिकच मोहक झाले आहे, यात संशय नाही. या दोघींच्या स्वभावांतील विरोध काळे व पांढरे यांतील विरोधासारखा नाही, हे लक्षात ठेवण्यासारखे आहे. गीतेच्या स्वभावात व्यवहाराची आर्द्रता आहे; पण ध्येयाची उज्ज्वलता नाही. सिंधूच्या स्वभावात ध्येयाची उष्णता आहे; पण व्यवहाराचा ओलावा नाही.

शरद् – ही सुधाकराची बहीण आहे, असे म्हटलेच पाहिजे; कारण नाटकाच्या आरंभी खुद्द सुधाकरानेच तसे उद्‌गार काढले आहेत. पण सुधाकराचा हा तोंडी पुरावा सोडून दिला, तर सबंध नाटकात या बहीण-भावाचे रहस्य असे कुठेच दिसत नाही. बिचाऱ्या सुधाकराचे प्रेम दारूत बुडून गेले असेल; पण स्वतः वैधव्याने पोळलेली असल्यामुळे जिला इतरांविषयी अधिक अनुकंपा वाटावी, अशी शरद् सबंध नाटकात भावासाठी काय करते? तिसऱ्या अंकाच्या आरंभी सिंधू सुधाकराबद्दल चिंता करीत बसली असताना 'अशी काळजी लावून घ्यायला तसं काही झालं आहे का? सगळं जिथल्या तिथे आहे' असा आजीबाईला शोभणारा उपदेश करायला ती मुळीच कचरत नाही. तरी बरे, एवढ्यावरच तिचा वेदांत थांबतो! रामलालशी संस्कृत शिकताना कानांवर पडलेली 'ब्रह्म सत्यं जगन्मिथ्या' सारखी वाक्ये तिने सिंधूच्या अंगावर फेकली असती, तर ती बिचारी हिचे काय करणार होती? भावजयीला वेदांत सांगणाऱ्या या शरदिनीबाई नंतर भगीरथाबरोबर लोकभ्रम या निबंधाचे वाचन करीत बसलेल्या दिसतात. रामलालच्या घरी आरामखुर्चीवर पडून निबंधश्रवण करणारी ही बहीण सुधाकराने घरी दारूचा अड्डा मांडला, तरी त्याविषयी रामलालकडे चकार शब्ददेखील बोलत नाही. सिंधूची तर तिला आठवणही होत नाही! पुढे सिंधू परक्याची कपर्दिकादेखील घरात न घेण्याची शपथ घेते, तेव्हा शरदला रामलालच्या घरी राहण्याची आयतीच संधी मिळते. 'मीही घरचीच नाही का? जिथे तुम्ही, तिथे मी' एवढे शब्द उच्चारून सिंधूचे सांत्वन करण्याची देखील ती तसदी घेत नाही. चवथ्या अंकात ती रामलालच्या आश्रमात (तिसऱ्या अंकात रामलालला घर असते; मध्यंतरीच्या काळात या घराचे आश्रमात रूपांतर झाले असावे, असे दिसते) या पितृतुल्य गुरुजीपाशी रघुवंशाचे अध्ययन करू लागल्याचा पुरावा मिळतो. या दोघांच्या संभाषणाचा आरंभ सुधाकर व सिंधू यांच्याविषयीच्या गोष्टींनी व्हावा, अशीच कुणीही अपेक्षा करील. पण विद्यार्जनापुढे शरद्‌ला भावाची व भावजयीची आठवण होत होती कुठे? भगीरथाने जो श्लोक तिला सांगितला नाही, तो रामलालकडून तत्काळ समजून घेतलाच पाहिजे. पायात काटा न् मनात शंका राहू देऊ नये, असे

म्हणतात. नाहीतर काट्याचा नायटा आणि शंकेचा डंका होतो. शरद्‌नेही या म्हणीला धरून आपले वर्तन ठेवले होते. सिंधू घरी पोटासाठी दळणकांडण करीत असताना रघुवंशात दंग होऊन जाणाऱ्या तिच्या या विधवा नणंदेला याच प्रवेशात श्लोकाच्या अर्थोंवजी रामलालच्या वर्तनाचा अर्थ लावावा लागतो. तो ती बरोबर लावते! रामलालने तिच्या पाठीवरून फिरविलेला हात पितृप्रेमाने थबथबलेला नसून, कामुकतेने रसरसलेला होता, असे तिला वाटते व ती रामलालच्या आश्रमातून निघून जाते. ती पुढे कुठे राहते, काय करते, वगैरे गोष्टींचा नाटकात कुठेच उल्लेख आढळत नाही. एकुलता एक भाचा चिमणीच्या चाऱ्याला महाग झाला असताना 'लोकभ्रम' व 'अजविलाप' यांच्या वाचनात गुंग असणाऱ्या त्याच्या शरदिनीआत्याबाई कुठे दडी मारून बसतात, ते त्यांचे त्यांनाच ठाऊक! सुधाकराच्या घरी शरद् केव्हाच दिसत नाही. रामलालच्या संबंधाने भयंकर शंका तिच्या मनात आल्यानंतरही ती पुन्हा त्याच्या आश्रमात येऊन राहिली असेल, तर 'विकृतिर्जीवितमुच्यते बुधैः' हे तत्त्व तिला निराळ्याच अर्थाने पटले असावे, असे म्हणावे लागेल. पाचव्या अंकाच्या आरंभी मात्र नाटक संपण्याची वेळ जवळ आली, म्हणूनच की काय, ती व भगीरथ प्रेमबद्ध स्थितीत प्रगट होतात. त्यांच्या प्रेमाला रामलालचा अडथळा असतो. शेवटी दोघेही रामलालसाठी स्वार्थत्याग करायचे ठरवितात. तिकडे रामलालही पाचव्या अंकाचा एक एक प्रवेश मागे पडत चाललेला पाहून आपल्या मनातले शरद्‌विषयीचे प्रेम व भगीरथाविषयीचा मत्सर काढून टाकतो. अशा रीतीने शरद्‌च्या प्रेमाचा गोड शेवट झाल्यानंतर तरी ती सिंधूच्या समाचाराला जाईल, असे वाचकांना वाटत असते. पाहुण्याकरता अर्ध्या जेवणावरून उठणारा यजमान विरळ असला, तरी आचवून आल्यावर पाहुण्याची चौकशी केल्यावाचून कुणीही राहणार नाही. गडकऱ्यांची शरद् मात्र या नियमाला अपवाद आहे. सिंधूच्या अंतकाळी देखील तिचे अस्तित्व वाचकांना कळत नाही. ही भूमिका नाटकात घालण्याचा गडकऱ्यांचा मुख्य उद्देश दारूबाज आपली जबाबदारी कशी विसरतो व त्यामुळे त्याच्यावर अवलंबून असणाऱ्या दुर्दैवी जीवांचे कसे हाल होतात, हे दाखविण्याचा असावा. शरद् सिंधूबरोबर घरातच राहिली असती आणि तळिरामासारख्या नरपशूने सुधाकराच्या व्यसनी स्वभावाचा फायदा घेऊन तिच्याशी फाजील सलगी करण्याचा प्रयत्न केला असता, तर गडकऱ्यांचा हेतू थोड्या-फार प्रमाणात सिद्धीला गेला असता. सध्याच्या नाटकात रामलालच्या 'एकच स्पर्शा'साठी व भगीरथाच्या पुनर्विवाहासाठी घातलेले निर्जीव व नीरस पात्र एवढेच शरद्‌चे महत्त्व आहे.

भगीरथ - दारूचा पेला एकदा ओठाला लागला, की तो जन्माचा लागला ही शिकवण देणाऱ्या नाटकात रामलालच्या एका भाषणाबरोबर दारू सोडून देणारे हे पात्र घातले गेले नसते, तर विषयदृष्ट्या फार चांगले झाले असते. कथानकाच्या

दृष्टीने पाहिले, तरी भगीरथ असला काय नि नसला काय, कथेचा ओघ वाहायचा तसाच वाहणार. रमणीच्या अधरामृताला मुकलेला हा पदवीधर गृहस्थ दारूचा प्याला हाती घेतो. आपला प्रेमभंग झाला आहे, असे तो नाटकात एक-दोन वेळा म्हणतो. पण त्या प्रेमभंगाचा कथानक रहस्यपूर्ण करण्याकडे अगर भगीरथाच्या स्वभावावर प्रकाश पाडण्याच्या कामी मुळीच उपयोग करून घेतलेला नाही. शरद्ची ओळख होताच तो तिच्या प्रेमपाशात सापडतो. आपल्या पूर्वीच्या प्रेमाबद्दल तो एक अवाक्षरही काढीत नाही, यावरून 'प्रेमभंग' ही दारू पिण्याकरिता त्याने शोधून काढलेली सबब तर नसेल ना, असा संशय येऊ लागतो. रामलालचे एक भाषण व एक पद यांचा मनावर परिणाम होऊन दारू सोडून दिल्यानंतर सुधाकराचे व्यसन सोडविण्याची या सद्गृहस्थाने वास्तविक खटपट करावयाला पाहिजे होती. पण दारूचा पेला फेकून देताना 'हा भगीरथ भारतमातेचा दासानुदास झाला आहे' अशी गर्जना करणारा हा देशभक्त पुढे काय करतो? तर सुधाकराची सनद रद्द झाल्याची बातमी आणणे, शरद्ला 'लोकभ्रम' 'अजविलाप' वगैरे गद्यपद्य समजावून सांगणे, रामलालची तार आणि शरद्वर प्रेम करणे, रामलालचे मन शरद्वर गेले आहे, असे कळताच तो शरद्ला रामलालशी पुनर्विवाह करायला सांगतो. हा त्याचा त्याग फार मोठा आहे; पण नाट्यविषय अगर कथानक यांच्या दृष्टीने हा त्यागाचा प्रसंगच सर्वस्वी अस्थानी आहे. मानेवर मोठे आवाळू असलेल्या मनुष्याचे दंड जसे त्यामुळे मांसल होत नाहीत, त्याप्रमाणे नाट्यविषयाशी असंबद्ध असलेला भगीरथाचा स्वार्थत्याग ही परिणामकारक होत नाही. 'भावबंधना'तील मालतीवरही शरद्प्रमाणे प्रेममूर्तीचा त्याग करण्याची पाळी येते. पण तो त्याग नाट्यकथानकाला अत्यंत आवश्यक असल्यामुळे या त्यागाप्रमाणे निर्जीव वाटत नाही. भगीरथ, शरद् व रामलाल या तिघांतील प्रेमप्रकरणामुळे विषय व कथानक यांच्या दृष्टीने एका नाटकात दुसरे नाटक सुरू झाले आहे, असे वाटू लागते. हा विलगपणा कलाहीनतेचा द्योतक आहे; एवढेच नव्हे, तर नाटकातील मुख्य रसाच्या अपकर्षाला अनेकदा कारणीभूत झाला आहे. दुय्यम पात्रांच्या कृती आणि त्यांचे स्वभाव, विषय, कथानक अगर स्वभावरेखाटन यांपैकी एका ना एका दृष्टीने तरी मुख्य पात्रांशी निगडित झाले पाहिजेत, या नियमाकडे गडकऱ्यांनी दुर्लक्ष केले व म्हणून शरद्प्रमाणे भगीरथाची भूमिका रेखाटण्यातही त्यांना यश आले नाही.

रामलाल - ही भूमिका नाटकात सुधाकर व सिंधू यांच्या खालोखाल अत्यंत महत्त्वाची आहे. पण गडकऱ्यांच्या कल्पनासृष्टीतला हा डोंगर कितीही पोखरला, तरी शेवटी त्याच्यातून उंदीर देखील बाहेर पडत नाही. ही व्यक्ती प्रत्यक्ष रंगभूमीवर येण्यापूर्वी तिच्याविषयी फार आदर वाटतो. सुधाकर रामलालविषयी 'आई-बापावेगळी आम्ही दोन पोरकी मुले! पैशाचे पाठबळ नाही आणि आप्तेष्टांचा आधार नाही! त्या

वेळी रामलाल देवासारखा माझ्यापुढे उभा राहिला.' असे कृतज्ञतेचे उद्‌गार नाटकाच्या आरंभीच काढीत असल्यामुळे या महात्म्याच्या दर्शनाविषयी मन अत्यंत उत्सुक होते. पण हा देवमाणूस रंगभूमीवर अवतीर्ण झाला, की त्याच्यातला देव अंतर्धान पावतो व नुसता माणूसच शिल्लक उरतो. प्रौढ वयात परदेशी जाऊन वैद्यविद्येचा अभ्यास करू इच्छिणारा हा मनुष्य आशावादी व महत्त्वाकांक्षी असला पाहिजे, असेच कुणालाही वाटेल. पण रामलालचा सगळाच खाक्या निराळा आहे! तू परत कधी येणार, या सिंधूच्या साध्या प्रश्नाला स्वारी उत्तर काय देते? 'कुणाला ठाऊक, दोन वर्षांनी येईन, की दोन महिन्यांनी येईल! इतकं होऊन कदाचित जाणारही नाही; कदाचित येणारही नाही; कदाचित आपणा सर्वांची ही शेवटचीही भेट असेल.' निरोप घेण्याच्या वेळी हे शुभ उद्‌गार काढणाऱ्या मनुष्याच्या अकलेची करावी तेवढी तारीफ थोडीच आहे. सिंधूसारख्या प्रेमळ मुलीचा निरोप घेताना असे अमंगल उद्‌गार रामलालने काढण्याचे कारण तो नुकताच हृदयक्रिया बंद पडून मेलेल्या एखाद्या मनुष्याला तपासून आला असावा, हे असण्याचा संभव आहे. कारण काहीही असले, तरी सिंधूच्या भरल्या घरात त्याचे हे स्मशानवैराग्य अगदी अस्थानी वाटते. जुन्या पद्धतीत वाढलेल्या आजीबाईला देखील न शोभणारा दुबळा दैववाद त्याच्या पुढील भाषणातही आढळून येतो. कथावस्तूची पूर्वसूचना देण्याच्या मोहाला बळी पडून गडकऱ्यांनी त्याच्या पदरी हा मूर्खपणा बांधला आहे. 'नशिबी असे कधी नच टळे' हे रडगाणे गाऊन झाल्यानंतर रामलालला सुधाकराविषयी पान्हा फुटतो व तो त्याच्या तोंडावर त्याचे गुणदोष सांगून त्याला सांभाळण्याबद्दल सिंधूला उपदेश करतो. रामलालच्या मनमोकळेपणापेक्षा व्यवहारशून्यतेमुळेच तो हे व्याख्यान सिंधूला देत आहे, असा या ठिकाणी वाचकांना भास झाल्याखेरीज राहत नाही. वास्तविक ही गोष्ट रामलालने सिंधूला एकीकडे सांगायला पाहिजे होती. या प्रवेशाच्या शेवटी सुधाकर, सिंधू वगैरे मंडळींना सोडून जाताना आपल्याला किती वाईट वाटत आहे, हे सांगण्याच्या ऐवजी तो जन्मभूमीवर लांबलचक व्याख्यान देतो आणि त्यात अशोकापासून लोकमान्य टिळकांपर्यंत सर्व मंडळींना खेचून आणतो. इंग्लंडमध्ये गेल्यावर आपली मराठी बडबड कोणी ऐकून घेणार नाही, असा दूरदर्शी विचार करूनच सुधाकरासारख्या एकुलत्या एक श्रोत्यापुढे तो आपल्या वक्तृत्वाचे प्रदर्शन करतो की काय, हे कळत नाही.

रामलाल डॉक्टर आहे, असे गडकऱ्यांनी कल्पिले आहे. तो इंग्लंडला वैद्यविद्येचे शिक्षण घेण्याकरता जात आहे, याच्यावरून ही गोष्ट उघडच होते. या डॉक्टरला एखाद्या दे. भ. प्रमाणे व्याख्यानबाज करण्यात गडकऱ्यांचा काय हेतू असावा, हे ओळखणे अशक्य आहे. सबंध नाटकात तो कुणाला औषध देत नाही. इतकेच नव्हे, तर तो कुठल्या रोग्याला पाहावयाला गेला आहे अगर पाहून आला आहे, असा

उल्लेख देखील आढळत नाही. मद्यपानविषयक नाटकात आपण, औषध देण्याच्या निमित्ताने का होईना, बाटली हातात घेतल्यास प्रेक्षकांना भलताच संशय येईल, म्हणून त्याने आपला धंदा सोडून दिला असला, तर प्रश्नच मिटला! तो वयाने बराच प्रौढ आहे, हे स्पष्ट दिसते. शरद् त्याला पित्यासमान मानते आणि सुधाकर व सिंधू हीही त्याला वडील माणसाप्रमाणेच मान देतात. पण या प्रौढ मनुष्याला कुटुंबपाश असा कुठलाच दिसत नाही. तो विधुर होता, की अविवाहित होता, तिसऱ्या अंकात त्याच्या घराचा घर म्हणून उल्लेख होतो; पण पुढील अंकात त्या घराचे आश्रमात रूपांतर होते, याचे कारण काय, बायकापोरे नसल्यामुळे तुंबून राहिलेली तोंडची वाफ व्याख्यानाच्या रूपाने बाहेर सोडण्याची त्याला सवय लागली होती किंवा काय, वगैरे अनेक प्रश्न त्याचे स्वभावचित्र पाहिले, म्हणजे डोळ्यांपुढे उभे राहतात.

सुधाकर रामलालला 'संसार सोडून भटकणारा बैरागी' म्हणतो, तेव्हा तेवढ्यावर समाधान मानून रामलालच्या स्वभावचित्राची अधिक चिकित्सा न करणे बरे! इंग्लंडला गेलेले हे डॉक्टरसाहेब महायुद्ध सुरू झाल्यामुळे परत येतात. आल्यावर सुधाकर आता काही पूर्वीचा राहिला नाही, असे दिसताच ते सरळ सिंधूला तार करतात. आपल्या मानलेल्या बहिणीच्या सुखासाठी आठबारा आणे खर्च करण्यापलीकडे या पढतमूर्खाच्या हातून दुसरे काहीच काम होत नाही. सिंधू परत येऊन कित्येक दिवस होऊन गेले, तरी रामलालला सुधाकराच्या विचित्र वर्तनाचा काहीच पत्ता लागत नाही. सुधाकर रात्री-अपरात्री कुणाच्या घरी जातो, त्याचे बसणे-उठणे कुठे होते, एवढी साधी गोष्टदेखील त्याला चटकन शोधून काढता येत नाही. बिचाऱ्या गीतेमुळे त्याला आर्यमदिरामंडळाचा पत्ता लागला, म्हणून बरे झाले; नाही तर त्याने ही माहिती मिळविण्याकरता 'केसरी'त जाहिरात दिली असती, की सरकारकडे गुप्त पोलिसांची मदत मागितली असती, हे सांगणे कठीण आहे. मंडळाचा पत्ता लागल्याबरोबर भगीरथाच्या पोटात शिरून, तो दारूबाजांच्या मजलशीत प्रवेश करून घेतो. भगीरथाचा आपल्यावर विश्वास बसावा, म्हणून आपल्याला मद्यपानाचे व्यसन असल्याची थाप मारण्याची बुद्धी त्याला होते, ही आश्चर्याचीच गोष्ट आहे. एवढे मोठे काम केल्यानंतर शिणून जाऊन त्याच्या बुद्धीने पुढे स्वस्थ विश्रांती घ्यावी, यात अयोग्य असे काहीच नाही! मंडळातील मद्यप्यांच्या लीला पाहून त्याला व्याख्यानाचे स्फुरण येते व भगीरथ चांगला श्रोता आहे, असे पाहून भारतमातेच्या सेवेवर तो एक भाषण करतो. झाले, भगीरथ दारू सोडतो व अंक संपतो. आपण मंडळात कशाला आलो, याचे रामलालला बहुधा स्मरणही नसावे. तो सुधाकराला घरी नेण्याचा प्रयत्न करीत नाही. एवढेच नव्हे, तर त्याच्याशी तो एक अक्षरदेखील बोलत नाही. मुलासाठी मुलगी बघायला जाऊन ती स्वत:लाच ठरवून येणाऱ्या थेरड्याप्रमाणे त्याचे हे वर्तन हास्यास्पद वाटते.

तिसऱ्या अंकाच्या आरंभीही तो अशीच अक्कल पाजळतो. सिंधूकडून दोन-तीन बोलावणी गेली, तरी तो तिला गुंगारा देतो. शेवटी बिचारा येतो, तो तत्त्वज्ञानाची पोथी सोडीतच! मृत्यूची बातमी अश्रूच सांगतात; त्याकरिता गीता बरोबर नेऊन, 'जातस्य हि ध्रूवो मृत्यु:' या श्लोकावर प्रवचन करण्याची जरुरी नसते, एवढी साधी गोष्टही त्याला कळत नाही. सुधाकराची सनद कायमची गेल्यानंतर सिंधू रडू लागते, तेव्हा' बेटा, ही परमेश्वराची कृपा आहे' या उद्‌गारांनी तो तिचे सांत्वन करतो!

त्याच्या स्वभावाची खरी बहार याच्या पुढेच आहे. मद्यरूपी नक्राने सुधाकरासारखे माणिक गळिले, असे पाहिल्यानंतर ते बाहेर काढण्याची शक्य तितकी खटपट करणे हे रामलालचे कर्तव्य होते. पण भगीरथाला लोककल्याणाच्या मार्गावर व इतर विषयांवर व्याख्याने देण्याच्या कामांत तो गुंतला असल्यामुळे सुधाकराकडे ढुंकून पाहायलाही त्याला फुरसद मिळत नाही. पुन्हा एकदा तो आठ-बारा आणे खर्च करतो व सुधाकराच्या सासऱ्याला आणि मेव्हण्याला बोलवून आणतो. व्याख्यानाच्या खालोखाल त्याला तारा करण्याची आवड आहें, असे यावरून दिसते. चवथ्या अंकात आरंभी सिंधूच्या हालांचा कडेलोट होतो- कुणाचीही कपर्दिका ध्यायची नाही, अशी तिने पतीपाशी शपथ घेतली असल्यामुळे मोलमजुरी करण्याखेरीज तिला गत्यंतर उरत नाही. या वेळी तिचा मानलेला भाऊ रामलाल तिला काही तरी मदत करील, अशी वाचकांना आशा असते. पण फाटके लुगडे नेसणे आणि अर्धपोटी राहणे ही ईश्वरी कृपेचीच चिन्हे आहेत, असे स्वत:चे मन सांगत असल्यामुळेच, की काय, रामलाल सिंधूविषयी उदासीन राहतो. कुंतीनेदेखील 'आमच्यावर नेहमी संकटे येऊ देत' असेच देवापाशी मागणे मागितले होते. हे कुंतीचे तत्त्वज्ञान पूर्णपणे पटल्यामुळे असो अगर शरद्‌च्या एकाच स्पर्शाने बेभान झाल्यामुळे असो, पहिल्या अंकाच्या प्रवेशात सिंधूला जीव की प्राण करणारा हा व्याख्यानपुरुष संकटकाळी फुकाच्या शब्दांनीदेखील तिची चौकशी करीत नाही. सिंधूने स्वत:च्या श्रमाने संसार चालविण्याची शपथ घेतली असली, तरी रामलालला एखादे गोड कपट करून सिंधूचे श्रम हलके करता आले असते. कागदाच्या घड्या घालण्याचे काम गीता सिंधूला मिळवून देत असते. रामलालने याच वेळी आपली व्याख्याने छापून काढायचे ठरविले असते, म्हणजे त्याच्या आयुष्याचे सार्थक होऊन सिंधूलाही काम मिळाले असते! गीतेसारख्या अशिक्षित गरीब बाईने सख्ख्या बहिणीप्रमाणे सिंधूला मदत करण्याला झटावे आणि रामलालसारख्या सुशिक्षित, सुखवस्तू आणि देशभक्तीवर व्याख्याने झोडणाऱ्या पुरुषाने तिच्या दु:स्थितीचा विचारदेखील करू नये, यापेक्षा अधिक उद्‌वेगजनक गोष्ट जगात दुसरी कोणती असू शकेल?

सुधाकराच्या मद्यमीमांसेवरील व्याख्यानांना कुणीतरी श्रोता पाहिजे होता, म्हणूनच की काय, रामलाल चवथ्या अंकाच्या चवथ्या प्रवेशात आर्यमदिरामंडळात येतो.

नाटकाच्या शेवटच्या प्रवेशातही सिंधू व सुधाकर यांच्या मृत्यूचा साक्षीदार म्हणून तो हजर असतो. पण तिथे देखील आर्य स्त्रियांवर व्याख्यान देण्याचा मोह त्याला आवरत नाही! शरद्‌विषयी त्याला वाटणारे प्रेम, भगीरथाविषयी त्याच्या मनात उत्पन्न झालेला मत्सर, इत्यादी गोष्टी मुख्य कथानकाशी विसंगत असल्यामुळे त्यांचा रामलालच्या स्वभावरेखनाच्या दृष्टीने विचार करण्याची मुळीच आवश्यकता नाही. शरद्‌चा हात भगीरथाच्या हातात दिल्यानंतर हा बोलका देशभक्त विधवा झालेल्या गीतेला पोटाशी धरतो व चुलत्यापासून मिळालेली सर्व संपत्ती तिला बहाल करतो! बिचाऱ्याला एक श्रीमंत चुलता होता, ही त्यांतल्या त्यांत भाग्याची गोष्ट म्हणायची! करायला जावे गणपती आणि व्हावा मारुती, अशी रामलालच्या भूमिकेची स्थिती झाली आहे. सिंधूसारखी प्रेमळ पत्नी व रामलालसारखा सहृदय स्नेही ज्याच्या भोवती आपल्या पंचप्राणांचा तट उभारून उभे आहेत, त्या सुशिक्षित व सुशील सुधाकराचाही दारू सत्यनाश करू शकते, हे गडकऱ्यांना दाखवायचे होते. त्या दृष्टीने रामलालचे नाटकातील मुख्य कार्य सुधाकराला दारूपासून परावृत्त करण्याची पराकाष्ठा करणे हेच आहे. पण शाळेला जायला निघालेल्या मुलाने रस्त्यावरील खेळात गुंग होऊन जावे, त्याप्रमाणे भगीरथाची व्यसनमुक्तता, शरद्‌चे शिक्षण व अप्रस्तुत व्याख्याने यांपलीकडे दुसरे कोणतेही कार्य तो नाटकात करीत नाही. दारूचे सैतानी सामर्थ्य सिद्ध करण्याकरता सुधाकराची बाजू शक्य तितकी बळकट करून दाखविण्याची गडकऱ्यांची इच्छा होती, यात संशय नाही; पण त्यांची ही इच्छा जागच्या जागीच राहिली आणि सात्त्विक सामर्थ्य ज्या पात्राने प्रगट करायचे, ते पढतमूर्ख व पोकळ पांडित्यात रंगून जाणारे असे उतरले. शरद्‌च्या 'एकच स्पर्शा'ची जोड देऊन रामलालचा कथानकाला उपयोग करून घेण्याचा गडकऱ्यांनी प्रयत्न केला आहे. किंग लिअरमध्ये ग्लूस्टर व त्याचे मुलगे यांचे उपकथानक मुळ कथानकातील तत्त्व उत्कट करण्याकरताच शेकस्पिअरने घातले आहे. पात्रे आणि प्रसंग यांच्या संबंधापेक्षाही मध्यवर्ती कल्पना अथवा तत्त्व यांचा संबंध अधिक परिणामकारक होऊ शकतो. लिअरच्या गोनेरिल आणि रीगन या मुलींच्या राक्षसी कृतघ्नतेचेच प्रतिबिंब ग्लूस्टरचा मुलगा एडमंड याच्या निर्घृण वर्तनात दिसून येते व त्यामुळे उपकथानक मुख्य कथानकातील रसाचे पोषण करते. 'एकच प्याल्या'प्रमाणे एकच स्पर्धा'च्या कल्पनेचाही प्रमाणबद्ध व पद्धतशीर विकास गडकऱ्यांनी केला असता, तर रामलाल व शरद् ही पात्रे सध्याप्रमाणे फिक्की, कार्यशून्य व अनावश्यक वाटली नसती.

सुधाकर - दारू राजाचा रंक आणि देवाचा दगड करते, हे तत्त्व प्रतिपादन करण्याकरता गडकऱ्यांनी सुधाकर निर्माण केला. मॅकबेथप्रमाणे सुधाकर नाटकाच्या आरंभी पूर्ण निष्पाप असतो; पण पहिला महत्त्वाकांक्षेच्या, तर दुसरा मदिरेच्या पाशात

सापडून महापातकी होतो. 'एकच प्याल्या'तील पहिल्या प्रवेशातील सुधाकर - सिंधू यांच्या सुखी संसाराचे चित्र व शेवटच्या प्रवेशातील सिंधूच्या प्रेताला साक्ष ठेवून आत्महत्या करणाऱ्या सुधाकराचे चित्र ही दोन्ही डोळ्यांपुढे आणली, की गडकऱ्यांच्या नाट्यकौशल्याचा पूर्णपणे प्रत्यय येतो. सुधाकराची वाचकांना ओळख होते, त्या वेळी तो विनोदी, प्रेमळ व बुद्धिवान दिसतो. तो अतिशय मानी आहे, या गोष्टीची सूचनाही नाटककाराने रामलालकडून देऊन ठेवली आहे. जीवश्च कंठश्च मित्र व जिवाभावाची पत्नी ही दोघेही दूर असताना सनद जाऊन त्याचा मानभंग होतो आणि डोक्यात उसळलेला डोंब विझविण्याकरता तो दारूला जवळ करतो.

सुधाकरासारखा मनुष्य सहजासहजी दारूचा प्याला तोंडाला लावणार नाही, म्हणून मद्यपानाशिवाय अन्य मार्गच उरू नये, अशी परिस्थिती त्याच्या भोवती निर्माण करण्याची गडकऱ्यांनी आपल्याकडून शिकस्त केली आहे. एवढ्याकरिता ते रामलालला इंग्लंडची हवा खायला पाठवितात आणि सिंधूला इंदिरा नावाच्या एका संस्थानिकाच्या मुलीची मैत्रीण करून, सिंधूच पाठराखीण पाहिजे, असा इंदिरेने हट्ट धरल्याचे सांगतात. पुढे सिंधूच्या पडत्या काळात राजकन्या इंदिरा तिला एक बोटभर चिठ्ठी देखील पाठवीत नाही अगर सिंधूला तिची एकदा सुद्धा आठवण होत नाही, हे लक्षात घेतले, म्हणजे सिंधू व इंदिरा यांची मैत्री नाटककाराच्या कामापुरतीच असावी, असे वाटू लागते. या राजकन्येला गडकऱ्यांनी 'एकच प्याल्या'त घातले नसते, तरी चालले असते. पहिल्याच प्रवेशात सिंधूला पाच-सहा महिने गेले असल्याचे वाचकांना कळते. सिंधू पहिलटकरीण व सासरी कोणी वडील मनुष्य नाही, अशा स्थितीत बाळंतपणाकरिता तिला माहेरी जाणे प्राप्तच होते. ही जवळची वाट सोडून इंदिरेच्या पाठराखणीपणाच्या लांबच्या वाटेने कथानकाला नेण्यात गडकऱ्यांचा काय उद्देश असावा, हे कळत नाही.

सबंध नाटक वाचले, म्हणजे रामलालवर विलायतच्या प्रवासाचा खर्च गडकऱ्यांनी लादला नसता, तर फार बरे झाले असते, असे वाटू लागते. सुधाकराला व्यसन लागण्याच्या वेळी तो इथे नव्हता, हे खरे; पण पुढे तरी आपल्या मित्राला मद्यपानापासून परावृत्त करण्याकरिता तो काय करतो? त्याची निष्क्रियता पाहिली, म्हणजे तो विलायतेला गेला असता, तरी देखील सुधाकराला दारूचे व्यसन जडलेच असते. अशी खात्री होते. सुधाकराच्या मद्यपानाला अनुकूल अशी परिस्थिती निर्माण करण्याकरता गडकऱ्यांनी पहिल्या अंकात तेरा पृष्ठे खर्च केली आहेत. पण पहिला पेला तोंडाला लावण्याचा प्रवेश मात्र त्यांनी अवघ्या दोन पृष्ठांत आटोपला आहे. या दोन पृष्ठांपैकी निम्मा भाग अपमानामुळे सुधाकराच्या मनाला होणाऱ्या वेदना वर्णन करण्यात खर्च झाला आहे. उरलेल्या एका पृष्ठात तळिराम दारूची गोष्ट व बाटली काढतो आणि सिंधू, रामलाल, लौकिक, सवय, इत्यादिकांचे ओझरते स्मरण करून सुधाकर दारू

पिऊ लागतो. एवढ्या घाईने गडकऱ्यांनी सुधाकराचे दारूशी लग्न लावून विशेष असे काहीच साधले नाही. दारू पिणे ही वाईट गोष्ट आहे, हे सुधाकराला कळते. त्याच्यासारख्या सुशील मनुष्याच्या मनोभूमीवर दारू व विवेकबुद्धी यांच्यामध्ये तुमुल युद्ध झाल्यावाचून राहणार नाही. मनातील हे द्वंद्व लांबलचक प्रवेश लिहून गडकऱ्यांनी रेखाटायला पाहिजे होते, असे आमचे म्हणणे नाही. पण त्याच्या मनाची द्विधा स्थिती आणि त्याच्या विवेकबुद्धीची टोचणी, परस्परविरोधी विचारांनी आणि कृतींनी - थोडक्यात का होईना - व्यक्त करणे आवश्यक होते.

सुधाकराला दारू प्यायला लावण्यात केलेल्या घिसाडघाईकडे दुर्लक्ष करून पुढे गेले, तरी त्याचे स्वभावचित्र अपूर्ण वाटते. सनद गेल्यापासून तो दारू प्यायला लागतो. पुढे पाच-साडेपाच महिने घरात त्याचेच एकतंत्री राज्य असल्यामुळे त्याचे व्यसन बळावते, हे स्वाभाविक आहे. पण सिंधू माहेराहून आल्यानंतर तिच्याशी चिडून बोलण्यापलीकडे तो काहीच करीत नाही. हरिभाऊंच्या गोष्टीतील विष्णुपंताला बायकोला तोंड दाखविण्याची लाज वाटते, आपल्या तुटक बोलण्याने बायको रडू लागली, की तिच्यापाशी झाल्या गेल्या सर्व गोष्टी कबूल कराव्या, अशी इच्छा त्याच्या मनात उत्पन्न होते. प्रेमळ मनाच्या या स्वाभाविक खळबळीचा गडकऱ्यांच्या सुधाकरात मागमूसदेखील लागत नाही. दुसऱ्या अंकाच्या आरंभी तो सिंधूला गुरकावून घराबाहेर जातो. त्यानंतर रंगभूमीवर सिंधूची व त्याची भेट होते, ती त्याची सनद कायमची जाऊन तो झिंगत परत घरी येतो, तेव्हा. त्याच्यापुढे तो वाचकांना भेटतो, तेव्हा मद्यपानात त्याची बरीच प्रगती झालेली असते. ज्या घरात ज्या हाताने तो उत्तम उत्तम ग्रंथ चाळीत बसे, त्याच घरात त्याच हाताने तो भराभर दारूचे प्याले झोकू लागतो. पूर्वी सिंधूची गोड थट्टा करण्यात चूर असणाऱ्या त्याच्या तोंडातून अपशब्द आणि दारूची घाण यांच्याखेरीज दुसरे काहीच बाहेर पडत नाही. सिंधूच्या नखाला धक्का लागल्याबरोबर ज्याला आपल्या हृदयावर कुऱ्हाडीचे घाव पडल्यासारखे वाटे, तोच सुधाकर तळिरामासारख्या पशूला तिच्या गळ्यातील मंगळसूत्र तोडण्याला प्रोत्साहन देतो. दया, प्रेम, कर्तव्य या त्याच्या अंत:करणातील भावना मदिरेने दग्ध करून टाकलेल्या दिसतात. तो पितृतुल्य श्वशुराची थेरडा म्हणून संभावना करतो आणि रामलालवर सिंधूशी फाजील सलगी केल्याबद्दल तोंडसुख घेतो. नाटकातील पहिल्या अंकातील पहिला व तिसरा हे दोन्ही प्रवेश या वेळी डोळ्यांपुढे उभे राहतात. त्या वेळच्या सालस व सद्‌गुणी सुधाकराला इतका उद्दाम व बेफाम कुणी केले? दारूने!

तिसऱ्या अंकाच्या शेवटी सुधाकर कुणाकडून कसलीही मदत घ्यायची नाही, अशी शपथ सिंधूकडून घेववितो. नाटकाच्या दृष्टीने इथेच त्याच्या दारूबाजीचा पूर्वरंग संपतो. या पूर्वरंगात त्याच्या तोंडून पश्चात्तापाचा एक उद्‌गारदेखील निघत नाही!

एखाद्याने नरड्यातून कितीही दारू खाली ओतली, तरी त्याच्या हृदयातील

विवेकबुद्धीचा अग्नी पूर्णपणे विझून जाणे शक्य नाही. अवघ्या सहा महिन्यांत सुधाकर अट्टल दारूबाज बनला होता, या गोष्टीवर विश्वास ठेवला, तरी सिंधू व तिचे मूल यांच्याकडे पाहताना त्याच्या डोळ्यांवर चोवीसही तास दारूची धुंदी असेल, असे वाटत नाही. मेघांनी काळ्याकुट्ट दिसणाऱ्या आकाशात वीज क्षणभर चमकून गेल्यामुळे आकाश जसे अधिकच भयप्रद वाटते, त्याप्रमाणे या दोन अंकांत सुधाकराच्या मनाला लागणाऱ्या टोचणीचे कुठे तरी दिग्दर्शन झाले असते, तर त्याचे स्वभावचित्र अधिक परिणामकारक वठले असते. एवढेच नव्हे, तर मुख्य कथानकाच्या दृष्टीने जवळ जवळ निरुपयोगी असलेला दुसरा अंकही उठावदार झाला असता.

उत्कट प्रसंग कल्पिण्यात गडकरी चतुर होते, यात संशय नाही. पण प्रसंगांना साधनीभूत होणाऱ्या स्वभावविशेष, उपप्रसंग, इत्यादी गोष्टींकडे त्यांनी द्यावे तितके लक्ष दिलेले मात्र दिसत नाही. सुधाकराचे स्वभावरेखन हे या विधानाचे एक उत्तम उदाहरण आहे. पहिल्या अंकात आरंभी सुधाकराला सर्वगुणसंपन्न दाखवून त्याच अंकाच्या शेवटी तो विशेष आढेवेढे न घेता मद्यपान करू लागतो, असे चित्र त्यांनी रेखाटले आहे! दारूच्या आहारी गेल्यानंतर तान्ह्या मुलाचे हास्य, सिंधूच्या डोळ्यांतील असू रामलालचे शब्द अगर सासरा व मेव्हणा यांचे आगमन, यांपैकी कोणतीही गोष्ट त्याला क्षणभर देखील मागे खेचू शकत नाही, असे ते दुसऱ्या व तिसऱ्या अंकांत दाखवितात. चवथ्या अंकात मात्र हा सर्व मनु पालटतो. सिंधू व गीता यांच्या संभाषणात गीता दारूबाजांवर चांगले कोरडे उडविते आणि सुधाकराचे डोळे तत्काळ उघडतात. कथानकाच्या दृष्टीने हा प्रवेश अत्यंत सुंदर आहे, यात संशय नाही. गीतेने घातलेल्या चरचरीत अंजनाने सुधाकराच्या डोळ्यांवरील दारूची धुंदी उतरून तो जेव्हा 'सिंधू, मी आजपासून दारू पिणं सोडलं', असे म्हणतो, तेव्हा सिंधूप्रमाणे वाचकाचेही अंतःकरण आनंदाने उचंबळून येते. वादळात सापडलेल्या नौकेला किनारा दिसू लागावा, तशी मनाची स्थिती होते. सुधाकर सुधारेल व सिंधू सुखी होईल, या आशेने पुढील कथानकाकडे वाचकाची उत्सुक दृष्टी लागते. पण सुधाकराची ही उपरती मालवण्यापूर्वी मोठ्या होणाऱ्या दीपज्योतीप्रमाणे आहे, हे दिसताच पूर्वीचा निराशेचा काळोख दुणावतो. स्वभाव, कथानक व रचना या तिन्हींच्या दृष्टीने सुधाकराच्या क्षणिक पश्चात्तापाचा हा प्रवेश महत्त्वाचा आहे. घाटातून गाडी खाली जात असतानाही मध्यवर्ती वळणापाशी क्षणभर ती वर जात असल्याचा होणारा भास या प्रवेशात कुशलतेने दाखविला आहे. पण या सुंदर व महत्त्वाच्या प्रवेशाचे मूळ मात्र गीतेच्या वाक्ताडनात आढळते. सिंधूच्या अंगावरील फाटकी लुगडी, तिच्या डोळ्यांतून संतत वाहणाऱ्या अश्रुधारा, आपल्या एकुलल्या एक मुलाची होणारी आबाळ, या गोष्टी दररोज पाहून मुर्दाड बनलेले सुधाकराचे मन गीतेच्या फटकळ बोलण्याने शुद्धीवर येते, ही गोष्ट थोडीशी चमत्कारिकच नाही

का? आगीचे चटके बसत असतानाही ढाराढूर झोपणारा इसम बाहेरच्या गलबल्याने जागा होतो, असे एखाद्याने वर्णन केले, तर ते कितीसे स्वाभाविक वाटेल?

मुलाची शपथ घेऊन दारू सोडणारा सुधाकर पुढे काय करील, याविषयी मनात जे कुतूहल उत्पन्न होते, ते टिकविण्याचा तर गडकऱ्यांनी मुळीच प्रयत्न केला नाही. पश्चात्ताप झालेला हा बी. ए., एल्एल्.बी. मनुष्य 'पट्टेवाल्याची, हमालाची' मिळेल तसली नोकरी शोधण्याकरता घराबाहेर पडतो. वकिलीची सनद गेल्यानंतर पट्टेवाला किंवा हमाल होण्याखेरीज मनुष्याला दुसरा मार्गच उरत नाही, हा त्याचा शोध प्रचलित शिक्षणाच्या विरोधकांना सुद्धा पसंत पडेल, असे वाटत नाही. सुधाकराची बुद्धिमत्ता लक्षात घेता गडकऱ्यांनी त्याच्या तोंडी अशी लाचारीची भाषणे घातली नसती, तर बरे झाले असते. पंधरा रुपयांची नोकरी सुधाकराला फार मोठी वाटते. ही अतिशयोक्तीची अतिशयोक्ती दारूबाजाचा भयंकर अध:पात रेखाटण्याच्या दृष्टीने ठीक असली, तरी वस्तुस्थिती व नायकाची तीव्र बुद्धी यांच्याशी ती सर्वस्वी विरोधी आहे, हे लक्षात ठेवले पाहिजे. 'एकच प्याला' चा काळ गडकऱ्यांनी १९१४ - १५ हा मानला आहे. (महायुद्ध सुरू झाल्यामुळे रामलालने जर्मनीत जाण्याचा बेत रद्द करून स्वदेशी परत येणे व आर्यमदिरामंडळात 'गीतारहस्या'बद्दल चर्चा होणे या दोन गोष्टी कथानकाचा काल स्पष्टपणे दर्शवितात. स्थळ पुणे आहे, असे 'बंडगार्डन' व 'अमृतेश्वर' यांच्या उल्लेखावरून वाटते.) या काळी सुधाकरासारख्या बुद्धिवान बी. ए. एल्एल्.बी. ला पंधरा रुपयांच्या नोकरीची विवंचना पडावी, ही गोष्ट आश्चर्यकारक आहे. त्याची दारू त्याच्या नोकरीच्या आड आली असती, हा आक्षेपही फोल आहे. सुधाकराला सारे पुणे शहर ओळखत होते, असे थोडेच आहे? अनोळखी ठिकाणी बुद्धिमत्ता व पदवी यांच्या जोरावर याने आपला सहज शिरकाव करून घेतला असता!

पण 'एकच प्याल्या'ला शिवलेल्या गडकऱ्यांच्या सुधाकराला हे व्यवहारज्ञान कुठून सुचावे? रामलाल अगर सिंधूचे वडील आपल्यापुढे एक सोडून छपन्न नोकऱ्या आणून उभ्या करतील, हे काही त्याला कुणी सांगायला नको होते. पण स्वारी तडक उठते आणि नोकरीकरता दारूबाज दोस्तांची पायधारणी करू लागते. तिथे निराशा होताच पुन्हा दारूचा आश्रय करणे, तिच्या तारेत बायकोचा व पोराचा आणि शेवटी पश्चात्तापाने स्वत:चा जीव घेणे यापलीकडे त्याच्या हातून दुसरे काहीच होत नाही. मानी स्वभावामुळे सुधाकराला रामलालकडे जाण्याची लाज वाटली असे क्षणभर मानले, तर दारूबाज स्नेह्यांपाशी पट्टेवाल्याची नोकरी मागताना त्याचा हा स्वभाव कुठे दडी मारून बसतो? सुधाकर येन केन प्रकारेण दारूबाज झाला, की आपले काम साधले, अशा कल्पनेने गडकऱ्यांनी कथानकाचा हा मधला दुवा कसा तरी सांधलेला दिसतो! नाही तर मुंबईच्या 'टाइम्स' मधल्या 'पाहिजे' यी सदरातील

जाहिराती सोडून दारूबाजांची घाणेरडी तोंडे पाहायला तो कशाला गेला असता?

सुधाकर पुन्हा दारू पिऊ लागल्यानंतर वरातीमागून येणाऱ्या घोड्याप्रमाणे रामलाल त्याला शोधीत येतो. तासापूर्वी नोकरी मिळाली असती, तर ज्याने दारू सोडून दिली असती, तो सुधाकर आता दारू पीत पीत रामलालच्या पुढे मद्यपानाची मीमांसा करू लागतो. दारूचे व्यसन लागण्याची निरनिराळी कारणे, दारूबाजीने झोपडीपासून राजवाड्यापर्यंत सर्वत्र व सर्वकाळ मांडलेला प्रलय दारूबाजीच्या तीन अवस्था, इत्यादी विषयांवरील त्याच्या लांबलचक व्याख्यानाकरता गडकऱ्यांनी जवळजवळ दहा पृष्ठे खर्च केली आहेत. कल्पकता, परिणामकारकता आणि मद्यपानाच्या व्यसनाची चिकित्सा या दृष्टीने ही पृष्ठे अत्यंत वाचनीय आहेत, पण या भाषणातील भावनात्मक भाग सुधाकराच्या तोंडी ठेवून, विवेचनात्मक भाग प्रस्तावनेच्या रूपाने वाचकांना सादर करणे कलेच्या दृष्टीने इष्ट होते. रंगभूमी, स्वाभाविकता व नाटकातील रस या तिन्हींच्याही दृष्टीने सुधाकराची लांबलचक व्याख्याने थोडी सदोष वाटतात. नाटकातील प्रतिपाद्य विषयासंबंधाचे शास्त्रीय अगर विचारात्मक विवेचन ऐसपैस प्रस्तावनांच्या द्वारे बर्नार्ड शॉ करतात, याचे कारण कलेची हानी होऊ नये, हेच आहे. ते विवेचन जर त्यांनी नाटकातील पात्रांच्या तोंडी घालण्याचा प्रयत्न केला असता, तर तसल्या नाटकांपेक्षा तत्त्वज्ञानावरील ग्रंथ वाचणे बरे, असे सामान्य वाचकांना तरी खास वाटले असते!

पुन्हा दारू पिऊ लागल्यानंतर सुधाकर कसा वागतो, हे दाखविण्याचीही गडकऱ्यांना आवश्यकता वाटली नाही. दारूबाजीची परमावधी खुनात होते, हा नेहमीचा अनुभव आहे. सुधाकरही तेच करतो. दारूची तलफ भागविण्याकरता सिंधू पैसे देत नाही, असे दिसताच तो तिच्यावर व मुलावर बेशक काठी चालवितो. या शौर्याचा त्याला पुढे पश्चात्ताप होतो; पण त्या पश्चात्तापाचे पर्यवसान दारू सोडण्यात न होता आत्महत्येत होते.

सुबुद्ध, सुविद्य आणि सहृदय सुधाकराचे हे जीवनचित्र कुणाच्याही डोळ्यांत अश्रू उभे करील. त्याचा अध:पात दारूचे दुष्परिणाम मनावर ठसविण्याला समर्थ आहे, यात शंका नाही. पण कला या दृष्टीने पाहिले, तर या स्वभावचित्राची रूपरेषा काढताना व त्यात उत्कटतेचे रंग भरताना गडकऱ्यांनी जे कौशल्य दाखविले आहे, ते त्यात नाजूक छटा भरताना मात्र व्यक्त झालेले दिसत नाही. उष्णता व थंडी यांच्यांत सूक्ष्म फरक पडला, तरी तो पायाच्या चढ-उतारांत दिसून येतो. मनुष्याच्या मनातले लहान-सहान फरकही असेच दाखविणे हे प्रतिभेचे कार्य असते. कथानक व विषय यांना उपयोगी पडणारे स्वभावचित्र स्थूल स्वरूपाचे असते. परिस्थितीमुळे अंत:करणात उठणाऱ्या सर्व लहरींची जोड त्याला मिळाली, म्हणजे त्याला सूक्ष्मता येते. ही सूक्ष्मता गडकऱ्यांच्या सुधाकरात नाही. कादंबरीप्रमाणे नाटकात सूक्ष्म

स्वभावविकासाला अवसर असत नाही, हे खरे; पण दारूचा पहिला पेला घेताना, दारूबाज बनल्यानंतर सिंधूला प्रथमतः भेटताना, दुसऱ्याचे द्रव्यसाहाय्य न घेण्याची शपथ सिंधूकडून घेवविल्यानंतर तिचे हाल बघताना; आणि सोडलेल्या दारूकडे नाइलाजाने परत जाताना, सुधाकराच्या हृदयात जे काहूर उठले असेल, त्याच्या मनात जो कलह सुरू झाला असेल, त्याचे सुंदर प्रतिबिंब नाटकात वठविणे गडकऱ्यांना अशक्य होते, असे नाही. स्वभावरेखनाच्या सूक्ष्मतेपेक्षा प्रसंगांच्या उत्कटतेवरच भर देण्याकडे त्यांचा कल होता व त्यामुळेच ही गोष्ट त्यांना साध्य झाली नाही.

सिंधू - जितकी सद्‌गुणी, तितकीच दुर्दैवी अशी ही नायिका रंगविण्यात गडकऱ्यांचे रंगभूमीचे ज्ञान पूर्णपणे व्यक्त झाले आहे; यात शंका नाही. रामलाल परदेशी जायला निघालेला पाहून जिच्या डोळ्यांत गंगायमुना उभ्या राहतात, तीच सिंधू प्रसंग येताच दगडासारखे घट्ट मन करून बापाला व भावाला 'पतिव्रतेला नाती नसतात, ती बापाची मुलगी नसते, भावाची बहीण नसते, मुलाची आई नसते. देवाब्राह्मणांनी दिलेल्या नवऱ्याची ती बायको असते', असे बजावते. स्त्रीस्वभावातील कोमलपणा, त्या कोमलपणामुळे उत्पन्न होणारी भक्ती व भक्तीच्या एकनिष्ठतेमुळे तिला लाभणारा सुंदर कठोरपणा यांचा हृदयसंगम आविष्कार सिंधूच्या स्वभावात झाला आहे. पहिल्या अंकात प्रेमळ भगिनी व प्रेमळ पत्नी म्हणून ती पुढे उभी राहते. दुसऱ्या अंकात व तिसऱ्या अंकाच्या आरंभी सुधाकराविषयीच्या चिंतेमुळे तिचे मन हळूवार झालेले दिसते. सुधाकराच्या व्यसनाची वार्ता या जुईच्या वेलीवर विजेप्रमाणे कोसळल्यावर ती क्षणार्धात दग्ध होऊन जाईल की काय, अशी भीती वाटू लागते. संकटाच्या पहिल्या घावाने सिंधू बेशुद्धही पडते. पण ज्या प्रेमाने तिचे हृदयकुसूम कोमल केलेले असते, तेच त्याला आता वज्राची कठोरताही देऊ शकते. मूर्तिमंत भक्ती तिच्या रूपाने सुधाकराच्या घरात नांदत आहे, असा भास होतो. दारूबाज नवऱ्याची आज्ञा म्हणून ती माहेरचे मायापाश तोडते, दुसऱ्याची पैही घ्यायची नाही, अशी घोर प्रतिज्ञा करते, लहानपणापासून ताटावरून पाटावर आणि पाटावरून ताटावर करणारी ही लक्षाधीशाची मुलगी पतीकरता जात्यावर बसून मोलाचे दळण दळू लागते. अर्धपोटी राहावे लागले, तरी हृदयमंदिरातील पतिदैवताच्या पूजेकडे दुर्लक्ष होत नाही. आपल्या माहेरी मोलकरीण नेसत नसेल, असले विटके जुनेर नेसण्याची पाळी आली, तरी तिची पतीवरील भक्ती अचल राहते. आपल्या अजाण. तान्हुल्यासाठी आणि दारूबाज नवऱ्यासाठी ती सर्व काबाडकष्ट हसतमुखाने करते. दारूबाज नवऱ्याची गीतेने केलेली निर्भर्त्सना सुद्धा तिला ऐकवत नाही. भूलोकी अवतरलेली ही देवता सुखी व्हावी, अशी प्रत्येक वाचकाची इच्छा असते; पण दारूला या देवतेची कुठून किंमत असणार? पतिव्रतांची, प्रेमळ आई-बापांची आणि

कोमल अर्भकांची हृदये फोडून त्यांतील रक्ताचा अभिषेक करून घेण्यातच मदिरेला सुख वाटत असते. या कठोर परिस्थितीमुळे सिंधूही मुलासकट दारूबाज नवऱ्याच्या माराला बळी पडते. परंतु मरता मरता देखील ती आपल्या पतीला वाचविते. पतीव्रता; सतीला धर्म नाही, हे जाणून आपल्या जखमांची एक कल्पित कहाणी ती फौजदारांना सांगते व खुनाच्या आरोपातून पतीची सुटका करते.

सिंधूचे हे करुण चित्र पाहून ज्याचे हृदय द्रवून जाणार नाही, त्याला पशुकोटीतच घालावा लागेल. तिचा त्याग, तिची पतिभक्ती, तिचा सोशीकपणा, या सर्वांचा मनावर विलक्षण परिणाम झाल्यावाचून राहत नाही. सुधाकराविषयीची वाचकांची सहानुभूती शेवटपर्यंत कायम टिकते, याचे कारण त्याचा मूळचा सुस्वभाव हे तर आहेच; पण सिंधूसारखी देवता त्याच्यावर प्रेम करीत आहे, ही जाणीवही वाचकांच्या मनात त्याच्याविषयी प्रेम उत्पन्न करते.

सिंधूसारखी सुंदर व सुशील पत्नी लाभली असूनही, सुधाकराच्या संसाराची दारूने राखरांगोळी केली, ही गोष्ट मदिरेच्या राक्षसी सामर्थ्याची द्योतक आहे, यात शंका नाही. दारूच्या दुष्परिणामांची यथार्थ कल्पना होण्याच्या दृष्टीने सिंधूचे पात्र कथानकाला अत्यंत पोषक झाले आहे. पण विषय व कथानक यांच्या पलीकडे जाऊन स्वभावरेखनाच्या दृष्टीने या भूमिकेकडे पाहिल्यावर अनेक प्रश्न पुढे उभे राहतात. सिंधू पतिव्रता खरी; पण सबंध नाटकात नवऱ्याला दारूपासून परावृत्त करण्याचा एकदा देखील प्रयत्न न करणाऱ्या असल्या दुबळ्या पतिव्रता कितीशा इष्ट आहेत? सुधाकराच्या व्यसनासंबंधाने सिंधू एकदेखील वाईट शब्द काढीत नाही. ती आपल्या प्राक्तनाला बोल लावते आणि आलेल्या भोगाला सादर होते. मानवी मनाचे चित्र या दृष्टीने तिचे हे साधुतुल्य स्वभावरेखन सदोष वाटत नाही काय? सिंधूची भूमिका पुढे मांडण्यात गडकऱ्यांचा काय उद्देश होता? वस्तुस्थितीचे चित्र पुढे मांडणे, आर्य पतिव्रतेचे चित्र रेखाटणे, की दुबळ्या हिंदू स्त्रीच्या जीविताचे चित्र रंगविणे? या व याच मासल्याच्या अनेक प्रश्नांचे उत्तर देण्यापूर्वी गडकऱ्यांचे या बाबतीत काय मत होते, हे पाहणे जरूर आहे. कमतनूरकरांनी आपल्या एका आठवणीत यासंबंधी थोडासा उल्लेख केला आहे. सिंधूची भूमिका हे दुबळ्या हिंदू स्त्रीचे चित्र मानले जाईल, या कमतनूरकरांच्या आक्षेपाला गडकऱ्यांनी पुढील उत्तर दिले होते: ‘जे अशा दृष्टीने त्या भूमिकेकडे पाहतील, त्यांना ती भूमिका नीट समजलीच नाही, असे मी म्हणेन. उलट, तुमच्या गृहदेवतांना अशा अमानुषरीतीने तुम्ही वागवता, म्हणूनच तुमच्या घरादाराची अशी वाताहत होते, असा ध्वनितार्थ लोकांनी त्या भूमिकेपासून का घेऊ नये?’

गडकऱ्यांच्या या उत्तरात हेत्वाभास भरला आहे, हे न सांगताही समजण्याजोगो आहे. सुधाकराच्या संसाराची राखरांगोळी दारू करते, त्याचे सिंधूशी जे निर्दय वर्तन

होते, त्याच्या मुळाशी दारूच आहे. असे असता, 'एकच प्याल्या'तील घरादाराच्या वाताहतीचे खापर पुरुषशाहीच्या कपाळी फोडणे म्हणजे वडाची साल पिंपळाला लावण्यासारखे आहे. हाच न्याय लावला, तर 'उत्तररामचरिता'तील सीतेची भूमिकाही गृहदेवतेला अमानुष रीतीने वागविले, की संसाराची वाताहत होते, हे दाखविण्याकरताच रेखाटण्यात आली आहे, असे म्हणावे लागेल.

सिंधूच्या भूमिकेचे मूळ दारूबाजीच्या भयंकर दुष्परिणामात आहे. दारूबाजाच्या संसाराचा सत्यानाश होतो, हे गडकऱ्यांना दाखवायचे होते. हा संसार जितका सुखाचा असेल, तितका त्याचा नाश अधिक परिणामकारक होणार, हे उघड आहे. हा सुखाचा संसार सिंधूच्या रूपाने गडकऱ्यांनी 'एकच प्याल्या'त रेखाटला. सुंदर, प्रेमळ व पतिनिष्ठ पत्नी हाच स्वर्गतुल्य संसाराचा आत्मा असतो. अशी सर्वगुणसंपन्न पत्नी लाभली असूनही, सुधाकराचा संसार दारूपायी भस्म होऊन गेला, हे पाहताच दारूच्या प्याल्यात ज्वालामुखीची दाहकता भरलेली असते, या तत्त्वाचा वाचकांच्या मनावर साहजिकच खोल ठसा उमटतो.

सिंधू ही प्रेममूर्ती आहे. प्रेम व्यवहाराचे नियम कधीच जुमानीत नाही. तिच्या भूमिकेविषयी जो जिव्हाळा वाटतो, त्याची मीमांसा खाली दिल्याप्रमाणे होऊ शकेल.

(१) 'जरी ब्राह्मण झाला भ्रष्ट! तरी तो तिन्ही लोकी श्रेष्ठ' या तत्त्वाप्रमाणे 'जरी पति झाला पाषाण! तरी सती मानी त्या देवासमान' हे तत्त्वही हिंदुसमाजाला आवडते होऊन बसले आहे. (होते, असे म्हणणेच योग्य होईल.) आर्थिक व सामाजिक दृष्ट्या पतीवर सर्वस्वी अवलंबून राहावे लागत असल्यामुळे शेकडो पिढ्या या तत्त्वाची अंमलबजावणी करीत आल्या आहेत. सिंधूच्या स्वभावातही हे लोकप्रिय तत्त्व प्रतिबिंबित झाल्यामुळे तिची भूमिका लोकप्रिय झाली.

(२) व्यवहारापेक्षा ध्येयवाद नेहमीच अधिक मोहक असतो. सिंधूच्या चरित्रावर हुतात्म्याच्या त्यागाची छाया पसरल्यामुळे ते साहजिकच पूज्य व प्रिय झाले. दारूबाज नवऱ्यावर पुष्पांजली वाहणारी अगर त्याला गटारात लोळायची परवानगी देऊन माहेर गाठणारी बायको व्यवहारात आढळते. पण जग काजव्याला कधीही अर्घ्ये देत नाही; ती सूर्यालाच मिळतात. सिंधूच्या लोकप्रियतेचे बीज या मानवी मनोवृत्तीत आहे.

(३) व्यवहारदृष्ट्या सिंधू कशी वागली असती, तर सुधाकरात सुधारणा झाली असती, हे सांगणे कठीण आहे. तिने गीतेचा गुरूपदेश घेऊन त्याची अंमलबजावणी केला असती, तर तिच्या तोंडाच्या तोफखान्याने चिडून सुधाकर कदाचित दुप्पट जोराने दारू पिऊ लागला असता! नाही कुणी म्हणावे? दुसऱ्याची कपर्दिकाही न घेण्याची तिने घेतलेली शपथ व त्या शपथेचे तिने अक्षरशः केलेले पालन या दोन गोष्टी लक्षात घेता ती ध्येयमूर्ती वाटते. तिला स्वतःच्या सुखाची अगर प्राणांची

मुळीच पर्वा नाही. पत्नी या नात्याने आपले कर्तव्य करीत राहण्यातच तिला आनंद होतो. देशाकरिता हासत फासावर चढणाऱ्या वीरपुरुषाप्रमाणे तिची ही वृत्ती वंदनीय वाटावी, हे स्वाभाविकच आहे.

आदर्शभूत आर्यस्त्री या दृष्टीने सिंधूचे स्वभावचित्र चांगले साधले आहे, असे अनेकदा प्रतिपादन केले जाते. ज्या नाटकात 'मदिरामंडळा'च्या मागे आर्य हा शब्द लागलेला आहे, त्याच नाटकातील करुणोदात्त नायिकेच्या मागे तो लावणे कितपत योग्य होईल, हा प्रश्न सोडून दिला, तरी 'आर्य' शब्दाचे उगीच देव्हारे माजविण्यात काही मतलब नाही. सिंधूच्या भूमिकेत जे उदात्तत्व प्रचीत होते, त्याचे कारण तिची अलौकिक पतिभक्ती हेच आहे. दारूप्रमाणे पतिभक्तीत देशी - परदेशी अथवा आर्य - अनार्य असे भेद करण्यात स्वारस्य काय आहे, हे आम्हाला कळत नाही. सिंधूत दिव्य त्याग आहे. अशा त्यागाला हृदय असते; पण डोळे नसतात. प्रभु रामचंद्रांनी पितृवचन पाळण्याकरता चौदा वर्षे वनवास स्वीकारला, तेव्हा त्या वनवासापासून व्यवहारदृष्ट्या कुणाचा काही फायदा होईल, की नाही, हे त्यांनी पाहिले नाही. प्रीती भक्तीच्या पायरीला पोहोचली, की मनुष्य ऐहिक सुखदुःख विसरून जातो. 'द्यावे तसे घ्यावे'ही व्यवहाराची शिकवणूक झाली. 'परत मिळाले नाही, तरी देत राहावे' हे दिव्य प्रेमाचे ब्रीद वाक्य असते. भोवताली निर्जन वन असो वा नगरातले उद्यान असो, फुललेले फूल जसा आपला सुगंध उधळीत असते, त्याप्रमाणे प्रेमविषय कसाही असला, तरी आपल्या हृदयरसाचा त्याच्यावर वर्षाव करणे एवढेच प्रीतीला ठाऊक असते! या अंध परंतु दिव्य अशा प्रेमाची सिंधू चालती बोलती मूर्ती आहे. सिंधूच्या भूमिकेचे वैशिष्ट्य हेच आहे.

या स्वभावमीमांसेमध्ये कथानकाच्या गुणदोषांचे ओघाओघाने विवेचन झालेच आहे. केस कमी झाले, म्हणजे बायका गंगावन वापरतात, त्याप्रमाणे मूळ कथानक तोकडे वाटून गडकऱ्यांनी रामलाल - भगीरथ - शरद् यांच्या प्रेमप्रकरणाची त्याला जोड देण्याचा प्रयत्न केला; पण मूळचे केस व गंगावन यांचा एकजीव झाला नाही, म्हणजे जो बेढबपणा येतो, तोच 'एकच प्याल्या'च्या कथानकातही आढळतो. 'शारदे'प्रमाणे मुख्य कथानकावरच त्यांनी अधिक जोर दिला असता व सर्व दुय्यम भाग परिपोषक होतील, अशाच दृष्टीने त्यांची योजना केली असती, तर हा दोष नाहीसा झाला असता. कल्पिलेल्या कथानकाची निर्दोष मांडणीही त्यांनी केलेली नाही. पहिल्या अंकांतील दुसरा, तिसरा व चवथा हे प्रवेश अजगालस्तनासारखे आहेत. कथानकाला गती देणे अगर स्वभावावर प्रकाश पाडणे या कामी त्यांचा मुळीच उपयोग होत नाही. दुसऱ्या प्रवेशात दारूबाज तळिराम प्रत्येक विषयावर आपले घाणेरडे तोंड टाकतो, याचे कारण प्रेक्षकांना हसविण्याची आवश्यकता एवढेच दिसते. तिसरा प्रवेश एका दृष्टीने पहिल्या प्रवेशाचेच प्रतिबिंब आहे; पण

त्यात सुधाकर व सिंधू यांना एकांत न मिळाल्यामुळे रसदृष्ट्या तो असून नसून सारखाच आहे. चवथ्या प्रवेशात सुधाकराची सनद गेल्याचे तळिराम सांगतो. हा प्रवेश नसता, तरी ती गोष्ट पुढील प्रवेशात सुधाकर व तळिराम यांच्या संवादांतून सुचविता येण्याजोगी होती. या दुय्यम प्रवेशांच्या गर्दीमुळे मुख्य नाट्यवस्तू फुलांनी झाकून गेलेल्या मूर्तीप्रमाणे दिसेनाशी होते. रचनेच्या दृष्टीने कौशल्य दाखवायला या अंकात चांगलाच अवसर होता. सर्व पहिला अंक एकप्रवेशात्मक करणे सुद्धा अशक्य नव्हते. पद्माकर सिंधूला न्यायला आला आहे, अशा स्थितीत नाटकाला सुरुवात होते; रामलालचे इंग्लंडहून आलेले पत्र सुधाकर व सिंधू वाचतात, सिंधू सुधाकराला जपून राहण्याविषयी सांगते, सिंधू गेल्यानंतर सुधाकर कोर्टात जातो व त्याचा मुनसफाशी खटका उडतो आणि मानभंग होऊन तो घेरी आल्यानंतर तळिराम मन:शांतीकरता दारूचा पेला त्याच्यापुढे करतो, अशी पहिल्या अंकाची रूपरेखा होऊ शकली असती. सुधाकर कोर्टात गेल्यावर गीता व दारूची तलफ भागविण्याकरता मधूनच कोर्टातून परत आलेला तळिराम यांचे वाग्युद्ध दाखवून विनोद व रचनाकौशल्य ही दोन्ही कार्ये साधता आली असती.

आर्यमदिरामंडळ व रामलालमंडळ यांच्या मुख्य कथानकाशी असंबद्ध अशा प्रवेशांनी बहुधा प्रत्येक अंकात धुडगूस घातल्यामुळे नाटकाच्या रचनासौंदर्याची बरीच हानी झाली आहे. रचनेच्या शिथिलतेचीही अनेक उदाहरणे दाखविता येतील. चवथ्या अंकाच्या दुसऱ्या प्रवेशात सुधाकर व सिंधू आपल्या घरात आनंदाने मुलाचा मुका घेत असताना पडदा पडतो. पण लगेच पुढल्या प्रवेशाच्या आरंभी सुधाकर बंडगार्डनवर प्रवेश करतो. सुधाकराचे घर बंडगार्डनवर होते, असे मानून सुद्धा या गोष्टींचे समर्थन करणे शक्य नाही! चवथ्या अंकाच्या शेवटी सुधाकर सिंधूला व मुलाला काठीने मारतो, ती बेशुद्ध होऊन पडते व मूल मरते. तत्काळ पद्माकर तिथे येतो. जणू काय तो मुलाच्या मरणाची वाटच बघत दारामध्ये उभा होता! सिंधूने परद्रव्य न घेण्याची शपथ घेतल्यापासून दडी मारून बसलेला हा तिचा भाऊ याच वेळी एकदम रंगभूमीवर अवतीर्ण होतो! त्या दिवशी भाऊबीज असती, तर त्याचे हे आकस्मिक आगमन शोभून तरी गेले असते! नाटकाचा पाचवा अंक पुरा करण्याकरता व सिंधूची पतिनिष्ठा पराकोटीला नेऊन पोचविण्याकरता गडकऱ्यांनी त्याला त्याच्या गिरणीतून पकडवॉरंट काढून खेचून आणला आहे, असा त्याच्याविषयी ग्रह होतो, यात मुळीच शंका नाही. सुधाकर हमालाची नोकरी मागण्याकरता ज्या माणसांकडे जातो, ती सर्व अट्टल दारूबाज असूनही सुस्थितीत असतात, ही गोष्ट सुद्धा विषयप्रतिपादनाच्या दृष्टीने फारशी इष्ट नाही. सुधाकर पुन्हा दारू प्यायला लागला असें रामलालने नुसते सांगून पाठविणे, दुसऱ्याचे कष्ट वर्ज्य मानणाऱ्या सिंधूने गीतेकडून मोलमजुरीचे काम मिळविणे, या गोष्टीही कशाशाच वाटतात. अशा प्रकारचे किरकोळ दोष चंद्रावरल्या

डागाप्रमाणे असतात. टीकेच्या दुर्बिणीतून ते मोठे दिसतात; पण साध्या दृष्टीला त्यांचे अस्तित्व भासतही नाही. म्हणून त्यांची विशेष चर्चा करण्याची जरुरी नाही रचनेनंतर रसाचा प्रश्न येतो. 'एकच प्याल्या'त गडकऱ्यांनी करुण व हास्य या आपल्या आवडत्या रसांचे पाट खेळविले आहेत. दवबिंदूप्रमाणे नाजूक असणाऱ्या करुणापासून मुसळधार पावसाप्रमाणे उत्कट भासणाऱ्या करुणापर्यंत या रसाची सर्व रूपे 'एकच प्याल्या'त पाहवयाला मिळतात. सुधाकराच्या वर्तनात पडलेला फरक पाहून सिंधूला वाटणारी काळजी, परद्रव्याला स्पर्शही न करण्याची तिने घेतलेली शपथ, सुधाकराचा पश्चात्ताप, दारूबाज दोस्तांची पोटासाठी त्याने केलेली पायधरणी, सिंधूचा दळणाचा प्रवेश आणि सुधाकराची आत्महत्या या सर्व प्रसंगांत करुणरसावरील गडकऱ्यांचे प्रभुत्व उत्तम रीतीने प्रगट झाले आहे, यात संशय नाही. चवथ्या अंकाच्या दुसऱ्या प्रवेशातील गीता व सिंधू यांचा संवाद आणि त्याच अंकाच्या शेवटच्या प्रवेशातील सिंधूच्या करुण स्थितीचे चित्र हे दोन्ही प्रसंग करुणरसाचे उत्कृष्ट नमुने आहेत.

'एकच प्याल्या'तील हास्यरसामध्ये मात्र इतकी कुशलता आढळत नाही. नाट्यविषयाशी संबद्ध व प्रसंगात्मक असा हास्यरस दुसऱ्या अंकांतील शेवटच्या प्रवेशात आहे, असे फार तर म्हणता येईल. हास्यरसाकरता घातलेले बाकीचे प्रवेश आगगाडीतल्या तोंडओळखीचा फायदा घेऊन घरात सहा-सहा महिने तळ देणाऱ्या पाहुण्याप्रमाणे आगंतुक भासतात. चवथ्या अंकातील डॉक्टर-वैद्यांचा प्रवेश कुठल्याही नाटकात घालून हशा पिकविला असता चालण्यासारखे आहें. नाटकातली पात्रे माणसेच असल्यामुळे त्यांतले कुणी ना कुणी केव्हा तरी आजारी पडणे स्वाभाविकच आहे! आजारी पडलेल्या मनुष्याला पाहवयाला डॉक्टर आणि वैद्य यांनी येणे हेही अस्वाभाविक नाही! असला बादरायण संबंध लावून नाटकात नवी नवी पात्रे आणणे योग्य मानले, तर शिवाजी महाराजांच्या चरित्रावर लिहिलेल्या नाटकात दोन बायकांचा' दादला होणारा शेंदाड शिपाई घुसडणेही अनुचित ठरणार नाही. या डॉक्टर-वैद्यांच्या प्रवेशाप्रमाणे सभा, संमेलने, वगैरेचा उपहास करणारा शेवटचा प्रवेशही असंबद्ध व रसभंगकारक आहे. या उपहासात गडकऱ्यांची तीव्र व सूक्ष्म कल्पकता अनेक ठिकाणी व्यक्त झाली आहे; पण नाटकात सिंधू मरणोन्मुख होऊन पडल्यानंतर चालणारा हा विनोद घरातले माणूस मृत्युशय्येवर पडले असताना पाहुण्याला पक्वान्नांचा .आग्रह करीत बसणाऱ्या यजमानाप्रमाणे वाटतो. कोल्हटकरांच्या चोरांच्या संमेलनाप्रमाणे दारूबाजांच्या सभेची कल्पना गडकऱ्यांना सुचली आणि स्थळकाळ न पाहता त्यांनी ती सविस्तर रंगविली. आर्यमदिरामंडळाच्या या सर्व प्रवेशात दारूबाजांच्या शाब्दिक कोट्यांचाच फार भरणा आहे. प्रत्येक पात्राचा एक स्वभावविशेष मानून, त्या स्वभावाला शोभणाऱ्या कोट्या त्याच्या तोंडी कोंबण्यात आल्या आहेत.

संभाषणाचा स्वाभाविक ओघ त्यात क्वचितच आढळतो. एखादा लहानसा विषय निघाला, तरी त्याच्यावर प्रत्येकाची स्वत:च्या स्वभावाला, मनाला अथवा धंद्याला शोभणारी कोटी व्हायची, हे ठरलेलेच आहे. या कोट्यांच्या कारखान्यात गडकऱ्यांची एकच बुद्धी दिसून येते; पण कला मात्र विशेष आढळत नाही! 'बिनधुराची लढाईची दारू निघाली आहे, तशी बिनवासाची प्यायची दारू शोधून काढण्यासाठी मंडळातर्फे शिष्यवृत्त्या देऊन परदेशात विद्यार्थी सुद्धा पाठवून द्यावयाचे म्हणतो मी' अशा कल्पनाप्रधान कोट्याही या विनोदी प्रवेशात कमीच आढळतात.

या प्रवेशांच्या बाहेरच गडकऱ्यांचा खराखुरा सात्त्विक विनोद आहे. रामलाल परदेशी जायला निघालेला पाहून सिंधूचे मन उचलल्यासारखे होते. त्या वेळी सुधाकर म्हणतो, 'भाई, हिचे समाधान करता करता मला पुरेसं झालं आहे. मला वाटतं, यापुढं मला वकिलीची सनद सोडून देऊन हा एवढाच उद्योग करीत बसावं लागणार!' भविष्याची पूर्वसूचना देणारे हे विनोदी वाक्य किती सहजमनोहर वाटते. सिंधू माहेरी जायला निघते, तेव्हा काळजीच्या स्वराने म्हणते, 'इथं अगदी एकटं राहायचं....' सुधाकर तत्काळ उत्तरतो, 'मग एखाद्या बोर्डिंगात ठेवतेस मला?' भगीरथ आणि शरद् यांच्या संभाषणात भगीरथ म्हणतो,' 'एकीकडे भाईसाहेबांच्या सदुपदेशाचा दिनप्रकाश आणि एकीकडे तुझ्या सहवासाची शीतल चंद्रिका – 'शरद् लगेच विचारते, शीतल चंद्रिका म्हणजे?' नकळत आपले हृदगत व्यक्त करून चुकलेला भगीरथ शरद्चा प्रश्न ऐकताच खाली पाहतो. या प्रश्नोत्तरांतील नाजूक विनोद मार्मिक आहे.

'एकच प्याल्या तील'भाषा गडकऱ्यांच्या इतर नाटकांपेक्षा अधिक सुबोध व अकृत्रिम वाटते. सिंधू व गीता यांच्या भाषणांत बायकी वैशिष्ट्य आणण्याचा त्यांनी प्रयत्न केला असून, तो अंशत: सफलही झाला आहे. माहेरी जाताना सिंधू म्हणते, 'माझ्या जिवाला अगदी टांगल्यासारखे होईल'. मुलाला दूध पाजून शरख्या हवाली करताना ती उद्गारते, 'वन्सं, संभाळा, बाई, तुमचं रत्न हे. तुमची माणसंच भारी अचपळ.' या उद्गारात वत्सल, विनोद व सूक्ष्म करुण यांचा सुंदर संगम झाला आहे. तिसऱ्या अंकाच्या शेवटच्या प्रवेशातील' 'आपल्या दोघांच्या कष्टाविरहित सगळ्या जगातील धनदौलत आजपासून मला शिवनिर्माल्य आहे. आता तर डोळ्यात तेलवात घालून मला बसायला पाहिजे' वगैरे वाक्यांमुळे तिच्या बोलण्याला स्त्रीसुलभ स्वाभाविकपणा येऊन ते परिणामकारक होते. सुधाकराच्या पश्चात्तापाचा व सिंधूचा दळण्याचा हे दोन्ही प्रवेश सहजसुंदर भाषा, हिंदुसंस्कृतीला शोभणाऱ्या कल्पना आणि पौराणिक गोष्टींचे उल्लेख यांच्यामुळे अतिशय हृदयंगम झाले आहेत.

कल्पनाप्राचुर्याच्या मानाने भाषा बालबोध अगर प्रौढ होते. या नाटकात भाषेवर कल्पनेचा पगडा न बसू देण्याचा गडकऱ्यांनी बुद्धिपुर:सर प्रयत्न केलेला. दिसतो.

कथानक व भाषा यांच्यांतील क्लिष्टपणा रसाला मारक होतो, हे ओळखून त्यांनी ही सावधगिरी बाळगिली असावी. 'पुण्यप्रभावा' तली अद्‌भुतरम्यता नसूनही हे नाटक अत्यंत परिणामकारक होते, याचे मर्म हेच आहे वद्यपक्षातील क्षीण चंद्राप्रमाणे मंदतेज झालेला सुधाकर आणि पहाटेच्या एकांतात आपल्या हृदयातील दुःखाला दवबिंदूच्या रूपाने व्यक्त करणाऱ्या सृष्टीप्रमाणे भासणारी सिंधू त्यांच्यामुळे हे नाटक. शरदृत्तूतील कृष्णपक्षातल्या रजनीच्या उत्तरार्धप्रमाणे करुणरम्य झाले आहे.

❖❖❖

भावबंधन

'गडकरी हे काहीसे आळशी व काहीसे भित्रे असल्यामुळे त्यांच्या मनात असतानाही त्यांचे 'सहचारिणी'चे वाचन लांबणीवर पडत चालले होते. कोल्हटकरांच्या नाटकापुढे आपले नाटक फिक्के पडेल की काय, ही भीती त्यांच्या मनाला वाटत होती. शेवटी, माझ्या आग्रहावरून गडकऱ्यांनी ते नाटक वाचावयाला हाती घेतले व एक-दोन दिवसांत ते वाचूनही टाकले. वाचनाच्या वेळी ते व मी बहुधा एकत्र बसत असू व आम्हा उभयतांमध्ये नाटकाच्या गुणदोषांसंबंधाने विपुल चर्चाही चाले. नाटकाच्या वाचनाने गडकऱ्यांच्या मनातील भीती केव्हाच पार उडून गेली होती नाटकाचा चवथा की पाचवा अंक वाचीत असता ते मला म्हणाले,

'छे, अण्णा! तात्यांनी या रंगरावाला आणि व्हिलनला अगदी भलतेच वळण दिले. त्यामुळे नाटक रंगदार होणार नाही अशी भीती मला वाटते. या दोन्ही पात्रांना निराळ्याच तऱ्हेने रंगवायला पाहिजे होते तात्यांनी!'

त्या 'तऱ्हे' बद्दल मी विचारले, तेव्हा गडकऱ्यांनी मला ती थोडक्यात समजावून दिली. मग मी म्हणालो,

'तर मग आपण तात्यांपाशी याविषयी चर्चा करू.'

यावर गडकरी काही क्षण स्वस्थ बसले. काहीच बोलले नाहीत, हे मला चमत्कारिक वाटून मी म्हणालो,

हे काय, हो, मास्तर ?'

माझा हात धरून, अंग थरारल्यासारखे करून मास्तर म्हणाले,

'थांबा, अण्णा! माझ्या मनात या क्षणी एका नव्या प्लॉटचा 'जर्म' (बीज) पडला आहे. मीच या जर्मवर एक नाटक टाकतो. एका पक्क्या व्हिलनच्या तावडीत एक भाबडा म्हातारा सापडला आहे, या कल्पनेवर एकं सुंदर आणि चटकदार कॉमेडी लिहिता येईल, असे मला वाटते.'

ही कल्पनाच 'भावबंधना'चा पाया होय.'

वि. सी. गुर्जर यांच्या या आठवणीतील तात्या म्हणजे श्रीपाद कृष्ण कोल्हटकर

व अण्णा वि. सी. गुर्जर हेच होत. गडकऱ्यांना 'भावबंधना'ची कल्पना कशी सुचली, याबद्दल गुर्जर यांनी दिलेली हकीकत अत्यंत मनोवेधक आहे, यात संशय नाही. बागेत फुलझाडं लावण्यासाठी कुदळीने खणायला लागावे, तो तिचा खणकर आवाज होऊन खणणाराचे लक्ष जमिनीत पुरलेल्या मोहरांच्या हंड्याकडे जावे, असल्या चमत्कारासारखा या नाटकाचा जन्म आहे. या सुचलेल्या कल्पनेवर सातारकर स्त्रीसंगीतमंडळीकरिता साधे, सुटसुटीत, हास्यरसप्रधान नाटक लिहावयाचे, असा गडकऱ्यांचा पहिला बेत होता. पण ईश्वराप्रमाणे प्रतिभा ही मनुष्याच्या इच्छेची कधीच पर्वा करीत नाही. फारसा त्रास ने घेता गडकरी 'भावबंधन' लिहिणार होते; परंतु गवई गायला बसला, की त्याला जसे भान राहत नाही, त्याप्रमाणे नाटकाच्या पूर्वतयारी करताना गडकरीही आपला मूळचा बेत विसरून गेले. देवाच्या पूजेसाठी चारच कळ्या द्यायचे वेलीने ठरविले, तरी तिच्या अंतरंगात मुसमुसणारा सौंदर्याचा रस अगणित पुष्पांच्या रूपाने प्रगट होणारच.

गडकऱ्यांचेही असेच झाले. 'हजार-पाचशे रुपयांचे' नाटक लिहायला ते बसले खरे; पण कारागिराच्या कुशलतेमुळे साध्या हस्तिदंताचे रूपांतर जसे मौल्यवान कलाकृतीत होते, त्याप्रमाणे त्यांचे हजार-पाचशेचे नाटक हां हां म्हणता तीन हजारांचे झाले. एका दुष्ट मनुष्याच्या तावडीत एक भोळा म्हातारा सापडला आहे, ही नाटकाची मूलभूत कल्पना असल्यामुळे घनश्याम व धुंडिराज या दोन भूमिका गडकऱ्यांनी प्रथमतः हाती घेतल्या असाव्यात. घनश्यामाला धुंडिराजाचा छळ करण्याकरता काही तरी कारण पाहिजे. हे कारण गडकऱ्यांनी अपमानाच्या रूपाने निर्माण केले. 'पुण्यप्रभावा'त वृंदावन आपल्या आईच्या अपमानाचा सुड घेतो. 'भावबंधना'त घनश्याम स्वतःच्या अपमानाने चिडून जाऊन, सुडाचे कारस्थान रचतो. अशा रीतीने अपमानाचे कारण सुचले, तरी कुणी व का करायचा, हा प्रश्न होताच. हा प्रश्न गडकऱ्यांनी मोठ्या कुशलतेने सोडविला. घनश्याम एखाद्या तरुणीला मागणी घालतो व तिने नकार देताच तो तिचा सुड घ्यायला प्रवृत्त होतों, असे त्यांनी दाखविले असते, तर लतिका नाटकात आली असती; पण मालती, तिचा उज्ज्वल त्याग, तिला लतिकेच्या म्हाताऱ्या बापाच्या गळ्यात अडकविण्याचा घनश्यामाचा घाट, इत्यादी वैचित्र्यपूर्ण गोष्टीचे धागे नाटकात गुंतले गेले नसते. घनश्याम मालतीला मागणी घालतो आणि लतिका उद्धट शब्दांनी त्या मागणीची संभावना करते, असे दाखवून, गडकऱ्यांनी या सर्व गोष्टी एकजीव केल्या, यात शंका नाही. लतिकेला चांगली अद्दल घडविण्याकरता घनश्याम जो गळफास तयार करतो, तो एकदम तिच्या पित्याच्या व तिच्या जिवलग मैत्रिणीच्या मानेभोवती बसतो. 'भावबंधना'ची कल्पना 'सहचारिणी'वरून सुचली असल्यामुळे त्या नाटकातील वत्सला व उषा या जोडीप्रमाणे मालती व लतिका ही जोडी गडकऱ्यांच्या कल्पनासृष्टीत प्रथमतः संचार

करू लागली असेल. पण दुष्ट घनश्याम, फटकळ लतिका व सौम्य मालती या तिन्ही भूमिकांची गडकऱ्यांची मांडणी पूर्णपणे स्वतंत्र व सुंदर आहे. बलवंत नाटकमंडळीकरिताच हे नाटक आहे, असे जवळ जवळ ठरले असल्यामुळे मंडळीतील नटांचे बहिरंग व अंतरंग डोळ्यांपुढे ठेवून त्यांनी 'भावबंधना'ची रचना केली, असे कित्येकांचे म्हणणे आहे. किरकोळ गोष्टींच्या दृष्टीने हे खरे असेल; पण 'नाटकाकरिता पात्रे असतात; पात्रांकरिता नाटके नसतात' हे तत्त्व बाजूला ठेवून गडकऱ्यांनी 'भावबंधन' लिहिले, या आक्षेपाला पात्र होण्याइतकी या नाटकाची रचना खास शिथिल नाही. रंगभूमीवर मध्येच लुडबुड करणारे मोरेश्वराचे मुके पात्र गाळणे गडकऱ्यांना कठीण नव्हते. त्याचप्रमाणे घनश्याम, लतिका व महेश्वर यांचे स्वभावविशेष विशिष्ट पात्रे डोळ्यांपुढे असल्यामुळे त्यांनी भडक रंगविले असतील. कपडे शिवताना अंगाचे मोजमाप घ्यावे लागत असले, तरी कापडाच्या गुणावगुणाशी अंगाचा जसा काही संबंध येत नाही, त्याप्रमाणे नाटक नटांना अनुरूप होईल, अशी दक्षता बाळगली, म्हणून त्याच्या रचनेवर त्या नटांचा विशेष परिणाम घडतो, असे नाही.

घनश्यामाचा अपमान व त्या अपमानाबद्दल सुड घेण्याकरता त्याने रचलेले कारस्थान हे 'भावबंधना'च्या कथानकाचे प्रमुख घटक आहेत. मालतीची मागणी करण्यात घनश्यामाने मर्यादातिक्रमण केले, असे मानले, तरी लतिकेने त्याला दिलेले पुढील उत्तर कुणालाही अपमानास्पद वाटेल. 'मालतीच्या लग्नाच्या वेळी तुम्हाला हजर राहावे लागेल, ते नवरदेव म्हणून नव्हे; तर लग्नाच्या सामानाची यादी करण्याकरिता.' नाटकातल्या घनश्यामाला पुढे सुड उगवायचा होता, म्हणून तो गप्प बसला; दुसऱ्या कुणीही मनुष्याने हे शब्द शांतपणाने ऐकून घेतले नसते! घनश्यामाने पाश्चात्त्य पद्धतीने मालतीची मागणी करणे कितपत युक्त आहे, हा प्रश्न सोडून दिला, तरी त्याला मनोहर व मालती यांचे परस्पर प्रेम ठाऊक असू नये, ही आश्चर्याचीच गोष्ट नाही काय? बरे, लतिकेने अपमान केला, म्हणून तिच्यावर घनश्यामाने सुड घ्यावा. पण एवढा विचार करायला तो बसला असता, तर त्याला नाटकात कुणीही कलिपुरुष केले नसते! आदल्या दिवशी मालतीचा जो हात प्रेमाने आपल्या हातात दिला जावा, असे त्याला वाटत असते, तोच हात तिने जन्मभर कपाळाला लावून बसावे, असे कारस्थान करण्यात दुसरे दिवशी तो गुंग होऊन जातो. सुक्याबरोबर ओले जळते, हे खरे; पण ते ओले जळू लागलेले पाहून आग लावणाराला वाईट वाटत नसेल, असे नाही. धुंडिराजाशी बोलताना मालतीविषयी घनश्याम म्हणतो 'वस्तुत: आपल्या सुंदर आणि सद्गुणी कन्येची योग्यता इतकी मोठी आहे, की तिच्यासाठी मागणी घालायला येताना जगद्विजयी सार्वभौमाने आपली जयवाद्ये शिवेबाहेरच बंद ठेवावी किंवा जगद्गुरूने आपल्या मशाली विझवून टाकाव्या.' हे शब्द त्याच्या तोंडातून बाहेर पडून पुरे चोवीस तास होत नाहीत, तोच तो

उद्गारतो, 'लतिके, एकट्या तुझ्या लग्नाचेच धिंडवडे काढून माझे समाधान व्हायचे नाही. तुझ्याबरोबर मालतीही दु:खात पडायला पाहिजे!' जगद्गुरूला मशाली विझविण्याची सूचना करणारा मालतीचा हा भावी पती तिने एका शब्दानेही त्याला दुखविले नसताना तिच्या सुखमंदिराला आग लावून देण्याचे बेत करू लागतो! बिचाऱ्याचे मालतीवर कोणत्या जातीचे प्रेम होते, कुणाला ठाऊक!

लतिकेच्या घरात वाढलेल्या या दरिद्री व पोरक्या गृहस्थाचे मन मालतीवर बसते. तिथे नकार मिळताच चिडून जाऊन तो सुड घेण्याचा बेत करू लागतो. आपले कारस्थान रचताना तो म्हणतो, 'कालपर्यंत मालती मला दुर्मिळपणामुळे मिळविण्याजोगी वाटत होती; पण धनेश्वराच्या उर्मट पोरीने ते माझे मानी मन आज आपल्याकडे ओढून घेतले आहे.' लतिकेने बिचाऱ्याच्या अंत:करणाला घरे पाडली; एवढेच नव्हे, तर त्या क्षतांतून तिची मूर्तीही त्याच्या हृदयात शिरली! वृंदावनाच्या कारस्थानाच्या मुळाशी सुडाची बुद्धी आहे, की वसुंधरेचा अभिलाष आहे, याविषयी जशी शंका उत्पन्न होते, त्याप्रमाणे घनश्यामाच्या या बोलण्यामुळे त्याला लतिकेच्या डोळ्यांतील दु:खाश्रू पाहिजे होते, की प्रेमकटाक्ष हवे होते, याविषयी मन द्विधा होते!

लतिकेच्या सुखाची राखरांगोळी करण्याकरता घनश्याम दोन गोष्टी करतो. धुंडिराजाच्या भोळ्या व भित्र्या स्वभावाचा फायदा घेऊन तो त्याच्याकडून कधीही न घडलेल्या चोरीचा कबुलीजबाब लिहून घेतो. या कबुलीजबाबाचे कोलीत हाती मिळताच धुंडिराजाच्या संसाराला आग लावण्याचे काम तो करतो. बेअब्रू, तुरुंग व बायकापोरांची अन्नान्नदशा यांना भिऊन धुंडिराजाला घनश्याम म्हणेल ते कबूल करावे लागते. घनश्याम मालती धनेश्वराला द्यायला सांगतो व धुंडिराज आणि मालती अनन्यगतिक होऊन हे अग्निदिव्य करायचे कबूल करतात. या सूत्राला समांतर असे दुसरेही एक सूत्र आहे. 'कधी होई लग्न माझे' अशी चिंता करीत बसलेल्या महेश्वर नावाच्या वेड्यापीराला घनश्याम लतिकेची आशा दाखवून अंधळ्या गवयाचे सोंग घ्यायला लावतो. लतिकेच्या घरात त्याची स्थापना करवून त्याच्याकडून तिचे वडील धनेश्वर यांनी केलेल्या खोट्या हुंड्या व कागद तो चोरवितो. या कागदांमुळे धनेश्वर घनश्यामाच्या तावडीत सापडतो व मालतीशी लग्न करायला तयार होतो. आपल्या दुरुत्तरांच्या विषबीजाला इतकी कटु फळे आलेली पाहून, लतिका सर्व अभिमान सोडून घनश्यामाला शरण जाते. पण ज्या हाताने मालतीच्या हाताची अपेक्षा न करता तिच्या लग्नाला लागणाऱ्या सामानाची यादी करीत बसावे, असे लतिकेने म्हटले होते, त्याच हातात ती खुद्द आपला हात द्यायला तयार झाली, तरी घनश्यामाचे समाधान होत नाही.

लतिकेने आपल्या हृदयाच्या चिंधड्या करून घेतल्या, तरी तिच्या वाग्बाणांनी चिडून गेलेला शत्रू शांत होत नाही. धनेश्वराला पश्चात्ताप होऊन तो मंगळसूत्राच्या

रूपाने मालतीच्या गळ्यात फास घालण्याचे नाकारतो. पण पश्चात्तापाने झालेल्या या पुनर्जन्मात त्याची पूर्वजन्मीची पापे त्याला छळू लागतात. त्याने केलेले खोटे दस्तऐवज घनश्यामाच्या हातात असल्यामुळे विष खाऊन प्राण देण्याखेरीज त्याला गत्यंतरच उरत नाही. चारी बाजूंनी असा कोंडमारा झाला असताना मृत्युशय्येवर पडलेल्या रोग्याला संजीवनी लाभावी, त्याप्रमाणे योगायोगाने घनश्यामाने लंबे केलेले कागद मालतीवर प्रेम करणाऱ्या मनोहराच्या हातांत पडतात. घनश्यामाच्या कपटजालाचे पाश पटापट तुटू लागतात. धनेश्वर आत्महत्या करणार आहे, अशी महेश्वराकडून बातमी लागताच घनश्याम फौजदाराच्या वेषाने त्याला पकडण्याकरता येतो. इतर मंडळींनी खऱ्या फौजदाराला आधीच आणून ठेवलेले असते. घनश्याम पकडला जातो आणि त्याने धुंडिराजाकडून लिहून घेतलेला खोटा कबुलीजबाबच त्याच्यावर उलटतो. धुंडिराज उदारपणाने तो कागद फौजदाराच्या हातातून घेऊन फाडून टाकतो. लतिकेच्या स्वार्थत्यागानेही न पाझरलेले घनश्यामाचे दगडी हृदय या दयेने विरघळते व तो धुंडिराजाचे पाय धरतो.

कथानकाची ही रूपरेषा वाचता वाचता हे सहज लक्षात येते, की यातील विविध पात्रे एका नाट्यसूत्रात गुंफण्याचा गडकऱ्यांचा प्रयत्न बराच यशस्वी झाला आहे. घनश्याम, धुंडिराज, धनेश्वर, मालती व लतिका यांचे भिन्न स्वभाव, त्या स्वभावांतून उत्पन्न होणाऱ्या घटना व त्या घटनांमुळे त्यांच्या स्वभावांवर घडणारे परिणाम या सर्व रंगांचे मिश्रण करण्यात गडकऱ्यांनी बरेच कौशल्य दाखविले आहे. या भूमिकांचे वर्गीकरण खाली दिल्याप्रमाणे करणे अयोग्य होणार नाही.

मुख्य पात्रे– घनश्याम, लतिका.

दुय्यम पात्रे– मालती, धुंडिराज, धनेश्वर, प्रभाकर, मनोहर.

गौण पात्रे – महेश्वर, इंदू, बिंदू, मोरेश्वर, फौजदार, वगैरे.

घनश्याम – 'मी या नाटकातला व्हिलन आहे' असा, स्वतःशी का होईना, कबुलीजबाब देणारा हा कलिपुरुष आहे. याचे कारस्थान पार पडण्याऐवजी शेवटी महेश्वर म्हणतो, त्याप्रमाणे हाच 'पार पडतो'. मुनीम या नात्याने धनेश्वराच्या घरचे अन्न खाणारा हा इसम कागदातील आकड्यांबरोबर त्याच्या घराचे वासेही मोजतो. त्याच्या कृतघ्नतेचे मूळ सुडाच्या बुद्धीत आहे. मालतीच्या मागणीला नकार देताना लतिका त्याच्या शेपटीवर पाय देते व तो दंश धरून घनश्याम सर्वांना चावू लागतो. नाटकाच्या आरंभीची त्याची सुडाची बुद्धी पुढे तत्त्वज्ञानाने नटूनसजून मिरवू लागते. लतिका शरण आल्यानंतर तो तिला म्हणतो, 'कोणी कधी माझ्यावर दयामाया केली आहे, म्हणून मोबदल्याखातर मी दुसऱ्यावर दया करू? टीचभर उघड्यानागड्या देहाच्या देणगीखेरीज मानवजातीने आजवर या एकलकोंड्या घनश्यामावर काय उपकार केले आहेत? स्वार्थानपेक्ष, हेतुशून्य दयेचा एक शब्द मला कुणी दिला

असता, तर मी त्याचा सात जन्मांचा ऋणी होऊन बसलो असतो.' घनश्यामाची ही दयेची सबब वरातीमागून येणाऱ्या घोड्याप्रमाणे वाटते. त्याचेच तर्कशास्त्र पुढे चालवून 'तुम्हाला धुंडिराज अथवा मालती यांनी निर्दयपणाने वागविले आहे, म्हणूनच तुम्ही त्यांच्या जन्माचा सत्यनाश करायला तयार झाला आहात काय?' असा रोखठोक प्रश्न लतिकेने त्याला विचारला असता, तर या ढोंगी कलिपुरुषाने त्याचे काय उत्तर दिले असते? टीचभर उघड्यानागड्या देहाखेरीज आपण जगाचे काही एक देणे लागत नाही, असे घनश्यामाचे म्हणणे आहे. ही टीचभर देहाची देणगी तो कबूल करतो, हेही त्याचे सौजन्य म्हटले पाहिजे. खरे पाहिले, तर त्याच्यासारख्या हिशेबी मनुष्याने ही देणगी देखील कबूल केली नसती, तर चालले असते. विषयसुखाला औदार्याचे रूप तरी त्याच्यासारख्या बुद्धिप्रधान मनुष्याने का द्यावे?

घनश्यामाची ही दयेची सबब लंगडी असल्यामुळेच की काय, नाटकात फार उशिरा आलेली आहे. त्याच्या टीचभर देहाची साडेतीन हातांपर्यंत आपोआपच वाढ झाली काय? त्याचे आई-बाप केव्हा वारले, हे कळण्याला साधन नाही; पण कुणी तरी त्याला लहानाचा मोठा करण्याचे श्रम घेतले होतेच की नाही? हे सगळे श्रम स्वार्थमूलक होते, असे घनश्याम कोणत्या पुराव्याने म्हणतो? पोरक्या घनश्यामाला जेवायला घालणाऱ्या बाईने त्याच्याकडून प्रॉमिसरी नोट काही खास लिहून घेतली नसेल! जन्मल्यापासून आपल्याला आभाळातून अन्नवस्त्र मिळाले, अशी तर घनश्यामाची समजूत नाही ना?

निरपेक्ष दयेच्या एका शब्दासाठी तहानलेला हा मनुष्य धुंडिराज व मालती यांच्या संसारा सुखाला आग लावून द्यायला मुळीच कचरत नाही. धुंडिराज नाटकाच्या आरंभी घनश्यामाला ज्या प्रेमळपणाने वागवितो, त्याचा उगम कशात आहे, अशी त्याची कल्पना आहे? मुलगी गळ्याला लागल्यामुळे तो नग्न झाला होता, असे थोडेच आहे? जगापासून निरपेक्ष दयेची अपेक्षा करणाऱ्या घनश्यामाने कुणाला निरपेक्ष दया दाखविली होती, असेही नाही. अशा रीतीने आपला दुष्टपणा दयेच्या बुरख्याखाली झाकण्याचा त्याचा उद्योग सर्वस्वी निष्फळ झाला आहे.

घनश्यामाची भूमिका रंगविताना केवळ काळेकुट्ट अंत:करण रंगविण्याचा गडकऱ्यांचा हेतू नसावा. अपमानामुळे तो चिडून जातो, हे स्वाभाविकच आहे. पण सुडाच्या अग्नीत सर्वांचा स्वाहाकार करण्याला त्याने का प्रवृत्त व्हावे? धुंडिराज त्याच्याशी प्रेमळपणाने वागतो आणि मालती आपला नकार शक्य तितक्या सौम्य शब्दांनी व्यक्त करते. या दोघांनी घनश्यामाचे असे काय घोडे मारले होते, म्हणून त्याने बेशक त्यांच्या काळजाचे तुकडे करायला लागावे? एखाद्या कंपनीत नोकरी मागायला जावे आणि तेथील साहेबाने उद्धटपणाने नकार दिला, की त्याचा राग त्या कंपनीच्या कचेरीला आग लावून देऊन काढावा, अशापैकीच घनश्यामाचा हा सुड आहे.

धनेश्वराचे खोटे दस्तऐवज हातात येताच त्याचे नाक दाबणे घनश्यामाला अशक्य नव्हते. धनेश्वराने लगेच तोंड उघडून लतिका देण्याचे कबूल केले असते व घनश्यामाला तिच्यापुरता सुड उगविता आला असता. पण अशाने मालती सुखी राहील व त्यामुळे लतिकेवरला आपला सुड अपुरा होईल, असे घनश्यामाला वाटून तो मालतीलाही संकटात लोटतो, असे गडकऱ्यांनी दाखविले आहे. सुडाच्या उत्कटतेच्या दृष्टीने हे ठीक असले, तरी याच मालतीवर घनश्यामाचे प्रेम बसले होते, हे विसरून चालणार नाही. 'घालतेस माझ्या गळ्यात हार, की चालवू तुझ्या मानेवर तलवार?'' असा प्रियकरणीला प्रश्न करून आपल्या प्रेमाचा निकाल लावून घेणारा कंकण देखील बादरायण संबंध लावून वल्लभेवर सुड घेणाऱ्या घनश्यामापेक्षा क्षणभर बरा वाटतो.

महेश्वराला हाताशी धरून घनश्याम धुंडिराजाकडून चोरीचा खोटा कबुलीजबाब लिहून घेतो. धुंडिराजाचा साधाभोळा स्वभाव लक्षात घेता हे सर्वथैव असंभाव्य वाटत नसले, तरी त्याच्यासारख्या विमाकंपनीचा एजंट असणारा मनुष्य आपल्या गळ्याला फास लावणाऱ्या कागदावर सुखासुखी सही करील, असे वाटत नाही. सहीच्या रूपाने पांढऱ्यावर काळे केले, तर ते काळे प्रसंगी आपल्या तोंडालाही लागते, हे न कळण्याला तो लहान पोर नाही किंवा वेडसरही नाही. व्यवहाराच्या कसोटीवर हा कबुलीजबाबाचा प्रसंग घासला असता हिणकस वाटतो; पण प्रेमळ धुंडिराजाला इतर सर्वांप्रमाणे नाटककर्त्याबद्दलही प्रेम वाटत असल्यामुळे मागचा-पुढचा विचार न करता त्याने सही केली असावी, असे म्हणून या बाबतीत समाधान मानून ध्यावे, हे बरे.

'पुण्यप्रभावा'प्रमाणे 'भावबंधना'तही कलिपुरुषाचे कपटजाल पूर्ण व्हावयाला दोन अंक लागतात. पृष्ठसंख्येच्या दृष्टीने 'भावबंधना'त या कामी ११४ पृष्ठे खर्च झाली आहेत. पहिल्या अंकात धुंडिराजाचा चोरीचा कबुलीजबाब घनश्याम संपादन करतो. दुसऱ्या अंकात या शस्त्राने तो धुंडिराज, मालती व तिचा वल्लभ मनोहर यांच्या हृदयांवर वार करतो. या प्रेमी जीवांच्या जखमांतून वाहणाऱ्या रक्ताने दुसरा अंक भरून गेला आहे. कारस्थानाच्या दृष्टीने महेश्वर धनेश्वराचे कागद चोरतो, हीच काय ती महत्त्वाची गोष्ट या अंकात घडते. तिसऱ्या अंकाच्या आरंभी घनश्याम हे कागद स्मशानात एका हिरव्या दगडाखाली पुरून ठेवतो. त्याच्या सैतानी मनोवृत्तीला स्मशानाबद्दल आपलेपणा वाटत असल्यामुळे त्याने हे स्थान शोधून काढले होते की काय, कळत नाही. पण दगडाधोंड्यांचा अभ्यास करणाऱ्या मनोहराला हे कागद अचूक सापडावेत, म्हणून नाटककारानेच दूरदर्शीपणाने घनश्यामाला स्मशानात नेले, असा संशय या वेळी मनात आल्यावाचून राहत नाही. तिसऱ्या अंकाच्या शेवटी घनश्याम आपले पाश आवळतो. चवथ्या अंकापासून ते तुटू लागतात. प्रभाकराच्या

सांगण्यावरून मनोहर घनश्यामावर पाळत ठेवतो आणि स्मशानात पुरून ठेवलेला कागदाचा डबा त्याला मिळतो. महेश्वराला लतिका फितूर करून घेते. ती घनश्यामाला पोलिसाच्या वेषात आणविण्याचे कारस्थान त्याच्यावर सोपविते व घनश्याम या जाळ्यात सापडतो. पण धुंडिराजाने सहृदय अंतःकरणाने पुराव्याचा कागद फाडून टाकल्यामुळे त्याला पश्चात्ताप होतो.

घनश्यामाचे कारस्थान केवळ योगायोगामुळे फसते. धनेश्वराच्या कागदांबरोबर तो स्वतःच्या आशाही स्मशानात नेऊन पुरतो. त्याच्यासारख्या कपटी मनुष्याला दुसरी कुठलीही जागा सुरक्षित वाटू नये, हे लतिकेचे सुदैव म्हटले पाहिजे. त्याला पोलिसाच्या वेषात आणण्याचे कारस्थानही थोडे-फार कच्चेच आहे. पण नाटकाच्या पूर्वार्धात डोळ्यांत तेल घालून वावरणारा दुर्जन उत्तरार्धात डोळे मिटून चालू लागला नाही, तर ते नाटक आनंदपर्यवसायी व्हायचे कसे? घनश्यामाचे स्वभावपरिवर्तनही यक्षिणीच्या कांडीने घडवून आणल्यासारखे वाटते. मानी लतिका त्याच्या चरणांवर मस्तक ठेवीत असताना तो ते लाथाडून देतो. लतिकेने नाक घासून पाय धरल्यानंतर निदान धुंडिराज व मालती या निरपराधी जीवांच्या बाबतीत तरी घनश्यामाच्या हृदयाला पाझर फुटायला पाहिजे होता. पण असे हृदय द्रवू लागले, तर 'व्हिलन' या पदवीवरला आपला हक्क नाहीसा होईल, म्हणूनच, की काय, शेवटच्या प्रवेशापर्यंत तो एखाद्या पाषाणाप्रमाणे कठोर राहतो. नाटक संपत आले, असे दिसताच आता दुष्ट राहण्यापासून काही फायदा नाही, असे वाटून धुंडिराजाच्या पडत्या शब्दांची आज्ञा घेऊन तो पश्चात्तापाने विरघळून जातो. रौरव नरकाचे क्षणार्धात नंदनवनात होणारे हे रूपांतर विस्मयजनक असले, तरी स्वाभाविक वाटत नाही. वृंदावनापेक्षा घनश्यामाची सुडाची बुद्धी अधिक स्वाभाविक भासते; पण त्याच्या स्वभावात घडून येणारे स्थित्यंतर केवळ नाटकी दिसते. त्यांतल्या त्यांत समाधान एवढेच, की नाटकाच्या शेवटी लतिका व मालती यांची लग्ने होत असल्यामुळे पुन्हा एखाद्या मुलीला मागणी घालून 'व्हिलन' होण्याची घनश्यामाला लहर आली, तर इंदू आणि बिंदू या कालिकामूर्तीकडेच त्याला आपली दृष्टी कळविली पाहिजे.

लतिका - गोड मनाची, पण तिखट जिभेची गडकऱ्यांची ही मानसकन्या रमणीय आहे. कोल्हटकरांची 'वेत्रिका' अगर 'यमुना', वरेरकरांची मंजिरी व 'भावबंधना'तली लतिका यांच्या स्वभावाची जात एकच आहे. पृथ्वीला जीवन देणाऱ्या मेघांच्या जोडीला जसा विजेचा कडकडाट असतो, त्याप्रमाणे असल्या स्वभावाच्या माणसांना प्रेमळपणाबरोबर देवाने बोलभांडपणाचेही वरदान दिलेले असते. वाचमर्थोऽनुधावति' अशी प्रतिभावंत कवीप्रमाणे त्यांची स्थिती होते. विचार करून बोलायचे त्यांना ठाऊक नसते. ती बोलल्यानंतर विचार करू लागतात. त्यांचे बोलणे वळवाच्या

पावसाप्रमाणे जितके आकस्मिक, तितकेच आवेशपूर्ण असते.

लतिकेचा हा स्वभावविशेष पोरवय, शिक्षण, आणि गृहशिक्षणाचा अभाव यांच्यामुळे अधिक उत्कट व्हावा, यात काही आश्चर्य नाही. संसार अगर व्यवहार यांची आच लागेपर्यंत मुलांमुलींची मने अंतराळातील बाष्पाप्रमाणे स्वैर तरंगत असतात. जड पृथ्वीवर उतरल्यावर उत्पन्न होणाऱ्या बंधनांची त्यांना कल्पनाही नसते. या – काव्यमय म्हणा वा भ्रामक म्हणा – मन:स्थितीत मालतीला मागणी घालण्याकरिता आलेल्या घनश्यामाला ती उद्धट शब्दांनी नकार देते. तिच्यासारख्या सुशिक्षित मुलीने घनश्यामाच्या तोंडावर त्याचे पोरकेपण, त्याचे दारिद्र्य आणि त्याची नोकरी यांची हेटाळणी करावी, हे कुठल्याही परिस्थितीत अनुचितच मानले जाईल. घनश्याम हे नाटकातले दुष्टपात्र आहे, म्हणून ठीक आहे. नाही तर लतिकेच्या निर्दय बोलण्यावरून त्या जागेकरिता तिची खटपट सुरू आहे की काय, अशी शंका वाचकांना खास आली असती!

वृद्धपण हे दुसरे बालपणच असल्यामुळे म्हाताऱ्या बापाशीही ती पोरकटपणाने वागते. आपला वल्लभ प्रभाकर याच्याशीही तिचे एकसारखे खटके सुरू असतातच! पण तिचा बाप बुड्ढा बदमाश असल्यामुळे त्याच्या बाबतीतले तिचे फटकारे खट्याळ तट्टाला मारलेल्या चाबकाप्रमाणे रास्त वाटतात. प्रभाकराचे व तिचे वाग्युद्ध तर तरुणांच्या उत्कट व चंचल मनोवृत्तीचे प्रतिबिंब असल्यामुळे अत्यंत मनोहर भासते. पतिपत्नींच्या हृदयांची एकी झाली, तरी जिव्हांमध्ये बेकी असते, ही गोष्ट कुणाला परिचित नाही? या वाग्युद्धात जखम होऊ नये, म्हणून की काय प्रीती दोघांच्याही हृदयांत लपून बसते. वल्लभ-रमणीच्या परस्परप्रेमाचा हा लपंडाव नेहमी रंगतो, हे सांगावयालाच नको.

धनेश्वर मालतीशी लग्न करणार आहे, हे कळताच ती एखाद्या वाघिणीप्रमाणे चवताळते. स्वत:च्या मुलीसारख्या असलेल्या मालतीबरोबर लग्न करायला निघालेल्या पित्यावर जणू काय तुटलेल्या आतड्याचा चाबूक करून ती सपासप कोरडे ओढते. तिच्या तोंडातील आगीने आणि डोळ्यांतील आसवांनी धनेश्वर शुद्धीवर येतो. पण घनश्यामाच्या कारस्थानाने हातपाय बांधून टाकल्यामुळे इच्छा असूनही त्याला ते हलविता येत नाहीत. घनश्याम लतिकेची मागणी करतो. अशा वेळी ही मानी मुलगी आपल्या पित्यासाठी आणि मैत्रिणीसाठी घनश्यामाच्या गळ्यात माळ घालायला तयार होते. स्वच्छंदाने नाचणारी ही वीज आप्तेष्टांच्या सेवेकरता स्वत:ला अनिष्ट बंधनाने बांधून घ्यायला तयार होते. वायुलहरीबरोबर स्वैर खेळणारी ही सुमनसुगंधिका अत्तराच्या बंदिस्त कुपीत स्वत:ला आनंदाने कोंडून घेते. तिचा हा स्वार्थत्याग जितका स्वाभाविक, तितकाच उठावदार झाला आहे. 'माझ्या बोलण्यानेच घनश्यामांना दुखविले आणि म्हणूनच ते हट्टाला पेटले आहेत. आता माझ्या बोलण्यानेच सारे

निस्तरायला हवे.... माझ्या जिभेला प्रायश्चित्त हे मिळालेच पाहिजे. माझ्या उद्दामपणामुळे सालस निर्दोष प्रियजनांवर आलेली आपत्ती टाळण्यासाठीच मी स्वाभिमान सोडून घनश्यामाच्या चरणी देह अर्पण करायला तयार झाले, याच गोष्टीमुळे मला आनंद वाटायचा नाही काय?' हे तिचे आत्मपरीक्षण किती हृदयस्पर्शी वाटते. स्वभावदोषामुळे चूक होऊन गेली; पण त्या चुकीचे प्रायश्चित्त इतरांना भोगावे लागत आहे, हे कळताच त्या प्रायश्चित्ताकरता आपली मान पुढे करणारे उदार मानवी हृदय लतिकेच्या या बोलण्यात जणू काय मूर्तिमंत अवतरले आहे. तिचा दोष मानवी आहे; पण तिचा त्याग, थोड्या अंशाने का होईना, दैवी आहे. हा त्यागाचा सुगंध दरवळू लागताच तिचा बोलभांडपणाचे काटे कुठल्या कुठे नाहीसे होतात.

विशिष्ट स्वभावदोषाच्या पार्श्वभूमीवर लतिकेच्या त्यागाचे हे चित्र काढले असल्यामुळेच ते हृदयंगम झाले आहे. तिच्या त्यागात स्वाभाविकता आहे, औदार्य आहे व नाट्यनीतीही आहे. घनश्यामाला चिडविण्याला लतिकाच कारणीभूत होत असल्यामुळे तीच नाटकाची नायिका आहे, यात संशय नाही. मात्र दुसऱ्या अंकात मालतीपुढे ती फिक्की पडते. एका म्यानात दोन सुऱ्या ठेवण्यासारखीच लतिका व मालती यांच्या भूमिकांची स्थिती झाली आहे. त्यागाच्या प्रवेशानंतर घनश्यामाला पकडण्याच्या कारस्थानात लतिका प्रामुख्याने भाग घेते. पण हे सर्व कारस्थान निर्जीव वठले असल्यामुळे तिच्या स्वभावचित्रणाला त्यात अवसर मिळालेला नाही. तिच्या त्यागाच्या प्रवेशानंतर लगेच नाटकाचा शेवट घडून आला असता, तर नाटक नि:संशय अधिक परिणामकारक झाले असते.

मालती – लतिकेच्या तोंडाला सारखी किल्ली दिलेली आहे असे म्हटले, तर हिच्या तोंडाला नेहमी कुलूप घातलेले असते, असे म्हणावे लागेल. तिचे हृदय लतिकेइतकेच प्रेमळ आहे; पण जीभ मात्र मुळीच चंचल नाही. आपल्या पित्यासाठी व भावंडांसाठी ती धनेश्वरासारख्या म्हाताऱ्याची अर्धांगी व्हावयाला तयार होते! मनोहराने अर्पण केलेले प्रेमपुष्प निर्माल्य म्हणून फेकून देताना तिच्या हृदयपुष्पाच्या पाकळ्या न् पाकळ्या गळून पडतात; पण ती हा स्वार्थत्याग मोठ्या धैर्याने करते. तिच्या पित्याचा व तिचा प्रेमळ संवाद आणि त्या प्रवेशातील आपल्या कपाळीचे कुंकू लावून बहिणीचे कुंकू नीट करण्याचा सूचक प्रसंग, या दोन्ही गोष्टी अत्यंत हृदयद्रावक आहेत. आपल्या त्यागाचे खरे कारण लपवून, ती मनोहराला कायमचा निरोप देते, तेव्हा त्या दोघांच्या डोळ्यांतील गंगायमुनांना भेटण्याकरता वाचकांच्या डोळ्यांतूनही अश्रू वाहू लागतात आणि हा सुंदर प्रवेश त्रिवेणीसंगमासारखा पवित्र वाटतो. या त्यागाच्या प्रवेशात मालतीच्या भूमिकेचे कार्य पुरे होते. तथापि, त्यानंतरही ती लतिकेला उपदेश करते, तेव्हा तिचे हळुवार अंत:करण व समंजस बुद्धी ही दोन्ही चांगल्या रीतीने प्रगट होतात. ती म्हणते, 'प्रसंगाच्या तीव्रतेलाच शोभण्याजोगे

बोलणे बुद्धीची तीव्रता दाखविण्यासाठी बोलायचे, एकमेकांच्या चढाओढीने कोटिक्रम लढविण्यासाठी तिसऱ्याच्या हृदयावर घाव घालायचे, हाच तुमचा बुद्धीचा, शहाणपणाचा आणि ज्ञानाचा सारांश, वाटते!' धनेश्वराच्या आत्मघाताच्या विचाराचाही तिला चटकन अंदाज करता येतो. मालतीचे हे स्वभावचित्र पांढऱ्या शुभ्र ढगाआडच्या चंद्रिकेप्रमाणे मुग्धमधुर साधले आहे. नाटकातील तिचे

मुख्य कार्य फार लवकर आटपत असल्यामुळे तिची भूमिका दुय्यम भासते. पण आहे त्याच स्थितीतही तिचे स्वभावचित्र आकर्षक झाले आहे.

प्रभाकर – या गृहस्थाला गडकऱ्यांनी नाटकाचा नायक केला आहे, याचे कारण लतिकेचे त्याच्यावर प्रेम बसलेले असते, हेच असावे. धुंडिराजाने पितृप्रेमाने वाढवलेला हा पोरका मुलगा मालती धनेश्वराला देण्याची गोष्ट निघते, तेव्हा मोठे जळजळीत भाषण करतो; पण पुढे लतिकेच्या घरी वेषांतर करून राहण्यात आणि आपली कृत्रिम दाढी संभाळण्यातच त्याचा सारा वेळ जातो. मालतीला वाचविण्यासाठी ज्याने आकाशपाताळ एक करायला पाहिजे होते, तो हा पदवीधर तरुण तिला प्रेमभंगाच्या पाताळात ढकलून स्वत: प्रेमप्राप्तीच्या आकाशात विहार करीत बसतो. वाङ्मयाच्या या विद्यार्थ्याला करुणरसापेक्षा शृंगाररसच विशेष आवडत असावा, असे त्याच्या वर्तनावरून अनुमान निघते. धुंडिराजाने लहानाचा मोठा आणि अशिक्षिताचा सुशिक्षित केल्यानंतर हा घरी माश्या मारीत का बसतो, हे कोडेच आहे. धनेश्वराचा घरजावई होण्याच्या खात्रीमुळेच तो बेकार राहिला असण्याचा संभव आहे. लतिकेशी पदोपदी त्याचे जे खटके होतात, त्यावरून गरिबी अगर पोरकेपणा यांनी त्याच्या स्वभावावर काहीच परिणाम केला नव्हता, असे दिसते. पुढे पुढे तो मनोहराला घनश्यामावर पाळत ठेवायला सांगतो. कागदांचा डबा हाती आल्यानंतर घनश्यामावर पकडण्याच्या कारस्थानातही तो थोडे हातपाय हलवितो. पण नाटकाचा नायक या नात्याने त्याच्या हातून कुठलेही महत्त्वाचे कार्य होत नाही. तो नसता, तरी 'भावबंधन' नाटक आहे असेच होऊ शकले असते. मात्र गडकऱ्यांनी आपल्या उपवर मानसकन्येच्या लग्नाची मुळीच काळजी केली नाही, एवढा आक्षेप त्यांच्यावर इतरेजनांकडून आला असता.

मनोहर – मालतीचा भावी पती म्हणून त्याला नाटकात गडकऱ्यांनी घातले आहे. दगडधोंड्यांचा अभ्यासी असल्यामुळे शब्द आणि कृती या दोन्हींच्याही दृष्टीने बिचारा थंड असतो. गडकऱ्यांच्या नाटकातली प्रेमभंगाची परंपरा चालविणे आणि घनश्यामाने स्मशानात पुरून ठेवलेला कागदांचा डबा परत मिळविणे एवढेच ध्येय त्याने आपल्यापुढे ठेवलेले दिसते. स्मशानातल्या हिरव्या धोंड्याकडे त्याचे चटकन लक्ष जाते; पण स्वत:च्या घरात घनश्याम धनेश्वराच्या, मालतीच्या आणि लतिकेच्या डोक्यात जे दगड घालीत असतो, त्याची याला दादही नसते. घनश्यामाच्या

अंत:करणाचा पाषाण कोणत्या जातीचा आहे, हे पाहण्याचा तो जसा प्रयत्न करीत नाही, त्याप्रमाणे नखशिखांत दगड असलेल्या अंधळ्या महेश्वराच्या वाटेलाही तो जात नाही. धनेश्वराच्या घरी त्याचा संबंध एखाद्या खाणावळीप्रमाणे फक्त जेवणापुरताच दिसतो. खाणावळीणबाईची मुलगी आजारी आहे किंवा नाही अगर खुद्द मावशीबाई एखाद्या संकटात पडली आहे किंवा काय, याची दुवक्ता जेवणारे जशी चौकशी करीत नाहीत, त्याप्रमाणे लतिका व धनेश्वर यांच्याविषयी मनोहर ब्र देखील काढीत नाही. प्रेमाची फुले आणि स्मशानातले दगड यांच्या पलीकडील जगाचे अस्तित्वच त्याला भासत नाही. बुद्धिबळाच्या पटावर केवळ पुढे सरकविण्याकरता जशी काही प्यादी असतात, त्याप्रमाणे मनोहर व प्रभाकर ही पात्रे भासतात. 'शिक्षणाच्या नावाने पूज्य' म्हणून प्रभाकर घनश्यामाची पहिल्या अंकात हेटाळणी करतो. पण भरपूर शिक्षण मिळवून तो अगर मनोहर घनश्यामाइतकेही कर्तृत्व (त्याच्यासारखे वाईट मात्र नव्हे!) दाखवू शकत नाहीत! प्रचलित शिक्षण तरुणांना पंगू करून सोडते, हे दाखविण्याच्या उद्देशाने तर गडकऱ्यांनी असले बाहुलेवजा नायक व उपनायक निर्माण केले नसतील ना?

धनेश्वर – लतिकेचे वडील. खोटे दस्तऐवज करण्यात यांचा हातखंडा आहे. हृदयाविषयी बोलायचे, तर आपल्या भागीदाराचे तोंड बंद करण्याकरता त्याच्या मर्कटतुल्य मुलाच्या हवाली आपले कन्यारत्न देण्याची यांची तयारी असते. वयाच्या पंचावन्नाव्या वर्षी मातृहीन लतिकेला वळण लावण्याकरिता हे बोहल्यावर चढण्याचा चंग बांधतात. आपल्या सुरकुतलेल्या हातात आपल्या मुलीच्या जिवलग मैत्रिणीचा हात पत्नी म्हणून घ्यायला हा पेन्शनीला लायक झालेला गृहस्थ मुळीच कचरत नाही. आपला मुनीम घनश्याम मालतीचे व आपले लग्न का व कसे जुळवून आणीत आहे, याचा तो विचारही करीत नाही. घनश्यामाच्या पाषाणहृदयाची तर त्याला कल्पनाच नसते. लतिकेने डोळ्यांत चरचरीत अंजन घालताच त्याने मोहांध डोळे उघडतात आणि तो मालतीशी लग्न न करण्याचे ठरवितो. पण घनश्यामाच्या हातांत आपले खोटे कागद गेलेले पाहताच आत्मसंरक्षणाकरिता तो लतिकेचे उदक त्याच्या हातावर सोडायलाही मागेपुढे पाहत नाही. शेवटी या सर्व त्रासांतून सुटायला जगातूनच आपली सुटका करून घेतली पाहिजे, असे तो ठरवितो. स्वभावातील चांगल्या स्थित्यंतरामुळे त्याच्याविषयी पुढे-पुढे थोडीशी सहानुभूती वाटते. पण ज्या हाताने त्याने वर्षानुवर्ष खोटे कागद निधडेपणाने केलेले असतात आणि ज्या हाताने मालतीसारख्या कोवळ्या कळीला चुरडावयाला तो तयार होतो, त्याच हाताने, आपल्यापासून इतरांना त्रास होतो, म्हणून तो विषाचा प्याला घेण्याचा निश्चय करतो, ही गोष्ट थोडीशी कृत्रिम वाटल्यावाचून राहत नाही. त्याच्या स्वभावातील क्रांती चांगली आहे, हे खरे; पण चौकटीत बसण्यासाठी चित्र वाटेल तसे कापावे,

त्याप्रमाणे कथानकाला जुळेल, असेच त्याचे स्वभावचित्र रेखाटण्यात आले आहे, की शंका काही केल्या मनातून जात नाही.

धुंडिराज – या भूमिकेची कल्पना आणि विकास ही नावीन्यदर्शक व हृदयंगम आहेत. 'सहचारिणीती'ल रंगराव विनोदी असल्यामुळे त्याच्यावरून सुचलेला हा वृद्ध पुरुष विनोदी झाला असेल; पण याचा विनोद रंगरावापेक्षा सात्त्विक आहे. याचा चेहरा वृद्धाचा असला, तरी अंत:करण बालकाचे आहे. स्मरणशक्ती यथातथाच असल्यामुळे त्याला काल पाहिलेल्या मनुष्याची आज ओळख पटत नाही; पण त्याचे हृदय एवढे उदार आहे, की परक्या मनुष्यालाही तो निकटच्या आप्ताप्रमणे वगावितो. त्याची बोलण्याची पद्धत हरिदासाच्या अगदी उलट आहे. बिचाऱ्याची कथा मूळपदावर कधीच येत नाही. पण त्याच्या भाषणाची आगगाडी पदोपदी रूळ सोडून भलत्याच दिशेने जात असली, तरी त्यामुळे अपघात मुळीच घडून येत नाहीत; उलट, तिच्या या भ्रमणात विविध प्रदेशांचे सौंदर्य अनायाये दृष्टीला पडते. तो जितका भडभड्या, तितकाच भोळाभाबडा आहे. त्याच्या तोफखान्याच्या माऱ्यापुढे घनश्यामाला मालतीची मागणी करणे किती तरी वेळ अशक्य होऊन बसते. पण ती मागणी कानांवर पडताच धुंडिराज त्याला एकदम बालेकिल्ल्यात नेऊन सोडतो. तरुणांचा आनंद हाच आपला आनंद, बालकांचे सुख तेच आपले सुख, अशी त्याची भावना असते. वेलींना स्थिरता येण्याकरता मांडव असतो. त्याप्रमाणे वृद्ध माणसे तरुणांच्या विकासोन्मुख जीवितांना आधार देण्याकरिताच असतात, ही कल्पना त्याच्या वर्तनात पदोपदी प्रतिबिंबित झालेली दिसून येते. घनश्यामाला त्याच्याकडून खोटा कबुलीजबाब घेताना सध्या वाटते, याच्यापेक्षा अधिक वाईट वाटायला पाहिजे होते, इतके धुंडिराजाचे मन प्रेमळ आहे. दुसऱ्या अंकातला त्याचा व मालतीचा संवाद वाचून ज्याचे मन गहिवरून जाणार नाही, असा वाचक क्वचितच सापडेल. मुख्य कथानकाचे साधन एवढाच गडकऱ्यांनी त्याचा उपयोग मानल्यामुळे दुसऱ्या अंकानंतर ही प्रेमळ मूर्ती पडद्याआड राहते. घनश्यामाच्या स्वभावपरिवर्तनाच्या कामी त्याचा, सध्या झाला आहे, यापेक्षा अधिक उपयोग करून घेणे अवश्य होते. बुद्धीची कमतरता आणि भावनेची उत्कटता यांच्या सुंदर संमिश्रणामुळे ही भूमिका जितकी व्यवहारदर्शक, तितकीच हृदयंगम अशी साधली आहे.

महेश्वर – मयसभेत दुर्योधन फिरू लागला, तेव्हा पाणी म्हणून तो जिथे पाऊल टाकी, त्या ठिकाणी त्याला दगडाची ठेच लागे. बायकोसाठी हपापलेल्या महेश्वराचीही 'भावबंधना'त अशीच स्थिती होते. लतिकेसारखे रत्न मिळवायला तो येतो आणि इंद्रबिंदूंच्या काळ्या कात्रीत सापडतो. घराला चुना म्हणून डांबर काढणाऱ्या मनुष्याप्रमाणे त्याची स्थिती केविलवाणी आणि हास्यास्पद होते. मूर्खपणा हे दुष्टपणाच्या हातातील कोलीत होते, या न्यायाने नाटकात मूर्ख महेश्वराचा घनश्याम उपयोग

करून घेतो, तो योग्यच आहे. पण महेश्वर हे नाव धारण करून स्मशानाचे नाव काढताच भेदरून जाणारे हे पात्र नाटकात जेवढे हास्योत्पादक अकांडतांडव करते, तेवढा काही त्याचा कथानकाला उपयोग नाही. त्याचे मुख्य काम धनेश्वराचे खोटे दस्तऐवज चोरणे हे आहे. ते घनश्यामालाही सहज करता आले असते. इंदूबिंदूपैकी कुणा एकीला जर त्याने लग्न करण्याचे वचन दिले असते, तर तिने धनेश्वराचे कागदच काय, पण प्रसंगी धनेश्वरालाही लंबे केले असते ती कागदांची चोरी महेश्वरावाचून दुसरा कुणी करू शकला नसता, असे थोडेच आहे? महेश्वराची विनोदी पात्र म्हणून गडकऱ्यांनी योजना केली आणि हे पात्र विलग भासू नये, म्हणून त्याच्या गळ्यात कागदांची चोरी करण्याची कामगिरी बांधली. महेश्वराला धनेश्वराच्या घरात प्रवेश मिळवून देण्याकरता नाटककर्त्याला जो खटाटोप करावा लागला आहे, तो लक्षात आणला, म्हणजे विनोदी पात्रे लोकांना हसवीत असली, तरी कर्त्याला रडवितात, या उक्तीचे प्रत्यंतर येते. लतिकेचे सडेतोड भाषण ऐकून धनेश्वर म्हणतो, 'तुमच्या शिक्षणामुळे मला मात्र एवढे ज्ञान झाले, की झाली ही सगळी चूक झाली. लतिके, आजपासून शिक्षणाला सोडचिट्ठी. घरात हा तरुणांचा तांडा जमवायचा नाही. ही प्रेमाची पाचकळ मराठी पुस्तके बंद! (बिचाऱ्याने संस्कृत सुभाषितरत्नभांडारातील शृंगारविषयक रत्ने पाहिली नसावीत)........ आचारी-पाक्या सुद्धा मराठी बोलणारा असता नाही कामा. द्या रजा सर्वांना. आता मराठी माणसे घरात नकोत. छापील पुस्तक घरात नको.' धनेश्वराने मराठीविरुद्ध केलेले हे काहूर केवळ कृत्रिम वाटते. नेत्रपल्लवीची भाषा मराठी, कानडी, गुजराती, वगैरे जिव्हेवर अवलंबून असणाऱ्या भाषांपेक्षा निराळी असते, हे पंचावन्न पावसाळे पाहून आणि छपन्न खोटे कागद करूनही त्याला ठाऊक नसावे, हे आश्चर्य आहे. धनेश्वराचे या मराठीविरुद्ध चालविलेल्या मोहिमेचा फायदा घेऊन घनश्याम अंधळ्या कानडी गवयाच्या वेषाने महेश्वराला घनश्यामाच्या घरात आणतो. तिथे इंदूबिंदूंच्या चक्रव्यूहात सापडल्यामुळे त्याला आपण खरोखरीचेच अंधळे झालो असतो, तर बरे झाले असते, असे वाटू लागते. तव्यावरून सुटली नि निखाऱ्यात पडली, म्हणून भाकरीचे नशीब थोडेच बदलते? इंदू गेली आणि बिंदू आली, की महेश्वराची तशीच अवस्था होते. अमावास्येच्या अंधाराचा एक अष्टमांश काढा करून आणि त्यात जगातले सारे डांबर खलवून त्या रंगाचा लेप ब्रह्मदेवाने इंदूबिंदूच्या अंगाला दिला होता, अशी गडकऱ्यांनी कल्पना केली आहे. या काळ्या पोरी पाहताच महेश्वराचे डोळे पांढरे होतात! या दोन्ही पोरींपैकी कुणाशीही लग्न केले, तर बायकोच्या तोंडावरून प्रेमाने हात फिरवताच हात काळाकुट्ट होणार व तिचे पहिलेच चुंबन आपल्या तोंडाला काळे फासणार, अशी त्याची ठाम समजूत झालेली असते! या दोन्ही काळ्या पोरी महेश्वराच्या मागे हात धुऊन लागल्यामुळे या त्रिकुटाचे प्रवेश काळ्या रंगाने भरून

गेले आहेत. बौद्धिक कोटीबाजपणा या प्रवेशात भरपूर आढळून येतो. पण नैसर्गिक कुरूपपणाचा व काळेपणाचा हृदयहीन उपहास आणि दोन कुत्र्यांना एक हाड सापडले, म्हणजे ती जशी भांडू लागतात, त्याप्रमाणे महेश्वर दिसताच इंदूबिंदूंमध्ये सुरू होणारा चुरशीचा सामना यांच्यामुळे तो उत्तान वाटतो. अतिशयोक्तीच्या भरात या अस्वाभाविकपणाकडे गडकऱ्यांचे लक्ष गेले नाही. महेश्वर, इंदू व बिंदू यांचे प्रवेश कोटीबाजपणामुळे रंगत असले, तरी सुंदर विनोदाने येणारे सौम्य हास्य अथवा मनाचा प्रसन्नपणा त्यांच्यापासून लाभत नाही. संस्कृत सुभाषितात मातीची भांडी फोडणे, वस्त्रे फाडणे व गाढवावर आरूढ होणे, इत्यादी प्रसिद्धी मिळविण्याचे रामबाण उपाय सांगितले आहेत. विनोद उत्पन्न करण्याकरता लेखकही अशाच उपायांचा अवलंब करतात, की काय, अशी हे काळेकुट्ट प्रवेश वाचताना मनात शंका येते. महेश्वराप्रमाणे इंदूबिंदूंचाही कथानकाशी थोडासा संबंध पोहोचतो. गडकऱ्यांच्या इतर नाटकांपेक्षा या नाटकातील विनोदी पात्रे कथानकाशी अधिक संबद्ध आहेत, यात संशय नाही.

महेश्वराचा उथळ विनोद त्याच्या कृत्रिम अंधळेपणाने दोन काळ्या पोरींशी लग्न लावल्यामुळे उत्पन्न झाला आहे. तो जितका शब्दनिष्ठ, तितकाच कल्पनानिष्ठ आहे. प्रसंगावर अवलंबून असलेल्या विनोदाचे सरस नमुने या प्रवेशांच्या बाहेरच पुष्कळ आहेत. नाटकाच्या आरंभी घनश्याम धुंडिराजाला भेटून मालतीबद्दल गोष्ट काढण्याचा प्रयत्न करतो. तो तोंड उघडतो, न उघडतो, तोच धुंडिराजाच्या मनमोकळ्या गप्पांचा प्रवाह सुरू होतो आणि बिचाऱ्याला ओठांशी आलेले शब्द आतल्या आत गिळावे लागतात. कोट्या कमी असूनही स्वभाव व प्रसंग यांच्या मिश्रणामुळे सरस व सात्त्विक विनोदाने हा सर्व प्रवेश रंगून गेला आहे. महेश्वर अंधळ्या कानडी गवयाचे आणि प्रभाकर गिरसप्पाशास्त्र्याचे सोंग घेऊन येतात व धनेश्वर त्यांना एकमेकांशी कानडीत बोलायला सांगतो, त्या वेळचा प्रसंगही मोठा मौजेचा आहे. दोन चोरांनी एकमेकांना गुप्त पोलीस मानून भयभीत व्हावे, तशी त्यांची स्थिती होते. तिसऱ्या अंकात लतिकेपुढे प्रभाकर आपले खरे रूप प्रगट करतो, तेव्हाही सुंदर विनोद आपोआप निष्पन्न होतो. लतिकेची जीभ व तिचे हृदय यांच्यांतला या ठिकाणचा कलह छान साधला आहे. ती प्रभाकराला उद्देशून म्हणते, 'मला हिणवायचा बेत होता नाही का तुमचा? अशी सोंगे घेऊन दुसऱ्याच्या घरात शिरता काय? दम खा, आता सरकारी शिपाई बोलावून आणविते आणि खोड मोडते तुमची चांगली!' हे शब्द तोंडातून निघत असतानाच तिची दाराकडे नजर जाते व तिला ते उघडे असलेले दिसते. लगेच ती म्हणते, 'मालती! बाई, ते दार तरी लावून घे तेवढे! हे सोंग कुणी बघितले, तर तिकडूनही पंचाईत व्हायची!' मुलाला बागुलबोवा दाखविता-दाखविता त्याला पोटाशी धरणाऱ्या आईसारखीच लतिकेची ही कृती नाही का?

श्रीमंतांची दोन दिवसांच्या प्रवासाची तयारी सुरू झाली, तरी गरिबांना जन्मभर पुरतील, एवढे जिन्नस हां हां म्हणता जमतात. 'एक सुंदर आणि चटकदार हास्यरसप्रधान नाटक' चटकन लिहून टाकायचे, म्हणून गडकऱ्यांनी 'भावबंधना'च्या लेखनाला प्रारंभ केला. पण हास्याच्या जोडीने किंबहुना त्याच्यापेक्षाही अधिक उत्कटतेने करुण त्यात रंगविला गेला आहे. 'एक दुष्ट मनुष्य व त्याच्या तावडीत सापडलेला म्हातारा' यांच्यासाठी किती तरी तरुण व तरुणी गडकऱ्यांना 'भावबंधना'त खेचून आणाव्या लागल्या. 'भावबंधन' आकाराने १८० पृष्ठांचे झाले आहे. नाटकाचा निम्मा भाग मोठ्या मुश्किलीने रंगभूमीवर केला जातो. कथानकाच्या मांडणीच्या दृष्टीने पाहिले, तरी ती सदोष आहे, हे लक्षात यायला फारसा वेळ लागत नाही. पहिल्या अंकाची ६० पृष्ठे घनश्यामाच्या हातात धुंडिराजाचा कबुलीजबाब पडावा, एवढ्यासाठी खर्च झाली आहेत. दुसऱ्या अंकाच्या ५४ पृष्ठांत मालतीचा त्याग वर्णन केला आहे. तिसऱ्या अंकात लतिका बापाची कानउघाडणी करते; पण त्याची मान आधीच घनश्यामाच्या हातात सापडली असल्यामुळे त्याचा नाइलाज होतो. चवथ्या अंकात लतिका कृतपापाचे प्रायश्चित्त म्हणून घनश्यामाला शरण जाते. पाचवा अंक ओढून ताणून घनश्यामाला पकडण्यात खर्च होतो. प्रत्येक अंकात निरनिराळी व्यक्ती प्रमुखत्व पावत असल्यामुळे 'भावबंधन' एखाद्या इंद्रधनुष्यासारखे वाटते. सप्तरंगांच्या मिश्रणाने जसा पांढरा रंग होतो, त्याप्रमाणे भिन्न भूमिका आणि विविध प्रसंग यांच्या समरसतेने उत्कृष्ट नाटक रंगत असते. 'भावबंधना'त तसे होत नाही, हा कलेच्या दृष्टीने दोषच मानला जाईल. धुंडिराजासारखा सहृदय पण ढिल्या डोक्याचा म्हातारा मिळाल्यावर विनोदाला तोटा नाही. प्रभाकर व लतिका ही तापट तरुणमंडळी हाती लागल्यामुळे वाग्युद्धाची वाण नाही, महेश्वरासारखा विवाहेच्छू वेडा व इंदूबिंदूसारख्या मूर्तिमंत अमावास्या यांची गाठ पडल्यावर कोट्यांची तूट नाही. बापाची अब्रू बचावण्याकरता मालतीने मनोहरासारख्या तरुण वल्लभाचा त्याग करून धनेश्वरासारख्या म्हाताऱ्याच्या गळ्यातच माळ घातली पाहिजे, असा बिनतोड प्रसंग सुचल्यावर करुणरसाची उणीव नाही, असे होऊन 'भावबंधन' अवास्तव फुगले. गडकऱ्यांची प्रतिभा तेजाळ होती; पण कलेला आवश्यक असलेल्या संयमाचे व तिचे फारसे पटत नव्हते, असाच त्यांच्या या शेवटच्या नाटकावरूनही वाचकांचा ग्रह होतो.

विनोदाच्या दृष्टीने नाटकाचा पहिलाच प्रवेश फार सुंदर साधला आहे. करुणरसाच्या दृष्टीने दुसऱ्या अंकातील मालतीचे सर्व प्रवेश हृदयंगम वठले आहेत. धुंडिराजाने भक्तियुक्त अंत:करणाने मालतीला दिलेला 'ज्याचीया स्मरणे पतीत तरती, तो शंभु सोडू नको' हा आशीर्वाद, मालतीने आपल्या कुंकवातले कुंकू काढून बहिणीचे विस्कटलेले कुंकू सारखे करणे, मनोहराची मूर्ती हृदयात असताना त्याचे चित्र फेकून

देण्याचे मालतीला करावे लागणारे नाटक, इत्यादी नाजूक रंगांनी गडकऱ्यांनी हे करुण चित्र रंगविले आहे. तिसऱ्या अंकात लतिका मालतीच्या घाताने व्याकूळ होऊन बापाच्या डोळ्यांत अंजन घालते, तो व चवथ्या अंकात ती घनश्यामाला शरण जाते, तो– हे दोन्ही प्रसंग रसदृष्ट्या उत्तम साधले आहेत.

'भावबंधना'ची भाषा 'एकच प्याल्या'इतकी प्रसादपूर्ण नाही. लतिका आधीच शिकलेली व त्यातून फटकळ. प्रभाकर तर सर्वार्थांनी तिच्याच माळेतला. मनोहर व मालती या जोडीच्या मानाने मुकी. पण सायकल मोटारीपेक्षा वेगाने कमी असली, म्हणून खटाऱ्यासारखी रें रें करीत थोडीच चालणार आहे? घनश्यामाचे हृदय वगैरे सर्व अवयव त्याच्या मस्तकात साठल्यामुळे त्याने प्रत्येक वाक्यात आपल्या बुद्धीचे प्रदर्शन मांडावे, हे स्वाभाविकच आहे. महेश्वर हे नाटकातील मुख्य विनोदी पात्र असल्यामुळे कोट्या करण्याचा मक्ता त्याच्याकडे जावा, यातही काही नवल नाही. ढिल्या माथ्याच्या धुंडिराजाला सुद्धा जिथे सुंदर कल्पना सुचतात, तिथे खोटे दस्तऐवज करण्यात तरबेज असणाऱ्या धनेश्वराने आपण कवी आहोत, अशी मधून मधून समजूत करून घेतली, तर त्याबद्दल त्याला दोष देण्यात काय अर्थ आहे? रात्री आकाशात जिकडे पाहावे, तिकडे नक्षत्रे दिसतात, त्याप्रमाणे 'भावबंधना'त सगळीकडे कल्पनांचे व कोट्यांचे राज्य आहे. दुसऱ्या अंकापासून पुढील बऱ्याचशा कल्पना नुसत्या चमत्कृतिजनकच नसून, रसपरिपोषकही आहेत. भडक, क्लिष्ट व कृत्रिम कोट्याकल्पना सोडून दिल्या, तरी भावबंधनाच्या प्रत्येक पानावर बुद्धीला भुलविणारे अगर हृदयाला फुलविणारे काही ना काही तरी सापडतेच, यात संशय नाही. हास्याचे उन्ह पडते, न पडते, तोच येणारी करुणाची सर, हिरव्यागार वनभूमीप्रमाणे भासणारी आलंकारिक भाषा आणि निर्मल होत जाणाऱ्या नद्यांप्रमाणे दिसणारी स्वभावपरिवर्तने? यांमुळे हे नाटक श्रावणमासातील रम्य दिवसाप्रमाणे भासते.

❖❖❖

अपूर्ण व संकल्पित नाटके

प्रतिभेची स्थिती आम्रवृक्षाप्रमाणे असते. आंबा मोहराने फुलून गेला, तरी त्याच्यापासून विपुल फळे मिळतीलच, असे निश्चयाने सांगता येत नाही. मधूनच अभ्रे येतात आणि थोडा मोहर जळून जातो; रस्त्याने जाणारी-येणारी पोरे धोंडे मारतात आणि काही कैऱ्या पाडतात; पुढे पाखरे चोचीने टोच मारून पिकू लागलेल्या फळांची नासधूस करतात. प्रतिकूल परिस्थिती, अकाली मृत्यू, इत्यादी कारणांमुळे प्रतिभेची फळेही अनेकदा अपक्व स्थितीतच रसिकांना चाखावी लागतात. 'वेड्यांचा बाजार', 'राजसंन्यास' व 'गर्वनिर्वाण' ही गडकऱ्यांची तीन अपूर्ण नाटके गडकऱ्यांच्या हातून पूर्ण होऊन रंगभूमीवर आली असती, तर – पण सतत सुधावृष्टी करणाऱ्या चंद्राला देखील ज्या सृष्टीत महिन्यातून एकदाच पूर्णत्व मिळते, तिथे ही गोष्ट कशी घडून यावी? सरस्वतीच्या चरणी प्रफुल्ल कुसुमांबरोबर अस्फुट कळ्याही गडकऱ्यांच्या हातून वाहिल्या जाव्या, असाच विधिसंकेत होता!

अपूर्ण नाटके

वेड्यांचा बाजार

१९०६ साली किर्लोस्कर नाटकमंडळीत गडकरी मुलांचे मास्तर म्हणून गेले. त्या वेळी त्यांनी सदरहू प्रहसनवजा नाटक लिहावयाला सुरुवात केली. नाटकमंडळीला बारा गावांच्या पाण्याबरोबर त्या त्या गावातल्या भल्याबुऱ्या माणसांचाही अनुभव घ्यावा लागतो. नाटकाच्या नादाने बहकलेला बाळाभाऊ गडकऱ्यांनी या अनुभवातूनच पैदा केला असावा. आपली प्रत्येक गोष्ट नाट्यशास्त्राला धरून होत आहे, की नाही, हे पाहण्यात अशी मंडळी नेहमी दंग असतात. हसणे, रडणे, उठणे, बसणे, भावी वधू पाहणे अगर जीव देणे यांपैकी लहानमोठी कुठलीही गोष्ट करावयाची असो, कुठल्या तरी नाटकाच्या आधारानेच ती झाली पाहिजे, असा अट्टहास हे लोक धरतात. जेवायला बसल्यानंतर भावी वधू वाढायला आली, की सौभद्राची आठवण

होऊन हे दुधात लिंबू पिळतील; जीव द्यायची पाळी आली, तर शारदेचे स्मरण करून 'सदय शांत अससि मरणा' हे पद असले वेडे पीर इतक्या मोठ्याने म्हणू लागतील, की तो आरडाओरडा ऐकून गस्तवाल्या शिपायाने हे ज्या विहिरीच्या काठावर उभे असतील, तिकडे धावतच यावे. 'गुप्तमंजूषा'तील शृंगीला नाटकाचे असेच वेड असल्याचे कोल्हटकरांनी दाखविले आहे. गडकऱ्यांनी बाळाभाऊही त्याच पद्धतीने रंगविला.

बाळाभाऊला जसे नाटकाचे, त्याप्रमाणे त्याच्या भावी सासुरवाडीतील चार माणसांना एकेका गोष्टीचे वेड लागलेले असते. आजोबा तात्या ज्योतिषात दंग, वडील अण्णा औषधात गुंग, वडील चिरंजीव माधव वेदांतात, तर मातोश्री यशोदाबाई देवदेवस्कीत निमग्न. सकाळचा चहा चांगला झाला नाही, तर चुलीवर आधण ठेवताना मुहूर्त पाहिला नव्हता, असे तात्यांचे मत पडेल, अण्णा चहाच्या मळ्यात काम करणाऱ्या मजुरांना कुठला तरी रोग झाला असला पाहिजे, असा कयास करतील, माधव 'चांगला चहा काय नि वाईट चहा काय एकच आहे, एकं सद्विप्रा बहुधा वदन्ति' या वेदांताने सर्वांचे समाधान करील आणि यशोदाबाई 'कुणा मेल्याची दृष्ट झाली चहाला. देवि अंबाबाई, चहा बरा होऊ दे, म्हणजे मी तुझी खणानारळांनी ओटी भरीन' असे नवस करायला लागतील. वेणूसारखा उपवर मुलीचे लग्न, नवऱ्याने नाव टाकल्यामुळे रमेसारख्या सुनेचे होणारे हाल, इत्यादी महत्त्वाच्या गोष्टींकडे पाहताना देखील तात्या, अण्णा, वगैरे मंडळी आपला ज्योतिषाचा अगर वैद्यकीचा चश्मा डोळ्यांवर चढवायला विसरत नाहीत. लग्नाच्या काळजीने वेणूची प्रकृती खालावलेली दिसताच तात्या त्याचे खापर शनीच्या डोक्यावर फोडतात, अण्णा 'क्षय क्षय' म्हणून ओरडू लागतात, माधव 'प्रकृती आणि पुरुष' यांच्या वेदांतावर प्रवचन झोडायला उत्सुक होतो आणि यशोदाबाई वेणूला झपाटणाऱ्या भुताला कशावर राजी करावे, या विवंचनेत पडतात!

'वेड्यांचा बाजारा'त अशा रीतीने प्रमुख पाच दुकाने आहेत. बाळाभाऊंच्या दुकानात नाटकाचा, तात्यांच्या पेढीवर ज्योतिषाचा, अण्णांच्या स्टोअर्समध्ये वैद्यकीचा, माधवाच्या वखारीत वेदांताचा आणि यशोदाबाई आणि मंडळीत देवदेवस्कीचा माल भरपूर भरलेला आहे. नाटकमंडळीतल्या देशपांडे नावाच्या इसमानेही या बाजारात एक लहानसे दुकान उघडलेले असते. त्याच्या दुकानी मिळणारा माल म्हणजे शुष्क शब्दच्छल. कुणी कुठलाही शब्द उच्चारो, ही स्वारी त्याला निरर्थक फाटे फोडायला तयार. 'देव आहे का या जगात?' असा प्रश्न त्याच्या कानांवर पडला, की लगेच याच्या तोंडातून 'देव, की घेव?' ही मुक्ताफळे बाहेर पडायची, हे ठरलेलेच आहे.

या साही वेड्यांच्याकडे पाहिले, तर अति तिथे माती या सिद्धांताची ही चालती बोलती उदाहरणे आहेत, असे वाटू लागते. मानवी जीवितात ज्योतिष, वैद्यक, वगैरे

शास्त्रांना व नाटकासारख्या कलेला महत्त्व नाही, असे नाही. पण फलाच्या पक्वपणाला जशी मर्यादा असते, त्याप्रमाणे शास्त्र, कला, तत्त्वज्ञान, नियम वगैरेंच्या सत्तेलाही बंधन पाहिजे. फळ सारखे पिकत ठेवले, की शेवटी ते कुजून त्याची जशी घाण सुटते, त्याप्रमाणे बुद्धी व हृदय गुंडाळून ठेवून माणसे कुठल्याही गोष्टीच्या आहारी गेली, की त्यांचे वर्तन हास्यास्पद होते. नियमितपणा हा सद्‌गुण खरा; पण दहा वाजता निजायचा आपला नियम असताना आधी दहा मिनिटे झोप येऊ लागली, म्हणून लगेच झोप न येण्याचे औषध घेणाऱ्या मनुष्याचे कौतुक कुणाला वाटेल? वहाणा पायांचे संरक्षण करतात, म्हणून कृतज्ञतेच्या भरात त्या डोकीवर घेऊन जर कुणी मनुष्य चालू लागला, तर त्याचे हसे झाल्यावाचून राहील काय? कावीळ झालेल्या मनुष्याला जग पिवळे दिसते, त्याप्रमाणे 'वेड्यांच्या बाजारा'तील या सहाही पात्रांना आपापल्या नादाखेरीज जगात दुसरे काहीच दिसत नाही.

कुठल्या ना कुठल्या वेडाने पछाडलेला माणसाचा स्वभाव अतिशयोक्तीच्या साधनाने रंगविण्याचा प्रघात आहे व गडकऱ्यांनीही त्याचेच अनुकरण केले. या वेड्यांपैकी दोन, तीन अगर चार मंडळी एकत्र आली, म्हणजे प्रत्येकाच्या वेडाच्या वैशिष्ट्यामुळे संभाषणाला रंग चढतो. 'वेड्यांच्या बाजारा'तील पहिल्या अंकाचा चवथा व दुसऱ्या अंकाचा पाचवा हे दोन्ही प्रवेश या दृष्टीने वाचनीय आहेत. वेणूच्या लग्नाचा प्रश्न निघतो, तेव्हा तात्या सांगतात, 'आज इतके दिवस घालविले, तेव्हा अखेर दोन टिपणे वेणूच्या टिपणाशी जमतातशी आढळली. अगदी झाडून जुन्यापान्या साऱ्या कुंडल्या पालथ्या घातल्या. ही विक्रमाची; ही काशीकर गागाभट्टाची! ही थोडीबहुत जमते. पण त्याला मरून झाली अडीचशे वर्षे! आता ही हिंदुस्थान देशाची आणि ही बाळाभाऊंची कुंडली या दोन्ही मात्र जमतात!' याच वेळी माधव वेदांत सांगू लागतो, तेव्हा त्याची आई म्हणते, 'माधव, हे रे, काय बडबडणे? एकुलत्या एक बहिणीच्या लग्नाचे घाटते आहे आणि –' वेदांती माधव तत्काळ तिचे समाधान करतो 'बहीण, भाऊ, आई, बाप, सर्व भ्रम आहे हा. का तव कांता कस्ते पुत्रःसंसारोऽयमतीव विचित्रः गेल्या जन्मीची बहीणभावंडे कुठे गेली? पुढच्या जन्मीची आता कुठे आहेत? हा सारा मायेचा खेळ आहे. अहं ब्र ह्मास्मि मी ब्रह्म, तू ब्रह्म, तात्या ब्रह्म, अण्णा बह्म.' नाटकी बाळाभाऊला वेणूला कायम ठशाच्या पद्धतीने पाहणे पसंत पडत नाही; म्हणून तो भिंतीवरून उडी टाकून बागेत तिची गाठ घेतो. हा प्रसंग विनोदी आहे; एवढेच नव्हे, तर शेरिडनच्या 'टीकाकार'या नाटकाप्रमाणे त्यात प्रचलित नाटकातील दोषांचे दिग्दर्शनही मार्मिकपणे झाले आहे. दुसऱ्या अंकातील बाळाभाऊची बहुतेक भाषणे नाट्यविडंबनपर आहेत, असे म्हणायला हरकत नाही.

कथानक अथवा स्वभावरेखन या दृष्टीने 'वेड्यांच्या बाजारा'चा गडकऱ्यांनी लिहिलेला भाग सामान्य आहे. विनोदाला आधारभूत असलेली स्वभाववैगुण्ये त्यांनी

अतिशयोक्तीच्या कुंचल्याने चांगली रंगविली आहेत. पण या 'वेड्यांच्या बाजारा'त मधुकर, वसंत, वेणू, यमू वगैरे जी शहाणी पात्रे आहेत, ती वेड्याशी वागताना त्याच्या कलानेच घेतले पाहिजे, हा नियम पाळण्याकरताच की काय, मागेमागेच राहत असल्यासारखी वाटतात. नायिका वेणू हिचे वसंतावर अकराव्या वर्षी प्रेम बसल्याचे गडकऱ्यांनी दर्शविले आहे! मराठी चवथ्या अगर पाचव्या पुस्तकातल्या धड्यांबरोबरच प्रेमाचा धडा शिकण्याची सक्ती तिच्यावर नाटककाराने का केली, हे समजत नाही. बाळाभाऊंच्या नाटकी पांचटपणानेही काही काही ठिकाणी अगदी ताल सोडला आहे. नाटकमंडळीत बाळाभाऊंना 'अरसिक किती हा शेला' हे पद म्हणण्याचा आग्रह होतो, त्या वेळी त्यांना सोंगाच्या शोभेकरता डोक्यावरून पदर घेण्याची सूचना मिळते व सदऱ्याच्या बाह्या वर सरकवून त्यांची चोळी केली जाते. धोतराच्या सोग्याचा पदर व सदऱ्याची चोळी एवढ्यावर हे वेषांतर वास्तविक थांबायला हवे होते; पण नाटकमंडळीतील रघू म्हणतो, 'तात्या, चोळीला कापूस नाही ना इथे?' तात्या उत्तरतात, 'नसू दे, लेका, कापूस; ते धाकटे रंगाचे रिकामे पेले आहेत ना कोनाड्यात? तेच घे.'

गडकऱ्यांच्या पुढील नाटकातील काही लहानसहान गोष्टी या नाटकात साम्यरूपाने आढळतात. कंकण ऊरू शब्दाचा अर्थ उर म्हणून सांगतो, त्याप्रमाणे या नाटकातील नाटकमंडळीतील तालीममास्तर शिशूचा अर्थ ससे असा करतात! धुंडिराजाच्या तोंडी अण्णा किर्लोस्करांचे जसे वर्णन आले आहे, तसे या नाटकातील अण्णांच्याही आहे. तोंडाचे कुलूप चांदीच्या किल्लीने उघडण्याची या नाटकातील कल्पना 'प्रेमसंन्यासा'त किंचित निराळ्या स्वरूपात प्रगट झाली आहे. या नाटकाची भाषा सुबोध असून, अनुप्रासाचे अवडंबर तिच्यात कुठेही आढळत नाही. स्त्रियांच्या संभाषणात बायकी वैशिष्ट्यही बरे साधले आहे.

वयाच्या बाविसाव्या वर्षी गडकऱ्यांनी लिहिलेल्या या अपूर्ण प्रहसनावरून एक गोष्ट स्पष्टपणे दिसून येते. ती म्हणजे, गडकऱ्यांच्या ठिकाणी वसत असलेली मार्मिक विनोद-दृष्टी ही होय. या नाटकातील विनोद शाब्दिक कोट्यांपेक्षा स्वभावावर उभारला असल्यामुळे साहजिकच स्वाभाविक झाला आहे. कथानक तोकडे असले, तरी त्याचा विकास वेड्यांच्या वेडावरच अवलंबून असल्यामुळे कथानक व विनोद यांत विलगपणा मुळीच उत्पन्न झालेला नाही. गंभीर नाटकातून स्वतंत्र विनोदी प्रवेश लिहिण्यापेक्षा अशी प्रहसने गडकऱ्यांनी लिहिली असती, तर कलेच्या दृष्टीने गडकऱ्यांचा विनोद अधिक उच्च दर्जाचा ठरला असता, असा विचार 'वेड्यांचा बाजार' वाचताना मनात आल्यावाचून राहत नाही.

गर्वनिर्वाण

'वेड्यांचा बाजार' हे प्रहसन गडकऱ्यांनी हप्त्याहप्त्यांनी लिहिले. कथानकाची समाधानकारक आखणी करून ते त्यांनी लिहायला घेतले नसल्यामुळे, भटकणाऱ्या मनुष्याप्रमाणे ते मध्येच वाटेल तिथे विश्रांती घेई आणि लहर लागेल, तेव्हा पुढला प्रवास सुरू करी. या प्रहसनाचे हप्ते लिहीत असतानाच गडकऱ्यांचे मन प्रल्हादाच्या अलौकिक भक्तीने आकर्षित केले व त्यांनी त्या विषयावर 'गर्वनिर्वाण' हे नाटक लिहिले. एखादे सुंदर जहाज फुटून समुद्रात बुडावे आणि लाटांनी त्याचे काही तुकडे मात्र किनाऱ्यावर आणून टाकावेत, तशी 'गर्वनिर्वाणा'ची स्थिती झाली आहे. अधिकारी यांनी संपादिलेल्या 'गडकरी यांच्या आठवणी' पुस्तकात या नाटकातील एक विनोदी व दोन अपूर्ण गंभीर प्रवेश दिले आहेत. एवढे गद्य आणि निरनिराळ्या स्नेह्यांना आठवत असलेली थोडी पदे एवढ्यावरच 'गर्वनिर्वाण' वाचण्याची इच्छा वाचकांनी तृप्त करून घेतली पाहिजे.

या नाटकाचे कथानक पौराणिक असले, तरी त्याची मांडणी गडकऱ्यांनी सुंदर व परिणामकारक रीतीने केली, असे सांगतात. पाचव्या अंकातील हिरण्यकश्यपु व त्याची पत्नी यांच्यांतील संवाद वाचताना वृंदावन - कालिंदीच्या व वृंदावन - वसुंधरेच्या प्रवेशांची आठवण झाल्यावाचून राहत नाही. हे नाटक सुंदर काव्यकल्पनांनीही हृदयंगम झाले असावे. उपलब्ध असलेल्या लहानशा भागातच या अनुमानाला पोषक अशी अनेक स्थळे आढळतात. हिरण्यकश्यपु आपल्या प्रधानाशी बोलताना म्हणतो, 'ज्याला मोठेपणा पाहिजे, त्याने आपत्ती सोसलीच पाहिजे. भरती-ओहोटीचा त्रास समुद्राप्रमाणे भिकारड्या सरोवरांना नसतो. तेजस्वी चंद्र-सूर्यांच्या मागची ग्रहणाची उपाधी ताऱ्यांना नसते.' 'गर्वनिर्वाणा' तील उपलब्ध पदांपैकी प्रल्हादाचे खालील पद देवलांच्या वळणाचे वाटते.

'देइ हीच जोड, आई ! विष हे देइ गोड, ग // ध्रु. //

हट्ट कधी धरला नाही / हाच आज शेवटचाही / मागणे न याहुनि काही / पुरवि हेच कोड / आई //१//

'दिपे दीपे वाटे', 'नगरी सारी, नटुनी थटुनी' ही श्री. शं. मुजुमदार यांनी आपल्या आठवणीत दिलेली पदे कोल्हटकरांच्या पद्धतीची असल्यामुळे कल्पनाप्रधान आहेत.

'गर्वनिर्वाण' नाटकाची वर्धा येथे चार अंकांची रंगीत तालीम झाली असतानाही त्याला रंगभूमीचे दर्शन होऊ शकले नाही. ताट आणि ओठ यांच्यामध्ये अनेक अडथळे असतात, या सिद्धांताचा अनुभव गडकऱ्यांनाही घ्यावा लागला. ही रंगीत तालीम पाहणाऱ्या प्रेक्षकांना नाटकातील करुण व हास्य हे दोन्ही रस अतिशय आवडले होते. पण अनुरूप वधूवरांचे जुळत आलेले लग्न जसे पत्रिकेतील ग्रह मोडू

शकतात, त्याप्रमाणे यशस्वी होणाऱ्या या नाटकाच्या मार्गातही भलत्याच अडचणी उपस्थित झाल्या. मनोहर संगीत मंडळीतील आठवले आपल्या आठवणीत म्हणतात, 'एक तर हे नाटक अपूर्ण व नाटकाचे तालमीस कित्येक वेळा सुरुवात होऊन त्या बंद पडत. याचे कारण तालमीस सुरुवात झाली, म्हणजे कंपनीवर काही ना काही आपत्ती येई. अशा योगायागामुळे या नाटकावर 'अपेशी' व 'अपशकुनी' असा आरोप होता.' अशा रीतीने माणसांप्रमाणे नाटकातदेखील पायगुणाची भानगड असते, या तत्त्वाचा कटु अनुभव गडकऱ्यांना घ्यावा लागला. आठवले यांनी दिलेले दुसरे कारणही मोठे मौजेचे आहे. नाटकातील नायक हिरण्यकश्यपु याची भूमिका वृंदावनाप्रमाणे अभिनयप्रधान असल्यामुळे गडकऱ्यांनी ती बोडसांना दिली होती. कै. जोगळेकरांचा नायकाच्या जागेवर काही झाले, तरी वहिवाटीचा हक्क पडला. त्यांना ही गोष्ट आवडली नाही. माझ्या हिरण्यकश्यपुला गोड गळ्यापेक्षा अभिनयकुशल मुद्रा पाहिजे, असे गडकऱ्यांचे म्हणणे. या मतभेदामुळे कै. जोगळेकरांनी हे नाटक बसविण्याच्या बाबतीत घालावे तितके लक्ष घातले नाही. 'गर्वनिर्वाण' रंगभूमीवर न येण्याचे आणखी एक कारण असावे, असे श्री. शं. मुजुमदार व पां. ग. क्षीरसागर यांच्या आठवणींवरून दिसते. 'गर्वनिर्वाण' बसत असताना मुंबईच्या 'टाइम्स' मध्ये एक निनावी पत्र प्रसिद्ध झाले. त्यात किर्लोस्कर नाटकमंडळीवर राजद्रोहाचा आरोप करून, पुरावा म्हणून ती 'गर्वनिर्वाण' हे राजकीय नाटक बसवीत आहे, असे लिहिले होते. हे पत्र ज्या लेखणीतून बाहेर पडले, तीच लेखणी गडकऱ्यांच्या मृत्यूनंतर त्यांच्याबद्दल शोक करण्यात व त्यांची स्तुतिस्त्रोत्रे गाण्यात दंग होऊन गेली, हा भाग निराळा. पण त्या वेळी तरी गडकऱ्यांना 'देवा, मित्रांपासून माझे रक्षण कर' असे म्हणण्याची पाळी आली. नाशिकला किर्लोस्कर नाटकमंडळीच्या 'शारदा' प्रयोगाच्या वेळी नाशिकचे कलेक्टर जॅक्सन यांचा भर नाटकगृहात खून झाला असल्यामुळे सरकारची मंडळीवर वक्रदृष्टी होतीच. त्या आगीत 'टाइम्स'मधील या पत्राने तेल ओतले. या भडक्याने आपले अंग भाजेल, या भीतीने गडकऱ्यांनी 'गर्वनिर्वाणा'चे हस्तलिखित जाळून टाकले व आपल्यावर येणाऱ्या काल्पनिक राजद्रोहाच्या आरोपाचा मुद्देमालच नाहीसा केला. 'गर्वनिर्वाणा'त हिरण्यकश्यपुसारख्या राक्षसी पित्यापासून प्रल्हादाचे संरक्षण करण्याकरता नारसिंह अवतार प्रगट व्हावयाचा होता; पण सरकारचा नारसिंहावतार पाहताच गडकऱ्यांनी सवाई हिरण्यकश्यपु होऊन आपल्या नाटकरूपी अपत्याला क्षणार्धात जगातून नाहीसे करून टाकले.

हे राजद्रोहाचे वादळ शांत झाल्यावर पुन्हा एकदा गडकऱ्यांनी 'गर्वनिर्वाण' लिहून काढले. पण या पुनर्जन्मातही त्याला दीर्घायुष्य लाभावयाचे नव्हते. कंपनीतल्या एका गृहस्थाच्या भाषणाने चिडून जाऊन वड्याचे तेल वांग्यावर काढावे, त्याप्रमाणे त्यांनी त्या गृहस्थाचा राग आपल्या नाटकावर काढला आणि त्याची राखरांगोळी

करून टाकली. न्यूटनचा एक ग्रंथ कुत्र्याच्या चुकीने जळून गेला, तरी तो त्या कुत्र्यावर रागावला नाही. गडकऱ्यांनी अगदी विरुद्ध वर्तन केले व 'गर्वनिर्वाण' नामशेष झाले. १९१४ साली पुन्हा 'गर्वनिर्वाण' हाती घेण्याचा मनोदय गडकऱ्यांनी वरेरकरांपाशी प्रगट केला होता. ''गर्वनिर्वाणा'तील काही प्रवेश मी 'पुण्यप्रभाव' नाटकात घेत आहे. तरीही त्यात थोडी उलटापालट करून तेच नाटक नाट्यविनोदमंडळीला मी देईन', असे त्या वेळचे त्यांचे उद्‌गार आहेत. जिभेचा हातावर ताबा चालत नसल्यामुळे दुर्दैवाने ही गोष्ट गडकऱ्यांच्या हातून झाली नाही. त्या वेळी मालवणहून पुण्याला गेल्यावर 'गर्वनिर्वाणा'चे अंक दुरुस्त करून पाठवायचे त्यांनी ठरविले होते. यावरून गडकऱ्यांपाशी 'गर्वनिर्वाणा'चे हस्तलिखित असावे, असे वाटते. तुटक तुटक प्रवेशांचे 'राजसंन्यास' छापून प्रसिद्ध व्हावे आणि अखंड असलेले 'गर्वनिर्वाण' अप्रसिद्ध राहावे, हा योगायोग आश्चर्यकारक आहे. हिरण्यकश्यपु कयाधूकडून प्रल्हादाला विष देववितो, हा प्रसिद्ध झालेला प्रवेश ज्यांनी ज्यांनी वाचला असेल, त्यांच्या त्यांच्या मनात अपूर्ण 'गर्वनिर्वाण' पुस्तकरूपाने अगर क्रमश: एखाद्या मासिकातून प्रसिद्ध व्हावे, अशी इच्छा खास उत्पन्न झाली असेल.

राजसंन्यास

'गर्वनिर्वाणा' नंतर 'प्रेमसंन्यास' व 'पुण्यप्रभाव' ही दोन नाटके गडकऱ्यांनी लिहिली. 'पुण्यप्रभाव' रंगभूमीवर आल्यानंतर त्यांनी 'राजसंन्यासा'च्या लेखनाला प्रत्यक्ष सुरुवात केली असावी, असे त्या नाटकाच्या आरंभी दिलेल्या लेखनकालावरून स्पष्ट होते. नाट्यमंदिराचा कळस जो शेवटचा प्रवेश, तो त्यांनी २३ जून, १९१६ ला संपविला. पाचव्या अंकाचे बाकीचे प्रवेश पुढे सप्टेंबरमध्ये लिहिले. नंतर ते एकदम पायाकडे वळले व पहिल्या अंकातील पहिला प्रवेश त्यांनी ५ नोव्हेंबरला संपविला. याच्यापुढील प्रवेश ता. ७ जानेवारी, १९१७ रोजी पूर्ण केल्याची नोंद आहे. त्यानंतर 'एकच प्याला' व 'भावबंधन' ही दोन नाटके त्यांनी लिहिली. पण 'राजसंन्यास' जिथल्या तिथेच राहिले. मृत्यूपूर्वी चारच तास आधी उद्यापासून 'राजसंन्यास' पुरे करण्याच्या कामाला लागायचे, असा त्यांनी बेत केला होता; पण दुर्दैवाने ईश्वरी इच्छा निराळीच होती !

'राजसंन्यासा'चे प्रत्यक्ष लेखन १९१६ च्या उत्तरार्धात झाले असले, तरी तत्पूर्वी बरेच दिवस या नाटकाचे कथानक गडकऱ्यांच्या डोक्यात घोळत असावे १९१४ साली वरेरकरांबरोबर मालवणचा सिंधुदुर्ग पाहण्याकरिता ते गेले होते. त्या वेळची वरेरकर यांची आठवण पुढे दिल्याप्रमाणे आहे. 'किल्ल्याच्या तटावरून हिंडत असता न्हाणीजवळच्या बुरुजावर जाताच ते थबकले. त्यांनी लगेच समुद्राकडे पाहिले आणि एकदम मोठ्याने ओरडून व मला घट्ट धरून ते म्हणाले, 'बस्स ठरलं.' मी काय ठरलं, म्हणून

विचारल्यावर त्यांनी उत्तर दिले, 'याच जागी 'राजसंन्यासा'चा आरंभ. पूर्वी गोव्यात सुरुवात करावी, असे गोवे पाहिल्यामुळे मला वाटत होते; पण ही जागा पाहताच आता पटले, की गोव्यातली सुरुवात ओढूनताणून झाली असती. मालवणाची सुरुवात अगदी स्वाभाविक आहे.' आणि तिथेच बसून प्रवेशाची कशी सुरुवात करणार, हे सांगावयास त्यांनी आरंभ केला. आज प्रसिद्ध असलेल्या 'राजसंन्यास' नाटकातली बहुतेक वाक्ये त्या वेळी त्यांनी अक्षरशः बोलून दाखविली होती.'

या आठवणीवरून 'राजसंन्यासा'चे कथानक १९१४ त तयार होते, असे दिसते. या नाटकात आपल्या लेखनकौशल्याची कमाल करायची, असे गडकऱ्यांनी ठरविले असल्यामुळे ते कसे तरी हातावेगळे करणे त्यांना शक्य नव्हते. चंद्राप्रमाणे स्फूर्तीचेही पूर्णत्व विरळ असते. पूर्ण स्फूर्तीवाचून 'राजसंन्यासा'चे लेखन करायचे नाही, या गडकऱ्यांच्या निश्चयामुळे हे नाटक १९१६ त आरंभिलेले असूनही १९१९ पर्यंत अपुरेच राहिले.

'राजसंन्यास' हे तत्त्वप्रधान नाटक आहे. 'राजा म्हणजे जगाचा उपभोगशून्य स्वामी! राज्य-उपभोग म्हणजे राजसंन्यास' या संभाजीच्या शेवटच्या शब्दांत गडकऱ्यांनी ते तत्त्व ग्रथित केले आहे. राजाला आपल्या शिरावर मुकुटाबरोबर लक्षावधी लोकांच्या सुखदुःखाची जबाबदारीही घ्यावी लागते. त्याचे उच्चपद सूर्यासारखे असते. इतरांना प्रकाश देण्याकरता स्वतः जळत राहणाऱ्या सूर्याचे मोठेपण त्यागाच्या तत्त्वावरच अवलंबून नाही का? पितृपद अथवा मातृपद यांचे सुख मिळवू पाहणारी प्रत्येक व्यक्ती कळत, न कळत त्यागाचीच तयारी करीत असते. प्रजेचे पितृपद देणारे राजपदही बाहेरून भोगमय दिसत असले, तरी तत्त्वदृष्ट्या त्याची उभारणी त्यागावरच झालेली आहे, असे आढळून येईल. जबाबदारीचे क्षेत्र जसजसे मोठे होते, तसतसे उपभोगाचे क्षेत्र संकुचित व्हावे, अशीच निसर्गाची योजना आहे.

या सुंदर तत्त्वाचा प्रमाणबद्ध विकास अपूर्ण 'राजसंन्यासा'त आढळत नाही. एवढेच नव्हे, तर गडकऱ्यांच्या संकल्पित प्रवेशांची जी टाचणे 'राजसंन्यासा'च्या आरंभी आढळतात, त्यांवरूनही प्रतिपाद्य तत्त्व स्पष्ट होईल, अशा रीतीने त्यांनी नाटकाची आखणी केली होती, असे वाटत नाही. मराठी रंगभूमीवर एके काळी 'संभाजी' हे नाटक थोडे-फार लोकप्रिय झालेले होते. शूर पण रंगेल, उदार परंतु व्यसनी असा संभाजी आणि जितकी सुंदर, तितकीच दुष्ट अशी तुळशी यांची प्रणयकथा अद्‌भुतरम्यतेच्या भोक्त्याला केव्हाही आकर्षकच वाटेल. या दोन पात्रांमुळेच गडकऱ्यांनी हे कथानक प्रथमतः हाती घेतले असावे. पण नीतिनियमांना पायांखाली तुडविणाऱ्या या अद्‌भुतरम्य प्रणयाची कथा मोहक व मादक असली, तरी उदात्त वाटणार नाही, हे लक्षात आणून त्यांनी संभाजीच्या स्वभावचित्राची चिकित्सा केली व आपले नाटक तत्त्वप्रधान करण्याचे ठरविले.

'राजसंन्यासा'तील त्रुटित प्रवेशांत जवळ जवळ ८० पृष्ठांचा मजकूर आहे. एवढ्या भागात फक्त शेवटच्या प्रवेशाखेरीज दुसरीकडे कुठेही नाटकातील तत्त्वाचा मागमूस लागत नाही. बुहतेक सर्व पूर्ण प्रवेश उत्कट प्रसंगांवर आधारलेले आहेत. खवळलेल्या समुद्रात तुळशी होडी टाकते आणि होडी उलटून ती बुडू लागते, तेव्हा संभाजी किल्ल्याच्या तटावरून उडी टाकून तिला वाचवितो, हा पहिलाच प्रसंग पाहावा. तत्त्वापेक्षा संभाजी व तुळशी यांची भेट काव्यमय रीतीने घडवून आणण्याकडेच गडकऱ्यांनी आपले कौशल्य खर्च केले आहे. तुळशीला हातांवर घेऊन संभाजी पोहत असताना त्या दोघांमध्ये जो लांबलचक प्रणयसंवाद होतो, त्यावरून ती खवळलेल्या समुद्रात तरंगत नसून एखाद्या सुंदर बागेत हातात हात घालून फिरत असावीत, असा भास होतो. पाचव्या अंकातील पहिल्या प्रवेशात बेइमान तुळशीला मारण्याकरता तिचा बाप हिरोजी जी युक्ती लढवितो, ती रंगभूमीच्या दृष्टीने फार परिणामकारक आहे. येसूबाईचे लक्ष दुसरीकडे वेधविण्याकरता तो म्हणतो 'मासाहेब, ती पाहा दिवसाढवळ्या केवढी चांदणी तुटून पडली!' हिरोजी तुळशीच्या उलट बाजूकडे बोट दाखवितो. येसूबाई वगैरे मंडळी तिकडे पाहू लागताच तो तुळशीवर वार करतो. ऑथेल्लोच्या आत्मवधाप्रमाणे हिरोजीचा हा कन्यावधही वाचकांना स्तिमित करून टाकणारा आहे. ॲलप्पोमधील तुर्कासंबंधी बोलताना ऑथेल्लो, 'I took by the throat the circumcised dog and smote him-thus' असे उद्‌गार काढतो आणि एकदम आपल्या पोटात कट्यार खुपसून घेतो. या प्रवेशातील हिरोजीसाठी साबाजीने केलेला शोक अत्यंत हृदयद्रावक आहे. चवथ्या प्रवेशात प्रेमवेडा रायाजी येसूबाईला वाचविण्याकरिता आपल्या प्रियकरिणीचा बळी देतो, हा प्रसंगही गडकऱ्यांनी शक्य तितका उत्कट केला आहे. शेवटच्या प्रवेशातील संभाजीचा पश्चात्तापही हृदयस्पर्शी वाटतो.

या सर्व पूर्ण प्रवेशांवरून प्रत्येक प्रसंग उत्कट करण्याचा गडकऱ्यांनी चंगच बांधला होता, असे दिसते. पात्रांचे स्वभावविषेशही त्यांनी भडक रंगाने रंगविले आहेत. संभाजी तुळशीला वाचविण्याकरता धाडसाने समुद्रात उडी टाकतो. तिचा नादान नवरा हे पाहून देखील दगडाप्रमाणे जागच्या जागी राहतो. संभाजी व तुळशी समुद्रातल्या एकांताचा फायदा घेऊन प्रेमाच्या गोष्टी करू लागतात. 'आज जवानमर्दीच्या बादशहाने माझ्या जोबनवंतीला काटेरी भूषणे बहाल केली' अशांसारखी वाक्ये या मृत्युमुखातील भेटीच्या प्रसंगी तुळशीच्या तोंडी घालण्यात गडकऱ्यांनी काळ, वेळ आणि स्थळ या सर्वांकडे पूर्ण दुर्लक्ष केले आहे! संभाजीला राम मानून आपल्या पतीला माकड म्हणणारी हीच तुळशी पुढे पतीच्या मृत्यूचा सुड उगवते, असे गडकरी दाखविणार होते! पंचारती, नजराणा व दूधसागर यांच्यावर उभारलेल्या प्रवेशांच्या त्रोटक टाचणांवरूनही तत्त्वप्रतिपादन आणि स्वभावरेखन यांच्या विकासापेक्षा

अद्भुतरम्य, रंगभूमीच्या दृष्टीने परिणामकारक आणि वाचकांच्या कल्पनेला थक्क करून सोडणारे प्रसंग कल्पिण्यातच या नाटकात गडकऱ्यांची प्रतिभा दंग झालेली दिसून येते. फिरंगी लोकांचा नजराणा म्हणून तुळशीने बुरखा घेऊन येणे व आपले स्वरूप प्रगट करून संभाजीवर पुन्हा आपले मोहिनीजाल पसरणे हे प्रसंग स्वतंत्र दृष्टीने सुंदर आहे. पण मराठेशाहीवर सुड घेण्याची प्रतिज्ञा करून निघालेली तुळशी व येसूबाईच्या पंचारतीने डोळे उघडल्यामुळे जागृत झालेला संभाजी यांच्या स्वभावविकासाचा परिपोष त्याच्यामुळे किती झाला असता, याची शंकाच वाटते. दूधसागराच्या प्रवेशात गडकऱ्यांनी कल्पनांचा सागर खास निर्माण केला असता. पण नाट्यविषयाचे या काव्यमय प्रवेशावाचून पुढे पाऊल पडलेच नसते, असे नाही.

उत्कट प्रसंगांची विपुलता, विविध भावनांचे तांडव, संभाजी व तुळशी यांचा गहिरा शृंगार, इत्यादिकांच्या संगमामुळे हे नाटक प्रयोगदृष्ट्या अत्यंत उठावदार झाले असते, यात संशय नाही. कल्पकतेचा स्वैर संचार आणि बखरी भाषेचे चित्रविचित्र अलंकार यांची भर पडल्यामुळे त्याचा मूळचा भडकपणा अधिकच वाढलेला दिसतो. तत्त्वप्रतिपादन, स्वभावरेखन, कथानकाची मांडणी आणि कला, इत्यादिकांच्या दृष्टीने मात्र ते सदोष आहे. गडकऱ्यांच्या हातून ते पूर्ण झाले असते, तरीही हे दोष कायमच राहिले असते. 'पुण्यप्रभावा'तील गुण व अवगुण या दोहोंचीही वाढ संपूर्ण 'राजसंन्यासा'त वाचकांना दिसली असती, असे म्हटले असता चुकीचे होणार नाही.

गडकऱ्यांची भाषा मूळचीच प्रौढ. भाषेवर जुन्या शब्दांची वस्त्रे आणि अनुप्रासांचे अलंकार या नाटकात त्यांनी इतके घातले आहेत, की प्रत्येक पात्राच्या अंगात मराठेशाहीतला एखादा पंडित संचारल्याचा भास वारंवार होतो. 'वीज चमकू लागली' एवढे सांगण्यासाठी त्यांच्या संभाजीला 'देवाची दांडगी दुनिया आभाळात तेजाच्या चमकीने नाचू लागली' अशी घोडदौड करून यावे लागते. शब्दांच्या अनुप्रासांप्रमाणे वाक्यांच्या अनुप्रासांचीही हौस त्यांनी या नाटकात पुरवून घेतली आहे. शिवांगीविषयी बोलताना रायाजी 'तिच्यावाचून मन रमत नाही' एवढे म्हणून गप्प बसत नाही! 'जीव जमत नाही' असे त्याने पुढे म्हटले नाही, तर 'रमत' आणि 'जमत' यांच्या साम्याचा उपयोग काय? या नाटकात सर्वत्र सुंदर कल्पना पसरलेल्या आहेत. पण धुक्यामुळे सुंदर चांदणे अंधूक व्हावे, त्याप्रमाणे शब्द व रचना यांच्या कृत्रिमपणामुळे त्या सौंदर्याची मोहिनी कमी झाली आहे. संभाजीच्या वेळची भाषा पात्रांच्या तोंडी घालण्याचा गडकऱ्यांनी प्रयत्न केला आहे, असे या नाटकातील क्लिष्ट भाषेचे समर्थन करण्यात येते. हेच तत्त्व पुढे ठेविले, तर रामायण व महाभारत यांच्यांतील प्रसंगांवरील नाटके जवळ जवळ संस्कृतातच लिहावी लागतील! ऐतिहासिक पात्राने इंग्रजी शब्द वापरणे अगर पौराणिक भूमिकांनी फारशी शब्दांचा उपयोग करणे

सत्याभासाच्या दृष्टीने चुकीचे आहे, हे कुणीही कबूल करील. पण तेवढ्यासाठी कथानककालीन म्हणून एखादी कृत्रिम भाषा बनविणे योग्य होणार नाही. अशा भाषेने लेखकाचे बुद्धिवैभव दिसले, तरी नाटकातील रसाचा ओघ खंडित होतो. शिवाय संभाजीच्या वेळची म्हणून गडकऱ्यांनी जी भाषा वापरली आहे, तिच्यात त्यांनी प्राचीन मराठी वाङ्मयाचे आपले सर्व ज्ञान ओतले आहे. 'दक्षिणची दुर्गेश्वरी अशी आपल्या सिंहासनावरून उतरू लागली, तर आमचे दुर्घट कोण निवारील ?' असे हिरोजी येसूबाईला म्हणतो. दुर्घट शब्दाचा प्रचलित अर्थ कष्टाने घडून येणारे असा असून, तो विशेषण आहे. गडकऱ्यांनी त्याचा संकट या अर्थी उपयोग केला आहे! हा शब्द 'दुर्गे, दुर्घट भारी तुजविण संसारी!' या आरतीच्या चरणावरून त्यांना सुचला असावा! 'श्रीभवानी या दरबारात चरणचाली मिरवीत आहे' हे वाक्यही हिरोजीच्या त्याच भाषणात आहे. यातील 'चरणचाली' हा प्रयोग आनंदतनयाच्या सीतास्वयंवरात आला आहे. अपूर्ण 'राजसंन्यासा'त विनोदी असा एकच प्रवेश आहे. त्यात शाब्दिक कोट्यांचा भरणाच विशेष असून, थोड्याशा कल्पनाप्रधान कोट्याही आहेत. कथानकाच्या दृष्टीने या विनोदाचा नाटकाशी संबंध बेताबाताचाच आहे.

स्वतंत्र प्रसंग या दृष्टीने मात्र नाटकात अनेक सुंदर स्थळे आहेत. वृद्ध साबाजी मृत हिरोजीचा निरोप घेताना प्रेमाने त्याचे चुंबन घेतो, त्या वेळी तो म्हणतो, 'आजवर पित्या बाळाचा मुका घेतल्यामुळे आईच्या ओठाला तिचे दूध लागले असेल; तरुणांचे ओठ तरुणींच्या चुबंनाने प्रेमाच्या कल्पनेमुळे अमृताने नाहून निघाले असतील; पण अशा म्हातारड्या मुक्याने आपल्या जिव्हाळ्याच्या रक्ताने आपले ओठ अजून कुणी रंगविले नसतील.' शृंगारतरंगिणी तुळशीचा खवळलेल्या समुद्रात स्वीकार करताना वीरवृत्तीचा विलासी संभाजी उद्‌गारतो, 'प्यारी, मानवलोकीची लग्ने रद्द करून, रायगडचा राजा आज तुझ्याशी पुन्हा लग्न करीत आहे. मस्तकावरून सुटणाऱ्या या थेंबांची-सौंदर्याच्या या मोत्यांची-बिनसरांची मुंडावळ तुझ्या कपाळी शोभते आहे. समोर संध्याकाळचा होम पेटला आहे. तुफान दर्यात मरणाचा नेम नसल्यामुळे काळाचा एकच पाश आपल्या दोघांच्या कंठात आहे. त्याचीच लगीनमाळ करून डोंगरलाटेच्या बोहल्यावर, मावळल्या देवाच्या साक्षीने, मरणाचा मुहूर्त साधून, रायगडचा राजा मनाच्या मुक्या मंत्राने, तुळशी, तुझ्याशी लग्न लावीत आहे.'

संकल्पित नाटके.

वेलीवर जशी नित्य नवी फुले उमलत असतात, त्याप्रमाणे प्रतिभासंपन्न मनुष्याला सदैव नव्या कल्पना सुचतात. बांधलेली शिदोरी ठरावीक मुदतीपर्यंतच पुरेल. पण द्रौपदीची स्थाली कधीच रिकामी व्हावयाची नाही. उज्ज्वल प्रतिभेलाही हाच नियम लागू असल्यामुळे, चित्रकार नेहमी हाताने एक, तर मनाने शेकडो चित्रे

रंगवीत असतो आणि सत्यसुष्टीत एका वेळी एकच नाटक लिहू शकणारा लेखक कल्पनासृष्टीत नाटकांची माळ गुंफीत बसतो. बीज म्हणजे जसा वृक्ष नव्हे, त्याप्रमाणे संकल्प म्हणजे काही सिद्धी नव्हे. पण आचाराप्रमाणे विचारामुळेही एखाद्या मनुष्याच्या स्वभावाचे जसे ज्ञान होते, त्याप्रमाणे कागदावर उतरलेल्या लेखनाप्रमाणे मनात अवतरलेल्या कल्पनाही लेखकाच्या प्रतिभेवर प्रकाश पाडू शकतात. गडकऱ्यांच्या संकल्पित नाटकांची त्रोटक माहिती याच दृष्टीने उपयुक्त आहे.

१. महाराष्ट्रलक्ष्मी- प्र. के. अत्रे हे आपल्या आठवणीत, खाडिलकरांच्या 'कीचकवधा'च्या वेळी गडकऱ्यांनी हे नाटक लिहिले होते, असे म्हणतात. हे नाटक अत्यंत जहाल असल्यामुळे भीतीने गडकऱ्यांनी जाळून टाकले, असे अत्रे यांनी लिहिले आहे. भीतीने नाटक जाळण्याच्या दृष्टीने याचे 'गर्वनिर्वाणा'शी साम्य आहे; पण 'महाराष्ट्रलक्ष्मी' हे नाव ऐतिहासिक दिसत असल्यामुळे अत्रे यांची आठवण 'गर्वनिर्वाणा'विषयीचीच आहे, की काय, हे खात्रीने सांगवत नाही. गडकऱ्यांच्या नटमित्रांपैकी एकानेही या नाटकाचा उल्लेख करू नये, हे आश्चर्य आहे! का राजद्रोहाच्या भीतीने गडकऱ्यांनी ते कुणालाच दाखविले नव्हते? कै. शि. म. परांजपे यांनी त्याच वेळी 'Venice Preserved' वरून 'महाराष्ट्रलक्ष्मी' हे नाटक नाट्य कलाप्रवर्तकमंडळीकरता लिहिले होते, अशीही माहिती मिळते.

२. मित्रप्रीति- 'वाग्वैजयंती'त या नाटकातील तीन पदे घेतली आहेत. पदांखाली दिलेल्या सनावरून हे नाटक गडकऱ्यांनी वयाच्या सातव्या वर्षी लिहिलेले दिसते. अनुप्रासांची आसक्ती हा त्यातील पद्यांचा विशेष आहे. हे व याच्यापूर्वी गडकऱ्यांनी आपल्या बाललेखणीने लिहिलेले नाटक उपलब्ध नसल्यामुळे त्यांच्याविषयी अधिक माहिती मिळत नाही.

३. तुळशीदास- गो. स. टेंबे यांच्या शिवराज मंडळीकरता गडकरी हे नाटक लिहिणार होते. गडकऱ्यांचा हा हेतू मनातल्या मनातच राहिल्यामुळे टेंबे यांनी गडकऱ्यांनी दिग्दर्शित केलेल्या मार्गानेच जाऊन आपल्या तुळशीदास नाटकाची मांडणी केली आहे. गडकऱ्यांनी दाखविलेल्या बिंदूतून जाणारे वर्तुळ टेंबे यांनी काढले आहे, असे म्हणावयास हरकत नाही. हे बिंदूखाली दिल्याप्रमाणे होत :

१. एका चित्रकाराच्या मार्फत तुळशीदास व कलावती यांचा संगम घडवून आणणे.

२. पत्नीच्या रक्ताने तुळशीदासांनी रामायण समाप्त करणे.

३. हास्यरसाकरिता घटिकापात्र गळ्यात बांधून फिरणारे एक विनोदी पात्र निर्माण करणे.

या तिन्ही कल्पनांत गडकऱ्यांच्या प्रतिभेचे गुणदोष प्रतिबिंबित झाले आहेत.

तुळशीदासांच्या आयुष्यातला क्रांतिकारक प्रसंग खिडकीतून लोंबणाऱ्या सापाला दोरी मानून ते त्याच्या साहाय्याने पत्नीच्या शयनमंदिरात चढून जातात, हा आहे. कामुकतेच्या पायी आपले देहभान हरपले, हे दिसून येताच तुळशीदासांना उपरती झाली. पत्नीप्रमाणे परमेश्वराच्या ठिकाणीही जर चित्ताचा असा लय लागेल, तर आपल्या जन्माचे सार्थक होईल, असा विचार त्यांच्या मनात आला. या स्वभावक्रांतीला गडकऱ्यांनी फारसे महत्त्व दिलेले दिसत नाही. या अनुभवानंतरही तुळशीदास कामुकच राहतात व शेवटी आपल्या मोहामुळे रामायणसमाप्तीच्या कर्तव्यापासून आपला पती पराङ्मुख होऊ नये, म्हणून त्यांची पत्नी आत्महत्या करते. या प्रसंगातील उत्कटतेचीच गडकऱ्यांना अधिक मोहिनी पडली असावी. पतीसाठी आत्महत्या करणारी तुळशीदासांची पत्नी वसुंधरा, कालिंदी वगैरेंची सख्खी बहीण आहे, हे या प्रसंगावरून सहज समजून येईल.

चित्रकारांच्या मध्यस्थीने कवी तुळशीदास व लावण्यलतिका कलावती यांचा संगम घडवून आणण्याच्या मुळाशी गडकऱ्यांची सौंदर्यदृष्टी आहे. घटिकापात्र गळ्यात बांधून फिरणारे पात्र उद्दाम विनोदाच्या दृष्टीने ठीक दिसले, तरी ते कथानकाच्या गळ्यात नाटककाराने कितीशा कुशलतेने बांधले असते, याची शंकाच वाटते. संभाजी व तुळशी यांच्या अद्‌भुतरम्य चरित्रांमुळे गडकऱ्यांना जसे 'राजसंन्यासा'चे कथानक सुचले, त्याप्रमाणे तुळशीदासांच्या आयुष्यातील कामुकता व ईश्वरभक्ती यांच्या विलक्षण विरोधामुळेच हे कथानक त्यांनी नाटकाकरिता निवडले असावे.

४. वीरवंदन - आकाशाला जाऊन भिडू पाहणाऱ्या दोन परस्परविरोधी गिरिराजांमध्ये ज्याप्रमाणे भयानक दरी पसरलेली असते, त्याप्रमाणे लो. टिळक व ना. गोखले या दोन थोर व्यक्तीही राजकीय मतभेदामुळे परस्परांपासून दुरावल्या होत्या. पण गोखल्यांच्या निधनाची बातमी ऐकताच टिळक सिंहगडाहून पुण्याला पळही न दवडता आले व त्यांनी गोखल्यांच्या शवाला वंदन करून त्यांना नमस्कार केला. वीराचा सन्मान वीरानेच करावा. राजकारणात गोखल्यांशी छातीठोकपणाने लढणाऱ्या टिळकांनी त्यांच्या शवापुढे आपली मान वाकविली. या उदात्त प्रसंगाचे वर्णन ऐकताच गडकऱ्यांचे कल्पनाचक्र सुरू झाले व त्यांनी एक कथानक रचले. या कथानकात टिळक व गोखले यांचे एकमेकांशी सतत लढणाऱ्या रजपूत सरदारांत रूपांतर झाले. या सरदारांपैकी एकाचा अनुयायी प्रतिस्पर्धी सरदाराला तीन दिवसांत जिवंत पकडून आणण्याच्या गमजा मारू लागतो. त्या वेळी त्याचा स्वामी असलेला सरदार म्हणतो, 'मूर्खा, जो मला कित्येक वर्षे जिंकता आला नाही, त्याला तुझ्यासारखा क्षुद्र मनुष्य तीन दिवसांत कैद करून माझ्या पायांपाशी हजर करणार, म्हणजे पर्यायाने मला सुद्धा तू माझ्या शत्रूइतकाच क्षुद्र ठरविण्याचा प्रयत्न करतो आहेस. जो वीर अजूनही मला अजिंक्यच राहिला आहे, त्याच्या शौर्याला हा वीर

वंदनच करील.' या एका प्रसंगापलीकडे या नाटकाची मजल गेलेली दिसत नाही. पण गडकऱ्यांना नवीन नाटकाची स्फूर्ती स्वभावापेक्षा प्रसंगापासूनच मिळत असे, हे या त्रोटक कथानकावरूनही स्पष्टपणे कळून येते.

५. सुरती शिक्का - य. ना. टिपणीस यांच्या आर्यावर्त नाटकमंडळीकरिता हे नाटक लिहिण्याचा संकल्प गडकऱ्यांनी केला होता. शेवटच्या बाजीरावावर हे नाटक लिहिण्याची कल्पना त्यांना १९१७-१८ साली सुचली. याचे मुख्य कारण पेशवाईच्या मृत्यूला त्या वेळी बरोबर शंभर वर्षे होत होती, हेच असावे. टिपणीस यांनी या नाटकाच्या शेवटच्या प्रवेशाची रूपरेषा गडकऱ्यांच्या तोंडून ऐकली होती. ती पुढे दिल्याप्रमाणे आहे. 'शनवारवाड्याच्या समोरच्या पटांगणात एक सुंदर शामियाना उभारला असून, त्यासमोर मोठी बैठक घातली आहे. या शामियान्यात दोन हमालांनी टेबल आणि खुर्ची आणून मांडली. तेव्हा देखरेखीवर असलेल्या युरोपियन अंमलदारांनी हमालाच्या हातावर बक्षीस म्हणून 'सुरती शिक्क्याचे' नाणे दिले. ते नाणे पाहून हमाल बुचकळ्यात पडले. त्यांनी छत्रपती शिक्क्याचे नाणे मागितले. तेव्हा तो युरोपियन अंमलदार म्हणाला, 'आजपासून छत्रपती शिक्क्याचे नाणे बंद झाले असून, हा सुरती शिक्काच चालू झाला आहे.' हे ऐकून हमाल सर्वांना 'सुरती शिक्का' दाखवीत निघून गेले. पुढे काही वेळाने एल्फिन्स्टन साहेब तेथे येऊन बसले. त्यानंतर बाजीरावसाहेब पुढे-पाठीमागे युरोपियन शिपायांच्या पहाऱ्यात शनिवारवाड्याच्या दिल्ली दरवाज्यातून बाहेर पडले व त्यांच्यासाठी मुद्दाम मांडलेल्या खुर्चीवर बसले. बाजीरावसाहेब बसल्यावर एल्फिन्स्टनसाहेबांनी खिशातून एक लिहिलेला कागद काढला व त्या कागदावर बाजीरावसाहेबांनी खिन्न अंत:करणानं सही केली. सही करताना बाजीरावांच्या डोळ्यांतून अश्रू गळत होते. सही केल्यानंतर त्यांनी टेबलावर डोके टेकले. इतक्यात दोन्ही बाजूंना उभारलेली जरिपटका व भगवा झेंडा ही निशाणे आपोआप कोसळून पडली.' या संकल्पित नाटकाचा उगमही प्रसंगात्मक आहे, हे सहज लक्षात येण्याजोगे आहे.

६. तोड ही माळ – या नाटकाची कल्पना 'पुण्यप्रभावा'इतकी तरी जुनी आहे. याची पाच-सहा पाने गडकऱ्यांनी लिहिलेली होती, असे टिपणीस म्हणतात. नावावरून नाटकाचा मुख्य विषय प्रेमभंग असावा, असे अनुमान निघते. यात नायके मराठा जातीचा व नायिका ब्राह्मण जातीची कल्पून जातिभेदाचे दुष्परिणाम रंगविण्याचा गडकऱ्यांचा हेतू असावा. याच नाटकात गडकरी फर्ग्युसन कॉलेज व त्यातील अध्यापक यांच्याविषयीच्या आदराने भरलेले एक भाषण नायकाच्या तोंडी घालणार होते. तुळशीदासातील विनोदी पात्राच्या गळ्यात अडकविलेले घटिकापात्र लक्षात घेतले, म्हणजे या नाटकातील विनोदी पात्रांच्या गळ्यात कांद्याची अगर दुसऱ्या एखाद्या त्याच्याहूनही स्वस्त पदार्थाची माळ पडल्याशिवाय राहिली नसती, अशी

खात्री वाटते. हे नाटक गडकरी श्री. कृ. कोल्हटकर यांना अर्पण करणार होते.

७. थोरल्या माधवरावावरील नाटक - या नाटकाचा आरंभ पानिपतच्या लढाईत पडलेल्या वीरांना पिंड देण्याकरता मराठामंडळ ओंकारेश्वराच्या वाळवंटात उभे आहे, अशा स्थितीत होणार होता. काही केल्या पिंडाला कावळा शिवत नाही, असे पाहून माधवराव 'तुमच्या उरलेल्या साऱ्या आशा मी तृप्त करीन व पानिपतच्या आघातामुळे कोसळलेली मराठी दौलत पुन्हा पूर्वीच्या वैभवात उभी करीन.' अशी प्रतिज्ञा करतात. ही प्रतिज्ञा ऐकताच कावळा पिंडाला शिवतो. कावळ्याचा इतका परिणामकारक उपयोग करून घेण्याची कल्पना दुसऱ्या कोणत्याही कवीला सुचली नसती! हृदयस्पर्शी व उठावदार प्रसंग कल्पून त्यांच्या साहाय्याने नाट्यमंदिर उभारण्याची गडकऱ्यांची पद्धत याही प्रसंगावरून प्रत्ययाला येते.

८. पाच संन्यास – 'प्रेमसंन्यास' व 'राजसंन्यास' हे गडकऱ्यांचे दोन संन्यास प्रसिद्धच आहेत. 'पुण्यप्रभावा'ला कर्मसंन्यास असे दुसरे नाव देण्याचा त्यांचा विचार होता. या तीन संन्यासांच्या जोडीला 'शस्त्रसंन्यास' व 'भोगसंन्यास' लिहिण्याची कल्पनाही त्यांनी बोलून दाखविली होती. 'शस्त्रसंन्यास' श्रीकृष्ण शस्त्र पुन्हा हाती न धरण्याची प्रतिज्ञा करतो, या पौराणिक प्रसंगावर उभारले जाणार होते.

या नाटकाशिवाय 'वंदे मातरम्' सारखी नावे व अवघ्या दोन पात्रांवर नाटक उभारण्याच्या धाडसी कल्पना त्यांच्या संकल्पित साहित्यात किती तरी होत्या. देवाने भरपूर आयुष्य दिले असते, तर अठरा नाटके लिहिण्याचा विठ्ठलाच्या चरणांपाशी गडकऱ्यांनी सोडलेला संकल्प सहज सिद्धीला गेला असता, यात संशय नाही.

❖❖❖

काव्य-विनोद

काव्य

'भाव तिथे देव' या म्हणीप्रमाणे 'भाव तिथे काव्य' अशी काव्याची सुटसुटीत व सर्वसंमत व्याख्या होऊ शकेल. काव्य व देव ही भावाला पावतात, एवढेच त्या दोन्हींमध्ये साम्य आहे, असेही नाही. देवाप्रमाणे काव्य निराकार असूनही चराचर सृष्टी व्यापून टाकते, दोघेही सच्चिदानंदस्वरूप असतात आणि दोघांच्याही सत्यस्वरूपाचा विसर पडला, की त्यांच्या नावांवर भलभलत्या गोष्टी जगात रूढ होतात.

काव्याचा उगम भावनांत असल्यामुळे स्थूलदृष्टीने पाहिले, तर प्रत्येक मनुष्य कवी असतो. अंधाला दृष्टी यावी, त्याप्रमाणे काळोखात निमग्न झालेले जग अरुणोदयाने रंगू लागते, त्या वेळी कुणाचे मन, क्षणभर का होईना, आनंदात तल्लीन होऊन जात नाही? काळ्याकभिन्न मेघपर्वतांचे पंख कापण्याकरिता विजेचे वज्र ज्या वेळी आकाशात चमकू लागते, त्या वेळी अद्भुताच्या लहरींवर कुणाचे अंत:करण नाचत नाही? आपल्या पहिल्या अपत्याचे पहिले चुंबन घेताना कुणाचे हृदय अमृताने नाहून निघत नाही? प्रत्येक मनुष्याला आपल्या आयुष्यात कधी ना कधी तरी या सर्व भावनांचा अनुभव येतोच येतो. पण ही भावनांची क्षणिक जागृती मनुष्याला कवी मात्र करू शकत नाही.

सामान्य मनुष्याचे अंत:करण व कवीचे अंत:करण यांत संगमरवरी दगड व चंद्रकांत यांच्यासारखे अंतर असते. चांदण्यात संगमरवरी दगड सौंदर्याने नटेल; पण चंद्रकांताचे हृदय पाझरू लागेल. कवीच्या मनोभूमीला विपुल सौंदर्यजल मिळत असल्यामुळे तिच्यात पडलेले भावनेचे बीज हां हां म्हणता अंकुरित, पल्लवित व कुसुमित होते. सामान्य मनुष्याची मनोभूमिका या दृष्टीने खडकासारखी असते. बहि:सृष्टीतील सौंदर्यजल तिच्यावर स्थिर होऊच शकत नाही. कवीमध्ये असलेल्या या सौंदर्यदृष्टीला जेव्हा जेव्हा बुद्धीची जोड मिळते, तेव्हा त्याच्या कल्पनाशक्तीला

बहर येतो. अंत:सृष्टी अथवा समाज व सृष्टी यांच्यांतील कुठल्याही दृश्याने कवीची भावना उचंबळून आली, की त्या अमूर्त भावनेला कल्पना मूर्त रूप देते.

गडकऱ्यांनी आपली पहिली कविता वयाच्या अकराव्या वर्षी लिहिली. वृद्धपण हे दुसरे बालपण असल्यामुळे बाल्यातल्या या एक आर्यात्मक काव्याचा विषय डोळ्यांना चश्मा लावून डोक्याला तांबडे पागोटे घालणारा वृद्ध शेजारी व्हावा, हे स्वाभाविकच होते. वयाच्या सोळाव्या वर्षी 'नदीस पूर आलेला पाहून' व अठराव्या वर्षी 'मोगऱ्याचा हार' या कविता त्यांनी लिहिल्या. यांतील पहिली कविता कल्पनाप्रधान व दुसरी उपदेशपर आहे. 'सत्सुमदाम' 'घरात बसलेल्या काजव्यास,' 'सुखदु:ख' वगैरे 'वाग्वैजयंती'च्या आरंभी असलेल्या कवितांचे काल दिलेले नसले, तरी सनातन विषय, उपदेशप्रधान रचना, 'अगदिच गैर', 'यशवर्धक', 'मुक्काम' वगैरे प्रयोग, इत्यादिकांवरून काव्यकचेरीतील उमेदवारीच्या काळातच या कविता लिहून झाल्या असाव्यात, असे वाटते. 'सुखदु:ख' या कवितेत 'इष्टप्रदाने दु:खभोग हा प्रवास आहे आत्म्याचा' असा वेदांत बालगडकऱ्यांनी मोठ्या शांतपणाने सांगितला आहे. दुष्काळाने मरणाऱ्या प्रजेला राजाने दूधभात खाण्याचा उपदेश का करू नये? पण राज्यक्रांती होऊन राजेसाहेब अन्नाला महाग झाले, म्हणजे त्यांच्या तोंडातून काय उद्‌गार बाहेर पडतील, याची कल्पना गडकऱ्यांनी वयाच्या एकतिसाव्या वर्षी लिहिलेल्या पुढील ओळींवरून येईल:

'सौंदर्यें भरल्या जगास बघुनी हा प्रश्न चित्तीं उठे।
जीवानें जगिं काय कार्य करणें श्लोकांत नाही कुठें।।'

'वाग्वैजयंती'त 'घुबडास' या कवितेपूर्वी दिलेल्या कवितांपैकी 'देवल' ही १९०८ मध्ये व 'वेषभूषाकारास सादरार्पित पद्यभूषा' ही न. चिं. केळकर यांच्या 'वेषभूषे'ला अनुलक्षून लिहिलेली कविता १९०९ मध्ये लिहिली गेली. ईशस्तवनाचा काल नक्की दिलेला नाही. पण तेही देवल व केळकर यांच्या स्तवनाबरोबर झाले असावे. या तिन्ही कवितांतील मुख्य गुण नादमाधुर्य हा आहे. मृदु मधुर वर्ण आणि अनुप्रास यांचे गडकरी या काळी नि:संशय एकनिष्ठ भक्त झाले असावेत. या कवितात कल्पनांचे विशेष नावीन्य असे काहीच नाही. ईश्वराचे माहात्म्य वर्णन करताना 'कोणे केली बाळा दुग्धाची उत्पत्ती' असे तुकोबा मुलाला विचारतात. गडकरी खुद्द ईश्वराला उद्देशूनच बोलत असल्यामुळे 'करिसि गर्भावना, मग पयोयोजना' अशा पंडिती थाटाचा आश्रय करतात. कामाकरिता दिवस व विश्रांतीकरता रात्र अशी द्विदल राज्यपद्धती अमलात आणल्याबद्दल ईश्वराचे अभिनंदन करायलाही गडकरी चुकले नाहीत. 'ईशस्तवन' कवितेच्या शेवटी ते थोडेसे 'शब्दां'तही सापडले आहेत. 'वाग्वैजयंतीत शब्दमणि अगणित' आणि उधळि निजहृत्सुखद शब्दरत्नाकरा' या

ओळींवरून गडकरी केवळ शब्दप्रभु होते, असा तर्क करण्यापर्यंत कित्येक टीकाकारांची मजल गेली आहे! 'शब्दमणि' यांच्याऐवजी 'काव्यमणि' व 'शब्दरत्नाकरा' याबद्दल 'काव्यरत्नाकरा' घालणे गडकऱ्यांना अशक्य नव्हते. पण असंगाशी संग झाला, की विनय हेच पाप होते, त्याला काय करणार? 'सत्सुमदाम', 'देवल', 'काळ' इत्यादी कवितांवरून त्या लिहिण्याच्या वेळी मोरोपंतांची छाया या होतकरू कवीच्या मनावर पडली होती, असे स्पष्ट दिसते.

'बघुनि मन धाले । साफल्य दृष्टिचे झाले ॥'

या सुंदर चरणांनी आरंभ होणारी दत्तांची 'विश्वमित्रीच्या काठी' ही कविता गडकऱ्यांची अत्यंत आवडती होती. तिच्याविषयी ते विठ्ठलराव घाट्यांशी बोलताना म्हणाले, 'ती कविता मी कधीही विसरणार नाही. इंग्रजी चवथीत असताना मी ती वाचली. त्या कवितेनेच माझ्यापुढे काव्यसृष्टी निर्माण केली व मला कवी बनवले. तो दिवस मला चांगला आठवत आहे.' या दृष्टीने गडकऱ्यांच्या प्राथमिक कविता वाचल्या, तर त्यांची उक्ती व काव्यकृती यांचा काहीही संबंध नाही, असे दिसून येईल. दत्तांची गोष्ट तर दूरच राहो, काव्यगुरू म्हणून ज्या केशवसुतांचा त्यांनी पुढे एवढा गौरव केला, त्या केशवसुतांच्या कवितेचे वळणही त्यांच्या पहिल्या कवितांत दृग्गोचर होत नाही.

'घुबड', 'स्मशानातले गाणे' या कवितांपासून त्यांच्या कवितांत वाचकांना 'राम' दिसू लागतो. 'वाग्वैजयंती'तील कवने कालानुक्रमाने छापली गेली नसल्यामुळे त्यांचा विषयदृष्ट्या परामर्श घेणेच अधिक सुलभ आहे. 'स्मशानातले गाणे' (१९०९), 'दसरा' (१९१३), 'एक समस्या' (१९१७) या त्यांच्या प्रमुख सामाजिक कविता म्हणता येतील. सोनाराकडूनच कान टोचलेले बरे असतात, हे लक्षात घेऊन स्मशानातल्या गाण्यात मानवदेहधारी पिशाचांची खऱ्याखुऱ्या भुतांकडून कानउघाडणी करण्यात आली आहे. ४४ कडव्यांच्या या कवितेत आरंभी थोडेसे विषयाला अनुरूप असे सुष्टिवर्णन असून, पुढे भुतांचे जोरदार व्याख्यान आहे. या व्याख्यानात बहुपत्नीकत्व, बालावृद्धविवाह, विधवाकेशवपन, इत्यादी सामाजिक अन्यायांवर तुटून पडल्यानंतर सर्व प्रकारच्या वेडगळ चाली व इतर वैयक्तिक आणि कौटुंबिक अवगुण यांचाही भूतगण यथेच्छ समाचार घेतो. भुतांच्या या स्मशानातील काव्यगायनात त्यांच्या तोंडी 'भोळा शंकर, स्त्री अंकावर, गणेश राखी दार!' असे वर्णन आले आहे. यावरून हे दिवस भर उन्हाळ्याचे असून, भगवान् शंकरांची स्वारी हवापालटाकरिता स्मशानातून कैलासावर जाऊन राहिली असावी! उद्दाम नोकर धन्याला अर्धवट ऐकू जाणारे वाईट उद्‌गार मधून मधून काढतात, त्यातलाही हा प्रकार असण्याचा संभव आहे! या गाण्याचा मुख्य उद्देश सामाजिक अन्यायांवर कोरडे ओढणे हाच असल्यामुळे

त्यातील मुख्य भाग वर्णनात्मक झाला आहे. 'चुना पांढरा, कातही काळा । रंग तयातुनि निघे निराळा । दोघे मिळुनी, एक ठिकाणी करिति परस्पर नाश ।।' असल्या व्यावहारिक कल्पनांमुळे या गाण्यात काव्यसौंदर्य फारसे आढळत नाही. या कवितेची मूलभूत कल्पना परिणामकारक असून, तिच्यात सामाजिक दोषांचे दिग्दर्शन मोठ्या आवेशाने केले आहे.

'दसऱ्या'मध्ये 'तुतारी'च्या वृत्ताप्रमाणे तिच्या काही गुणांचेही अनुकरण गडकऱ्यांनी केले आहे. 'स्मशानातले गाणे' व 'दसरा' या दोन्ही कवितांच्या रचनेत विलक्षण साम्य आहे. प्रथम विषयाला पोषक असे सृष्टिवर्णन, नंतर सामाजिक अन्यायांचे दिग्दर्शन आणि शेवटी 'राम' अगर 'गोविंदाग्रज' यांचे समारोपात्मक कथन. दसऱ्यामध्ये अस्पृश्य, अशिक्षित व विधवा यांच्यावर होणाऱ्या अन्यायांचा उल्लेख आढळतो. 'स्मशानातले गाणे' व 'दसरा' या दोन्ही कवितांवरून आगरकर, कोल्हटकर व केशवसुत यांच्या सामाजिक विचारांचे प्रतिध्वनी काढण्यापलीकडे गडकऱ्यांचे क्षुब्ध हृदय जाऊ शकत नव्हते, असे दिसते. निढळाच्या घामाने शेत पिकवूनही अन्नाला महाग होणारे शेतकरी, मालकांच्या मोटारीसाठी गिरण्यांत दहा-दहा तास राबून मरणारे मजूर, इत्यादिकांचा ओझरता उल्लेखदेखील या गीतात नाही. केशवसुतांच्या 'तुतारी'पासून या दोन कविता लिहिण्याची गडकऱ्यांना स्फूर्ती मिळाली असल्यामुळे असे होणे स्वाभाविकच होते. समोरील व्यक्तीच्या अंगावर नसणारा अलंकार आरशातल्या प्रतिबिंबात तरी कुठून दिसावा?

जगात नक्कल नेहमी निर्जीवच राहत असल्यामुळे 'तुतारी'तील तडफड व धडपड, तळमळ आणि खळबळ, दुर्बलतेचा धिक्कार व वीरवृत्तीचा पुरस्कार, ही 'दसऱ्या'त फार कमी प्रमाणात आढळतात. तुतारीच्या सुधारून वाढविलेल्या आवृत्तीत केशवसुतांनी सामाजिक अन्यायांची जंत्री गाळून टाकली. 'स्मशानातील गाणे' व 'दसरा' या दोन्ही कवितांत गडकऱ्यांनी घातक रूढींच्या याद्या दिल्या असल्यामुळे त्यांच्या कवितांची उत्कटता कमी झाली आहे.

'प्राप्तकाल हा विशाल भूधर।
सुंदर लेणीं तयांत खोदा।
निजनामें त्यांरतीं नोंदा।'

असली भव्य उत्साहवर्धक कल्पना अगर 'नियमन मनुजासाठी, मानव । नसे नियमनासाठी जाणा ।।' असला सडेतोड सिद्धांत गडकऱ्यांच्या कवितेत कुठेही आढळत नाही. कल्पनांची कृत्रिमताही या कवितांत थोडी-फार जाणवते. 'दसऱ्या'मध्ये निर्माल्य झालेल्या जुन्या गोष्टींना कवटाळत बसू नका. अर्धविकसित नव्या गोष्टी प्रफुल्लित करण्याचा प्रयत्न करा, हे सांगण्याकरिता त्यांनी खालील कडवे घातले आहे :

'पहिल्या दुभत्या गाई विसरा
उन्हाळ्यांत त्या उडाल्याच ना?
त्या गाईंच्या खिल्लारांना
नव्या दमानें सोडा रानां
चला खाउं द्या पहांटचारा.'

निरुपयोगी जुने म्हणजे उन्हाळ्यात आटलेल्या गाई आणि उपयुक्त नवे म्हणजे त्या गाईंची खिल्लारं! दसऱ्याच्या स्वारीशी संबद्ध असलेल्या सर्व वस्तूंचे कल्पकतेने नटविलेले प्रदर्शन या कवितेत वाचकांना सापडेल. या कल्पना कागदी फुलांप्रमाणे सुंदर दिसल्या, तरी रानफुलांचा नैसर्गिक सुगंध त्यांच्यांतून बाहेर पडत नाही.

'स्मशानातल्या गाण्या'तील काही कल्पना कमलाकराच्या तोंडी आढळतात, त्याप्रमाणे 'एक समस्या' या कवितेची मध्यवर्ती कल्पना रामलालच्या भाषणात आली आहे. 'आमची विद्या अजून जिभेवरच नाचत आहे. आमची सुधारणा अद्यापि डोळ्यांपुरतीच झालेली आहे' हा त्याचा अनुभव या कवितेत सोदाहरण सिद्ध केला आहे. निरक्षर कुणब्याचे पत्र वाचून दाखविण्याचे अगर भंगी जवळून गेला, तर त्याला उर्मट न म्हणण्याइतकेही मनाचे औदार्य ज्याच्यामध्ये नाही, तोच मनुष्य सुंदर बालविधवा पाहताच

'धिग् धर्माला - धिग् रूढीला तेतिस कोटी देवांना.'

असे राणा भीमदेवी थाटाचे भाषण करू लागतो. स्वार्थ अथवा भोगलालसा यांच्यापासून अलिप्त असलेली सुधारणा जगात फार दुर्मीळ आहे, ही गोष्ट या कवितेत खुबीदार रीतीने गडकऱ्यांनी सुचविली आहे. गद्यवजा रचना आणि

'जाता किंचित् पुढें आढळे - नांव न घेणें कवनांत।
डोकीवरती पाटी घेउनि अगदी शेजारूनि जात।।'

असल्या ओळी यामुळे या कवितेतील सौंदर्य अभ्राच्छादित चांदण्याप्रमाणे किंचित अंधूक झाले आहे. ही कविता वाचताना मनुष्य आत्मवंचना कशी करीत असतो, याचे चित्र डोळ्यांपुढे उभे राहत असल्यामुळे तिच्यातील उपहासाच्या आड थोडीशी कारुण्याचीही छटा दृग्गोचर होते.

या सामाजिक कविता म्हणजे एक प्रकारच्या समाजावरील टीकाच होत. 'आंधळ्याची माळ', 'जगाचे गाणे', 'चिंतातुर जंतु', 'बापासाठी रडणारास' इत्यादी कवितांत हे टीकेचे हत्यार मनुष्य स्वभावावर चालविण्यात आले आहे. रूपकाचा विस्तार, उपहास, वगैरे गोष्टी अशा प्रकारच्या गडकऱ्यांच्या कवितांत आढळतात. 'चिंतातुर जंतु' ही संवादात्मक कविता तिच्यातील कल्पनांमुळे चटकदार वाटते. पण टीकात्मक दृष्टीमुळे अशा प्रकारच्या कवितांत चमत्कृती असली, तरी सरसता येऊ

शकत नाही. दिवसा चंद्र आकाशात दिसत असला, तरी चांदण्याचा रम्य आभास तो कसा उत्पन्न करणार?

आत्मपरीक्षण व आत्मविश्वास ही दोन्ही व्यक्तींच्या काय अगर समाजाच्या काय, उन्नतीला आवश्यक असतात. आत्मपरीक्षण दोष दाखवून ते सुधारण्याला प्रवृत्त करते. आत्मविश्वास गुणांचे चित्र रेखाटून महत्त्वाकांक्षा प्रज्वलित करतो. दीपज्योतीचे तेज उठून दिसायला दिव्यात नुसते तेल असून भागत नाही. पदोपदी तिला विझवू पाहणारी काजळीही झाडून टाकली पाहिजे. कवीच्या सामाजिक कविता आत्मपरीक्षणात्मक व राष्ट्रीय कविता आत्मविश्वासदर्शक असल्यामुळे त्यांचे कार्य एकमेकांना पोषक असते, असे म्हटले असता चालेल. सामाजिक कवितांप्रमाणे गडकऱ्यांच्या राष्ट्रीय कवितांची संख्याही तुटपुंजी आहे. शाहिरी थाटाचा पानपतचा फटका, ऐतिहासिक पाच देवींचा पाळणा, आणि महाराष्ट्रगीत व लोकमान्यांना भारतवर्षाचा आशीर्वाद या चार कवितांपैकी पहिली लहानपणी लिहिलेली व बाकीच्या अपूर्ण आहेत. पानिपतच्या फटक्यात अनुप्रासांची रणधुमाळी दृष्टीला पडते.

'माफ करा, मन साफ करा, या आफतीत मज नच टाका'

अशा ओळींनी मनाचे लांब राहिले; पण कानाचे देखील समाधान होत नाही. मराठ्यांचे सेनापती सदाशिवरावभाऊ यांना राष्ट्रीय सभेच्या अध्यक्षाची उपमा देण्याची प्रेरणा औचित्यापेक्षा राष्ट्रीय सभेविषयीच्या आदरानेच गडकऱ्यांना केली असावी! नाही तर ही तुलना सविस्तर करून खऱ्याखुऱ्या घोड्यांना कागदी घोड्यांच्या पंक्तीला बसविण्याचा मोह त्यांनी खास टाळला असता! या कवितेत अर्थापेक्षा अनुप्रासांवर व रसापेक्षा ओढूनताणून आणलेल्या अलंकारांवर कवीने फार भर दिला असल्यामुळे तिचा दर्जा निकृष्ट झाला आहे. 'द्याज' (मुलीबद्दल घेण्यात येणारा पैसा) 'आफत' वगैरे शब्दांच्या उपयगोवरून या लहानपणच्या फटक्याच्या वेळीही गडकऱ्यांनी बरीच शब्दसंपत्ती गोळा केली होती, एवढे मात्र स्पष्टपणे दिसते. 'पाच देवींचा पाळणा' या कवितेची कल्पना अद्‌भुतरम्य आहे. मराठेशाहीच्या रक्षणकर्त्या पाच देवता बालशिवाजीला निजविण्याकरिता हा पाळणा गातात. श्रीमहाराष्ट्रगीत दहा कडवी होऊनही अपुरेच राहिले. या कवितेत महाराष्ट्रातील नद्यांची, किल्ल्यांची, वीरपुरुषांची व प्रतिभासंपन्न कवींची नामावली सुंदर शब्दांनी गुंफिली आहे. पण या लांबलचक प्रवासाला कंटाळूनच की काय, अशा प्रकारच्या गीताला आवश्यक असलेला वीरोदात्त रस कुठे तरी दडी मारून बसल्याचा भास होतो. यातील एका कडव्यातील शब्दचित्र मात्र अत्यंत ठसकेदार व स्फूर्तिदायक आहे.

'तुझ्या भुकेला वरीनागली आणि कणीकोंडा ।
चहाण पायीं अंगिं कांबळी उशाखालिं धोंडा ।।

विळाकोयता धरी दिगंबर दख्खनचा हात ।
इकडे कर्णाटक हांसतसे तिकडे गुजरात ॥
आणि मराठा भाला घेई दख्खन कंगाल ।
तिकडे इस्तंबूल थरारे, इकडे बंगाल ॥'

'लोकमान्यांस भारतवर्षाचा आशीर्वाद' या कवितेत लोकमान्य टिळक स्वराज्याच्या मागणीकरता इंग्लंडला गेले, त्या दिवसाचे माहात्म्य वर्णन केले असून, त्यांना शिवछत्रपतीची भवानी तलवार तिकडून घेऊन येण्याविषयी कवींनी विनंती केली आहे. १९०८ साली स्वराज्य शब्द उच्चारण्याची लोकांना चोरी होती. त्या वेळी सरकारने राजद्रोही ठरविलेले लोकमान्य टिळक १९१८ साली स्वराज्य संपादन करण्याकरता इंग्लंडला गेले. अवघ्या दहा वर्षांत झालेली ही क्रांती पाहून गडकऱ्यांच्या अंतःकरणात उचंबळून आलेल्या आनंदलहरींची कल्पना खालील काव्यपंक्तीवरून येईल.

'दक्षिण सागर होउनि घटिका-पात्र निरभिमान ।
मोजित होता या दिवसाचें मंगल घटिमान ॥
उंच उभारुनि मान हिमालय तिष्ठत केव्हांचा ।
पहिलावहिला किरण पहाया त्या शुभ दिवसाचा ॥
गंगासिंधू धांवत होत्या आंदोलित हृदया ।
या दिवसाच्या या सूर्याला अर्घ्योदक द्याया ॥'

अशा मोजक्या काव्यमय पंक्तींनी गडकऱ्यांनी या दिवसाचे वर्णन पूर्ण केले असते, तर ठीक झाले असते! पण अतिशयोक्तीच्या भरात रामाचा सेतू, कृष्णाची गीता, आर्यभट्टाचे पंचांग, इत्यादी गोष्टींचा जन्म या दिवसासाठीच झाला, असे सांगण्यापर्यंत त्यांच्या कल्पनेने मजल मारल्यामुळे पुढील वर्णन रसभंगकारक झाले आहे. अतिशयोक्तीचा रंग हलक्या हाताने भरला, तर खुलून दिसतो, नाही तर तोच रंगाचा बेरंग करून टाकतो.

सामाजिक व राष्ट्रीय कवितांत कवी गंभीरपणाने समाजाकडे पाहत असतो. सामाजिक अवगुणांची ओहोटी व राष्ट्रीय गुणांची भरती या दोहोंचाही काव्याला उपयोग करून घेताना त्याला एखाद्या कुशल नाविकाप्रमाणे वागावे लागते. पण किनाऱ्याला पाय लागल्यानंतर नाविकाला जसे वाळूचे किल्ले बांधण्यात आनंद होतो, त्याप्रमाणे सामाजिक दृश्यांवरील कवीची दृष्टी सामान्य व वैयक्तिक अवगुणांकडे वळली, की विनोदी कवितेचा जन्म होतो. अमावास्येच्या रात्री चांदण्याची शोभा नसते, म्हणूनच तारका अधिक तेजस्वी दिसतात. काव्यसौंदर्याला जागा नसल्यामुळे कल्पनेच्या चमकीवरच विनोदी कवितांची आकर्षकता अवलंबून असते. गडकऱ्यांच्या 'काय करावे?' विहिणींचा कलकलाट' या कविता अतिशयोक्तीवर उभारल्या असून

'हुकमेहुकूम' व 'कवितेसाठी धडपड' यांत कविता प्रसन्न होऊन आपल्याकडे येत नाही, म्हणून स्वत: तिच्या मागाहून धावणाऱ्या कविबुवांची थट्टा आहे. वसंतसेनेला संतुष्ट करण्याकरता शकार ज्याप्रमाणे अनेक आचरट क्लृप्त्या काढतो, त्याप्रमाणे असले कवीही कवितादेवी प्रसन्न व्हावी, म्हणून धडपड करीत असतात! 'हुकमेहुकूम' कवितेतील कवी झाडावर पक्षी दिसताच म्हणतात, 'वृक्षावरच्या माझ्या मित्रा, काही गाणे गाच । गमतीखातर आणि जरासा इकडे तिकडे नाच ।।' बिचारे पाखरू कवीची आज्ञा मान्य करीत नाही. पण कवी स्वत:ला देव समजत असल्यामुळे लगेच त्याला धमकी देतात 'एक मारितो दगड असा, की पडेल वासुनि चोच.' 'काय करावे' या कवितेत तोंडाळ बायकोचे शौर्य वर्णन केले असून, अशा अनेक बायका लग्नाच्या रणधुमाळीत विहिणीच्या पदावर आरूढ होऊन ज्या गर्जना करतात, त्यांचा प्रतिध्वनी 'विहिणींच्या कलकलाटात' उमटविला आहे.

गडकऱ्यांच्या सामाजिक आणि विनोदी कविता टीकात्मक व म्हणूनच विचारप्रधान झाल्या आहेत. भावनेच्या उमाळ्याने रंगलेले असे जवळजवळ एकही कवन त्यात नाही. त्यांच्या बहि:सृष्टीच्या वर्णनाला वाहिलेल्या कवितांतही प्रामुख्याने हाच दोष आढळतो. 'नदीस पूर आलेला पाहून' ही त्यांची बालपणीची कविता सोडून दिली, तर 'अरुण', 'भयंकर अरुण' या निसर्गवर्णनात्मक व 'प्रेमपाठ' 'चिमुकली कविता' इत्यादी विविध कविता हीच या विभागातील त्यांची प्रमुख कवने होत. या चारीही कविता पावसाळ्यातील नद्यांप्रमाणे उत्प्रेक्षांच्या पुराने भरून गेल्या आहेत, जगातल्या थोड्या-फार सुंदर अशा सर्व तांबड्या वस्तूंनी पहिला अरुण नटलेला असून दुसऱ्या अरुणात सर्व तांबड्या; परंतु भयंकर पदार्थांचे संमेलन झाले आहे. पहिल्या अरुणातल्या उत्प्रेक्षांत अनेक स्थळी कल्पनासौंदर्य आहे. पण कण्हेरीपासून गुलाबापर्यंत मिळतील त्या फुलांची माळ केली, की सौंदर्यदृष्ट्या तिची किंमत होते, याकडे गडकऱ्यांनी मुळीच लक्ष दिले नाही.

'विश्वसूत्रधर सारुनिया करिं पडदा रजनीचा ।
जगद्रंगभूवरि का उडवित गुलाल गगनींचा ।।'

या कल्पनेच्या पाठोपाठ

रविसदनाच्या गवाक्षास ही काय लाल कांच ।
पल्याड लपलें तोंड तयाचें दिसेल आतांच ।।

ही कल्पना वाचली, म्हणजे रमणींच्या गालांना गुलाबांच्या जोडीने गाजरांची उपमा देणाऱ्या कवीची आठवण होते.

'चिमुकल्या कविते'त दहा वर्षांच्या मुलीचे आलंकारिक वर्णन आहे. जुन्या कल्पनांना नवीन रूप देण्याचे गडकऱ्यांचे कौशल्य 'प्रेमपाठा'प्रमाणे याही कवितेत

दिसते. चिमुकल्या कवितेच्या डोळ्यांचे वर्णन करताना ते म्हणतात,

'फुलें बसविलीं वेलींवरती, गगनीं तारांना ।
त्याच मुहूर्तीं त्याच करें कां विधि करि या नयनां ॥'

या कवितेत भावदर्शनाला जागा असूनही, कवी शेवटपर्यंत कल्पनाजालातच बद्ध होऊन राहिले. किंकिणीचे वर्णन करताना कंकण शास्त्र्याकडून प्रत्येक अवयवाला द्यावयाच्या उपमांचे कपटे आणतो. या दहा वर्षांच्या मुलीचे वर्णन करताना गडकऱ्यांचे वर्तनही तितकेच शास्त्रोक्त झाले आहे. किंकिणी साजसोंगामध्ये 'तिळ उणा पडू द्यायचा नाही' म्हणून गालावर नसलेला तीळ रेखाटते. गडकरी चिमुकल्या बालिकेचे वर्णन करताना तिच्या कपाळावरील गोंदण्यावर देखील उत्प्रेक्षा करायला विसरत नाहीत.

'इचा उद्यांचा धनी कोण, हें ठरवावें, म्हणुनी ।
पुण्याईचें गणित करित विधि दशांश चिन्हांनीं ॥'

गणितासारख्या रूक्ष शास्त्राला देखील काव्याच्या सेवेला जुंपणाऱ्या त्यांच्या या बुद्धीचे कितीही कौतुक केले, तरी ती रसोत्कर्षाला मारक झाली, हा विचार त्याच वेळी मनात आल्यावाचून राहत नाही.

'मुरली', 'फुटकी तपेली', 'कलगीचे गाणे', 'प्रेमाचा प्रलयकाळ', इत्यादी कवितांत गडकऱ्यांनी आपले तात्त्विक विचार प्रगट केले आहेत. जे रवीला दिसत नाही, ते पाहण्याचा कवीला जन्मसिद्ध हक्क असल्यामुळेच, की काय, प्रत्येक लहान-मोठा कवी सवडीनुसार पारमार्थिक गोष्टींचाही परामर्श घेत असतो; परंतु कल्पनेने अस्मानापर्यंत भराऱ्या मारणे निराळे आणि आकाशाच्या पलीकडे जाऊन ईश्वर, जन्म, मृत्यू, वगैरे गूढ गोष्टींचा गुप्त हेराप्रमाणे पत्ता लावून पुन्हा मृत्युलोकात परत येणे निराळे. 'कलगीचे गाणे', 'फुटकी तपेली' वगैरे कविता वाचताना सामान्य वाचकाला तरी जुन्या संतकवींच्या मेखा गडकरी आपल्या माथी मारीत आहेत, असा भास झाल्यावाचून राहत नाही.

'ऐकत असतां मी मेलों,
प्रेतावरि माझ्या बसलों !
वृद्ध वधूचें हो खासें ।
बालवराशीं लग्न असें ।
त्या जोडीचें - अपत्य साचें - गाणें अमुचें
उपजे बाळ परी नादी
पितराच्या जन्माआधीं !'

या ओळी अर्थशून्य नसल्या, तरी त्यांत तत्त्वनिष्पत्तीपेक्षा दुर्बोध चमत्कृतीच अधिक आढळते. जीव आणि शीव, जन्म व मृत्यू, यांची कोंडी सोडविण्याचा संकल्प वर दिलेल्या चरणांसारखी नवी कोडी निर्माण करून कसा पार पडणार? विषाने विष उतरते, त्याप्रमाणे कोड्याने कोडे सुटत असेल, तरच हे शक्य आहे. जुन्या वेदांतवृक्षावर बुद्धीचे कलम करून गडकऱ्यांनी निर्माण केलेल्या या काव्यफलात 'मुरली' शिवाय रसाळ असे दुसरे फळ नाही. मुरलीची माधुरीही तिच्यातील तत्त्वज्ञानापेक्षा कल्पनासौंदर्य व नादमाधुर्य या गुणांच्या सुंदर संगमातच आहे. या कवितेतील

'कथुं काय काय मज वाटे ॥
आनंद मात्र मनिं दाटे ॥
तरुशिरीं मूळ उफराटें ॥
शून्यात परार्धे भरली ॥'

असल्या वेदांतापेक्षा

'श्वासें मज हृदयीं भरवीं ।
नादें की ओढुनि नेई ।
चुंबनेंच की मज बनवी ।
तव ओंठावरली लाली ॥'

हे कल्पनाप्रचुर कडवेच मनाला अधिक मोहिनी घालते. गडकऱ्यांनी जीवात्मा आणि परमात्मा यांच्याविषयीचे विवेचन 'मुरली'त करण्याचा प्रयत्न केला आहे. पण औषधाच्या मानाने मध अधिक पडला, म्हणजे चाटण मधासारखे वाटू लागते. 'मुरली' भक्तिरसापेक्षा शृंगाराचेच सूर आळवीत आहे, असा पदोपदी भास होत असल्यामुळे वाचक कवितेतील तत्त्वज्ञान जाणून घेण्याच्या भानगडीत सहसा पडत नाही. संतकवींच्या वाङ्मयाचा अभ्यास, संसाराला स्मशानाची कळा आल्यामुळे उत्पन्न होणारे वैराग्य आणि स्वच्छंद संचार करणारी शृंगारप्रवण कल्पकता यांच्या संयोगात गडकऱ्यांच्या या तात्त्विक कवितेचा उगम आहे.

सामाजिक, राष्ट्रीय, विनोदी, कल्पनाप्रचुर व तात्त्विक या सर्व प्रकारच्या कवितांतून गडकऱ्यांच्या कल्पनेचा विलास व भाषेचा शृंगार आढळत असला, तरी भावनेचा जिव्हाळा त्यांत फारसा नाहीच. गडकऱ्यांनी आपल्या काव्यसरितेचे अनेक कालवे काढले असले, तरी तिचा जिवंत प्रवाह त्यांच्या प्रेमगीतांच्या पात्रांतूनच वाहत असलेला दिसून येतो. केशवसुतांपासून अर्वाचीन मराठी कवितेचे नवे युग सुरू झाले. या युगातील कविता मुख्यत: भावगीतात्मक असल्यामुळे प्रेमासारख्या सर्वांच्या आवडीच्या विषयाला तिच्यात प्राधान्य मिळावे, हे स्वाभाविकच होते. नुसत्या

संख्येच्या दृष्टीने पाहिले, तरी गडकऱ्यांच्या निम्म्या अधिक कविता प्रेमविषयक अथवा प्रेमाशी कसले तरी नाते असलेल्या आहेत, असे आढळून येईल.

प्रेमभावनांची अनेक चित्रे गडकऱ्यांनी कल्पकतेने रेखाटली असली, तरी बहुतेक चित्रांतील रक्तरंग अरुणोदयाचा नसून संध्याकालीन आहे. रजनीच्या अंधूक छायेने उदास भासणाऱ्या संध्यारंगाप्रमाणे त्यांची प्रेमगीते निराशेने काळवंडलेली दिसतात. या नियमाला अपवाद अशी 'गुलाबी कोडे', 'गोड निराशा', 'प्रेमकाळ', 'पहिले चुंबन' यांच्यासारखी आशामय प्रेमगीते त्यांच्या संग्रहात हाताच्या बोटांवर मोजण्याइतकी देखील सापडत नाहीत. या कवितांपैकी गुलाबी कोडे सोडविण्यात कवीची कुशलता दिसून येते.

'रंग गुलाबी संध्या पसरी पश्चिमदिग्भागीं ।
समोर पूर्वा स्वमुख रंगवी त्याच रम्य रंगीं ॥'

हा चमत्कार पाहून पत्नीला पडलेले कोडे रसिक पती तिचे चुंबन घेऊन व तिला खालील प्रश्न करून सोडवितो.

'रविबिंबासम चुंबनबिंबचि विलसत या गालीं।
सहज तयाची छटा गुलाबी पसरे भंवतालीं ॥
चुंबनचित्र न परी उमटतां या दुसऱ्या गालीं ।
सांग, वल्लभे ! नाचतसे कां त्यावरि ही लाली॥'

'गोड निराशेत'त केलेले रमणीचे वर्णन मोठ्या मौजेचे आहे. उदाहरणार्थ

'नाहीं पाणी जरि भंवतीं
तरी दोन कमळें हंसती;
तुमच्या जगतीं
किरणें पडती
कमळें फुलती
परि माझीं कमळेंच बघा
निजकिरणीं खुलविती जगा.'

हे नेत्रांचे शब्दचित्र कुणाला आवडणार नाही?

'ती कोण?', 'कधी?' अशा काही कवितांत प्रेमाच्या संगमाचे नसले, तरी उत्कंठेचे चित्र आहे; परंतु अशा कविता गडकऱ्यांच्या संग्रहात अगदीच कमी. अरुणाच्या शेवटी

'या रंगानें रंगवितों मी माझ्या हृदयाला
पडद्यापडद्यावरी काढिलें चित्राचित्राला!

एका पडद्यावरि परि रंगे प्रेमचित्र एक!
हृदयाच्या हृदयांतिल माझ्या तोच शिलालेख!
त्या चित्राचा, त्या पडद्याचा, मम गाना धीर!
त्या चित्रांतील देवीचा मी विकला शाहीर!
मरतां मी, तो जपाच माझ्या हृदयाचा पडदा!
त्या देवीचा झालों अगणित जन्मांचा बंदा!'

असे उद्‌गार त्यांनी काढले असले अथवा हालत्या पिंपळपानाशी गुजगोष्टी करताना

'नवबालाहृदयीं प्रीति, हलतांना
तच्छिरीं हलसि तूं तसाच, पिंपळपाना!
जी हृदयकंपनें सारीं मानसीं
ती आम्हांतें बाहेरीं दाविशी!
निर्दोष मनानें भारी हालसी,
कुणि बाला जरि मज देइल असला मान
तरि सुखेंच होइन मीही पिंपळपान.'

अशी हौस त्यांच्या कल्पनेने जरी व्यक्त केली, तरी असे प्रसंग एकंदरीत विरळाच. जुन्या कवितांची आठवण होताच 'बाले, शोकच शेष आज उरला प्रेमांतुनी अंतरीं' असे उद्‌गार त्यांच्या तोंडातून निघतात. 'आंधळा मागतो एक डोळा आणि देव देतो दोन' ही म्हण सुद्धा त्यांच्या डोळ्यांपुढे प्रेमभंगाचे चित्र उभे करते. मध्यरात्री कोकिळेचा मधुर स्वर कानी पडताच,

'दूर कराया उदासीनता
गाच, गडे! अंगाईगीता
झोंप येउं दे माझ्या चित्ता
लक्ष लागतें सुरांकडे तव वाटति ते बिनमोल!'

अशी ते तिला विनंती करतात. चांदणीमागून जाणारा वेडा आणि ओसाड आडातील आपल्याच प्रतिबिंबावर प्रेम करणारे फूल या जणू काही त्यांच्या प्रेमभग्न हृदयाच्या प्रतिमाच आहेत. सुंदर फुले वेचिली, तर ती द्यायची कुणाला, हा त्यांच्या हदयाला प्रश्न पडतो. (फुले वेचिली पण -) 'गीत कळावें जीस, नसे ती दिशा शोधिल्या जरि दाही' म्हणून ते हृदय उदास होते - (गीतविरक्ति) 'प्रेमाची प्रामाणिकता', 'फणसाचें पान', 'मोरपिसावरचा डोळा', 'अल्लड प्रेमास', 'समसमां संयोग की, जाहला' 'दैवाची निर्दयता', 'एका शब्दासाठी विनंती', 'निर्दय बालेस', 'शेवटचें प्रेमगीत', 'हृदयास' इत्यादी गीतांतून त्यांच्या निराश प्रेमाचे अस्फुट रुदनच ऐकू

येते. गोफ पाहिला की, गडकऱ्यांना प्रेमाने एकरूप झालेल्या हृदयांची आठवण होते; एवढेच नव्हे, तर पदर न तुटता गोफ उलगडणे किती कठीण आहे, हे लक्षात येताच त्यांची कल्पना प्रेमभंगाचे करुण चित्र रंगवू लागते. प्रेमाच्या या दाहकपणाची अद्‌भुत पण करुणरम्य कथा त्यांनी 'प्रेम व मरण' या सुंदर कवितेत वर्णन केली आहे. विजेचे वेड लागलेल्या वृक्षाला देवांनी उपदेश केला,

'ही भलती आशा, बा, रे।
सोडिं तूं वेड हे सारें ।। घातकी ।।
स्पर्शासिह मरणहि आणी ।
ती तुझ्या जिवाची राणी ।। त्या क्षणीं ।।
ही अशी । शुद्ध राक्षसी । काय मागसी ।
माग तूं कांहीं । लाभलें कुणाला नाहीं ।। जें कधीं ।।'

प्रेमाने वेडा झालेल्या वृक्षाने उत्तर दिले,

'निष्प्रेम चिरंजीवन तें ।
जगिं दगडालाही मिळतें ।। धिक् तया ।।
क्षण एक पुरे प्रेमाचा।
वर्षाव घडो मरणांचा ।। मग पुढें ।।'

शेवटी वृक्षाची इच्छा पूर्ण करण्याकरता देवांनी विजेला त्याच्याकडे पाठवून दिले. तिचा स्पर्श होताच तो वृक्ष दुभंगून खाली पडला. पण -

'दुभंगून खालीं पडला ।
परि पडतां पडतां हंसला ।। एकदां ।।
हर्षाच्या येउनि लहरी ।।
फडफडुनी पानें सारीं ।। हांसलीं ।।
त्या कळ्या सर्वही फुलल्या ।
खुलल्या, त्या कायम खुलल्या । अजुनिही ।'

तांब्याच्या कवितेतल्या पौर्णिमेच्या चंद्राची आठवण करून देणारा प्रसन्न प्रेमसंगम अथवा

'गुलाब माझ्या हृदयीं फुलला !
रंग तुझ्या गालांवर खुलला
काटा माझ्या पायीं रुतला ।
शूल तुझ्या उरिं कोमल कां?
माझ्या शिरिं ढग निळा डंवरला ।

तुझ्या नयनिं पाउस खळखळला
शरच्चद्रं या हृदयिं उगवला
प्रभा तुझ्या उरिं शीतल का?'

या कडव्यांतील मुग्ध मधुरता गडकऱ्यांच्या प्रेमगीतात कुठेही दिसणार नाही. 'वाग्वैजयंती'तील सर्व प्रेमविषयक कविता वाचल्या, की अमावास्येची रात्र डोळ्यांपुढे उभी राहते. चंचल चंद्र फसवून चालता झाला आहे, निराशेची भुते भेवडावीत आहेत, अंधाराच्या कृष्णसागराला क्षणोक्षणी भरती येत आहे आणि असे असले, तरी तारकांच्या रूपाने दिसणाऱ्या अगणित प्रेमस्मृतींची पूजा करण्यात रजनी निमग्न झाली आहे, हे दृश्यही चंद्रिकेच्या सागरात चंद्राबरोबर नौकाविहार करणाऱ्या पौर्णिमेच्या रजनीइतकेच आकर्षक नाही काय?

प्रेमभंग व निराशा यांचा परिणाम गडकऱ्यांच्या इतरही कवितांवर बराच झाला आहे. 'एखाद्याचे नशीब', 'पुनर्विकसन', 'मागे पाहणे', 'जीवितास', 'इच्छा, उपभोग व विषय', 'हालत्या पिंपळपानास', 'तीन तरी' वगैरे कवितांवर पडलेली उदास छाया करुण रसाला परिपोषक असली, तरी या कवितांच्या नावांत आढळणारे वैचित्र्य त्यांच्या अंतरंगात दिसत नाही. जिथे पाहावे, तिथे भग्न हृदयाचे आक्रंदन.

पहिल्या दर्जाच्या अर्वाचीन मराठी कवींत गडकऱ्यांची प्रामुख्याने गणना होते. केशवसुतांची व्यापक प्रतिभा, टिळकांचे प्रशांत विषयवैचित्र्य, विनायकाची देशभक्ती, बालकवींचे निसर्गप्रेम, दत्तांचे कारुण्य, तांब्यांची रसवत्ता, इत्यादी गोष्टी गडकऱ्यांच्या कवितेत आढळल्या नाहीत, तरी त्यांच्या पंधरा-वीस कविता अत्यंत सुंदर आहेत, यात शंका नाही. केशवसुत, तांबे व यशवंत सोडले, तर त्यांच्या इतका कल्पक कवी अलीकडच्या काळात झाला नाही, असेच म्हटले पाहिजे. काव्यसृष्टी निर्माण करण्याला लागणारी कल्पकता त्यांच्या अंगी किती विपुल प्रमाणात होती, याची कल्पना 'प्रेम व मरण', 'ओसाड आडातील एकच फूल', 'गुलाबी कोडे' 'गोफ', 'मुरली' व 'घुबड' या कवितांवरून सहज होते. जुन्या कल्पनेचा नव्या रीतीने विकास करणे व लहानशीच नवी कल्पना सुंदर रीतीने मांडणे या दोन्ही कामांत ते कुशल होते, याची साक्ष 'विरामचिन्हे', 'मनातली दिवसरात्र', 'जगाचे गाणे', 'अंधाला दृष्टिलाभ', 'एखाद्याचे नशीब', 'फूल ना फुलाची पाकळी', 'परमाणूचे कार्य' वगैरे कविता देतात. अलंकारांच्या भाराने लवून गेलेल्या 'अरुण', 'प्रेमपाठ', 'चिमुकली कविता' वगैरे कविता सोडून दिल्या, तरी साधी भावना विविध कल्पनांनी नटविण्याची त्यांची शक्ती 'कधी' प्रेमाची प्रामाणिकता 'कारंजाचे चढते पाणी', 'का' इत्यादी चुटक्यांत प्रगट झाली आहे. त्यांची कल्पना विशालतेप्रमाणे कोमलतेचेही पंख लावून उड्डाण करते.

'वरतीं नभ हें अरती भूतळ
सटवीच्या जात्याचे हे तळ
पीठ तयाचें गळतें भळभळ
त्या जात्याचि घरघर वारा, त्यावर गाया लागूं

हे कडवे लिहिणाऱ्या कल्पनेनेच एका बालकाला उद्देशून

'तऱ्हेतऱ्हेचीं फुलें विकसलीं,
रंगीबेरंगी हीं सगळीं
तूंही शिरतां त्यांच्या मेळीं
मांझे मग तें, फूल कोणतें, कसें ओळखूं, सांग.'

असे उद्‌गार काढले आहेत.

भक्ती व वात्सल्य ही प्रेमाचीच निरनिराळी रूपे असल्यामुळे 'अनामिकाचे अभंग', 'घास', 'घुंगुरवाळा', 'बागेत बागडणाऱ्या लहानग्या लाडक्यास', इत्यादी गडकऱ्यांच्या कविता सरस झाल्या आहेत. त्यांच्या प्रेमभंगातील कारुण्याचा वात्सल्याशी संयोग होऊन 'राजहंस माझा निजला', 'निद्रागीत', 'निरोप द्यावा आता', 'वीरमरणाला शोभण्याजोगे गाणे', इत्यादि रसोत्कट करुण कविता निर्माण झाल्या.

आपल्या कल्पकतेला सुंदर भाषेने नटविण्यातही गडकऱ्यांनी कसूर केली नाही. त्यांच्या काव्यात निरुपम शब्दसौंदर्य आणि नादमाधुर्य आहे, असे म्हणता आले नाही, तरी ते दोन्ही गुण त्यांच्या प्रत्येक चांगल्या कवितेत आढळतात. त्यांची अनुप्रासाची हौस पद्यात सहसा अमर्याद होत नसल्यामुळे ती नादमाधुर्याला पोषकच झाली आहे. क्लिष्ट कल्पनांची स्थळे सोडून दिली, तर त्यांचे काव्य त्यांच्या गद्यकाव्यापेक्षा सोपे आहे, असे विधान करण्याला काहीच हरकत नाही. त्यांच्या वेळी प्रचलित असलेल्या चालीच त्यांनी कवितांकरता बहुधा निवडल्या असल्या, तरी त्यांपैकी बहुतेक रसपरिपोषकच आहेत.

चित्रकाराने कितीही नाजूक हाताने चित्र रंगविले, तरी कुठे तरी थोडा-फार कमी-अधिक रंग पडतोच पडतो. तो चित्र पुरे करण्याच्या वेळी लक्षात न आल्यामुळे अथवा चित्रकाराचे हात काम देईनासे झाल्यामुळे तसाच राहून जातो. गडकऱ्यांच्या कवितांत अशी स्थळे अनेक आहेत. 'मांडीवर मेलें मूल । तो हृदया धक्का बसला' या राजहंसाच्या चरणातील धक्का गीतातील आईच्याप्रमाणे वाचकांच्या हृदयालाही बसतो. 'प्रेम व मरण' या उत्कृष्ट कवितेत 'त्या कळ्या सर्वही फुलल्या । खुलल्या, त्या कायम खुलल्या' या ओळी वाचताना 'कायम' हा शब्द गाण्यातल्या बदसुरासारखा वाटतो! 'नक्की' शब्द ओळीच्या शेवटी आला, की त्याची 'पक्की'शी गाठ बांधायला ते मुळीच कचरत नाहीत! 'ओसाड आडातील एकच फूल' या कवितेतील

कल्पना नि:संशय सुंदर आहे. पण निव्वळ गद्यवजा रचनेमुळे ही कविता कृष्णपक्षातील चंद्राप्रमाणे मंदतेज वाटते.

परंतु ऱ्हस्वदीर्घाची शिथिलता, गद्यवजा रचना, रसहानिकारक शब्द, इत्यादी बहिरंगाचे व कल्पनांचे क्लिष्टत्व, अलंकारांचा अतिरेक, वगैरे अंतरंगाचे दोष अंगी असूनही गडकऱ्यांची कविता मोठी आकर्षक झाली आहे. दुथडी भरलेल्या नदीच्या पात्रात इथे भोवरा आहे, तिथे घोळ आहे, असे म्हणून नौकाविहार करण्याची संधी कोणता रसिक गमावील? गडकऱ्यांच्या काव्योद्यानात शिरले, की जिकडे तिकडे रंगीबेरंगी फुले दिसू लागतात. या फुलांपैकी काहींचा नुसता रंगच आकर्षक असला, तरी काहींचा सुवास त्याच्या रंगापेक्षाही मधुर आहे. ही फुले तोडण्याकरिता बागेतून जाताना पायाला एखादा काटा लागला, तरी फुले हाती आल्यावर त्या काट्याचे स्मरण सुद्धा होत नाही.

हर्षे यांनी स्वतंत्र पुस्तक लिहून गडकऱ्यांच्या कवितेचा परामर्श घेतला आहे. केवळ पृथक्करणात्मक पद्धतीचा अवलंब करून त्यांनी काव्यपरीक्षण केले नसते, तर रसिकांना त्यांच्या पुस्तकाचे महत्त्व अधिक वाटले असते. संगीत आणि काव्य यांची माधुरी भिन्न भिन्न स्वरांच्या आणि कल्पनांच्या सौंदर्यापेक्षाही त्यांच्या संगमात असते. हर्षे यांच्या पृथक्करणामुळे काही टीकाकारांच्या बुद्धिप्राधान्याच्या आरोपानेही गडकऱ्यांच्या काव्यसौंदर्याची किंमत वाजवीपेक्षा कमी केली आहे. एखाद्या फुलात सुगंधाच्या मानाने मध कमी असावा, त्याप्रमाणे गडकऱ्यांच्या कवितेत कल्पनाविलासाच्या मानाने रसोत्कटता कमी आहे. पण तेवढ्यावरून तिला बुद्धिप्रधान म्हणणे म्हणजे चांदण्याची तुलना उन्हाशी करण्यासारखे आहे. टीकाकार गडकऱ्यांच्या कवितेविषयी काहीही म्हणोत, 'वाग्वैजयंती' वाचून संपविणाऱ्या रसिकाच्या मुखांतून

'प्रीतिदेविच्या पायांमधला कवि घुंगुरवाळा।
प्रीतिदेवता जरा हालतां कवि करि गानाल!'

असेच उद्‌गार निघतील, यात शंका नाही.

विनोद

विनोदात्मक लेख लिहिण्याची पद्धत कोल्हटकरांनी मराठीत प्रथम सुरू केली. नाट्याप्रमाणे या क्षेत्रातही गडकऱ्यांनी गुरूंच्या पावलावर पाऊल ठेवूनच प्रवेश केला. 'संपूर्ण बाळकराम' या त्यांच्या विनोदी संग्रहाचे सामान्यत: तीन भाग पडतात. (१) रिकामपणची कामगिरी, (२) 'रंगभूमि' मासिकात आलेले नाट्यविषयक लेख, (३) छोटी प्रहसने.

रिकामपणच्या कामगिरीत एकंदर पाच लेख आहेत. या पाच बाणांपैकी पहिले

तीन प्रचलित लग्नपद्धतीवर सोडलेले असून, शेवटचा कविमंडळाच्या अंतरंगात घुसला आहे. चवथा बाण स्वयंपाकघरातल्या गोष्टींवर रोखलेला असल्यामुळेच की काय, इतरांच्या मानाने पुष्पबाणासारखा कोमल वाटतो.

काव्यात लेखक आपल्या कोमल अनुभवांना सौंदर्याची जोड देऊन गुणसंपन्न सृष्टी निर्माण करतो. विनोदात विकृत गोष्टींच्या साहाय्याने तो आपल्या कठोर अनुभवाचे दोषात्मक चित्र रेखाटतो. काव्यसृष्टी जग कसे असावे, हे दाखविते. विनोदसृष्टी जग कसे असू नये, हे दिग्दर्शित करते. विनोद ही दोषैक दृष्टीने मानवी जीवनावर केलेली टीकाच असते, असे म्हणायला हरकत नाही. 'वरसंशोधन', 'लग्नाच्या मोहिमेची पूर्वतयारी' व 'लग्न मोडण्याची कारणे' या 'रिकामपणाच्या कामगिरी'तील पहिल्या तीन लेखांत मुलीचे लग्न जुळविण्याच्या कामी येणाऱ्या लहान-मोठ्या व सजीव-निर्जीव सर्व अडथळ्यांचा गडकऱ्यांनी भरपूर व खरपूस समाचार घेतला आहे. कोल्हटकरांच्या लेखांइतकी मर्मभेदक टीका या विनोदी प्रकरणात आढळत नसली, तरी त्यांचा थाट निबंधापेक्षा कथेचा असल्यामुळे, सामान्य वाचकाला त्यांचे स्वारस्य सहज कळते. गडकऱ्यांसारख्या प्रतिभाशाली लेखकाला पंचावन्न पृष्ठे लिहून सुद्धा एका ठकीचे लग्न लावता आले नाही. यावरून मुलीचे लग्न जुळविणे हे काम किती कठीण असते, याची कुणालाही कल्पना येईल!

कोल्हटकरांच्या पद्धतीनेच गडकऱ्यांनी हे लेख लिहिले असले, तरी त्यांचे स्वरूप कोल्हटकरांच्या लेखांपेक्षा भिन्न आहे. सुदाम्याच्या पोह्यांतील सामाजिक व्यंगे दर्शविणाऱ्या लेखांत प्रसंगात्मक विनोद विशेष नाही. कोल्हटकरांना मुख्य हेतू वक्रोक्ती व व्याजोक्ती यांच्या साहाय्याने टीकाविषयक वस्तूचे विकृत स्वरूप हास्यास्पद करून दाखविणे हाच आहे. कोल्हटकरांचे लेख आटोपशीर व त्यांची भाषा सूचक. उलट, गडकऱ्यांचे लेख पाल्हाळीक व त्यांची भाषाही फुलविलेली. गोत्र, जन्मवेळ, पत्रिका, हुंडा, जातींतील पोटभेद, इत्यादी विषयांवर गंभीर व विनोदी अशा दोन्ही दृष्टींनी जेवढे लिहिता येईल, तेवढे गडकऱ्यांनी लिहिले आहे. यामुळे त्यांचे लेख चटकदार असले, तरी ते निवडक चित्रांच्या प्रदर्शनाप्रमाणे न वाटता पदार्थसंग्रहालयाप्रमाणे भासतात.

शब्दनिष्ठ व अर्थनिष्ठ कोट्या, चुरचुरीत कल्पना आणि वक्रोक्ती, व्याजोक्ती वगैरे विनोदाचे घटक गडकऱ्यांच्या या लेखांत भरपूर आढळत असले, तरी त्यांचा सर्वांत जास्त ओढा अतिशयोक्तीकडे आहे. ही अतिशयोक्ती अनेक स्थळी रसापकर्षक तर होतेच; पण ठकीचे वर्णन करताना सुद्धा गडकऱ्यांनी तिचा लगाम खेचून न धरल्यामुळे त्यांच्या टीकेची धारही बोथट झाली आहे. जिच्या अंगावरून मोटार गेली असती, तरी ड्रायव्हरला आपण डांबरी रस्त्यावरून जात आहो, असाच भाव झाला असता, तोंडावरील देवीची पूजा करण्याच्या हेतूनेच की काय, जिच्या डोळ्यात फूल

पडले होते, गणपती, मारुती, वगैरेंच्या मूर्ती जिच्याशी तुलना केली असता मदनासारख्या दिसू लागत, त्या लावण्याच्या खाणीबरोबर लग्न लावायला अंधळा तरी कसा तयार होईल? शारीरिक व्यंगावर उभारलेला विनोद सहानुभूतिशून्य असल्यामुळे उच्च दर्जाचा नसतो, हा वाङ्मयविषयक मुद्दा बाजूला ठेवला, तरी दर्शनानेच फोटोग्राफर बेशुद्ध पडत असल्यामुळे जिचा फोटो कधीच निघाला नसेल, त्या मुलीशी लग्न न करण्यात वरपक्षाच्या चढेलपणाचे व मगरुरीचे प्रदर्शन कसे होते?

ठकीला मथुरेची धाकटी व इंदूबिंदूची थोरली बहीण करण्याच्या मोहाला गडकरी अतिशयोक्तीमुळेच बळी पडले. मारुतीच्या शेपटीशी स्पर्धा करणारा तिंबूनानांचा लांब अंगरखा, बाळकरामाचा ताप मोजण्याकरता उपयोगात आणलेला बॅरोमीटर, लग्न म्हणजे एक तमाशा आहे, हे सिद्ध करण्याकरता देण्यात आलेली ठकीच्या लग्नाची जाहिरात, बाळकरामाच्या हृदयाचे ऑपरेशन, ही सर्व भावंडे अतिशयोक्तीच्याच पोटी जन्माला आली आहेत. काव्यसृष्टीप्रमाणे विनोदसृष्टीतही अतिशयोक्ती हा अलंकार असला, तरी तो शरीराची शोभा वाढवील, असाच असला पाहिजे. जी अतिशयोक्ती सत्याभास निर्माण करू शकत नाही, तिला कलेच्या राज्यात मानाचे स्थान मिळत नाही. हसता हसता पोट दुखू लागले, तर हसू मावळून रडू येण्याचा संभव जसा अधिक, त्याप्रमाणे अतिशयोक्तीचीही अतिशयोक्ती होऊ लागली, की लेखकाच्या कल्पनेचे कौतुक करण्याऐवजी रसिकांना त्याच्याकडून होणाऱ्या औचित्यभंगाची कीव करावीशी वाटू लागते.

अतिशयोक्तीप्रमाणे प्रतिपाद्य विषयाशी असंबद्ध अशा गोष्टींवर विनोदी टीका करण्याचीही गडकऱ्यांना फार हौस आहे. 'एक नूर आदमी और दस नूर कपडा' ही म्हण तडाक्यात सापडली, की कपडे बदलल्याबरोबर माणसांचे चेहरेही कसे बदलल्यासारखे दिसू लागतात, याच्यावर एक परिच्छेद लिहिल्याशिवाय त्यांची लेखणी पुढे जातच नाही. या सवयीमुळे त्यांचा विनोदी लेख प्रवासाला निघालेल्या मनुष्यापेक्षा वनभोजनाला गेलेल्या मनुष्यासारखा भासतो. नीरस आणि ओढून ताणून आणलेल्या कोट्यांचे गालबोटही त्यांच्या लेखांना लागलेले आहे.

हे सर्व दोष जमेला धरूनही गडकऱ्यांच्या लग्नविषयक लेखांची मराठीतील सुंदर विनोदी वाङ्मयात गणना करणे चुकीचे होणार नाही. विद्युल्लतेप्रमाणे चमकणारी कल्पकता, वाचन व निरीक्षण या जोडगोळीच्या साहाय्याने संपादन केलेले विविध ज्ञान आणि व्यक्ती अथवा प्रसंग यांच्यांत लपलेला विनोद शोधून काढण्याची शक्ती या तीन गुणांचा संगम त्यांच्या लेखांत सर्वत्र आढळतो. 'नवरबापा'चे मन, 'यंदा आम्हास कर्तव्य नाही' या अंशावरून 'या जन्मी आम्हाला कर्तव्य नाही' या अंशापर्यंत क्षणार्धात चढणारा त्याचा पारा, नवग्रहांचे वर्णन, मुलावर होणारा खर्च

मुलीच्या बापाकडून उगविण्याकरिता त्याच्या वेळेला बायकोला लागलेल्या डोहाळ्यांपासूनच पै न् पैचा हिशेब ठेवणारा अर्थशास्त्रज्ञ, तिंबूनानावरील खटला, लग्नाच्या मोहिमेकरता तयार केलेले चतुरंग सैन्य, कार्यकारणभावाला गुंडाळून ठेवणारी लग्न मोडण्याची कारणे, इत्यादी स्थळी दिसून येणारे गडकऱ्यांचे विनोदलेखनाचे सामर्थ्य नि:संशय प्रशंसनीय आहे. त्यांच्या भाषेत क्वचित क्लिष्टता अथवा कृत्रिमता आढळली, तरी ''करणी' ही हुंड्याची अर्धांगी असून, 'पोशाख' हे या सुवर्णमय जोडप्याचे पिल्लू होय' अशा सूचक वाक्यांपासून 'कितीही नकार मिळाले, तरी तिळमात्र हिय्या खचू न देता, सारख्या नेटाने नित्य नव्या किंवा त्याच त्याच वृत्तपत्रांवर व मासिक-पुस्तकांवर आपल्या लेखांचा भडिमार करणाऱ्या नवीन लेखकाच्या ताज्या दमाने आम्ही वाटेल त्यावर हल्ला करण्याची चिकाटी सोडली नाही', अशा पल्लेदार वाक्यापर्यंत सर्वत्र ती हास्यरसाचाच परिपोष करते.

'स्वयंपाकघरातील गोष्टी' हा लेख प्रासंगिक असला, तरी सुंदर कोट्यांमुळे तो नेहमीच लोकप्रिय राहील. गडकऱ्यांच्या सर्व विनोदी लेखांत, प्रमाणबद्धतेच्या दृष्टीने हाच लेख उत्कृष्ट ठरेल. 'स्वयंपाकघरातील गोष्टी' या सदराखाली 'मनोरंजना'त येणाऱ्या स्त्रियांच्या छोट्या लेखांचे विडंबन करण्यात त्यांनी दाखविलेले कौशल्य अप्रतिम आहे. कोटिबाजपणाच्या दृष्टीने हा लेख 'म्हातारपणाचे फायदे' अथवा 'भाषा व इतिहास' या कोल्हटकरांच्या लेखांच्या तोडीचा आहे. सर्वांत मौजेची गोष्ट ही, की गडकऱ्यांच्या पाकशास्त्रातल्या सर्व गोष्टी विश्वामित्राच्या सृष्टीप्रमाणे उलट्या झाल्या आहेत. त्यांचा 'अकलेचा कांदा' खाताना डोळ्यांना पाणी न येता चेहऱ्यावर हसू चमकू लागते. त्यांची 'बर्फीची चटणी' तिखट नसून गोड आहे. त्यांचे 'माणसाचे मेतकूट' शाकाहारी मनुष्याने नुसते खाल्ले, तरी त्याला देखील लज्जत कळल्यावाचून राहणार नाही.

'कवींचा कारखाना' हा तीस पृष्ठांचा लेख अपूर्णच आहे. या कारखान्याचा आणखी किती विस्तार होणार होता, हे कळण्याला मार्ग नाही. पण सध्या वाचकवर्गापुढे असलेल्या अर्धवट कारखान्यातही बराच अव्यवस्थितपणा दिसतो. कवी व कविता यांच्याकडे टीकात्मक दृष्टीने पाहून गडकऱ्यांना जे जे सुचले, ते ते या कारखान्यात येऊन पडले; परंतु या कच्चा मालाचा पक्का माल बनविण्याची दक्षता कारखानदाराने न दाखविल्यामुळे हा लेख फारसा सरस वाटत नाही. यात टीका आहे, उपरोध - उपहास - वक्रोक्ती - व्याजोक्ती, अतिशयोक्ती वगैरे विनादाचे प्रकार आहेत, भोवतालच्या व्यक्तींना घेतलेले झणझणीत चिमटेही आहेत; परंतु हास्यरसाचा परिपोष करणारे प्रसंग मात्र फारसे नाहीत. तथापि, गडकऱ्यांची सूक्ष्म दृष्टी व कुशाग्र बुद्धी या कारखान्यात अनेक स्थळी दिसून येते. त्यांच्या कल्पनेची साम्यविरोध दर्शविण्याची शक्ती पाहवयाची झाल्यास त्यांनी वर्णन केलेल्या कवितेच्या विषयांच्या

यादीवरून एकदा नजर फिरवावी, म्हणजे झाले.

गडकऱ्यांच्या नाट्यविषयक विनोदी लेखांत नाटकमंडळीबरोबर राहून संपादन केलेला सर्व अनुभव प्रतिबिंबित झाला आहे. 'नाटक्याचे तारे' या लेखमालेचे वैचित्र्य गडकऱ्यांच्या लिखाणात नसले, तरी त्यांची विनोद निर्माण करण्याची शक्ती या लेखांतही सर्वत्र दिसून येते.

गडकऱ्यांनी तीन छोटी परंतु सरस प्रहसने लिहिली. वर्णनपर अथवा टीकात्मक विनोदी लेखांपेक्षाही प्रहसनांत त्यांची विनोदी प्रतिभा अधिक रंगते, असे म्हटले, तरी चालेल. 'संगीत मूकनायक' या प्रहसनाची जन्मकथा मोठी मनोरंजक आहे. बोलता बोलता मराठी भाषा मिळमिळीत आहे, असे कुणी तरी विधान केले. या विधानाने गडकऱ्यांच्या विचारचक्राला गती मिळाली. विचार करता करता त्यांना असे वाटले, की भाषेची गोष्ट सोडून दिली, तरी प्रत्येक सामान्य मनुष्याचे जीवित अगदी अळणीच असते. इंग्रजीत वारांची नावे लहान मुलांना शिकविण्याकरता खालील पद्याचा उपयोग केला जातो.

Solomon Grundy,
Born on Monday,
Christened on Tuesday,
Married on Wednesday,
Sickened on Thursday,
Worse on Friday,
Died on Saturday,
Buried on Sunday,
This is the end
of Solomon Grundy.

या यमकयुक्त परंतु अर्थहीन पद्यात सामान्य मनुष्याच्या आयुष्याचे यथार्थ प्रतिबिंब पडलेले नाही, असे कोण म्हणेल? बारसे, उष्टावण, मुंज, लग्न, नोकरी, संसाररथात झालेली मुलाबाळांची गर्दी, आजार, मृत्यू बारावे आणि फार तर श्राद्ध यांची बेरीज केली, की एका दीर्घायुषी मनुष्याचा संपूर्ण जीवितपट तयार होतो. राजकीय, सामाजिक, धार्मिक आणि आर्थिक शृंखलांनी ज्या समाजाला जखडून टाकले आहे, त्याच्यातील सामान्य व्यक्तींचा आयुष्यक्रम अधिक वैशिष्ट्ययुक्त होणार तरी कसा? गडकऱ्यांनी छोट्या मूकनायकात अशा प्रकारच्या कर्तृत्वहीन आयुष्यांचे चित्र कुशलतेने रेखाटले आहे. यातील विक्रांत-सरोजिनीच्या एकांतातील भेटीसारखा प्रसंग सदभिरुचीला आवडला नाही, तरी या प्रहसनाची मध्यवर्ती

कल्पना, तिचा विस्तार व नाटकाची रचना ही मार्मिक व हास्यरसपूर्ण आहेत, यात शंका नाही. या प्रहसनातील अनेक संवाद साधेच असले, तरी गडकऱ्यांनी अभिनयाच्या सूचना म्हणून कंसांत लिहिलेल्या लहान लहान वाक्यांनीच त्यातल्या प्रासंगिक विनोदाला रंग चढतो.

दीडपानी नाटक हे छोटे प्रहसनही स्वभावावर उभारलेले असल्यामुळे आकर्षक वाटते. आठ-दहा महिन्यांचा बाबू रडू लागलेला पाहून त्याचे वडील प्रो. कोटिबुद्धे त्याला सांगतात, 'श्रीमद्‌भगवद्‌गीतेत प्रत्यक्ष भगवंतांनी सांगितलेच आहे की, 'अतस्त्वं च महाबाहो नैनं शोचितुमर्हसि'!' विंचू मारण्याकरता तोफ डागणाऱ्या शहाण्याप्रमाणे प्रो. कोटिबुद्धे यांचे वर्तन असल्यामुळे त्यांचे पांडित्यप्रचुर भाषण ऐकताना वाचकाला हसू आवरत नाही. या प्रहसनात गडकऱ्यांनी पोपटपंची करणाऱ्या पक्वपंडिताचे मोठे मजेदार चित्र रंगविले आहे. दहा-बारा वर्षांची मनूताई, 'चांदोबा, चांदोबा, भागलास का' हे गाणे म्हणून बाबूचे रडे बंद करते, तेव्हा तर प्रो. कोटिबुद्धे हतबुद्धच होतात. गीतेच्या श्लोकाकडे दुर्लक्ष करून लहानग्या बाबूने एका निरर्थक गाण्यात रंगून जावे, हा मानवी बुद्धीचा त्यांच्या मते भयंकर अध:पात आहे.

'सकाळचा अभ्यास' या प्रहसनात लहान मुलांच्या स्वभावातूनच विनोदाची निष्पत्ती केली आहे. या प्रहसनातील संवादात कोट्या नाहीत अगर अतिशयोक्तीही नाही; परंतु ते वाचताना ज्याला आनंद होणार नाही, असा वाचक शोधून सुद्धा मिळणार नाही.

गंभीर नाटकातला विनोद काही झाले, तरी बंधनातलाच. कुंडीतल्या फुलझाडाप्रमाणे तो चित्ताकर्षक वाटला, तरी त्याची वाढ स्वाभाविक असत नाही. गडकऱ्यांनी शुद्ध विनोदी नाटके लिहिली असती, तर त्यांत त्यांच्या अंगी विपुलतेने वास करणाऱ्या विनोदाला प्रगट होणारा पूर्ण अवसर मिळाला असता. त्यांच्या विनोदी प्रतिभेचे पूर्ण व परिणत स्वरूप पाहण्याचे भाग्य मराठी वाचकांना लाभले नसले, तरी त्यांचे आहे ते विनोदी लेखनही नि:संशय वरच्या दर्जाचे आहे. कोट्यांचा अतिरेक, कृत्रिमता अतिशयोक्तीची अतिशयोक्ती, हास्यरसाच्या भरात होणारा मर्यादाभंग, शारीरिक व्यंगाचा विनोदाकरता उपयोग करण्याची प्रवृत्ती, इत्यादी दोष त्यांच्या विनोदात आहेत, हे कबूल केलेच पाहिजे. पण समुद्राचे पाणी खारट असले, म्हणून त्याच्या पृष्ठभागावरील लहरींचे नृत्य अथवा त्याच्या तळाशी सापडणारी मोत्ये मोहक नसतात, असे थोडेच आहे!

❖❖❖

समालोचन

नाट्यरचना

'भावबंधना'च्या दुसऱ्या अंकातील दुसऱ्या प्रवेशात धुंडिराजाला पाहून घनश्याम स्वत:शी म्हणतो 'का, कुणास कळे, या थेरड्याला बघताक्षणीच मला दीडाच्या आत नाटक आटपण्याची कल्पना ताबडतोब आठवते.' गडकऱ्यांचे कुठलेही नाटक बघितले, की पाहणाऱ्यांची स्थिती हे उद्‌गार काढणाऱ्या घनश्यामाप्रमाणेच होऊन जाते. चीनमध्ये एक एक नाटक दहा दिवस चालते, असे म्हणतात. हिंदुस्थानातील नाटके एवढी दीर्घायुषी नसली, तरी आधुनिक पाश्चिमात्य नाटकांप्रमाणे अत्यंत अल्पायुषी - अवघ्या तीन तासांची - अद्यापि झाली नाहीत. दीड वाजता भरतवाक्य झालेच पाहिजे, हा नियम मुंबई-पुण्यासारख्या शहरीच काय तो काटेकोरपणाने पाळला जातो. युरोपमध्ये नाट्यविश्वाची उत्पत्ती, स्थिती व लय या सर्व गोष्टी दोन-तीन तासांत उरकून टाकाव्या लागतात. आपल्याकडे या ब्रह्मांडाच्या घडामोडीला अद्यापिही चार-पाच तासांचा अवधी मिळतो. पण गडकऱ्यांची सर्वच नाटके इतकी मोठी आहेत, की ती अक्षरश: करायची म्हटली, तरी प्रसंगी आठ-दहा तास तरी पुरे पडतील, की काय, याची शंकाच आहे. ज्या 'भावबंधना'तल्या घनश्यामाला नाटक दीडच्या आत आटोपण्याइतके सुटसुटीत असले पाहिजे, हे ठाऊक असते, ते 'भावबंधन'च १८० पृष्ठांचे आहे! या १८० पृष्ठांत मधून मधून संगीताची स्टेशने असल्यामुळे या प्रत्येक स्टेशनावर कथानकाच्या आगगाडीला थोडा-फार वेळ मोडणे प्राप्तच असते.

गडकऱ्यांची नाटके रंगभूमीच्या दृष्टीने प्रमाणाबाहेर मोठी असल्यामुळे ती मूळ स्वरूपात प्रेक्षकांच्या दृष्टीला पडणे कधीच शक्य नाही. नाटकमंडळी त्यांच्या काव्यकल्पनांवर कात्री चालवून नाटक आटोपशीर करण्याचा प्रयत्न करते. पण झाडाची साल काढून त्याचा घेर कितीसा कमी होणार? काव्यकल्पनांच्या छाटाछाटीने काम भागत नाही, असे दिसून आले, की मंडळी प्रवेशच्या प्रवेशही गाळते.

सुक्याबरोबर ओले जळते, या न्यायाने कथानकाला अत्यावश्यक असलेल्या भागांची सुद्धा या कापाकापीत कत्तल होते. नाटकमंडळी व नाटक यांचे तुंबळ युद्ध सुरू झाल्यावर नाटकातील भागांपैकी शत्रू कोण आणि मित्र कोण, हे देखील मंडळीला ओळखता येत नाही. यात नवल ते काय? 'पुण्यप्रभाव' अगर 'भावबंधन' नाटक पाहण्याकरिता जर गडकऱ्यांचा आत्मा आज एखाद्या नाटकगृहात अदृश्य रीतीने येऊन बसला, तर आपण मोठ्या आवडीने नाटकात घातलेल्या सुंदर कल्पना पुस्तकातल्या पुस्तकात राहिलेल्या पाहून त्याला सखेद आश्चर्य वाटल्यावाचून राहणार नाही!

मुळातच जर गडकऱ्यांनी लहान नाटके लिहिली असती, तर आपली अपत्ये रंगभूमीच्या सोयीसाठी छिन्नभिन्न झालेली पाहण्याचा हा प्रसंगही त्यांच्यावर आला नसता! गोल्डस्मिथच्या 'व्हिकार ऑफ वेकफील्ड'मध्ये चित्र तयार करून घेताना ते घरात जाऊ शकण्याइतके लहान आहे की नाही, हे पाहण्याचे भान कुणालाच राहिले नाही. गडकऱ्यांचीही नाट्यलेखनात तीच स्थिती झाली. त्यांची कल्पना थेट धुंडिराजासारखी आहे. ती प्रेमळ आहे, सहृदय आहे, विनोदी आहे; पण पाल्हाळाची तिला मुळीच जाणीव नाही. नाटक लिहून झाल्यानंतर त्याचा विस्तार पाहून धुंडिराजाप्रमाणे 'हे युक्त नव्हे, रास्त नव्हे. अन् बरे नव्हे; शिवाय ते ठीकही नाही' असे गडकऱ्यांनीही उद्‌गार काढले असतील. पण धुंडिराजाने आपली जीभ आवरणे जसे अशक्य, त्याप्रमाणे त्यांच्या लेखणीनेही आत्मसंयम करणे कठीणच होते.

या विस्ताराची मुख्य कारणे नाट्यरचनेकडे त्यांनी आधुनिक युरोपियन नाटककारांच्या दृष्टीने पाहिले नाही, हेच आहे. स्थलकालाचे ऐक्य, एकप्रवेशात्मक अंक आणि कृत्रिम स्वगत भाषणांवर बहिष्कार, या नाट्यरचनेच्या सामान्य बाह्यांगाचाच विचार केला, तरी त्यांच्याकडे गडकऱ्यांचे पूर्ण दुर्लक्षच झालेले आढळते. त्यांच्या प्रत्येक अंकात पाच-सात प्रवेश असतातच. या प्रवेशाच्या प्रवासात रस्ते व घरे पाहायला मिळतात. एवढेच नाही, तर प्रसंगी तळघराची हवा खाऊन, एखादे वेळी स्मशानात जाण्याचाही प्रसंग येतो. 'प्रेमसंन्यासा'त जयंत-लीला यांचा बागेतील प्रवेश संपला, की कमलाकर-मनोरमा यांचा अगगाडीतील प्रवेश सुरू होतो. 'एकच प्याल्या'तील पहिला व दुसरा अंक यांच्या दरम्यान सहा अधिक महिन्यांचा अवधी लोटतो. एका अंकातील सर्व प्रवेश एकाच दिवशी घडून येतात, असे सुद्धा नाही. 'एकच प्याल्या'तील पहिल्या अंकातील तिसऱ्या प्रवेशात सिंधू माहेरी जाते, चवथ्या प्रवेशात सुधाकराची सनद मुनसफाने सहा महिने रद्द केल्याची बातमी तळिराम आणतो आणि पाचव्या प्रवेशात सुधाकर दारू पिऊ लागतो. या तिन्ही प्रवेशांतील कालाचे अंतर कितीही कमी मानले, तरी तिसरा व चवथा प्रवेश थोड्या तासांच्या अंतराने घडून आले असतील, असे वाटत नाही.

नाटककाराची स्थिती अक्षरश: रात्र थोडी आणि सोंगे फार अशी होत असते. रंगभूमीवर कोणता भाग दाखवायचा व कोणता सूचित करावयाचा, हे ठरविताना त्यांचे रचनाकौशल्य कसाला लागल्याशिवाय राहत नाही. गडकरी नाटकात सर्व लहान-मोठे प्रसंग अनुक्रमाने रंगवितात. यामुळे त्यांच्या नाटकाला जवळ जवळ संवादात्मक कादंबरीचे स्वरूप येते. त्यांच्या सर्व नाटकांत 'एकच प्याल्या'चा पहिला अंक सुटसुटीत व प्रमाणबद्ध आहे. 'पुण्यप्रभावा'प्रमाणे कथानकाच्या पूर्वसूत्राचा पाल्हाळ अगर 'भावबंधना'प्रमाणे कथानकाला आवश्यक असलेल्या कृतीला लागणारा विलंब त्यात बिलकूल नाही. पण हा व्यवस्थित असलेला अंक यापेक्षाही सुंदर करणे त्यांच्या प्रतिभेला अशक्य नव्हते. रामलालने विलायतेला जाण्याचा पहिला प्रवेश व सिंधूने माहेरी जाण्याचा तिसरा प्रवेश हे एकत्र करून त्यांनी पहिला प्रवेश लिहिला असता, तर अधिक चांगले झाले असते. सुधाकराच्या पुढील आयुष्यात ज्या रामलालचा काडीइतकाही उपयोग नाही, त्याला पहिल्या प्रवेशात सुधाकराचा आधारस्तंभ दाखविल्यामुळे दिसणारा विसंगतपणा या नव्या योजनेने सहज नाहीसा झाला असता. रामलालचे बोटीवरून आलेले पत्र वाचून सुधाकर-सिंधू त्यासंबंधी बोलत आहेत, इतक्यात पद्माकर सिंधूला माहेरी न्यावयाला येतो, एवढा कथाभाग ह्या प्रवेशात येऊन गेला असता. पहिला व तिसरा प्रवेश एक झाल्यामुळे दुसऱ्या व चवथ्या या विनोदी प्रवेशांचा आपोआपच एक प्रवेश झाला असता. सध्या दुसरा प्रवेश कथाभागाच्या दृष्टीने निरुपयोगी आहे. तो दोष या नव्या रचनेत टळला असता. अनावश्यक भाग गळल्यामुळे उरलेल्या जागेचा उपयोग सुधाकराच्या पहिल्या प्याल्याचा प्रवेश अधिक चटकदार करण्याच्या कामी करणेही गडकऱ्यांना अवघड गेले नसते.

पण कोल्हटकरांप्रमाणे गडकरीही कथानकातले लहानमोठे प्रसंग घेऊन ते सर्व रंगवीत बसले आणि त्यामुळेच त्यांची नाटके अवास्तव फुगली. खाडिलकरांच्या परिणामकारक अशा एकप्रवेशात्मक अंकांचे (भाऊबंदकी, अंक पहिला. मानापमान, अंक पहिला.) नमुने पुढे असताना त्यांचे अनुकरण करण्याची बुद्धी गडकऱ्यांना झाली नाही. एवढेच नव्हे, तर खाडिलकर सामान्यत: अंकात दोन-तीन प्रवेश घालीत असले, तरी त्यांचा सर्व भर एकाच महत्त्वाच्या प्रवेशावर असतो, या गोष्टीकडेही त्यांनी दुर्लक्ष केले. अप्रस्तुत विनोदी प्रवेश गाळले, तर खाडिलकरांचे किती तरी अंक एकप्रवेशात्मक असूनही रसपरिपोषक असलेले आढळून येतील. (स्वयंवर अंक ४, कीचकवध अंक ३, इत्यादी) 'विद्याहरणा'च्या दुसऱ्या अंकात सात प्रवेश असले, तरी त्यांतील महत्त्वाचे दोनच प्रवेश - पाचवा व सातवा - खाडिलकरांनी पूर्णपणे रंगविले आहेत. अंकाच्या चित्रणात कोणत्या प्रवेशाला पार्श्वभूमीत घालायचे व कोणत्या प्रवेशाला प्रामुख्य द्यायचे, ही कलेची दृष्टी

खाडिलकरांप्रमाणे गडकऱ्यांत नव्हती, असे म्हणणे वस्तुस्थितीला धरूनच होईल.

चीजेला रंग भरेल, अशा रीतीने सुरुवात करण्यात जसे गायकाचे कौशल्य दिसून येते, त्याप्रमाणे वाचक कथानकाच्या प्रवाहात चटकन् निमग्न होऊन जाईल, अशा रीतीने नाटकाचा आरंभ करण्यात नाटककाराचे नैपुण्य असते. आपले कथानक, त्याचे पर्यवसान, प्रतिपाद्य विषय, वाचक-प्रेक्षकांच्या मनावर आपण कोणता परिणाम घडवून आणू इच्छितो, याची पूर्ण जाणीव, मुख्य पात्रांच्या स्वभावविकासाची यथार्थ कल्पना, इत्यादी अनेक गोष्टींचा विचार करून कथानकाच्या कुठल्या भागावर पडदा उघडावयाचा, हे नाटककार ठरवितो. कादंबरीकाराप्रमाणे नायकाच्या बारशाला जेवून पुन्हा त्याच्या लग्नाच्या गोष्टी करीत बसण्याची मुभा नाटककाराला नाही. तीराप्रमाणे मुख्य विषयाकडे त्याने आपल्या प्रेक्षकांचे लक्ष तत्काळ वेधून टाकणे कलेच्या दृष्टीने केव्हाही इष्ट असते.

नाटकाला प्रारंभ करण्याचे सामान्यत: दोन प्रकार आहेत. पहिला कथानकातील सर्व महत्त्वाच्या घटना रंगभूमीवर दाखविणे व दुसरा त्यातील बऱ्याचशा गोष्टी भूतकालीन झाल्यानंतरच नाटकाला सुरुवात करणे. पहिला प्रकार म्हणजे नदीच्या या तीरापासून त्या तीरापर्यंत जाऊन सर्व शोभा पाहणे. दुसरा प्रकार हा नदीच्या मध्येच पोहावयाला पडून हातांनी पुढील पाणी कापता कापता मागे वळून मागील भागाची कल्पना करून घेणे. शेक्सपिअरची 'टेंपेस्ट' व 'हॅम्लेट' ही दोन नाटके सोडली, तर तो पहिल्या पद्धतीचा पुरस्कर्ता आहे, हे दिसून येईल. इब्सेनची 'लीग ऑफ यूथ' आणि 'एनिमी ऑफ धि पीपल' ही दोन नाटके वगळल्यास तो दुसऱ्या पद्धतीचा भक्त आहे, हे लक्षात यायला वेळ लागणार नाही.

या दोन पद्धतींपैकी श्रेष्ठ कोणती, हा वाद, ज्ञानमार्ग मोठा, की भक्तिमार्ग मोठा, याच्यासारखाच होईल. पण आधुनिक पाश्चिमात्य नाटककारांचा कल दुसऱ्या पद्धतीकडे आहे, यात संशय नाही. दुसरी पद्धती कलादृष्ट्या किंचित कठीण असली, तरी कथानकाचा महत्त्वाचा उत्तरार्धच नाटकात रंगवावयाचा असल्यामुळे प्रवेशांची गर्दी होणे, नाटक रंगभूमीच्या दृष्टीने बोजड ठरणे, कथानक कळावे, म्हणून कादंबरीच्या प्रकरणांप्रमाणे लहान-मोठे प्रवेश लिहिणे, इत्यादी दोषांपासून ही नाटके साहजिकच अलिप्त राहतात. इब्सेनने 'A Doll's House' मध्ये आजारी पडलेल्या नवऱ्याकरता नोरा बापाची खोटी सही करून कर्ज काढते, या प्रसंगापासून सुरुवात केली असती, तर ते नाटक सध्याइतके सुटसुटीत व प्रतिपाद्य विषयाला पोषक झाले असते काय? 'Ghosts' मध्ये मिसेस् आल्व्हिंग नवऱ्याच्या जाचाला कंटाळून मँडर्सकडे राहवयाला जाते व या प्रसंगावर पडदा उघडला असता, तर त्या नाटकातील विशिष्ट वातावरणाची उत्कटला सध्याच्या निम्म्याने सुद्धा राहिली नसती.

आधुनिक–विशेषत: सामाजिक नाटकांना–इब्सेनची पद्धती अधिक अनुकूल

असली, तरी गडकऱ्यांनी शेक्सपिअरच्याच पद्धतीचा अवलंब केला आहे. 'पुण्यप्रभावा'चे कथानक कळण्याला मागील पुष्कळ गोष्टींची माहिती आवश्यक असली, तरी 'वृंदावन व वसुंधरा यांचे आत्मयुद्ध' हा या नाटकाचा मुख्य विषय आहे. पोहणाराचे पाय पाण्यात लपलेल्या कमळांच्या वेलीत सापडून, त्याने जसे जागच्या जागी हात मारीत बसावे, त्याप्रमाणे पूर्वसूत्राच्या पाशात सापडून गडकऱ्यांची स्थिती होते. त्यांची नाटके प्रमाणबद्धतेच्या दृष्टीने सदोष होण्याचे मुख्य कारण हेच आहे. 'पुण्यप्रभावा'चा आरंभ वृंदावन कपटाने भूपालाला युवराजाच्या शयनमंदिरात आणतो. या प्रवेशापासून झाला असता, तर कृतिशून्य संभाषणांनी आणि अप्रस्तुत विनोदी प्रसंगांनी भरलेल्या सध्याच्या पहिल्या पन्नास पानांना फाटा मिळाला असता. अशा रीतीने नाटकाचा आरंभ अधिक परिणामकारक झाला असता. इतकेच नव्हे, तर कथानकाला आरंभीच गती मिळाल्यामुळे नाटकाचे पूर्वसूत्रही अधिक चतुरतेने प्रगट करण्याची आवश्यकता नाटककाराला भासली असती. त्याच दृष्टीने पाहिले, तर 'प्रेमसंन्यासा'चा प्रारंभ कमलाकर आणि लीला यांच्या तुळशीवृंदावनाजवळच्या प्रवेशापासून किंबहुना त्याहूनही उशिरा करणे चुकीचे झाले नसते. 'भावबंधना'ला पूर्वसूत्राची फारशी कटकट नाही. पण त्याचा एकतृतीयांश भाग घनश्याम धुंडिराजाकडून एक खोटा कबुलीजबाब लिहून घेतो, एवढ्या कथाभागासाठी खर्ची पडला आहे. लतिका घनश्यामावर अकारण तुटून पडते, हा पहिल्या अंकातील प्रसंग, चवथ्या अंकात तिला त्याचे पाय धरावे लागतात, या प्रसंगाशी अत्यंत विरोधी व नाट्यदृष्ट्या फार महत्त्वाचा आहे. तेवढा बाजूला ठेवला, की 'भावबंधना'ची सुरुवात दुसऱ्या अंकापासून करण्यात काहीही तोटा झाला नसता, असे वाटू लागते.

नाटकाला सुरुवात कोठे करायची, हा प्रश्न तादृश महत्त्वाचा नाही, हे खरे; पण नालासाठी घोडा आणि घोड्यासाठी स्वार अशा क्रमाने शेवटी नालापायी राज्य जाते, हा अनुभव गडकऱ्यांच्या नाटकांच्या बाबतीतही थोड्या-फार प्रमाणात येतो. जरुरीपेक्षा आधी कथानकाला सुरुवात केल्यामुळे त्यांची नाटके लांबट झाली; नाटकाची वाजवीपेक्षा अधिक जागा पूर्वकथानक अगर दुय्यम गोष्टी यांनीच व्यापून टाकली; दुय्यम दर्जाच्या प्रसंगांचे प्रवेश विनोदाच्या पुलांनी एकमेकांना जोडावे लागले आणि या सर्वांत कल्पनेच्या स्वैर भरारीची भर पडली! गायला बसल्यावर चीज चांगली, की वाईट, ह्याचे जसे गवयाला भान राहत नाही, त्याप्रमाणे लिहायला बसल्यावर प्रवेश आवश्यक, की अनावश्यक, याचे गडकऱ्यांनाही स्मरण राहत नाही.

त्यांच्या सर्व नाटकांत 'एकच प्याला'चा आरंभ सुव्यवस्थित व सुंदर आहे. पहिल्याच प्रवेशात सुधाकर-सिंधूच्या प्रेमळ संभाषणात फुलणारे नंदनवन कुठे आणि पुढील अंकातून वाहणारी व शेवटी सर्वांचा बळी घेणारी ज्वालारसाची नदी कुठे! 'एकच प्याल्या'चे पूर्वसूत्र अगदी जुजबी असून, ते भाषणाच्या ओघात येऊन जाते.

पहिल्या अंकाच्या शेवटी सुधाकर दारू प्यायला लागत असल्यामुळे कथानकाची गतीही मंद वाटत नाही. रामलाल - भगीरथ - शरद् हे त्रिकोणी बांडगूळ गडकऱ्यांनी वाजवीपेक्षा अधिक वाढू दिलें नसते आणि आर्यमंदिरामंडळाच्या सभासदांच्या जिभा थोड्या कापून बेताच्या केल्या असत्या, तर रंगभूमीच्या दृष्टीने हे नाटक सध्यापेक्षाही अधिक परिणामकारक ठरले असते.

गडकऱ्यांची नाट्यरचना शेक्सपिअरच्या पद्धतीची असल्यामुळे तिच्यात स्थलकालाच्या ऐक्याऐवजी त्यांचे वैचित्र्य आणि एकप्रवेशात्मक अंकाऐवजी बहुप्रवेशात्मक अंक ओघानेच आले. स्वगत भाषणाचीही तीच स्थिती! 'प्रेमसंन्यासा'तच रंगभूमीची आणि गडकऱ्यांची तोंडओळख झाल्यामुळे त्याची गोष्ट सोडून दिली, तरी पुढील नाटकांतही स्वगत भाषणे काही कमी नाहीत. 'पुण्यप्रभावा'चा आरंभच ईश्वराच्या स्वगत भाषणाने झाला आहे! नाट्यसृष्टीतील खलपुरुषाला तर स्वगत भाषणे केल्याशिवाय गत्यंतरच नाही. आपला सुडाचा कार्यक्रम इतर पात्रांना सांगण्याची चोरी असल्यामुळे त्याविषयीचे भाषण त्याने चोरून केले पाहिजे, हे ओघानेच आले. खलपुरुष या नात्याने स्वगत भाषणे करण्याचा वृंदावनाला जन्मसिद्ध हक्क आहे. पण कालिंदी व भूपाल यांच्यासारखी सात्त्विक पात्रे देखील या हक्काची अंमलबजावणी करताना आढळतात. तुरुंगात पडलेल्या भूपालाला श्रोता कोठून मिळणार? जो तो स्वत:चा जीवश्च कंठश्च मित्रच असतो, हे लक्षात घेऊन त्याने स्वत:च्या आत्म्याशी हितगुज करू नये, तर काय करावे? नाटकाच्या पूर्वार्धात कालिंदी प्रत्यक्ष तुरुंगात नसली, तरी वृंदावनाच्या सहवासामुळे तिच्या मनाचा कोंडमारा झालेला असतो. बिचारीचा केतन इतका लहान असतो, की मधून मधून 'हुं' करून स्वगत भाषणाला संवादाचे स्वरूप देणे ही त्याच्या शक्तीबाहेरची गोष्ट आहे.

वृंदावनासारखा प्रतिपक्षाने स्वगत भाषणांचा फायदा घेतल्यानंतर वसुंधरेलाही क्वचित त्यांचा उपयोग करण्याची इच्छा होणे अस्वाभाविक नाही. शत्रूशी त्याच्याच शस्त्राने लढण्यात अधर्म असतो, असे कोण म्हणेल? मुख्य पात्रे सोडून दुय्यम पात्रांकडे वळले, तर त्यांच्या विनोदाला स्वगत भाषणाचे चोखणे तोंडात असल्यावाचून करमतच नाही. विनोदी पात्रांच्या संवादापेक्षा त्यांचे स्वगत चिमटेच अनेकदा अधिक बहारदार असतात. चोराची पावले चोराने ओळखली, तरी पहिल्या चोराला पकडताना दुसऱ्या चोराने पोलिसाचे सोंग आणावे लागते. विनोदाला रंग चढावा, म्हणून दुय्यम पात्रेही असेच वर्तन करतात. प्रगट भाषणात अगर संवादात ती अर्धवटच भासली, तरी स्वगत भाषणात ती पूर्ण शहाणी होतात.

'एकच प्याल्या'त कलिपुरुष नसल्यामुळे स्वगत भाषणाची तादृश आवश्यकता नाही. दहा पुष्ठांच्या पहिल्या सुंदर प्रवेशात स्वगत अशी एकही ओळ नाही. किंबहुना पाचव्या प्रवेशातील सुधाकराची आरंभीची एक-दोन वाक्ये सोडली, तर सबंध

पहिल्या अंकात गडकऱ्यांच्या प्रतिभेला स्वगत भाषणांच्या पांगुळगाड्याचा कुठेही आश्रय करावा लागला नाही, हे दिसून येईल. दुसऱ्या अंकात भगीरथ स्वगत भाषणाला सुरुवात करतो व आस्ते आस्ते सर्व पात्रे या स्वगत भाषणमंडळाचे सभासद होतात. गडकऱ्यांनी मनात आणले असते, तर या नाटकात स्वगत भाषणे टाळणे त्यांना फारसे कठीण नव्हते.

'भावबंधना'त कलिपुरुष आहे. त्याचे कपटकारस्थान इतर पात्रांना न कळता फक्त प्रेक्षकांना कळावे, अशी नाटककर्त्याची इच्छा असते. या इच्छेला अगदी सुलभ मार्ग मिळतो, तो स्वगत भाषणांचा. या कलिपुरुषाच्या हातांतील कळसूत्री बाहुली जो महेश्वर, तोही या बाबतीत आपल्या सूत्रधाराचे अनुकरण करतो. इंदूबिंदूच्या तोंडांना ब्रह्मदेवाने फासलेले काळे चुकून याच्या हाताला लागते. सहा विरहानलांपैकी पहिल्यातच पूर्णपणे भाजून निघालेला हा प्रेमपुरुष लगेच हात धुऊन त्यांच्या पाठीमागे लागतो. इंदूबिंदूच्या तोंडाला तोंड द्यावे, तर स्वतःचे तोंड काळे करावे लागण्याची भीती! तेव्हा पाठीमागेच काय ते बोललेले बरे, असा पोक्त विचार तो करतो! या दोन्ही कृष्णदुर्गांवरले जोराचे हल्ले त्याने स्वगत भाषणांच्या द्वारानेच केले आहेत. लतिका, मालती, मनोहर वगैरे पात्रेही भावनांचा वेग व्यक्त करण्याकरता मधून मधून स्वगत भाषणांकडे वळतात. या नाटकातील चवथ्या अंकाच्या आरंभीचे दोन्ही प्रवेश स्वगत भाषणांचे आहेत. हे प्रवेश गाळून त्यांतील कथाभाग योग्य स्थळी संभाषणामधून सूचित करणे अशक्य होते, असे नाही. या स्वगत भाषणांपैकी पहिले मनोहराचे भाषण तब्बल दोन पृष्ठांचे आहे.

स्वगत भाषणांवर आधुनिक युरोपियन नाट्यशास्त्राने कडकडीत बहिष्कार घातला आहे. गडकऱ्यांनी या बहिष्काराचा विचारच केला नाही. संभाषणात जनलज्जेमुळे एखाद्या पात्राला आपल्या कल्पना-वारूचा लगाम खेचावा लागतो. स्वगत भाषणात तसा काही अडथळा नसल्यामुळे त्यांच्या स्वैरसंचारी कल्पनेने स्वगत भाषणे नाट्यदृष्ट्या कलाहीनतेची द्योतक असतात, या आक्षेपाकडे लक्षच दिले नाही. त्यांचे कुठलेही स्वगत भाषण घेतले, तर त्यात नाट्यापेक्षा काव्यालाच अधिक अवसर मिळाला आहे, असे दिसून येईल. कोल्हटकर व खाडिलकर या दोघांही मोठ्या नाटककारांनी स्वगत भाषणांना आपल्या नाटकात बंदी केली नसल्यामुळे किंबहुना खाडिलकरांची कित्येक स्वगत भाषणे रसपरिपोषक आणि रसानुकूल म्हणून गाजल्यामुळे गडकऱ्यांना या बाबतीत मळलेला मार्गच योग्य वाटला असावा. गडकऱ्यांची स्वगत भाषणे लांबट; परंतु कल्पनांनी युक्त असतात. कथानकातील महत्त्वाच्या गोष्टी त्यांत सांगितल्या गेल्यामुळे नाटककाराचे रचनाकौशल्यही दिसावे, तितके उठून दिसत नाही. स्वगत भाषणांचा कृत्रिमपणा व लांबटपणा अंगवळणी पडल्यामुळे संवादातील भाषणेही मोठी झाली, तरी त्यांचे त्यांना भान राहत नाही. 'पुण्यप्रभावा'तील ईश्वर

फार दिवसांनी भेटलेल्या वसुंधरेला काहीही सांगावयाचे झाले, तरी दहा-वीस ओळी बोलतोच बोलतो! इतके दिवस निर्जन अरण्यात राहिल्यामुळे त्याच्या मनातल्या मनात राहिलेल्या सर्व गोष्टी बहुधा जोराने उचंबळून बाहेर पडत असाव्यात! दारूबाज सुधाकराची दारूवरील व्याख्याने अर्थपूर्ण असली, तरी ती रंगभूमीवर अक्षरश: म्हणायची पाळी आल्यास नटाला मधून मधून दारू, नाही तरी पाणी प्यावेच लागेल. गडकऱ्यांच्या नाटकांची लांबी वाढविण्याला व प्रमाणबद्धता कमी करण्याला असली भाषणे बरीच कारणीभूत झाली आहेत.

अंक

'पुण्यप्रभावा'खेरीज इतर सर्व नाटके पाच अंकांची आहेत. 'पुण्यप्रभावा'चा सहावा अंकही त्या नाटकातील नूपुराच्या पायाला करंगळीच्या रूपाने जसे सहावे बोट चिकटते, तशापैकीच आहे. कथानक, स्वभावरेखन, इत्यादी सर्व दृष्टींनी 'पुण्यप्रभावा'च्या पहिल्या दोन अंकांचा एकच अंक होणे आवश्यक होते. कथानकाचे आदी, मध्य व अंत असे तीन भाग कल्पिल्यास कुठलेही नाटक तीन अंकांत व्यवस्थित बसते. कोल्हटकरांचे मूकनाटक, खाडिलकरांचे 'विद्याहरण' ही आपल्याकडील चांगल्यापैकी नाटके तीन अंकी आहेत. एवढेच नव्हे, तर गॅल्सवर्दीचे Silver Box इब्सेनची Doll's House, Ghosts वगैरे उत्तम युरोपियन नाटकांची रचनाही तीन अंकीच आहे. प्राचीन काळी संस्कृत नाटके पाहताना राग आल्याप्रमाणे दहा अंक मोजण्याची पाळी येत असे. मराठी नाटके सामान्यत: पाच अंकांपलीकडे मजल मारीत नाहीत. पण ही अंकाची संख्या कथानकाच्या मांडणीवर बहुधा अवलंबून असत नाही.

नाटकाचा आरंभ

'प्रेमसंन्यासा'मध्ये तात्यासाहेब व बाबासाहेब बोलत बसले असताना पडदा उघडतो. हा आरंभ त्यांच्या संभाषणातून कथानकाचे पूर्वसूत्र प्रेक्षकांना परिचित व्हावे, म्हणूनच करण्यात आला आहे. पुढील नाटकात तात्यासाहेब व बाबासाहेब होता होईल तो पडद्याआडच राहत असल्यामुळे त्यांचे हे संभाषण रचनाकौशल्याचे निदर्शक आहे, असे म्हणता येणार नाही. 'पुण्यप्रभावा'त तर ईश्वर स्वगत भाषण करीतच रंगभूमीवर येतो. या दोन्ही नाटकांपेक्षा 'एकच प्याला' व 'भावबंधन' यांचे आरंभ सुंदर आहेत. दोन्ही स्थळी पडदा उघडताच सरस संवाद सुरू होतो आणि कथानकातील मुख्य पात्रांच्या स्वभावांवर व परिस्थितीवर प्रकाश पडू लागतो. 'राजसंन्यासा'चा आरंभ रंगभूमीच्या दृष्टीने नि:संशय परिणामकारक आहे. कोणत्या द्वाराने वाचक-प्रेक्षकांना आपल्या नाट्यमंदिरात सोडले असताना हे तत्काळ त्यात

रंगून जातील, हे जाणण्याची कला गडकऱ्यांनी, थोड्या उशिरा का होईना, साध्य केली होती, असे म्हणायला हरकत नाही.

नाट्यकथानक

कथानक परिणामकारक होण्याला त्याची मांडणी प्रमाणबद्ध पाहिजे. नाट्यचर्चात्मक इंग्रजी पुस्तकात निरनिराळ्या भागांच्या दृष्टीने प्रत्येक नाटकाची आकृती कशी होईल, हे दाखविलेले असते. या नाट्यभूमितीच्या चक्रव्यूहात न शिरता देखील कथानकाच्या मांडणीची यथार्थ कल्पना थोडक्यात सांगणे कठीण नाही. कुठल्याही नाटकाचा पडदा उघडला, की प्रेक्षक एका नव्या सुष्टीत शिरतात. या नव्या सृष्टीतील महत्त्वाचा चमत्कार पाहण्याकरिताच ते नाटकगृहात आलेले असतात, असे म्हणणे वावगे होणार नाही. रंगभूमीवरील या नव्या जगातील पात्रांचे परस्परसंबंध, त्यांची परिस्थिती आणि कथानकावर परिणाम करण्यासारखी होऊन गेलेली एखादी घटना या सर्वांचा समावेश पूर्वेतिहास या सदरात असतो. नाटक कितीही साधे अगर सुटसुटीत असो, त्याला थोडा ना थोडा पूर्वेतिहास असतोच असतो. नाटकातील सर्व महत्त्वाच्या घटना प्रत्यक्ष डोळ्यांपुढे घडावयाच्या असल्यास हा कानांनी ऐकावयाचा इतिहास विशेष मोठा होत नाही. पण कथानक गुंतागुंतीचे असल्यास अगर नाटकाचे महत्त्वाचे धागेदोरे भूतकालीन प्रसंगांत गुंतले असल्यास पूर्वेतिहासाचे कथन करण्यात नाटककाराचे कौशल्य प्रत्ययाला येते. इब्सेनच्या Doll's House, Wild Duck, वगैरे नाटकांत नाट्यवृक्षाची पाळेमुळे भूतकालाच्या भूमीत किती खोल गेलेली असतात, याची चांगलीच कल्पना येते. त्याच्या 'Ghosts' नाटकासंबंधाने पूर्वेतिहासाचे पृथक्करण हेच त्या नाटकाचे कथानक आहे, असे म्हणण्याची पद्धत आहे. मराठी नाटककारांमध्ये किर्लोस्कर-खाडिलकरांची कथानके बहुधा पौराणिक व ऐतिहासिक आणि साधीसुधी असल्यामुळे पूर्वेतिहास नाट्यमय रीतीने सांगण्याची कुशलता दर्शविण्याला त्यात अवसरच नाही. देवलाच्या 'शारदे'त त्याचे याविषयीचे नैपुण्य प्रत्ययाला येत असले, तरी 'शारदे'च्या कथानकाला मोठासा पूर्वेतिहास नाहीच म्हटले तरी चालेल. वरेरकरांचे 'सत्तेचे गुलाम' या दृष्टीने चांगले साधले आहे. कोल्हटकरांच्या 'जन्मरहस्या'त इब्सेनच्या पद्धतीची रचना असून, पूर्वेतिहासाची मांडणी करण्यात नाटककारांनी चांगलेच यश मिळविले आहे.

गडकऱ्यांची नाटके इब्सेनच्या पद्धतीची नाहीत. पण त्यांची कथानके गुंतागुंतीची असल्यामुळे 'थेंबे थेंबे तळे साचे' या न्यायाने सर्व पात्रांविषयीची थोडी थोडी माहिती एकत्र होऊन, तिला पूर्वेतिहासाचे स्वरूप प्राप्त झाले आहे. 'एकच प्याल्या'त पूर्वेतिहास अतिशय कमी आहे व आहे तो चटकन् संभाषणाच्या ओघात येऊन गेला आहे. बडबड्या मनुष्याच्या पोटात कुठलीही गोष्ट राहत नाही, ही गोष्ट 'भावबंधना'त

गडकऱ्यांच्या पथ्यावरच पडली. त्या नाटकाची पाळेमुळे चारशे वर्षांपूर्वीच्या एखाद्या प्रसंगात असती, तरी एवढ्या दीर्घ काळावरून उड्डाण मारणेही धुंडिराजाला अशक्य नव्हते. पूर्वेतिहास कुशलतेने सांगण्याच्या दृष्टीने 'भावबंधन'च गडकऱ्यांच्या सर्व नाटकांत श्रेष्ठ ठरेल. 'एकच प्याला' ठीक आहे. 'प्रेमसंन्यास' व विशेषत: 'पुण्यप्रभाव' या दृष्टीने सदोष आहेत. पूर्वीच्या काळी वेढ्यात सापडलेली माणसे पाखरांच्या गळ्यात चिठ्ठी बांधून त्याला बाहेर पाठवून देत असत. शत्रूला पत्ता न लागू देता बाहेरून कुमक आणविण्याची ही युक्ती होती. पूर्वेतिहासही अशाच रीतीने कथाप्रवाहात सहजासहजी सांगून टाकण्यात खरे रचनाकौशल्य असते. शिळोप्याच्या गोष्टी, शांत संभाषणे अगर स्वगत भाषणे हे मार्ग त्या मानाने कमी दर्जाचे आहेत.

पूर्वेतिहासाची पुढील पायरी म्हणजे पहिला नाट्यप्रसंग. या पहिल्या प्रसंगाला कथानकमंदिराचा पहिला मजला म्हणायला हरकत नाही. पहिल्या चकमकीवरून जशी लढाईची कल्पना येते, त्याप्रमाणे या पहिल्या प्रसंगावरून पुढील सर्व नाटकाविषयी उत्कंठा उत्पन्न झाली पाहिजे. पूर्वेतिहास व पहिला प्रसंग यांच्यामध्ये फार अंतर पडले, तर नाटकाच्या चटकदारपणाची हानी झाल्यावाचून राहत नाही. नाट्यसरितेचा प्रवाह सरळ मैदानातून वाहणे सहसा बरे नसते. लहान-मोठे जेवढे धबधबे तिच्यात असतील, तितके अधिक बरे. शेक्सपिअरच्या King Lear नाटकात पूर्वेतिहासाची रूपरेखा कळते, न कळते तोच राज्याच्या विभागणीचा विलक्षण प्रसंग दृष्टीला पडतो. 'हॅम्लेट'मध्ये समंध व हॅम्लेट यांची गाठ पडणे हा पहिला नाट्यप्रसंग थोडा पुढे ढकलल्यासारखा वाटला, तरी समंधाविषयीच्या गोष्टींनी भरून गेलेले वातावरण उत्कंठेला पोषक असेच राहते. गॅल्सवर्दीच्या 'Silver Box' या नाटकात सुखवस्तू जॅकने दारूच्या तारेत एका बाईची पिशवी चोरून आणणे आणि बेकार जोन्सने दारूच्याच तारेने चोरावर मोर होऊन जॅकची सिगारेटची डबी व ती पिशवी पळविणे या गोष्टी पहिल्याच प्रवेशात घडून येतात. जॅक व जोन्स यांचा पूर्वेतिहास दुसऱ्या व तिसऱ्या प्रवेशांत हळूहळू कळतो. पण त्यामुळे रसहानी कुठेच होत नाही. Doll's House मध्ये नोराची मैत्रीण आल्यावर तिने नवऱ्याला न कळविता काढलेल्या कर्जाचा इतिहास प्रथम वाचकांपुढे येतो आणि त्यानंतर क्रॉगस्टाड आणि नोरा यांच्या संवादांत पहिला नाट्यप्रसंग उत्पन्न होतो. त्याच्या Wild Duck या नाटकात मात्र या दोन्हींचे कुशलतेने मिश्रण केले आहे. मराठी नाटककारांत पहिला प्रसंग शक्य तितक्या लवकर निर्माण करून, नाटक रंगदार करण्यात खाडिलकर अत्यंत कुशाल आहेत. 'कीचकवध', 'मानापमान', 'विद्याहरण' वगैरे नाटकांतील पहिल्याच प्रवेशात नाट्यविरोध उत्पन्न झाल्यामुळे पुढील कथानकाकडे प्रेक्षक उत्कंठित दृष्टीने पाहू लागतात.

गडकऱ्यांच्या नाटकातील नाट्यविरोधात्मक पहिले प्रसंग खाली दिलेले होत.

प्रेमसंन्यास - अंक १, प्र. ५ या प्रवेशात दुष्ट कमलाकर लीलेचा हात धरतो, लीला त्याला झिडकारते आणि लीलेची प्राप्ती करून घेण्याची तो प्रतिज्ञा करतो.

पुण्यप्रभाव - अंक २, प्र. ४ भूपालाला कपटजालात फसवून वसुंधरेला आपल्या ताब्यात घेण्याचा वृंदावनाचा प्रयत्न या प्रवेशात सफल होतो.

एकच प्याला - अंक १, प्र. ५ बुद्धिवान व सदगुणी सुधाकर या प्रवेशात दारूचा प्याला प्रथमच तोंडाला लावतो. मनुष्य व मदिरा यांच्या द्वंद्वयुद्धाचा प्रारंभ हाच या नाटकातील पहिला. नाट्यप्रसंग.

भावबंधन - अंक १, प्र. २ या प्रवेशात घनश्याम मालतीला मागणी घालतो; पण लतिका वाटाण्याच्या अक्षतांबरोबर तोफांचे गोळेही त्याच्यावर सोडते. या अपमानाने चिडूनच घनश्याम तिचा व पर्यायाने इतरांचा सुड घेण्याला प्रवृत्त होतो.

प्रथम नाट्यप्रसंगात व्यक्त होणाऱ्या रचनाकौशल्याच्या दृष्टीने अनुक्रम लावायचा झाल्यास ‘भावबंधन’, ‘एकच प्याला’, ‘प्रेमसंन्यास’ आणि ‘पुण्यप्रभाव’ अशी मांडणी करावी लागेल. ‘भावबंधना’त मुलीचा बाप वाटेवर पडलेला असतो, अशा समजुतीने घनश्याम धुंडिराजाची रस्त्यावरच गाठ घेतो. ही भेट धुंडिराजाच्या घरी झाली असती, तर ती अधिक स्वाभाविक दिसली असती. एवढेच नव्हे, तर त्याच प्रवेशात पहिला महत्त्वाचा प्रसंगही गुंफिता आला असता. ‘प्रेमसंन्यासा’त नाट्यविरोधात्मक प्रथम प्रवेश लांबणीवर पडल्यामुळे चटकदारपणाची जी हानी होते, ती भरून काढण्याकरिता कोट्या-कल्पनांच्या राशीच्या राशी नाटककर्त्याने ओतल्या आहेत. हा उपाय अंशत:च सफल झाला आहे. ‘पुण्यप्रभावा’तही ग्रंथकर्त्याने त्याच मार्गाचा अवलंब केलेला दिसतो. पण त्या नाटकातील प्रथम प्रसंग इतका पुढे ढकलला गेला आहे, की त्या प्रवेशापर्यंत नाटक नीरस होऊ नये, म्हणून अमलात आणलेल्या प्रत्येक युक्तीने ते कलादृष्ट्या सदोषही केले आहे. कृत्रिम उपायांची योजना दुधारी शस्त्राप्रमाणे असल्यामुळे प्रसंगी ती योजकावरही उलटून पडते.

पहिला प्रसंग पार पडला, की नाट्यसरितेचा पूर्वेतिहासाच्या पर्वतातून उगम झाला. ह्या प्रवाहाचा विशिष्ट दिशेने विस्तार करावयाचा, हे नाटककाराचे पुढील कार्य. हा विस्तार परिपूर्ण झाला, की त्या ठिकाणी कथानकाने शिखर गाठले, असे म्हणावयाला हरकत नाही. कथानकाचे शिखर गाठताना आधुनिक युरोपियन नाटकात सामान्यत: एकच पर्वत चढावा लागतो; मराठी नाटकात मात्र अनेक टेकड्यांचे उल्लंघन करावे लागते. ‘प्रेमसंन्यासा’त कथानकाची सीमा तिसऱ्या अंकाच्या शेवटच्या प्रवेशात येते. लीलेला भेटण्याकरिता आलेल्या जयंताच्या हाताला कमलाकराने कापून ठेवलेले द्रुमनचे डोके लागले व त्याच्यावर खुनाचा आरोप आला, की क्षणभर कपटी कमलाकराने डाव जिंकला, अशी आपली समजूत होते. पुण्यप्रभावात वसुंधरेने वृंदावनाच्या गळ्यात हार घालण्याचे कबूल केले, की कथानक कळसाला

पोहोचते. 'एकच प्याल्या'त सुधाकर सिंधूला दारू सोडल्याचे वचन देऊन नोकरी शोधायला जातो व पुन्हा दारू पिऊ लागतो. या ठिकाणी कथानकाचा उच्च बिंदू आहे. 'भावबंधना'त लतिका आप्तेष्टांचे अकारण हाल चुकविण्यासाठी घनश्यामाला शरण जाऊन त्याची पत्नी व्हायला तयार झाली, की कथानकाचे शिखर दिसू लागते.

पहिल्या नाट्यप्रसंगाच्या पहिल्या मजल्यापासून या कळसापर्यंत कथानक मंदिर बांधण्यातही रचनानैपुण्याला अवसर असतो. आधुनिक युरोपियन नाटकांची कथानके एकसूत्री असल्यामुळे त्यात ही रचना सफाईदार भासते. खाडिलकरांच्या नाटकांतही कथानक वेगाने परिसीमेकडे जात असते. गडकऱ्यांची नाटके गुंतागुंतीची असल्यामुळे त्यांच्या नाटकांत मात्र कथानकाचा हा प्रवास क्वचित मंद व बहुधा वळणावळणांनी होतो. 'प्रेमसंन्यासा'त पहिल्या अंकाच्या शेवटी पहिला नाट्यप्रसंग आहे. तेथून तिसऱ्या अंकाच्या शेवटापर्यंत पाहिले, तर जयंत-लीला या मुख्य पात्रांपेक्षा द्रुमन, मनोरमा, सुशीला, इत्यादी दुय्यम पात्रांनाच प्राधान्य मिळालेले आढळेल. याचे मुख्य कारण मनोरमेने आगगाडीतून उडी टाकणे, तिची व द्रुमनची गाठ पडणे, द्रुमन पुन्हा कमलाकराच्या ताब्यात सापडून तिने जीव देणे, कमलाकराने तिचे तुकडे करून पेटीत भरणे, इत्यादी कथानकाला आवश्यक असणाऱ्या प्रसंगांची या अंकात झालेली गर्दी हेच होय. 'पुण्यप्रभावा'तील या भागाचा विकास पायरीपायरीने झाला आहे. तिसऱ्या अंकाच्या शेवटी वृंदावन वसुंधरेला पुत्र व पती यांच्या नाशाची भीती घालून पाहतो. ती बधत नाही, असे पाहून चवथ्या अंकाच्या शेवटी आपल्या मताने तो दीनाराचा वध करतो, पाचव्या अंकात वसुंधरा त्याच्या गळ्यात हार घालण्याचे कबुल करीत असल्यामुळे तो भूपालाला ठार मारण्याचा विचार सोडून देतो. याच कसावर 'एकच प्याला' लावल्यास त्यातील दुसरा अंक अजागलस्तनाप्रमाणे निरर्थक वाटल्यावाचून राहत नाही. त्या अंकाच्या शेवटी रामलालचे व्याख्यान ऐकून भगीरथ दारू सोडतो, ज्या अर्थी भगीरथासारखा नायक नसलेला मनुष्य रामलालचे एक व्याख्यान ऐकून दारू सोडतो, त्या अर्थी ज्याला रामलालची व्याख्याने अष्टौप्रहर ऐकायला मिळाली असती, तो सुधाकरासारखा नायक दारू सोडीलच सोडील, हा तर्कशास्त्राचा पाठ या अंकात वाचक-प्रेक्षकांना शिकविण्याचा नाटककाराचा इरादा होता की काय, कुणाला ठाऊक! तिसऱ्या अंकाच्या शेवटी सुधाकर दारूच्या तारेत सिंधूकडून दुसऱ्याची कवडी देखील न घेण्याची अर्थात टाचा घासून उपाशी मरण्याची शपथ घेववितो आणि चवथ्या अंकाच्या चवथ्या प्रवेशात तो मदिरामय होऊन जातो. नाट्यविकासाच्या दृष्टीने 'भावबंधना'कडे पाहिले, तर त्याचीही स्थिती 'प्रेमसंन्यासा'प्रमाणेच झाली आहे. घनश्यामाने सुडाची प्रतिज्ञा केल्यानंतर तो त्याची साधने गोळा करू लागतो. या साधनांनाच दुसऱ्या अंकात महत्त्व प्राप्त झाले असल्यामुळे नायिका लतिका थोड्या-फार प्रमाणात फिक्की पडल्यावाचून राहत नाही.

कथानक शिखरापर्यंत चढले, की ते लगेच उताराला लागते. चढेल, तो पडेल, ही म्हण नाटककाराला मान्य असली, तरी शिखरापर्यंत चढलेले नाटक पडू नये, म्हणून त्याला अतिशय काळजी घ्यावी लागते. डोंगराप्रमाणे नाट्यकथानकातही चढापेक्षा उतारच कित्येकदा अधिक कठीण वाटतो. चुकून पाय घसरला, की सर्वच कारभार आटपायचा. या उतारावरून अंतिम नाट्यप्रसंगापर्यंत कथानकाचा रथ सुखरूप आणून पोहोचविताना चांगल्या नाटककारांच्या नाकी नव येतात. 'प्रेमसंन्यासा'तील शेवटचा नाट्यप्रसंग कमलाकर लीलेला विष देतो, त्या प्रवेशात आहे. तिसऱ्या अंकानंतर या प्रवेशापर्यंत प्रेक्षकांची उत्कंठा कमी होऊ नये, म्हणून गडकऱ्यांनी प्रयत्नांची पराकाष्ठा केली आहे. एका बाजूला विद्याधराला जयंताला अनुकूल असा पुरावा मिळालेला असतो; दुसऱ्या बाजूने खलशिरोमणी कमलाकर त्याचा प्रत्येक डाव म्हणून पाडण्याकरिता टपून बसतो. या झटापटीमुळे व जयंत-लीला यांच्या करुण प्रेमकथेमुळे कथानक शेवटच्या नाट्यप्रसंगापर्यंत नीरस होत नाही. 'पुण्यप्रभावा'त उतार फक्त शेवटच्याच अंकाचा आहे. किंबहुना उतार आणि अंतिम प्रसंग हे एकरूपच असून, ते नाटकाच्या शेवटच्या प्रवेशातच चित्रित केले आहेत. 'एकच प्याला'त कथानकाचा शेवटचा नाट्यप्रसंग सुधाकर सिंधूला व मुलाला ठार मारतो, हीच आहे त्यानंतर येणारा सबंध अंक लाकडी पायाप्रमाणे बेढब व निर्जीव वाटतो. थोड्याशा कौशल्याने सुधाकराची आत्महत्या त्याच प्रवेशात घडवून आणली असती, तर हे नाटक अधिक प्रमाणबद्ध व परिणामकारक वठले असते. 'भावबंधना'तील उतार व अंतिम नाट्यप्रसंग ही दोन्ही अगदीच सामान्य आहेत. जवळच्या गोळ्या संपल्यानंतर शिपाई छरे सोडीत बसला, म्हणून त्याच्या शौर्याची वाहवा लोक थोडेच करतात! महेश्वरावर भरवसा ठेवून घनश्यामाने पुन्हा पोलिसाच्या वेषात येणे, ज्या कागदांमुळे धनेश्वर आत्महत्या करायला प्रवृत्त होतो, ते हातांत आल्यानंतरही लतिकेने त्याला त्यांची दाद न लागू देणे, इत्यादी गोष्टी ओढून ताणून आणलेल्या वाटतात. नेसायचा शालू पुरेसा लांब नाही, म्हणून त्याला ठिगळ जोडले, तर नेसण्याचे कसेबसे भागेल; पण त्याची शोभा जायची ती जातेच.

पहिल्या नाट्यप्रसंगापेक्षाही शेवटचा नाट्यप्रसंग उत्तम रीतीने रंगविणे अधिक कठीण असते. कथानकाची बहुतेक सर्व गुंफण झाल्यावर तिच्यातील शेवटचा धागादोरा, ती न विसकटेल, अशा रीतीने तिच्यात गुंतवावा लागतो. गडकऱ्यांनी हे प्रवेश लिहिताना तर्कशुद्धतेपेक्षा रसोत्कटतेकडेच लक्ष दिले आहे. 'प्रेमसंन्यासा'त कमलाकर विषाचा प्याला लीलेपुढे करितो न करितो, इतक्यात जयंत तिथे येतो, हा योगायोगही कमलाकराने विष दिल्यानंतर जयंत येतो, या गोष्टीइतकाच प्रेक्षकांनी न कुरकुरता मान्य केला असता. 'पुण्यप्रभाव' व 'भावबंधन' या नाटकांत वृंदावन आणि घनश्याम यांना होणारी उपरती स्मशानवैराग्यासारखी वाटते. 'एकच प्याला'त

करुणरसाला भरती आणण्याकरिता सुधाकर बंडगार्डनवर जाऊन दादासाहेब, काकासाहेब, इत्यादी दारूबाज साहेबांपुढे नोकरीसाठी तोंड वेंगाडतो व त्यांनी वाटाण्याच्या अक्षता देताच लाडक्या सिंधूला दिलेली शपथ विसरून तोंडाला दारूचा प्याला लावतो. हा. प्रसंगही धिसाडघाईने पार पडला आहे. नाटकाचा शेवट प्रेक्षकांना परिणामकारक वाटला पाहिजे, म्हणून गडकऱ्यांनी हे प्रवेश लिहिले, असे म्हणे फारसे सयुक्तिक नाही. 'प्रेमसंन्यास' व 'एकच प्याला' यांत 'प्रेमभंग व मद्यपान यांची करुण चित्रे रेखाटावयाची असल्यामुळे शेवट शोकांत करणे त्यांना इष्ट वाटले असावे. 'पुण्यप्रभाव' व 'भावबंधन' यांतील कलिपुरुष कसे तरी पाडणे त्यांना प्राप्तच होते. प्रतिस्पर्ध्याशी झगडताना पराभूत होऊन मनुष्य पडला काय आणि केळ्याच्या सालीवरून पाय घसरून पडला काय, तो पडतो, हीच गोष्ट प्रेक्षकांना महत्त्वाची वाटते. नाटकातील दुष्ट पात्रांच्या बाबतीतही यापेक्षा जनमन अधिक काटेकोर होऊ शकत नाही. कुणीकडून नीतीचा अथवा सत्याचा विजय झाला, की त्याचे समाधान होते. इष्ट गोष्ट खरी मानण्याकडे मनुष्याचा स्वाभाविकच कल असतो. त्यातून पौराणिक संस्कृतीच्या छायेखाली वाढलेल्या श्रद्धाळू जनतेचा, वृंदावनाला हृदयातल्या ईश्वराचे दर्शन होऊन तो निवळतो, ह्या गोष्टीवर विश्वास बसणे मुळीच कठीण नाही. द्रौपदीवस्त्रहरणाच्या वेळी तरी असाच चमत्कार घडला नव्हता का? दुर्दैवाने या लोकांची श्रद्धा ज्यांना लाभलेली नसते, त्यांना मात्र ईश्वराच्या या लपंडावाचे आश्चर्य वाटते. मालक मिळत नाही, म्हणून परत आलेल्या पत्राचा मालक ते पाठविणाराच असावा, अशापैकीच ही गोष्ट वाटत नाही काय? वसुंधरेच्या पुण्यप्रभावामुळे वृंदावनाला जसा आपल्या हृदयातील ईश्वर दिसला, तसा महात्मा गांधींसारख्या महानुभावांच्या पुण्याईने जर इंग्रज मुत्सद्द्यांना, अस्पृश्यांना जवळ न ओढणाऱ्या स्पृश्यांना आणि परस्परांच्या रक्ताने वैमनस्याच्या वृक्षाची वाढ करणाऱ्या हिंदूमुसलमानांना तो दिसेल, तर - पण स्वराज्य मिळविणे हे काही नाटक नव्हे!

नाट्यविषय

कला ही उपदेशप्रधान असावी, की नसावी, हा वाद स्त्रियांनी पुरुषांची कामे करावीत, की करू नयेत, या विवादाप्रमाणे विश्वाच्या अंतापर्यंत सुद्धा चालेल. लेखनकलेपुरतेच बोलावयाचे, तर लेखकाची इच्छा असो वा नसो, तो जर कलाकुशल असेल, तर त्याच्या लेखनापासून वाचकांच्या मनावर काही ना काही परिणाम होतोच होतो. चित्रकार केवळ कला म्हणून चित्रगत व्यक्तींचे भावाविष्करण करीत असेल, गवयाच्या गाण्यात कलेच्या दृष्टीनेच स्वरांची मांडणी होत असेल; पण चित्र पाहणाऱ्या अगर गाणे ऐकणाऱ्या मनुष्याच्या अंतःकरणात त्या कलाविलासापासून विविध भावनातरंग उठतात, की नाही? कलेचे ध्येय सौंदर्यसृष्टी निर्माण करणे आहे,

हे मान्य केले, तरी या सृष्टीकरता विशिष्ट गोष्टींची मार्मिक दृष्टीने निवड करावी लागते. स्वत:भोवती भ्रमत असलेली पृथ्वी नकळत जशी सूर्याभोवतीही प्रदक्षिणा घालीत असते, त्याप्रमाणे आपल्या सौंदर्यसृष्टीभोवती पिंगा घालता घालता कलावंतही एकाच विषयाभोवती नाचू लागतो. सौंदर्यसृष्टी निर्माण करण्याकरता एकाग्रता लागते. या एकाग्रतेतील एक हाच जगाच्या दृष्टीने कलावंताचा तत्त्वविषय होतो.

गडकऱ्यांच्या नाटकांच्या बाबतीत कला का उपयुक्तता हा वाद तादृश महत्त्वाचा नाही. 'प्रेमसंन्यास' व 'एकच प्याला' ही नाटके त्यांनी विशिष्ट विषयांवरच लिहिली आहेत. 'एकच प्याला' या नाटकाकडे केवळ कलेच्या दृष्टीने पाहा. हे नाटक मुद्दाम दारूवर लिहिले आहे, असे मानण्याचे काही कारण नाही, असे सांगितले, तर दारूच्या तारेत असलेल्या मनुष्याला सुद्धा ते खरे वाटणार नाही. 'पुण्यप्रभावा'तील विषयाविषयी स्थलसंकोचामुळे प्रस्तावनेत काही लिहिता येत नाही, असे गडकऱ्यांनी उद्‌गार काढले आहेत. त्यातील विषय पातिव्रत्यभाव आहे, हे सांगावयालाच नको. 'भावबंधना'त मात्र अमुकच एक सामाजिक प्रश्न आहे, असे म्हणता येणार नाही. बेजबाबदार बोलण्याचे परिणाम हेच नाट्यदृष्ट्या त्याचे मुख्य सूत्र होऊ शकेल.

नाटकाच्या नावांकडे पाहिल्यास 'एकच प्याल्या'खेरीज इतर सर्वांना दत्तकाचा संस्कार झालेला दिसतो. 'प्रेमसंन्यासा'चे मूळचे नाव 'संधिसाधन'. आपले दुष्ट हेतू पूर्ण करण्यासाठी वाटेल त्या संधीचा फायदा घेणाऱ्या कमलाकरावरून हे नाव सुचले असावे. कदाचित जुने व नवे यांच्या संधिकाळाचा उपयोग त्यांना जोडण्याकडे कसा करून घेता येईल, हे दर्शविण्याचीही नाटककाराची इच्छा असेल. या सुखान्त नाटकांचे शोकान्त नाटकात रूपांतर झाल्याबरोबर त्याचे नावही बदलले. 'पुण्यप्रभावा'चे दुसरे नाव 'कर्मसंन्यास' होते. 'भावबंधना'चे मूळचे नाव 'चित्रनिधान'. या सर्व नावांत सूचकता, सौंदर्य व नावीन्य या दृष्टींनी 'एकच प्याला' श्रेष्ठ असून 'भावबंधन' कनिष्ठ आहे.

प्रेमविवाह, पुनर्विवाह, स्त्रीशिक्षण, इत्यादिकांचा पुरस्कार व मद्यपान, विषमविवाह, वगैरे गोष्टींचा निषेध गडकऱ्यांच्या 'पुण्यप्रभावा'खेरीज इतर नाटकांत आढळतो. हे विषय गडकऱ्यांच्या काळी व सध्याही महाराष्ट्रीय मध्यम वर्गाच्या दृष्टीने महत्त्वाचे असले, तरी जगाच्या दृष्टीने त्यांची किंमत शून्यच आहे, असा एक आक्षेप नेहमी घेण्यात येत असतो. उद्या 'प्रेमसंन्यासा'चे इंग्रजी भाषांतर होऊन त्याचे प्रयोग लंडन अथवा न्यू यॉर्कमध्ये झाले, तर ह्या नाटकातले करुण प्रसंग तेथील लोकांच्या दृष्टीने थोडे-फार हास्यास्पद ठरतील, असे या आक्षेपकांचे म्हणणे आहे. जयंताने मनोरमेशी घटस्फोट करून तत्काळ लीलेशी पूनर्विवाह का केला नाही, असा प्रश्न प्रेक्षकांपैकी इंग्रज मजुरांच्या मनात सुद्धा कदाचित उत्पन्न होईल, असे त्यांना वाटते.

नाटकाचा विषय एखाद्या विशिष्ट समाजाला अगर कालाला लागू पडण्यासारखाच

असला, तर परकी समाजात आणि भविष्यकाळी त्या नाटकाचे यथार्थ गुण कळण्याचा संभव कमी असतो, हे खरे. पण शरीराच्या उपाधीवाचून जसे आत्म्याचे अस्तित्व नाही, त्याप्रमाणे ज्या काळात लेखक झाला असेल, त्या काळाच्या पार्श्वभूमीवाचून त्याचे वाङ्मयचित्रही उठावदार होत नाही. गॅल्सवर्दीचे 'Strife' हे मजूर व भांडवलदार यांच्या लढ्यावरील नाटक उद्या समाजसत्तावाद सर्रास झाल्यावर जुनेपुराणेच वाटणार नाही का? इब्सेनचे 'A Doll's House' ही आपल्या हक्कांकरिता स्त्रियांना युद्धाला आवाहन करणारी तुतारीच म्हणता येईल. स्त्री-पुरुषांची समता प्रस्थापित झाल्यानंतर या तुतारीला ऐतिहासिकच महत्त्व राहील, की नाही?

गडकऱ्यांचे सामाजिक विषय वरील विषयांच्या मानाने अत्यंत संकुचित आहेत, यात संशय नाही. बाहुलाबाहुलीच्या खेळात ज्याप्रमाणे मोठ्या माणसांचे मन रमत नाही, त्याप्रमाणे सुधारलेल्या जगाला त्यातले काही प्रश्न मुळीच महत्त्वाचे वाटणार नाहीत. नाट्यचित्रात तत्कालीन तत्त्वाबरोबर सर्वकालीन तत्त्वही रंगविले जावे, याची काळजी त्यांनी घ्यावी तितकी घेतली नाही. हरिभाऊंच्या सामाजिक कादंबऱ्या अथवा कोल्हटकरांची सामाजिक नाटके पाहिली, तर त्यांतही हाच दोष आढळतो. हरिभाऊंच्या 'पण लक्षात कोण घेतो' या उत्तम कादंबरीचे स्वारस्य पॅरिसमधील एखाद्या सुखवस्तू बाईला १९५० साली कितपत कळेल? कोल्हटकरांच्या 'जन्मरहस्य' नाटकाचे रहस्य अमेरिकन समाज सहसा जाणू शकणार नाही. मानवी अंत:करणाच्या सर्वसामान्य अधिष्ठानावर कथानक उभारले, की खडकावरील दीपस्तंभाप्रमाणे ते सर्वांना मार्गदर्शक होऊ शकते. उलट, विशिष्ट समाज, देश अथवा काल यांच्यावरच सर्व भर दिला, की जगाच्या दृष्टीने त्याची स्थिती वाळूवर उभारलेल्या मंदिराप्रमाणे होते. खाडिलकरांनी नाट्यकथानके पौराणिक अथवा ऐतिहासिक कथाभागांवर अवलंबून असल्यामुळे त्यांचे विषय भव्य व व्यापक होतात. नाटकासाठी निवडलेले कथानक सर्वस्पर्शी (Universal) व्हावे, याबद्दल ते विशेष परिश्रमही घेतात. यामुळे प्राचीन ग्रीक नाटकात अगर शेक्सपिअरच्या नाट्यकृतीत दिसून येणारे मूलभूत मानवी विकारांचे तुमुल युद्ध त्यांच्याही कृतीत आढळते. गडकऱ्यांची कथानके आधी सामाजिक, त्यात महाराष्ट्रीय आणि त्यातही विशिष्ट समाजापुढे असलेल्या प्रश्नांचाच विचार करणारी. इब्सेनप्रभृती आधुनिक युरोपियन नाटककारांची नाटकेही सामाजिकच आहेत. पण त्यांचे विषय जितके सामाजिक, तितके सार्वत्रिक असतात. सूर्य आपल्याला प्रफुल्लित करण्याकरताच उगवला, असे कळीला वाटत असते; पण त्याच वेळी तो आधी पृथ्वी प्रकाशित करत असतो. सामाजिक नाटक चिरंजीव व्हायला त्याच्याही अंगी ही कला पाहिजे.

'पुण्यप्रभावा'चा प्रश्न बाजूला ठेवून, व्यापकतेच्या दृष्टीने गडकऱ्यांच्या नाट्यविषयांकडे पाहिल्यास प्रेमभंग, मद्यपान व बेजबाबदार बडबड, यांचे दुष्परिणाम त्यांनी रेखाटले

आहेत, असे दिसून येईल. हे तिन्ही विषय सर्वस्पर्शी होण्याला वास्तविक हरकत नाही. पण त्यांना विश्वव्यापी स्वरूप येण्याला त्यांचे प्रतिपादनही तितक्याच व्यापक भूमिकेवरून झाले पाहिजे. कमलाकराचा मत्सर व वडील माणसांचा मूर्खपणा यांच्यामुळे जयंत आणि लीला यांचे प्रेममंदिर भग्न होते; मॅजिस्ट्रेटचा अपमान करून त्याबद्दल सहा महिने सनद रद्द होताच आपला अपमान झाला, या समजूतीने सुधाकर दारू पिऊ लागतो; लतिकेच्या विषारी वाग्बाणांनी विद्ध झालेला घनश्यामरूपी व्याघ्र तिच्यावर झडप घालण्याऐवजी कोल्ह्याच्या कपटी वृत्तीला शोभणारे कारस्थान रचतो. कथानकाची मांडणीच संकुचित भूमिकेवर झाली, की विषयाचे क्षितिजही आपोआपच लहान होते, हे तत्त्व यावरून निष्पन्न होते. सिंधूसारखी सद्‌गुणांची पुतळी ज्याची पत्नी, रामलाल, पद्माकर आणि बाबासाहेब यांच्यासारखी मंडळी हात देऊन ज्याला व्यसनकर्दमातून बाहेर काढायला एका पायावर तयार, भगीरथासारखा सामान्य मनुष्य ज्याच्या डोळ्यांदेखत मदिरेवर विजय मिळवितो, त्या सुधाकराची दारू मात्र सुटू शकत नाही! त्याच्या अध:पाताला मदिरेच्या राक्षसी सामर्थ्यापेक्षा त्याचा दुबळेपणाच कारणीभूत झाला असावा, अशी शंका या वेळी मनात आल्यावाचून राहत नाही.

सर्वकाळी व सर्वस्थळी महत्त्वाच्या ठरणाऱ्या विषयांची गोष्ट सोडून दिली, तरी सद्य:स्थितिदर्शक महत्त्वाच्या विषयांचा गडकऱ्यांनी परामर्श घेतला आहे, असेही म्हणवत नाही. स्त्रीशिक्षण, पुनर्विवाह, विषमविवाहाचा निषेध या गोष्टी मराठी वाङ्मयाला त्यांच्या काळी सुद्धा काही नवीन नव्हत्या. विचारांच्या दृष्टीने या परिचित विषयांवर त्यांनी काही नवीन प्रकाश पाडला आहे, असेही म्हणवत नाही. 'एकच प्याल्या'तील रामलालच्या व्याख्यानात मातृभूमीचा चार-दोनदा उल्लेख येतो अगर लोकमान्य टिळकांचे नाव घेतले जाते, एवढाच काय तो त्यांच्या नायक-उपनायकांचा राजकीय विषयांशी संबंध! त्यांचे नायक मवाळ आहेत, असा त्यांच्यावर आक्षेप आहे. पण राजकारणाच्या दृष्टीने ते मवाळांच्याही मागच्या काळातले वाटतात. अस्पृश्योद्धाराच्या प्रश्नाला रामलाल एकदाच स्पर्श करतो. इतर व्यापक सामाजिक प्रश्नांचीही हीच स्थिती आहे. बिचारे नायक आणि उपनायक! खलपुरुषाच्या जाळ्यातून सुटतानाच त्यांच्या नाकी नव येतात. मग बिकट सामाजिक प्रश्नांच्या वाटेला जाण्याइतका दम त्यांच्यात कुठून यावा? शिवाय सामाजिक प्रश्न जयंताप्रमाणे एकांतात काव्यमय भाषणे करून, सुधाकराप्रमाणे अपमान होताच दारू प्यायला लागून, अगर प्रभाकराप्रमाणे चार-आठ आण्यांची खोटी पांढरी दाढी लावून थोडेच सुटतात! समाजचित्राच्या दृष्टीने पाहिले, तर पांढरपेशा सुखवस्तू लोकांपलीकडे कुठल्याही वर्गाचे चित्र या नाटकात आढळत नाही. दारूच्या दावणीत सर्व वर्गांची माणसे गोवणे शक्य असताना सुद्धा 'एकच प्याल्या'त एकजात पांढरपेशे दारूबाज भरले आहेत! नायक-उपनायकांना नाटकात महत्त्वाची कामे करावयाची असल्यामुळेच इतर कामांचा लकडा नाटककाराने त्यांच्या मागे लावला नसावा! जयंत मामाचा

पाहुणचार घेत आपल्या प्रेमाची विवंचना करतो. प्रभाकर आणि मनोहर हे पदवीधर झाल्यानंतरही पालकांच्या पंक्तीला दुवक्ता जेवून प्रेमाचा पाठलाग करीत असतात. त्यांतल्या त्यांत प्रभाकराची विशेष शहामत आहे. धुंडिराजासारख्या गरीब पालकाचा भार कमी करण्याकरिता शक्य तितक्या लवकर पैसे मिळवू लागण्याची इच्छा चुकून सुद्धा त्याला होत नाही. प्रेम आंधळे असल्यामुळे त्याला नोकरीच्या जाहिराती दिसत नसतील! कदाचित लतिकेच्या बापाच्या पैशावरही त्याचा डोळा असेल! काही असले, तरी हे सामाजिक नाट्यनायक पैशाच्या दृष्टीने पूर्ण सुखी दिसतात, हे मात्र खरे.

आपल्या नाटकातील सामाजिक प्रश्नांकडे गडकऱ्यांनी नाटककाराच्या दृष्टीने पाहिले; समाजशास्त्रज्ञाच्या दृष्टीने खास नाही. 'पुण्यप्रभावा'त ही गोष्ट स्पष्टपणे दिसते. लीला आणि शरद् यांच्या पुनर्विवाहाचा पुरस्कार करणाऱ्या लेखणीनेच कालिंदी व वसुंधरा या भूमिका रंगविल्या. परपुरुषाच्या गळ्यात हार घालून पुत्र व पती यांचे प्राण वाचविण्याचा विचार क्षणभर सुद्धा वसुंधरेच्या मनात येत नाही. तिची ही वज्रकठोर वृत्ती आर्यसंस्कृतीचा अंध अभिमान वाहणाऱ्या लोकांना अभिनंदनीय वाटत असेल. पण मानवी मनोवृत्तीशी ती कितीशी सुसंवादी आहे, हा प्रश्नच आहे. पातिव्रत्यरक्षणाकरिता पोटच्या गोळ्यावर उदार होण्याऐवजी स्वत:चा जीव देण्याचा प्रयत्नच माता करणार नाही का? वसुंधरा ही आदर्श सृष्टीतील नायिका आहे, या उत्तराने तिच्या स्वभावरेखनाविषयीच्या सर्व शंकांचे समाधान करण्यात येते. या आदर्शसृष्टीची कधी काळी खानेसुमारी झाली, तर तिच्यातील लोकसंख्या हाताच्या बोटांवर मोजण्याइतकीच आहे, असे आढळून येईल.

नाट्यविषय सामाजिक असला तर, त्याची पार्श्वभूमी म्हणून का होईना, नाटककाराला समाजचित्र रेखाटावे लागतेच. हे चित्र कलेच्या दृष्टीने काढावयाचे असल्यामुळे ते समाजाचे छायाचित्र होऊ शकत नाही. गडकऱ्यांच्या नाटकांतील अशा प्रकारच्या समाजचित्रांकडे पाहिले, तर त्यांतील दुष्ट व मूर्ख माणसांखेरीज बाकीची प्रेमाच्या भानगडीत गढून गेलेली दिसतात! समाजात आढळून येणारा मतामतांचा गलबला, नव्या जुन्यांचा कलह आणि स्वभावांचे वैचित्र्य, यांचे पुसट प्रतिबिंब 'प्रेमसंन्यासा'त पडले आहे. पण 'एकच प्याल्या'त अनेक दारूबाज रंगभूमीवर दाखविले असूनही त्यांच्या व्यसनाची मीमांसा मात्र मुळीच केलेली नाही. 'भावबंधना'तील दुष्ट घनश्याम, क्रूर धनेश्वर, मूर्ख महेश्वर आणि पढतमूर्ख प्रभाकर आणि मनोहर या पंचायतनाकडे पाहून समाजाविषयी विचार करू लागल्यास मनुष्य निराश झाल्यावाचून राहणार नाही. कथानक उठून दिसावे, म्हणून दुष्टपणा व मूर्खपणा भडक रंगांनी रंगविण्यातच गडकऱ्यांनी आपली पराकाष्ठा केली. याचा परिणाम असा झाला आहे, की व्यवहारातील विविध प्रकृतींच्या मनुष्यांची यथातथ्य चित्रे त्यांच्या नाटकांत कमी प्रमाणात प्रतिबिंबित झाली आहेत.

संविधानक

संविधानक एकसूत्री असल्यास त्याचा प्रमाणबद्ध विकास, मुख्य भूमिकांच्या स्वभावरेखनाला पूर्ण अवसर देऊन त्यातील उत्क्रांती अथवा अपक्रांती यांचे कुशलतेने केलेले दिग्दर्शन, नाट्यविषयांचे परिणामकारक विवेचन, इत्यादी गोष्टींकडे नाटककाराला पूर्ण लक्ष देता येते. प्राचीन ग्रीक नाटकांची संविधानक अशीच एकसूत्री आहेत. वैचित्र्याने येणारा रम्यपणा शेक्सपिअरच्या प्रतिभेने जाणला व पूर्णत्वाला नेला. गडकरी काय अगर त्यांचे गुरू कोल्हटकर काय, दोघांचीही संविधानके शेक्सपिअरच्या पद्धतीची असतात. खाडिलकरांनी उत्कट प्रसंग अगर रसोत्कर्ष या बाबतींत शेक्सपिअरचे अनुकरण केले असले, तरी त्याची संविधानके बहुधा एकसूत्रीच असतात.

गडकऱ्यांचे 'एकच प्याल्या'चे संविधानक तसे पाहिले, तर साधे आहे. संविधानक सोपे असल्यामुळे नाटककाराच्या पदरात पडणारे फायदे या नाटकांत त्यांनाही थोडे-फार मिळाले आहेत. पण तीन पेडांची वेणी घालायची सवय झाल्यावर पाठीवर मोकळे केस ठेवून फिरणे जसे मुलीच्या हातून होत नाही, तसेच त्यांच्या प्रतिभेचे झाले. सुधाकराचा मित्र म्हणून रामलाल संविधानकात शिरला; शरद् तर नायकाची बहीण; दारूच्या निमित्ताने भगीरथाला या नाटकात येण्याचा जन्मसिद्ध हक्क होताच. ही तीन पात्रे समोरासमोर पाहिल्यावर गडकऱ्यांची प्रतिभा गप्प थोडीच बसते! खोडकर कृष्णाला नवऱ्याची शेंडी आणि बायकोची वेणी यांची गाठ मारण्याचा मोह जसा आवरला नाही, तशीच तिची स्थिती झाली. या तीन पात्रांत जाता जाता त्यांनी प्रेमकलह लावून दिला. या दोघांच्या भांडणात तिसऱ्याचा लाभ होत असतो, असे म्हणतात; पण या नाटकातील रामलाल व शरद् यांच्यांतील अतिप्रसंगामुळे नाटकाच्या सर्व अंगांची हानी झाली आहे.

संविधानक रहस्यप्रधान व गुंतागुंतीचे करण्याचे मार्ग गडकऱ्यांनी अनुसरल्यामुळे त्यांच्या संविधानकाचे तीन स्पष्ट भाग पडतात. नायक-नायिकांची मुख्य कथा, खलपुरुषाचे कारस्थान आणि विनोदी पात्रांच्या कृती. 'पुण्यप्रभाव' व 'भावबंधन'या दोनच नाटकात त्यांच्या काही विनोदी पात्रांचा मुख्य संविधानकाशी संबंध येतो; परंतु घाटात आगगाडीला दोन इंजिने लावली, म्हणून ती एरवी जोडणे जसे अप्रयोजक, त्याप्रमाणे दुय्यम विनोदी पात्रांची स्वतंत्र गोष्ट गंभीर नाटकात गुंफणेही अयोग्यच. गडकऱ्यांनी विनोदी पात्रांचे मोठे असे उपकथानक बनविले नसले, तरी 'पुण्यप्रभावा'त सुदाम-दामिनी अगर नूपुर-कंकण-किंकिणी आणि 'भावबंधना'त महेश्वर-इंदू-बिंदू यांना त्यांनी स्वैरसंचार करू दिला, यात संशय नाही. दरबारात राजकारणाच्या गहन प्रश्नांची चर्चा सुरू असताना देखील विदूषकाला वाटेल ते बोलू देण्यातलाच हा प्रकार आहे.

उन्हाळ्यातल्या नदीप्रमाणे पात्र मोठे, पण आत पाणी मुळीच नाही, अशी विनोदी कथानके सोडून दिल्यास मुख्य कथानकीला जोड म्हणून एकच उपकथानक घालणे श्रेयस्कर असते, कोटाला जसे अस्तर, तसे मुख्य कथानकाला असले उपकथानक उपकारक होऊ शकते. पतीच्या हातून पतिव्रतेच्या पुत्राचा वध होऊ नये, म्हणून स्वत:च्या अपत्याचा बळी देणारी कालिंदी व आपल्या पित्यासाठी आणि भावंडांसाठी प्रियकराच्या हातात वचनाने बद्ध झालेला हात मागे घेऊन तो एका म्हाताऱ्याच्या हातात द्यायला तयार होणारी मालती, या दोघींची उपकथानके एकाच पद्धतीची आहेत. एकमेकांपासून दूर उगम पावणाऱ्या नद्यांचा पुढे संगम व्हावा, त्याप्रमाणे त्यांची कथानके योग्य वेळी मुख्य कथानकाशी एकजीव होऊन जातात. या दोन्ही नाटकांत उपकथानकाला जोडणारा दुवा खलपुरुष हाच आहे. 'पुण्यप्रभावा'त कालिंदी आपण होऊन स्वार्थत्यागाला तयार होते, तर 'भावबंधना'त घनश्यामाच्या कपटजालात धुंडिराज अडकल्यामुळे त्याला सोडविण्याकरता मालतीला तो करावा लागतो, एवढाच काय तो यात फरक. तिकडे ईश्वर जे काम करतो, ते इकडे प्रभाकर व मनोहर या दुक्कलीकडे दिले आहे. पहिल्यातील अविचारी राजाची जागा दुसऱ्यातील धनेश्वराने पटकाविली आहे.

ही दोन्ही उपकथानके मुख्य कथानकाशी समरस झाली आहेत, यात शंकाच नाही. पण 'पुण्यप्रभावा'त क्षणभर कालिंदी वसुंधरेपेक्षाही महत्त्वाची वाटते. तशी 'भावबंधना'च्या पूर्वार्धात लतिकेपेक्षा मालतीच प्रेक्षकांची मने आकृष्ट करते, हा दोष उत्पन्न होण्याचे कारण मुख्य कथानक व उपकथानक यांच्या प्रमाणबद्ध विकासाकडे झालेले दुर्लक्ष होय. 'भावबंधना'चा प्रारंभ एका दुष्ट मनुष्याच्या हातात सापडलेला भोळाभाबडा म्हातारा रंगविणे या कल्पनेपासून झाला. अशा रीतीने घनश्यम व धुंडिराज ही दोन पात्रे प्रथमत: जन्माला आली. यांच्यांतील विरोध हाच नाटकाचा पाया मानला, तर धुंडिराजाची मुलगी मालती हीच नाटकाची नायिका होणे योग्य झाले असते. पण घनश्यामाचा अपमान लतिकेच्या हातून होत असल्यामुळे व ती पश्चात्तापपूर्वक घनश्यामाला शरण जाते, त्याच ठिकाणी कथानक कळसाला पोहोचत असल्यामुळे, मालती मागे पडली. संविधानकाची मूलभूत कल्पना साध्याऐवजी साधन म्हणून नाटकात आल्याकारणाने कथानकाप्रमाणे विषयातही अंतर पडले, यात नवल असे काहीच नाही.

'प्रेमसंन्यास' हे गडकऱ्यांचे पहिलेच नाटक असल्यामुळे त्यातील कथानकाची गुंतागुंत 'पुण्यप्रभाव' व 'भावबंधन' यांच्याइतकी सुद्धा सुव्यवस्थित नाही. मुख्य कथानक जयंत आणि लीला यांच्या प्रेमाचे. जयंताची पत्नी मनोरमा हिला हाताशी धरून या प्रेमात बिब्बा घालणे दुष्ट कमलाकराला मुळीच अशक्य नव्हते. केवळ स्वभावविरोधावर सुद्धा एवढी साधी कथा रंगू शकली असती. या कथानकाला

द्रुमनच्या उपकथानकाची जोड दिली आहे. कथानक व उपकथानक यांचा सांधा नेहमीप्रमाणे खलनायकाच्याच हाती आहे. विनोदी पात्रे हवेप्रमाणे पुष्कळ जागा व्यापीत असली, तरी त्यांचे दृश्य असे काहीच उपकथानक नाही. पण एवढी पात्रे नाटक चटकदार करण्याला अपुरी पडतील, की काय, अशी भीती वाटून, गडकऱ्यांनी विद्याधर-सुशीला यांच्या साहाय्याने आणखी एका उपकथानकाची मुख्य कथानकाला जोड दिली आहे. एका नदीला अनेक नद्या येऊन मिळाल्या, म्हणजे तिचे पात्र अफाट होऊन मूळच्या प्रवाहाचा प्रसंगी पत्ताही लागत नाही. 'प्रेमसंन्यासा'त जयंत-लीलेच्या दुर्दैवी प्रेमकथेची अशीच स्थिती झाली आहे. विद्याधराचा पुढे पुढे कथानकाच्या कामी उपयोग करून घेतला आहे, हे खरे. पण त्या उपयोगाचा खर्च नात्यातल्या इसमाला वरिष्ठ अधिकाऱ्याने कुठल्या तरी जागी चिकटवून देण्यापेक्षा फारसा अधिक नाही. मरणोन्मुख मनोरमेने बाबासाहेबांना बोलावून सर्व खुलासा केला असता, तरी या नाटकात इष्ट कार्यभाग सहज साधला असता.

बुद्धिबळाचा डाव खेळणाऱ्या प्यादे व मोहरे यांतील अंतर जाणावे लागते. एवढेच नाही तर निरनिराळी मोहरी, त्यांचा तुलनात्मक उपयोग, कोणत्या वेळी कोणते मोहरे पुढे काढणे अगर मागे घेणे श्रेयस्कर, इत्यादी गोष्टींविषयीही त्याला नेहमी सूक्ष्म दृष्टी ठेवावी लागते. नाटककार हाही बुद्धिबळाचे डाव टाकणारा खेळाडूच असतो. ज्याला दुय्यम दर्जाचे मोहरे म्हणता येईल, की नाही, याची शंकाच आहे, अशा विद्याधराला हाताशी धरून निकराचा डाव टाकणे, रामलालसारख्या तेवढ्याच किमतीच्या मोहऱ्याला खेळविण्यात अनेक डाव व्यर्थ घालविणे, आपलीच प्यादी-मोहरी स्वच्छंदाने नाचवून शेवटी आपलाच डाव अडवून घेणे, इत्यादी गोष्टी त्याच्या क्रीडापटुत्वाला निःसंशय कमीपणा आणतात.

शेक्सपिअरच्या वैचित्र्यादी संप्रदायाला साजेशी संविधानके कोल्हटकरांनी रचली व गडकऱ्यांनीही तोच मार्ग चोखाळला; परंतु सामाजिक दृष्ट्या शेक्सपिअरचा काळ व आताचा काळ यांत जमीन-अस्मानाचे अंतर पडले आहे. प्रजाद्रोह करणारा राजा फाशी जातो, ही शेक्सपिअरच्या वेळी, भविष्यकाळातली गोष्ट होती. शेक्सपिअरच्या भोवतालच्या जगात राजकीय वर्चस्वासाठी हरघडी तलवारी म्यानाबाहेर पडत, धार्मिक मतभेदासाठी एका पक्षाचे लोक दुसऱ्या पक्षाच्या लोकांना उभे जाळत आणि अपमानाचा निकाल द्वंद्वयुद्धाने लागे. लोकांच्या मनोवृत्ती अशा रीतीने लढाऊ बनल्या असल्यामुळे, त्या हालवून सोडण्याकरता भडक प्रसंगाचा आश्रय करण्यावाचून नाटककाराला गतीच नसे. आज तीन शतकांनंतरही शेक्सपिअर नाट्यसाम्राज्यातील सिंहासनावर विराजमान झालेला दिसत आहे, याचे कारण तत्कालीन लोकांच्या अनुरंजनाकरता त्याने नाटकात घातलेला भडकपणा हे मुळीच नव्हे. 'हॅम्लेट' नाटकाची लोकप्रियता त्यातील व्यभिचार, खून आणि विषपान यांच्यावर अवलंबून

नाही. हॅम्लेटच्या मनातील वादळ कुशलतेने चित्रित करणाऱ्या प्रतिभेचा तो पराक्रम आहे. शेक्सपिअरच्या विषयांचे सनातनत्व त्याच्या कल्पनेचे सर्वगामित्व, विविध मानवी स्वभाव व त्यांच्यांतील भिन्न भिन्न कलह कौशल्याने रंगविण्यात व्यक्त झालेले त्याचे बुद्धिमत्त्व, इत्यादी गुणांनी त्यांचे नाट्यसाम्राज्यातील उच्च स्थान अढळ राहिले आहे.

विसावे शतक सोळाव्या शतकापासून सर्वस्वी भिन्न असल्यामुळे शेक्सपिअरच्या नाटकांचा बाह्य परिवेष त्याला फारसा संमत होणे शक्य नाही. किंबहुना, गेल्या तीन शतकांत जगाचे राजकीय व सामाजिक तत्त्वज्ञान आमूलाग्र बदलले असल्यामुळे, मानवी जीवनमंदिराचा पक्का वाटणारा पाया सुद्धा कच्चा भासू लागला आहे. पत्नीच्या पातिव्रत्याविषयी संशय येताच ऑथेल्लो डेस्डिमोनाचा खून करतो. शेक्सपिअरच्या समाजाला संशयी ऑथेल्लोविषयी सहानुभूती वाटली असेल; किंबहुना ऑथेल्लोचा संशय जर खरा असता, तर त्याने केलेल्या खुनाबद्दल प्रेक्षकवर्गाने त्याची पाठच थोपटली असती. सध्याच्या काळी असे कथानक एखाद्या इंग्लिश, नॉर्वेजियन अथवा रशियन नाटककाराच्या हातात दिले, तर तो आपल्या अविचारी ऑथेल्लोला घटस्फोटाचा विचार करायला लावील.* याच्या उलट 'A Doll's House'चे कथानक सोळाव्या शतकातील एखाद्या नाटककाराच्या डोक्यात आले असते, तर नोराच्या तोंडची फाड फाड उत्तरे स्वस्थपणे ऐकून घेण्याऐवजी तिच्या नवऱ्याने त्या तोंडावर हाताने तोच प्रयोग केला असता.

सामाजिक तत्त्वज्ञानाइतकाच नाट्यरचनेच्या नियमांतही फरक पडला आहे. संविधानक गुंतागुंतीचे करून प्रेक्षकांचे लक्ष वेधून घेण्यापेक्षा, साध्या गोष्टींची मांडणी रसोत्कट अगर विचारपरिवर्तक करण्याकडेच जगातील आधुनिक नाटककारांचा कल आहे. गॅल्सवर्दीच्या 'Silver Box'या नाटकात जॅक दारू पिऊन एका बाईच्या घरी जातो व मोठ्या रंगात येऊन तिची पैशाची पिशवी पळवितो, असा कथानकाचा एक महत्त्वाचा धागा आहे. या पळविलेल्या पिशवीचा मुख्य उपयोग विरोधात्मक आहे. बेकार जोन्सने दारूच्या तारेत सिगारेटची चांदीची डबी उचलली, तर ती चोरी ठरून त्याला शिक्षा होते आणि श्रीमंत जॅकच्या हातून तशीच गोष्ट घडली असताना तिच्यावर पांघरूण पडते! विषय व स्वभाव यांचा परिपोष करण्याकरिताच ती पिशवी नाटकात येते. ज्या अनामिक बाईची ती पिशवी आहे, तिला कथानकात गुंतवून शेवटच्या प्रवेशात आणण्याची तसदी नाटककाराने मुळीच घेतली नाही. हेन्री जोन्सचे 'Michael and His Lost Angel' हे नाटक पाहिले, तर कथानकाचे जाळे न विणता स्वभावपरिपोषाकडे नाटककाराने लक्ष दिले, की संविधानक साधे असूनही किती परिणामकारक होते, याची कल्पना येते. त्यातील

* या दृष्टीने ऑथेल्लो व वाइल्ड डक यांची तुलना बोधप्रद आहे.

धर्मनिष्ठ मायकेल सद्धेतूने एका मुलीला आपल्या पापाची सार्वजनिक कबुली द्यावयाला लावतो; पुढे मायकेल स्वत:च प्रेमपाशात सापडतो. स्वत:च्या प्रणयिनीचा नवरा जिवंत असल्यामुळे आपले प्रेम नीतिबाह्य आहे, याची त्याला पदोपदी जाणीव होते; पण प्रेमपाशातून सुटण्याकरिता जो जो तो जास्त धडपड करतो, तो तो त्यात अधिकच गुरफटला जातो. एका अजाण तरुणीला सुद्धा पापाची सार्वजनिक कबुली देण्याचे दिव्य आपण करायला लावले, हे लक्षात घेऊन, एका प्रवचनाच्या वेळी तो स्वत: आपल्या पापाचा पाढा लोकांपुढे वाचतो. या स्वभावचित्रामुळेच सदरहू नाटक सरस झाले आहे.

पिनेरोच्या 'Second Mrs. Tanaqueray' या नाटकाचीही गोष्ट अशीच आहे. त्यातील नायिका पॉला हिचे पूर्वचरित्र फारसे चांगले नसते. ऑब्रेशी तिचे लग्न झाल्यावर सावत्र मुलीशी वागताना तिच्या मनातील विचारांच्या वादळामुळे तिच्या हातून चुका होतात. पुढे तिच्या सावत्र मुलीचे प्रेम ज्या मनुष्यावर बसते, तो, पूर्वी ती ज्या मनुष्याबरोबर राहत होती, तोच आहे, असे आढळून येते. या मनुष्याला पिनेरोने नाटकात वाजवीपेक्षा अधिक जागा मुळीच दिली नाही. गडकऱ्यांनी मात्र मोठा खलपुरुष करून त्याला वारंवार रंगभूमीवर आणले असते. पिनेरोला पॉलाच्या अंत:करणातील पालट रंगवून त्याचे पृथक्करण करावयाचे असल्यामुळे, त्याने अर्थातच हे दुसरे पात्र मागे टाकले.

आधुनिक नाट्यसंप्रदायाचा कुलगुरू इब्सेन याच्या प्रत्येक नाटकात मुख्य कथासूत्रात दुय्यम सूत्रे न गुंतविण्याची दक्षता त्याने घेतली आहे. A Doll's House मध्ये नोराची मैत्रीण लिंडा व नोराला बनावट सहीच्या आधाराने संकटात घालणारा क्रॉगस्टॉड या दोघांमधील प्रेमसंबंधाचा उल्लेख अगदी कामापुरताच येतो. Wild Duckमध्ये लग्नापूर्वी नायिकेला फसविणारा जॉर्जचा बाप व नायिका यांची स्वतंत्रपणे कुठेही गाठ पडत नाही. Enemy of the People या नाटकात सर्व पात्रांच्या कृती विषयावर प्रकाश पाडण्याच्या दृष्टीनेच घडत असतात.

ही आधुनिक दृष्टी कोल्हटकर व गडकरी या दोघांनाही नसल्यामुळे, संविधानकाची प्रमाणबद्ध रचना, मध्यवर्ती विषयांचे परिणामकारक प्रतिपादन, मुख्य भूमिकांच्या स्वभावांचे सूक्ष्म पृथक्करण, इत्यादी महत्त्वाच्या अंगांत केवळ वैचित्र्याच्या हव्यासामुळेच त्यांची नाटके सदोष झाली आहेत, यात शंका नाही. खाडिलकरांच्या एकसूत्री कथानकात वैचित्र्याचा रंग नसला, तरी ती साहजिकच अधिक निर्दोष वाटतात.

काल्पनिक व वास्तविक

वाङ्मयसृष्टी ही एका दृष्टीने काल्पनिकच असते. वस्तुस्थितीचे यथार्थ चित्र रेखाटणारा लेखक कल्पनेवर बहिष्कार घालतो, असे थोडेच आहे! समुद्राच्या आतून जाणारी पाणबुडी अगर वरून जाणारी आगबोट या दोहींनाही जसा समुद्राचाच आधार

असतो, त्याप्रमाणे ध्येयात्मक वाङ्मय व वस्तुस्थितिदर्शक वाङ्मय ही दोन्हीही कल्पनेवरच अवलंबून असतात. पण मानवी अनुभवांशी सर्वस्वी विसंगत अशी उड्डाणे कल्पना करू लागली, की क्षणिक चमत्कृतीपलीकडे वाङ्मयात तिला महत्त्व मिळत नाही. निव्वळ चमत्कृतिजनक वाङ्मय हे दिवाळीच्या दारूकामातील बाणाप्रमाणे क्षणभर चमकून नाहीसे होते. या बाह्य चमत्कृतीभोवतीच कल्पना पिंगा घालू लागली, तर तिच्या हातून शाश्वत वाङ्मय निर्माण होणे शक्य नाही. कल्पनेचा पतंग गगनापर्यंत खुशाल पोहोचो, त्याचे सूत्र जोपर्यंत मानवी हृदयाच्या हातात आहे, तोपर्यंतच त्याचा विहार आनंददायक होतो. हे सूत्र सुटून गेले, की वरच्या कागदाची वाऱ्यावर वरात झालीच, म्हणून समजावे.

कल्पनावादी ग्रंथकार मानवी अनुभवांचे सार दर्शविणारे एखादे तत्त्व मध्ये मांडून, त्याला शोभेल, अशी वाङ्मयसृष्टी भोवताली निर्माण करतो. वास्तववादी लेखक ही सृष्टी रेखाटून तिच्यातून तत्त्व प्रगट करतो. एक पृथ्वीवरून आकाशाकडे जातो, दुसरा आकाशातून पृथ्वीवर उतरतो; पण एवढ्यावरून त्यांच्यांत जमीन-अस्मानाचे अंतर असते, असे मानण्याचे मुळीच कारण नाही. दोन ध्रुवांप्रमाणे ह्या दोन्ही पद्धतींत बाह्यतः अंतर दिसले, तरी वस्तुतः त्यांच्यांत बरेच साम्य आहे.

वस्तुस्थिती रेखाटताना ध्येयाचा विसर पडला किंवा कल्पनेचे पंख पसरून भरारी मारताना जगाची जाणीव नाहीशी झाली, की वाङ्मयसृष्टी सदोष होऊ लागते. गडकऱ्यांच्या नाटकांकडे विहंगमदृष्टीने पाहिल्यासही ही गोष्ट नजरेत भरल्यावाचून राहत नाही. गडकऱ्यांनी सामाजिक नाटके लिहिली अगर प्रचलित प्रश्न नाटकात आणले, तरी त्यांची प्रतिभा स्वभावतः कल्पनावादी. वैचित्र्याइतका आनंद तिला दुसरीकडे कुठेच होत नाही. ते गवई असते, तर रागांचे मिश्रण केल्यावाचून त्यांना चैन पडले नसते आणि चित्रकार असते, तर एकरंगी चित्रे रंगविणे त्यांच्या जिवावर आले असते. स्थानी-अस्थानी कथानकाची गुंतागुंत करण्याकडे त्यांची प्रवृत्ती दिसते, त्याचे कारण हेच आहे.

त्यांच्या नाटकांतील किती तरी प्रसंग केवळ यदृच्छेने अगर योगायोगाने घडून आले आहेत. 'प्रेमसंन्यासा'ला योगायोग असे नाव दिले असते, तरी काही फारसे बिघडले नसते. नाटकाला प्रारंभ होण्यापूर्वीच्या गोष्टी सोडून दिल्या, तरी द्रुमन व मनोरमा यांची भेट, द्रुमनने पुन्हा कमलाकराच्या हातांत सापडणे, पैशाच्या पाकिटात द्रुमनचे पत्र ठेवून ते नोटेऐवजी कमलाकराने दरोडेखोराला देणे, विद्याधराने भूतमहालात राहवयाला जाणे, तंट्याने त्याला कमलाकर समजून ते पत्र देणे, हे व याच मासल्याच्या इतर प्रसंगांचा पात्रांच्या स्वभावाशी असा कोणता निकट संबंध आहे? ठकसेन राजपुत्राच्या अगर गुप्त पोलिसाच्या चातुर्याच्या गोष्टीत जो चटकदारपणा असतो, तो या प्रसंगांतही आहे. पण केवळ क्षणिक चमत्कृतीसाठी अशा प्रसंगांची

माळच्या माळ गुंफणे म्हणजे कल्पनेला मिळालेल्या सवलतीचा दुरुपयोग करण्यासारखे आहे. अद्भुतरम्यता निर्माण करण्याचा कलावंताचा मार्ग याहून निराळा असतो. आगगाडीच्या पुलावरून टाकलेल्या उडीपेक्षा मानसिक अध:पात, वस्तूंच्या अदलाबदलीपेक्षा स्वभावातील बदल, अंधारात माणसाचा चेहरा ओळखता न आल्यामुळे होणाऱ्या रहस्यस्फोटापेक्षा माणसाचे हृदय न ओळखता आल्यामुळे होणारा स्फोट त्याला अधिक कुशलतेचा वाटतो.

कल्पनेचा लगाम स्वभावाच्या हातांत देण्याचा गडकरी प्रयत्न करतात. पण कल्पनांवरून जोराच्या हिसक्याने तो लगाम स्वभावाच्या हातांतून गळून पडतो. 'एकच प्याल्या'च्या तिसऱ्या अंकात सुधाकर सिंधूकडून दुसऱ्याच्या कपर्दिकेलाही न शिवण्याची शपथ घेतो. दारूच्या धुंदीत मुसळ घेऊन बाप आणि भाऊ यांना बडविण्याचा त्याने हुकूम सोडला नाही, हेच सिंधूचे भाग्य म्हटले पाहिजे. पण सुधाकराचे हे वर चढलेले विमान पुन्हा केव्हाच पृथ्वीवर उतरले नाही, ही आश्चर्याची गोष्ट नाही काय? दारूबाजाच्या बायकापोरांना डोळ्यांतून वाहणाऱ्या पाण्याबरोबर भिजवून खायला भाकरीचा तुकडा देखील मिळत नाही, ही वस्तुस्थितीच गडकऱ्यांना चित्रित करावयाची होती, तर सिंधूचे माहेर इतके श्रीमंत दाखविले नसते, म्हणजे काम झाले असते. पण दारू पिण्यापूर्वीची सुधाकराची योग्यता दाखविण्यासाठी त्यांच्या कल्पनेने जी भरारी मारली, ती एकदम 'कुबेराला कर्ज देणाऱ्या' बाबासाहेबांपर्यंत! परस्परविरोधी चित्रे परिणामकारक व्हावयाला त्यांच्यांतील विरोधही अत्यंत कुशलतेने व सहजतेने चित्रित केला पाहिजे.

वस्तुस्थितीकडे दुर्लक्ष करून अद्भुतरम्यता अथवा चमत्कृती यांचा हव्यास धरल्यामुळे, गडकऱ्यांनी जिव्हाळ्याने गुंफिलेली कथानकेदेखील काही काही ठिकाणी नाटकी वाटतात. नाटक पाहताना प्रेक्षकाला ते नाटक वाटता उपयोगी नाही, हे तत्त्व त्यांनी डोळ्यांपुढे ठेविलेले दिसत नाही. योगायोग व चमत्कृती यांपासून होणारा क्षणिक आनंद, सुखपर्यवसानाची आवड, दुष्टाला शासन व्हावे, ही दुर्बल इच्छा, इत्यादी जनमनातील स्थूल प्रवृत्तींना प्रसन्न करण्याकरिता ते कलेच्या मार्गापासून अनेकदा दूर जातात. 'पुण्यप्रभावा'त ईश्वराच्या हाताला लागणारे मेलेले मूल आणि 'भावबंधना'त स्मशानात पुरलेला कागदांचा डबा, यांच्यावर त्या नाटकांची कथानके झुलतात! त्यांच्या प्रतिभेला लागलेल्या या नाटकी (Melodramatic) वळणामुळे परिणामकारक वाटणाऱ्या ठरावीक साधनांचा त्यांनी पुन:पुन्हा आश्रय घेतला आहे. प्रेमभंगावाचून त्यांच्या नाटकांचे पाऊल पुढे पडतच नाही. जयंताचा प्रेमभंग हा 'प्रेमसंन्यासा'चा मुख्य विषय असल्यामुळे त्याचा प्रश्न सोडून दिला, तरी ईश्वर, भगीरथ, मनोहर व थोड्या-फार प्रमाणात वृंदावन आणि रामलाल हे सर्व या जखमी मंडळींत जमा होतात. या प्रेमभंगाचेही दोन प्रकार आहेत. जयंत, ईश्वर व मनोहर

यांचे प्रेम काचेच्या भांड्याप्रमाणे आहे. एकदा भंगले, की ते गेले. भगीरथाचे प्रेम मात्र पुन्हा सांधले जाते. प्रेमभंगानंतर जयंत व ईश्वर संन्यस्तवृत्तीचा स्वीकार करतात; बिचाऱ्या मनोहरावर स्मशानातील हिरवा दगड प्रसन्न झाला नसता, तर त्यानेही त्याच मार्गाचा अवलंब केला असता. ज्याची आवड, तेच गोड, हा न्याय लक्षात घेतला, म्हणजे गडकऱ्यांनी प्रत्येक नाटकात प्रेमभंगाला स्थान का दिले, याची चांगली कल्पना येते.

या प्रेमभंगाच्या मुळाशी थोडासा नाट्यविषयक मुत्सद्दीपणाही आहे. खऱ्या जगात तरुणपणीच्या अंगात संचारणारे प्रेमाचे वारे अनेकांना सहन होत नाही; पण या नाजूक प्रकृतीच्या लोकांनी नाटकगृहात पाऊल टाकले, की तिथल्या उकाड्यामुळे, की काय, त्यांना हे वारे आवडू लागते. व्यवहारात प्रेमाच्या मार्गावर पर्वत उभे करणारे लोक, रंगभूमीवरील नायिकेला प्रेमाचा मार्ग आक्रमण करताना एखादा खडा बोचला, तरी हळहळू लागतात. प्रेक्षकांच्या या प्रणयप्रेमामुळेच प्रेमभंग नाटकाला रंग चढविण्याच्या कामी फार उपयोग पडतो. 'भावबंधना'तील मालतीवर प्रेम करणारा मनोहर त्या नाटकात नसता, तरी कथानकात काडीइतकेही अंतर पडले नसते. स्मशानातला डबा प्रभाकराने सुद्धा आणला असता. पण मनोहर नसता, तर मालतीच्या करुणचित्रात प्रेमभंगाचा रंग नसल्यामुळे ते प्रेक्षकांना फिक्के भासले असते, यात संशय नाही.

प्रेमभंग हा करुणरसाची सृष्टी निर्माण करणारा ब्रह्मदेव मानला, तर या नाट्यसृष्टीचा संहार करणारा शंकर म्हणजे विष होय. या दैवतालाही गडकरी प्रत्येक नाटकात आळवितात. त्यांच्या पात्रांना विष चहाइतक्याच सुलभतेने पैदा करता येते. लीलेने विष पिण्याची इच्छा दर्शविण्याची खोटी! कमलाकर लगेच त्याचा प्याला तिच्या हातात देतो. सिंधूला मारल्यानंतर रसकापुरासारखे विष पैदा करायला सुधाकराला बाजारातदेखील जावे लागत नाही. बिचाऱ्याची विष खायला जवळ पैसा नाही, अशी स्थिती झाली असूनही, रसकापूर मिळविण्याला त्याला मुळीच त्रास पडत नाही! नोकरी देण्यात कृपण, पण दारू देण्यात उदार, अशा त्याच्या दोस्तांनी त्याची जीव देण्याची तरतूद आधीच करून ठेविली असावी! 'भावबंधना'तील धनेश्वराच्या मनात आत्महत्येचा विचार उत्पन्न होतो न होतो, तोच तो विष घेऊन देखील येतो. विषाची परीक्षा पाहणे व्यवहाराइतके नाटकात कठीण नसते, असे त्याच्या वर्तनावरून वाटल्यावाचून राहत नाही.

करुणरसाचा तिसरा आधारस्तंभ बालहत्या हा होय. लहान मुलांविषयी स्वभावत:च प्रेक्षकांच्या मनात अतिशय सहानुभूती असते. बालमूर्तीच्या तोंडातून थोडेसे जोरदार वाक्य बाहेर पडले, की नाटकगृहात टाळ्यांचा कडकडाट होतो. प्रेक्षकांच्या अंत:करणातील ही नाजूक जागा गडकऱ्यांनी बरोबर ओळखली होती. द्रुमनची बालहत्या, वृंदावनाने

दीनाराच्या पोटात कट्यार खुपसणे, सुधाकराने काठीने आपल्या मुलाचा खून करणे, हे प्रसंग त्यांनी रंगभूमीवर घडवून आणले आहेत. नाट्यदृष्ट्या ह्या सर्व कृती आवश्यक असल्या, तरी त्या पडद्याआड ठेवणे अशक्य नव्हते. खाडिलकरांनी 'भाऊबंदकी'त नारायणरावाचा खून रंगभूमीवर करविलेला नाही. गॅल्सवर्दीच्या 'Justice' नाटकातील नायकाची आत्महत्याही पडद्याआड घडून येते. रक्तपात, मरण, आत्महत्या, खून, इत्यादी गोष्टी प्रेक्षकांच्या मनोवृत्ती क्षुब्ध करण्याच्या दृष्टीने ठीक असतात. पण कुठलेही भडक दृश्य प्रत्यक्ष पाहण्यापेक्षा ते पडद्याआड घडत असताना प्रेक्षकांनी ते कल्पनेने आपल्या डोळ्यांपुढे उभे करावे, हे कलेच्या व रसिकतेच्या दृष्टीने अधिक योग्य आहे. नवरसांत रौद्र, भयानक, बीभत्स, वगैरेंचा समावेश होत असला, तरी त्यांना रंगभूमीवर मूर्तिमंत उभे करणे कितपत हितावह होईल, हा प्रश्नच आहे. 'प्रेमसंन्यासा'त द्रुमन गळफास लावून जीव देते, हा प्रसंग प्रेक्षकांच्या दृष्टीपेक्षा कल्पनेवरच अधिक परिणाम करू शकला असता.

भूमिका

कथानक भडक रंगांनी रंगविण्याच्या गडकऱ्यांच्या प्रवृत्तीचा परिणाम त्यांच्या भूमिकांवरही झाला आहे. त्यांच्या पात्रांचे चटकन् तीन वर्ग पडतात. सज्जन, दुष्ट व मूर्ख. सज्जन पात्रांनी दुष्टांच्या कपटजालात सापडावयाचे व दुष्टांनी कपटजाल विणण्याकरिता मूर्खांना हाताशी धरायचे. या धोपट मार्गानेच या पात्रांची गुंफण होते. चित्रगुप्ताच्या कचेरीत एखाद्या जीवात्म्याने संचिताचे गाठोडे सोडले, की आतील मालाचे पाप व पुण्य असे क्षणार्धात भाग पडतात, अशी समजूत आहे. या भागांप्रमाणे नाटकातील भूमिकांचे वर्गीकरण होणे कर्त्याच्या प्रतिभेला भूषणावह असते, असे कोणीही म्हणणार नाही. भूगोलशास्त्रज्ञांनी निरनिराळ्या समुद्रांना काळा, पांढरा, पिवळा वगैरे वर्णसूचक नावे दिली असली, तरी त्यांचा संबंध केवळ बाह्य स्वरूपाशीच असतो. मानवी मनाचा सागरही याला काही अपवाद नाही. या समुद्रात कितीही खडक असले, तरी चंद्रदर्शनाने त्याच्या लाटा उचंबळल्याशिवाय राहत नाहीत. या समुद्राचे पाणी काळे अगर पिवळे भासले, तर तो दोष सर्वस्वी त्याचाच आहे, असे म्हणता येणार नाही. आनुवंशिक संस्कार, शिक्षण, सामाजिक परिस्थिती, इत्यादी त्याला येऊन मिळणाऱ्या नद्याच त्याचे स्वरूप निश्चित करीत असतात. एखाद्या समुद्रात वादळे अधिक होत असली, तरी त्याची कारणेही त्याच्या भोवतालच्या सृष्टीतच सापडतील. एका समुद्राचे पाणी दुसऱ्यापेक्षा अधिक खारट असेल; पण त्याचे बाष्पात मुळीच रूपांतर होत नाही, असे कोण म्हणू शकेल?

मानवी मनाच्या या सर्व बाजू लक्षात घेतल्या, म्हणजे सूर्याप्रमाणे उज्ज्वल चारित्र्याची अथवा संपूर्ण ग्रहण लागलेल्या चंद्राप्रमाणे काळ्याकुट्ट अंतःकरणाची

माणसे अद्‌भुतरम्य सृष्टीतच शोभतील, असे म्हणावयाला हरकत नाही. कमलाकर, वृंदावन व घनश्याम हे तिन्ही खलपुरुष पाहिले, तर अशा पात्रांच्या चित्रणाला काळा रंग कमी वापरण्यातच कौशल्य आहे, हे गडकऱ्यांना अनुभवावरून पटु लागले होते, असे दिसते. कमलाकर शुद्ध पाषाण, वृंदावन टाकीच्या घावाने ज्याला देवकळा येते, असा दगड आणि घनश्याम चंद्रिकेने पाझरणारा चंद्रकांत आहे. कमलाकराचा नाटकातल्या प्रत्येक बाईवर डोळा असतो; पण त्याच्या डोळ्यांत त्यांतील एक देखील भरत नाही. ज्या द्रुमनला त्याने, कामुकतेने का होईना, कुरवाळले असेल, त्या द्रुमनचे हालहाल करताना आणि तिने जीव दिल्यानंतर तिच्या प्रेताचे तुकडे करताना त्याच्या पापण्या सुद्धा ओल्या होत नाहीत. काम, लोभ, मत्सर, वगैरे मनुष्याच्या षड्रिपूंचा हा मूर्तिमंत पुतळा असल्यामुळे त्याचे स्वभावचित्र जितके भयंकर, तितकेच भडक भासते. त्याच्या शरीराच्या आत ब्रह्मदेवाने हृदय बसविण्याच्या आधीच तो मृत्युलोकात पळून आलेला दिसतो. अशा प्राण्याला मनुष्यस्वभावाचे नियम लावण्यात तरी काय अर्थ आहे? वृंदावनात त्याच्यापेक्षा माणुसकी आहे. या माणुसकीचा व राक्षसी वृत्तीचा कलहही त्याच्या स्वभावचित्रणात थोडासा दिसतो. बाह्य प्रसंगापेक्षा त्याच्या अंतरंगातील द्वंद्व रेखाटण्याकडे गडकऱ्यांनी अधिक लक्ष दिले असते, तर ही भूमिका सध्याइतकी सदोष राहिली नसती. घनश्यामाचे चित्र वृंदावनापेक्षा नि:संशय अधिक सजीव व स्वाभाविक आहे. त्याच्या मनात सुडाची इच्छा सबळ कारणावाचून उत्पन्न होत नाही. शेवटी त्याच्या स्वभावात फरक पडतो. तोही वृंदावनाप्रमाणे हृदयात लपून बसलेला ईश्वर अकस्मात त्याच्या हाताला लागतो म्हणून नव्हे. ज्या धुंडिराजाच्या गळ्याभोवती त्याने निर्दयपणाने आपल्या कारस्थानाचे पाश आवळले होते, तो धुंडिराज कायद्याच्या गळफासातून त्याची सोडवणूक करतो. कारस्थान रचतानाही घनश्यामाचे हृदय मेलेले नव्हते, ही अत्यंत महत्त्वाची गोष्ट गडकऱ्यांनी दर्शविली नसल्यामुळे मात्र या भूमिकेला थोडे वैगुण्य आले आहे.

खलपुरुषाच्या असल्या भडक भूमिका रंगविण्याचा प्रघात गडकऱ्यांनीच पाडला. शेक्सपिअरच्या योगाचे कृष्णकारस्थान कुशलतेचे आहे; पण ही कुशलता भडक प्रसंगांवर अगर रंगावर मुळीच अवलंबून नाही. 'हॅम्लेट' अथवा 'मॅकबेथ' या शेक्सपिअरच्या नाटकात खुनांची गर्दी आढळली, तरी तिचा उगम नायकाच्या परिस्थितीत, स्वभावात आणि नाट्यविषयात आहे. कमलाकर अगर वृंदावन या भूमिका कितीही उठावदार दिसल्या, तरी त्या नाटकातील मुख्य पात्रे तीच आहेत, असे कुणीही म्हणणार नाही. कोल्हटकरांच्या नाटकात शुंभसेन, केयूर, कैलासनाथ, हरिहरशास्त्री, इत्यादी दुष्ट पात्रे असली, तरी ती दुय्यम दर्जाचीच वाटतात. पिलाजी, केशवशास्त्री, बुद्धिसिंग वगैरे खाडिलकरांच्या खलपुरुषांत विलक्षण वैशिष्ट्य नाही,

तसा भलताच भडकपणाही नाही. पिलाजी एवीतेवी दुष्ट मनुष्य झाला आहे खरा; तेव्हा त्याने मोहनेचा अभिलाष धरला, तर नाटक आणखी उठावदार होईल, या मोहाला खाडिलकर मुळीच बळी पडले नाहीत. कीचक व राघोबा असल्या खलपुरुषांशी संबंध येताच त्यांनी त्यांनाच नाटकाचे नायक बनविले आणि त्यांच्या दुष्कृत्यांबरोबर त्याच्या स्वभावांतील चढ-उतार रंगविण्यातच सर्व कौशल्य खर्च केले. नाटकाला रंग चढविण्याला गडकऱ्यांच्या कमलाकरासारख्या दुष्ट पात्राची जरूर असतेच, असे नाही, हे त्यांच्या 'मानापमान', 'विद्याहरण', 'स्वयंवर', इत्यादी नाटकांवरून दिसून येईल. खलपुरुषांचे पात्र फार महत्त्वाचे केल्यास त्याला नायक करून त्याच्या स्वभावाचे पृथक्करण करीत जाणेच श्रेयस्कर असते, याचे चांगले उदाहरण कोल्हटकरांच्या 'प्रेमशोधन'मधील कंदन हे पात्र होय. मॅकबेथ्, कंदन, कीचक, राघोबा अथवा टॉलस्टॉयच्या Power of Darkness मधील निकिटा, यांच्याप्रमाणे कमलाकर, वृंदावन व घनश्याम हेही खलनायक का मानू नयेत, असा एक प्रश्न या ठिकाणी उत्पन्न होण्याचा संभव आहे. जयंत, भूपाल आणि प्रभाकर-मनोहराची दुक्कल या खलपुरुषांच्या पुढे फिक्की पडते, यात संशय नाही. नायिका ज्याच्यावर प्रेम करते, तोच नायक, ही नायकाची रूढीने मान्य केलेली व्याख्या असमाधानकारक आहे, हेही सांगायला नकोच. गडकऱ्यांनी कमलाकर, वृंदावन व घनश्याम यांच्या दुष्टपणावरच 'सर्व भर न देता, त्यांच्या हृदयसागरातील सर्व वादळे सहानुभूतीने दिग्दर्शित केली असती, तर त्यांना नायकपदाचा मान मिळणे मुळीच कठीण नव्हते. पण कथानकाला रंग चढविण्याकरताच त्यांनी या पात्रांच्या दुष्टपणाचा उपयोग केला आहे. सुड, सुड या गर्जनेखेरीज ज्यांच्या तोंडातून दुसरे काहीच बाहेर पडत नाही, त्यांच्या स्वभावाचे सूक्ष्म रेखन झाले आहे, असे कसे म्हणता येईल? नायकपदावर ज्या व्यक्तीची स्थापना करावयाची, ती व्यक्ती सुष्ट असो अथवा दुष्ट असो, तिच्या अंत:करणातील बारीकसारीक बदल देखील प्रेक्षकांना कळणे इष्ट असते. गडकऱ्यांच्या खलपुरुषांच्या बाबतीत तसे न झाल्यामुळेच प्रकाशाला उठाव देण्याकरता दाखविलेल्या छायेप्रमाणे त्यांच्या भूमिका वाटतात.

आधुनिक युरोपियन नाट्यशास्त्राला नखशिखांत खलपुरुष मुळीच संमत नाही. दुष्टपणाला जशी कारणे, तशा मर्यादाही असतात, ह्या तत्त्वाची ओळख आमच्या नाटककारांना अजून पुरी झालेली नाही. गॅल्सवर्दीची 'Silver Box', 'Strife', 'Justice' इत्यादी नाटके पाहिली, तर त्यात व्हिलन ऊर्फ खलपुरुष कुठे आहे? दुष्टपणासाठी दुष्ट कुणीच होत नाही. पण स्वार्थाचा, पैशाचा, रूढीचा, कशाचा ना कशाचा धूर मनुष्याच्या डोळ्यांवर येतो आणि त्या आंधळेपणात तो इतरांची हृदये तुडवीत जातो. इब्सेनच्या 'Doll's House'मध्ये क्रॉगस्टॉड नोराची बनावट सही उघडकीला आणतो व तिचा नवरा हेल्मर तिच्यावर संतापून तिला नाही नाही ते

बोलतो. पण क्रॉगस्टॉड हे हेल्मर यांना दुष्ट म्हणणे शक्य नाही. 'Enemy of the people'मध्ये डॉ. स्टॉकमनसारख्या सत्यवादी पुरुषाला भावापासून जनतेपर्यंत सर्वांचा विरोध सहन करावा लागतो. पण त्या नाटकात गडकरीपद्धतीचा एकदेखील खलपुरुष नाही. देवमाणसे काय अगर राक्षस काय, या जगात थोडेच असावयाचे! उरलेल्या बहुजनसमाजात दुष्टपणाच्या इतक्या परी व पायऱ्या आढळतात, की कायम ठशाची काळीकुट्ट चित्रे रंगवून त्यांना स्वभावचित्रे म्हणणे म्हणजे वस्तुस्थितीची विटंबना करण्यासारखे आहे.

खलपुरुषानंतरचा वर्ग त्यांच्या हस्तकांचा! कुऱ्हाडीचा दांडा गोताला काळ व्हावा, त्याप्रमाणे सज्जन स्त्री-पुरुषांशी संबंध येणारी मूर्ख पात्रे न कळत त्यांच्या नाशाला कारणीभूत होतात. 'पुण्यप्रभावा'तील कंकण आणि 'भावबंधना'तील महेश्वर या वर्गाचे प्रतिनिधी म्हणता येतील. दागिन्यांकरता दामिनी व नवऱ्याकरिता इंदूबिंदू हपापलेल्या असतात. त्यांच्या स्वभावाचा सज्जनांना सहजासहजी फायदा होतो. गोकुळ, मधुरा, सुदाम, नूपुर, आर्यमंदिरामंडळाचे सभासद, इत्यादी विनोदी पात्रे आगगाडीतल्या तोंडओळखीवर महिना न् महिना घरात तळ देऊन राहणाऱ्या पाहुण्यांप्रमाणे वाटतात. गोकुळचा विसराळूपणा दुसऱ्या झ्यल्याही नाटकात सध्याइतकाच हशा पिकवू शकला असता. मधुरा, इंदू, बिंदू अशा अमावस्येला लाजविणाऱ्या बायका उभ्या केल्या, की कोटिबाजपणाला भरती यायची, हे ठरलेलेच आहे. विनोदी पात्रे रंगविण्याची गडकऱ्यांची पद्धत त्यांच्या खलपुरुषाच्या स्वभावरेखनासारखी आहे. त्यांचे प्रत्येक विनोदी पात्र म्हणजे विशिष्ट व्यंगाचा अगर दोषाचा हास्यास्पद पुतळाच असतो. प्रत्येकाला कसले ना कसले तरी वेड लागलेले असायचेच. या वेडाच्या भरात दुसऱ्याच्या अंगावर कोट्या फेकीत जाण्याची या पात्रांना नेहमी लहर येते. एरवी अकलेची आणि त्यांची कितीही फारकत झाली असली, तरी कोट्या करण्याच्या वेळी त्यांना चटकन् कुठून तरी बुद्धी उसनी मिळते. गडकऱ्यांच्या विनोदाच्या कारखान्यात अतिशयोक्ती अष्टौप्रहर एखाद्या दासीप्रमाणे राबत असल्यामुळे, त्यांच्या विनोदी भूमिका प्रेक्षकांना हसविण्याच्या कामी उपयोगी पडतात, यात शंका नाही. पण स्वभावरेखनाच्या दृष्टीने त्यात विशेष कौशल्य दिसत नाही. एखाद्याच्या चेहऱ्याचा फोटो घेण्याऐवजी केवळ त्याच्या बसक्या नाकाचा अगर तिरळ्या डोळ्याचाच घेतला, तर आपल्याला तो फोटो पाहून हसू कोसळेल; पण कलादृष्टीने आनंद होणार नाही. 'एकच प्याल्या'तील तळिराम एक कोटिबाज दारूबाज म्हणून प्रेक्षकांच्या पुढे उभा राहतो. तसे पाहिले, तर त्या नाटकात त्याचे कार्य नि:संशय अधिक आहे. सुधाकराला दारूचे व्यसन तोच लावतो. गीतेसारख्या सडेतोड स्वभावाच्या बायकोशी गाठ पडल्यामुळे त्याचे संसारचित्र पाहण्याची उत्सुकताही वाचकांच्या मनात उत्पन्न होते. रामलालच्या अप्रस्तुत प्रेमाने पाने अडविण्याऐवजी

गडकऱ्यांनी तळिरामाला अधिक जागा दिली असती, तर दारूबाज भावाची असहाय विधवा बहीण या दृष्टीने शरद्च्या भूमिकेलाही उठाव मिळाला असता! पण त्यांच्या दृष्टीने तळिराम हे विनोदी पात्र पडले. सर्कशीतल्या सिंहाशी तिच्यातील विदूषकाचा जेवढा संबंध, तेवढाच त्याचा नाटकाच्या मुख्य भागाशी. हसविणे हेच त्याचे कार्य! त्याच्या जीवनाच्या इतर बाजू दाखविण्याची आवश्यकता गडकऱ्यांना मुळीच भासली नाही.

केवळ कल्पकतेच्या दृष्टीने पाहिले, तर विसरभोळा गोकुळ व प्रेमवेडा महेश्वर यांची चित्रे सर्व विनोदी पात्रांत सरस वठली आहेत. पण या कल्पकतेला सहृदयतेची जोड देऊन गडकऱ्यांनी निर्माण केलेल्या धुंडिराजाचे सुंदर स्वभावचित्र निःसंशय पहिल्या दर्जाचे आहे. अतिशयोक्ती आणि स्वभावोक्ती, सात्त्विक हास्य आणि वत्सल करुण, यांचा सुंदर संगम या भूमिकेत झाला आहे. धुंडिराज विनोदाकरता विनोद करीत नाही; त्याच्या भाबड्या स्वभावातूनच हास्याच्या प्रवाहाचा उगम होतो. इतर विनोदी पात्रांप्रमाणे त्याच्या तोंडात पदोपदी कोट्या घालण्याची जरुरी गडकऱ्यांना मुळीच भासली नाही. त्याचे प्रत्येक वाक्य त्याच्या भोळ्या पण उदार मनात रंगून निघाल्यामुळे ते सहजासहजी हास्यरसाचा परिपोष करते. स्वाभाविक व सात्त्विक हास्यरसाच्या गडकऱ्यांनी निर्माण केलेल्या या आदर्शांत भावी मराठी नाटककार आपल्या विनोदी पात्रांचे रूप पाहतील, तर कलादृष्ट्या त्यांच्या कृती निःसंशय निर्दोष होत जातील.

पात्रांचा तिसरा वर्ग म्हणजे निव्वळ सज्जनांचा! जगाच्या शाळेत हा वर्ग अत्यंत रोडावलेला दिसला, तरी रंगभूमीवर तो चिकार भरून गेलेला असतो. नायक, नायिका, उपनायक, उपनायिका, इत्यादी पात्रांच्या मनात सुद्धा जिथे पाप येत नाही, तिथे सज्जनांची लोकसंख्या वाढावी, यात नवल काय? या पहिल्या वर्गातील नायक-नायिकांचे प्रेम पर्वताप्रमाणे अचल. त्यांचा मनोनिग्रह पाहून शुक्राचार्यांनी लाजावे आणि त्यांचा स्वार्थत्याग बघून भीष्माने खाली मान घालावी! यांचे प्रतिस्पर्धी असलेले खलपुरुष कोणत्याही सुविचाराला आपल्या मनात क्षणभर सुद्धा जागा देत नसल्यामुळे, ते सर्व सुविचार नायकनायिकांच्या हृदयांचाच आश्रय करीत असावेत! लीलेची पहाटे बागेत एकांतात गाठ घेणारा जयंत तिच्या आलिंगनाने मोहवश होण्याऐवजी नीतीवर व्याख्यान झोडतो. जणू काय वल्लभेचे आलिंगन म्हणजे अग्नीचा चटकाच! त्याचा स्पर्श होताच डोळे उघडलेच पाहिजेत. पत्नीचे पातिव्रत्य, की स्वतःचे प्राण हा बिकट प्रश्न सोडविण्याला भूपालाला फारसा वेळ लागत नाही. तो चटकन् वृंदावनापुढे मान वाकवून आपला शिरच्छेद करण्याविषयी विनंती करतो. 'भावबंधना'तील मालती व मनोहर यांचे प्रेम दृढमूल झालेले असते. प्रभाकर लतिकेचे मोठ्या रंगात येऊन वर्णन करू लागला, तर मधून मधून ही दोघे त्यात थोडा-फार भागही घेतात; पण 'ही मालती आजन्म आपल्या चरणांची दासी आहे'

हे सांगताना देखील मालती मनोहराला हस्तस्पर्श करू शकत नाही. 'वचनासाठी हस्तस्पर्श न केल्याबद्दल कुमारिकेच्या संकोचवृत्तीला क्षमा करा' असे ती म्हणते! प्रेमवारूच्या तोंडात मनोनिग्रहाचा काटेरी लगाम घालणाऱ्या या अठरा–वीस वर्षांच्या वीरकन्येचे कोणता आर्यवाचक कौतुक करणार नाही?

याच वर्गातील उपनायक विद्याधर, ईश्वर, रामलाल व मनोहर हे होत. नायक-नायिकांचे शरीरसंरक्षक म्हणूनच नाटकात यांची योजना झालेली दिसते. या सर्व पात्रांत ईश्वराची भूमिका थोडी तरी सुसंगत आहे. बाकीची पात्रे निर्जीव–आपल्या मित्र-मैत्रिणींवर संकटे येत असताना थंडपणाने अप्रस्तुत उद्योग करणारी आणि खलपुरुषाचे कपट उघडकीला आणण्याकरिता नाटककाराने हाक मारताच भूतमहालात, दारूबाजाच्या मैफलीत अगर स्मशानात धावून जाणारी आहेत. या भूमिकांच्या स्वभावांत काहीच वैशिष्ट्य नसल्यामुळे, उपकथानकाच्या एखाद्या तुटक्या धाग्यादोऱ्याने त्यांची मुख्य कथासूत्राशी गाठ मारून देऊन गडकरी त्यांच्या ऋणातून मोकळे होतात.

उपनायिका सुशीला, कालिंदी, गीता व मालती यांपैकी सुशीलेचे पात्र, विद्याधराला बायको हवी, म्हणूनच घातलेले दिसते. तिची पातिव्रत्यावरील व्याख्याने ऐकून 'हिंदुधर्म आणि सुधारणा' या पुस्तकाला प्रस्तावना लिहिण्याला ती पूर्ण लायक आहे, एवढाच ग्रह होतो. कमलाकराच्या दुष्टपणाला आळा घालण्याचा प्रयत्न, भग्नहृदय लीलेचे सांत्वन अथवा जयंतावर आलेल्या आरोपाचे निरसन करण्याची खटपट, या कथानकातील आवश्यक कार्यांपैकी ती एक सुद्धा करीत नाही. बालपतीच्या मूर्तीच्या चिंतनातच ती चोवीस तास दंग असावी! उरलेल्या उपनायिकांपैकी कालिंदी व मालती या अनुक्रमे पतीकरिता व पित्याकरता अत्यंत प्रिय व्यक्तीचा त्याग करतात. कालिंदीपेक्षाही मालतीचे वर्तन अधिक सुसंगत वाटते. 'एकच प्याल्या'तील गीतेला नाटकात मोठे असे काहीच कार्य नाही. तिच्याकडून होणाऱ्या लहानसहान गोष्टी कोणीही केल्या असत्या. पण तिची भूमिका स्वाभाविक, परिणामकारक व वस्तुस्थितिदर्शक आहे.

याच वर्गात पडणारी दुय्यम दर्जाची पात्रे पुष्कळ आहेत. 'प्रेमसंन्यासा'तील बाबासाहेब व द्रुमन, 'पुण्यप्रभावा'तील युवराज, 'एकच प्याल्या'तील भगीरथ, इत्यादी भूमिका रंगभूमीवर फारशा चमकत नसल्या, तरी त्या त्या नाटकाच्या सृष्टीत त्या केवळ निरुपयोगी वाटत नाहीत. पुनर्विवाहाच्या विषयाच्या दृष्टीने बाबासाहेब व द्रुमन ह्या दोन्ही पात्रांना सध्यापेक्षा अधिक अवसर मिळणे इष्ट होते. 'पुण्यप्रभावा'तील युवराजाचा वृंदावनाचे कारस्थान हाणून पाडण्याच्या कामी उपयोग करून घेणे मुळीच अयोग्य झाले नसते; परंतु कथानकाचे आवश्यक दुवे एवढ्याच दृष्टीने नाटककाराने त्यांच्याकडे पाहिले असल्यामुळे त्यांची स्वभावचिकित्सा करण्यापासून काहीच फायदा नाही. दिवा लावल्यानंतर फेकून दिलेली काडी विझली काय अगर सबंध

जळली काय, दोन्हींचीही किंमत सारखीच!

गडकऱ्यांच्या नायकांपैकी सुधाकरातच काय तो तेजस्वीपणाचा व कर्तृत्वाचा थोडा तरी अंश आढळतो. जयंत, भूपाल व प्रभाकर हे तिघेही फार दुबळे वाटतात. खलपुरुष त्यांच्याशी गनिमी काव्याने लढतात, हे खरे; पण शत्रूचा कावा कळून आल्यानंतर सुद्धा ते विशेष धडपड करीत नाहीत. जयंत व भूपाल निव्वळ दैववादी भासतात. प्रभाकर या दोघांप्रमाणे कपाळाला हात लावून बसत नाही, इतकेच पण त्याचाही हात स्वत:च्या कपाळापासून हनुवटीपर्यंतच उतरतो. तिथे पांढरी दाढी चिकटविली, की तो कृतकृत्य होतो. आपल्या हाताचे खरे कार्य प्रतिस्पर्ध्याच्या कारस्थानावर घाव घालणे हे आहे, याची त्याला जाणीवही होत नाही. लीलेचे आपल्यावर कितीही प्रेम असले, तरी मनोरमा जिवंत असल्यामुळे त्याचा काही उपयोग नाही, हे जयंत जाणतो; पण तिच्या मनाला थोडा तरी विरंगुळा मिळावा, अशी उपाययोजना मात्र तो मुळीच करीत नाही. लीलेला परिचारिका करण्याविषयी त्याने तात्यासाहेबांचे मन का वळवू नये? शेवटी फासावर जाताना तिला सांभाळण्याविषयी सुशीलेला बजावून सांगणे हे त्याचे कर्तव्य नव्हते काय? भूपालाला तुरुंगात ईश्वराची गाठ घेण्याची खटपट करणे फारसे अशक्य नव्हते. त्याचे अन्नपाणी वृंदावन स्वत:च्या हाताने थोडेच पोहोचवीत होता! धुंडिराजासारखा प्रेमळ पिता मालतीला एकाएकी धनेश्वरासारख्या म्हाताऱ्याच्या गळ्यात बांधायला का तयार झाला, हे कोडे सोडविण्याचा प्रभाकर पद्धतशीर प्रयत्न देखील करीत नाही. ही कळ कोण फिरवीत आहे, हे मालतीसारख्या बहिणीकडून त्याला सहज समजले असते. त्यानंतर घनश्यामावर नजर ठेवून महेश्वर त्याचा साथीदार आहे, हे शोधून काढणे मुळीच कठीण नव्हते. महेश्वराच्या पोटात शिरून कागदाच्या डब्याचा सुगावा काढणे ही त्याच्या पुढची क्रमप्राप्त पायरीच होती. पण गडकऱ्यांचे नायक असल्या भानगडी कधीच करीत बसत नाहीत. जे जे होईल, ते ते पाहावे, एवढेच त्यांचे कर्तृत्व. यामुळे कविहृदयाचा जयंत दुबळा व दु:खप्रवण प्रवृत्तीचा दिसतो. भूपाल भातुकलीतल्या बाहुल्यापेक्षा अधिक सजीव वाटत नाही आणि प्रभाकर लतिकेसारख्या तरुणीवर प्रेम करीत असला, तरी त्याच्या सर्व लीलांचा पोरखेळापेक्षा अधिक परिणाम होत नाही. गडकऱ्यांच्या सामाजिक नाटकातील नायकांवरून महाराष्ट्रातील तत्कालीन तरुणांच्या कर्तृत्वाविषयी तर्क केल्यास तो सर्वस्वी चुकीचा ठरेल.

सुधाकर या सर्वांहून भिन्न आहे. मद्यपान करण्यापूर्वीचा सुधाकर अगदी स्वाभाविक व खराखुरा वाटतो. गीतेचे बोलणे ऐकून पश्चात्ताप पावणारा सुधाकरही सत्यसृष्टीतून नुकताच रंगभूमीवर गेल्यासारखा दिसतो. मद्यपानाला चटावलेले शरीर व मद्यपानाचा निषेध करणारे मन यांच्या झगड्याचे सविस्तर चित्र त्याच्या स्वभावरेखनात प्रतिबिंबित झाले असते, तर या भूमिकेने गडकऱ्यांच्या अलौकिक प्रतिभासामर्थ्याचा प्रत्यय

पूर्णपणे पटविला असता!

राहता राहिल्या नायिका. या रंगविण्यात गडकऱ्यांनी शेक्सपिअरची बरोबरी केली आहे, असे प्रि. भाटेप्रभृती प्रस्तावकांना वाटते. लीला, वसुंधरा, सिंधू व लतिका या गडकऱ्यांच्या नायिका होत. प्रेमासाठी तळमळणारी बालविधवा या दृष्टीने लीलेचे चित्र हृदयस्पर्शी आहे; पण समाजाने तिच्यावर लादलेल्या प्रेमहीन आयुष्याप्रमाणे नाटककारांनीही नाटकाच्या उत्तरार्धात तिला पडद्यात ठेवल्यामुळे हे चित्र अपुरे वाटते. वसुंधरा व सिंधू या एकाच छापाच्या पतिव्रता आहेत. पातिव्रत्यापरता धर्म नाही, मग त्या पातिव्रत्याच्या पायी आपला, पुत्राचा अगर पतीचा बळी द्यावा लागला, तरी हरकत नाही, हे या दोघींचेही ध्येय दिसते. वसुंधरेच्या पातिव्रत्याचा शेवट गोड होत असल्यामुळे ती सिंधूपेक्षा अधिक तेजस्वी भासते; पण हा परिस्थितीचा परिणाम आहे. 'भावबंधना'तील लतिका मात्र एक शिक्षित, अल्लड, तापट, पण प्रेमळ तरुणी आहे. लग्न झाल्यानंतरही आपल्या थोरल्या बहिणी वसुंधरा व सिंधू यांच्या पद्धतीने तिने पातिव्रत्याचे प्रदर्शन केले असते असे, वाटत नाही.

स्त्रियांच्या भूमिका रेखाटताना गडकऱ्यांनी 'यत्र नार्यस्तु पूज्यन्ते रमन्ते तत्र देवता:' हे मनुवचन ध्येय म्हणून पुढे ठेवलेले दिसते. त्यांच्या लेखणीने इतक्या खलपुरुषांना जन्म दिला; पण एकही दुष्ट स्त्री तिने रंगविली नाही. 'प्रेमसंन्यासा'तील द्रुमन हिरवळीच्या आशेने चिखलात जाऊन तेथे रुतलेली गाय आहे. मनोरमा कजाग आहे. 'राजसंन्यासा'तील तुळशीला थोडी-फार दुष्ट म्हणता येईल. पण तिचा अद्‌भुतरम्य शृंगार व पतीच्या मरणाबद्दल सुड घेण्याची आकस्मिक पण उत्कट इच्छा, याच्या भडकपणात तिचा दुष्टपणा कुठल्या कुठे लोपून जातो. हॅम्लेटची आई, लेडी मॅकबेथ, आनंदीबाई, इब्सेनच्या Rosmersham मधील रेबेका, अशांसारखी एकही भूमिका गडकऱ्यांच्या नाटकात नाही.

कोल्हटकरांप्रमाणे गडकरीही स्वभावरेखनाच्या वेळी सुद्धा स्त्रीदाक्षिण्य दाखवितात. विनोद व कथानकाचा विकास यांच्याकरिता स्त्रीसुलभ दोषांचा हे दोघेही वारंवार उपयोग करतात. पण काही झाले, तरी स्त्री ही स्वभावत: पुरुषापेक्षा कोमल व काव्यमय आहे, या सनातन सूत्राची त्यांना कधीही विस्मृती होत नाही. उत्कट प्रेम अथवा स्वार्थत्याग करण्याचे बाळकडू मातांच्याकडून फक्त मुलींनाच पाजले जाते, असा गडकऱ्यांच्या स्त्रीभूमिकांवरून ग्रह होतो. संस्कृत नाटकांतील नायिकांची स्वभावचित्रे, स्त्री-पुरुषांतील सामाजिक विषमतेमुळे स्त्रियांच्या विषयी स्वाभाविक वाटणारी सहानुभूती, आमच्या धर्मात गाण्यात आलेली पातिव्रत्याची महती, परिस्थितीमुळे असो अथवा संस्कारामुळे असो, हिंदू स्त्रियांत आढळून येणारी सोशीक वृत्ती; इत्यादिकांच्या संमिश्रणाला काव्याची जोड देऊन गडकऱ्यांनी वसुंधरा व सिंधू यांच्यासारख्या नायिका निर्माण केल्या.

या नायिकांकडे पाहिले, की प्रेम आणि पातिव्रत्य हे दोन मोठे प्रश्न डोळ्यांपुढे उभे राहतात. सुशीला, कालिंदी, वसुंधरा, सिंधू यांच्यावरून, ज्याच्या हातावर वडील आपल्या नावाचे पाणी सोडतील, त्याच्यावर निरपेक्ष प्रेम करण्याचे सामर्थ्य स्त्रियांच्या अंगी उपजतच असते, असे दिसते. लग्नातल्या गडबडीत ज्याचा चेहरा पुरता न्याहाळून पाहायला सुद्धा मिळाला नसेल, त्याच्या मूर्तीचे सुशीला वर्षानुवर्षे चिंतन करते! गिरिकंदरात स्वत:ला कोंडून घेणारे ऋषिमुनीही नाही का निराकार आणि निर्गुण परब्रह्माचे चिंतन करीत? त्यांतलाच हा एक प्रकार! वृंदावन नाजूक फुलाप्रमाणे आपल्याला तळहातावर वागवीत असला, तरी त्याच्या हृदयात आपल्याला स्थान नाही, हे कालिंदीला पक्के ठाऊक असते. पण त्यामुळे तिच्या पतिभक्तीत रतिमात्रही अंतर पडत नाही. पतिदेव जागृत असो वा नसो, त्याची भक्तिभावाने पत्नीने सेवा करायला काय हरकत आहे, अशी या बाबतीतली गडकऱ्यांची विचारसरणी असू शकेल. ईश्वर व वृंदावन यांना नापसंत करून वसुंधरेला तिच्या पित्याने भूपालाला दिली. तत्काळ तिचे भूपालावर प्रेम जडले. तसे पाहिले, तर भूपालाचा स्वभाव तिच्याहून भिन्न आहे. पण या भिन्न स्वभावांचा विरोध दाखविला असता, तर वसुंधरेचे पातिव्रत्याचे विमान पृथ्वीवर उतरले असते! ते अंतराळी झुलत ठेवले, तरच लोक त्याच्याकडे कौतुकाने पाहत राहतील, हे ओळखण्याइतके गडकरी व्यवहारचतुर होते!

सिंधूविषयीही तेच म्हणता येईल. दारूबाज नवऱ्याला घुसळखांबाला बांधून त्याची धुंदी तिने उतरवायला पाहिजे होती, असे कुणाचेच म्हणणे नाही. सुधाकरावरील प्रेमापुढे तिला कुणाचीही किंमत वाटू नये, इतके सुख त्याने दारूबाज होण्यापूर्वी तिला दिलेले असते, हे खरे. पण दारूच्या प्रवाहात नवऱ्याच्या अब्रूबरोबर बायकोची अक्कलही वाहून जाते, हे कोण मान्य करील? सिंधू प्रेमळ आहे, तशी बुद्धिमानही आहे. पण मदिरेच्या वादळात सापडलेली स्वत:च्या संसाराची नौका क्षणोक्षणी खडकावर फुटण्याची भीती वाटत असतानाही, ती सुकाणू हातात घेत नाही अथवा वल्ही मारीत नाही. दारूबाज सुधाकराच्या लहरीबरोबर नाचल्याखेरीज तिला गत्यंतर नव्हते, असे म्हणणे म्हणजे तिच्या बुद्धीचा उपमर्द करण्यासारखे आहे. सबंध नाटकात दारू पिऊ नका, म्हणून सांगून ती एकदादेखील सुधाकराचे मन वळविण्याचा प्रयत्न करीत नाही. जणू काय दु:खाशी झगडून त्याच्यावर विजय मिळविण्याला ती अत्यंत उत्सुक झाली आहे. बाप, भाऊ, रामलाल आणि शरद यांपैकी कुणालाही ती आपल्या साहाय्याला बोलावीत नाही. दुसऱ्याची कवडीही न घेण्याची प्रतिज्ञा ती इतक्या कसोशीने पाळते, की स्वप्नातले राज्यदानाचे वचन खरे करून त्यापायी सर्वस्वनाश करून घेणाऱ्या हरिश्चंद्राची ती सख्खी बहीण शोभेल!

अकारण दु:ख भोगणाऱ्या सज्जनाविषयी आदर वाटणे हा मनुष्याच्या मनाचा धर्म आहे. कालिंदी, सिंधू व वसुंधरा यांना सोसावे लागणारे दु:ख अशाच प्रकारचे

आहे. त्यांच्याविषयी उत्पन्न होणारा आदर द्विगुणित करण्याकरता गडकऱ्यांनी त्यांच्या दु:खभोगाच्या अंतरंगात एक तत्त्व घुसडून ठेवले आहे. आधीच मानवजातीची पुरुषापेक्षा स्त्रियांच्या नीतिमत्तेवर करडी नजर! त्याही हिंदुधर्म व विशेषत: हिंदुसमाज यांचा स्त्रीच्या पावित्र्यावर विशेष कटाक्ष! प्रत्येक पिढीतील पतींमध्ये लाखो राक्षस व दगड नवरेशाही गाजवीत असतील; पण 'पती हाच सतीचा देव' आणि 'पती हाच स्त्रीचा अलंकार' या रुळांवरूनच पत्नीधर्माची आगगाडी शतकानुशतकं हिंदुसमाज चालवीत आलेला आहे. पतिपत्नीचाच काय, पण जगातील कोणताही अनुबंध अथवा संबंध त्यागाच्याच पायावर उभारला पाहिजे. समुद्रमंथनातून निघालेले हालाहल भगवान शंकरांनी स्वीकारले, तेव्हाच इतर देवांना अमृत मिळाले. कालिंदी, वसुंधरा, सिंधू, इत्यादिकांचा त्यागही असाच आहे. पण त्या त्यागाचा पातिव्रत्याशी संबंध जोडून गडकऱ्यांनी हिंदुसमाजाच्या प्रचलित एकांगी समजुतींना नकळत पाठिंबा दिला आहे, असे म्हटल्याशिवाय राहवत नाही. 'हिंदुधर्म व सुधारणा' या पुस्तकात सुंदर परंतु भ्रामक विधानांच्या द्वारे पुराणमतवादाचे मंडन करण्यात आले आहे. गोकुळाच्या तोंडी या पुस्तकाविषयीचा उल्लेखही गडकऱ्यांनी घातला आहे. पण आश्चर्याची गोष्ट ही, की गडकऱ्यांनी रेखाटलेली पतिव्रतांची स्वभावचित्रे कितीही मोहक असली, तरी भ्रामकच आहेत; घटस्फोटादी विषय बाजूला ठेवून पतिपत्नीसंबंधाचा विचार केला, तरी सुशीला, वसुंधरा आणि सिंधू यांच्यांत वस्तुस्थितीपेक्षा अद्‌भुतरम्यत्वच अधिक आढळते. ध्येयदृष्टीने या नायिकांच्याकडे पाहू लागल्यास गडकऱ्यांची ध्येयसृष्टीही विश्वामित्राच्या सृष्टीप्रमाणे उलटीच दिसते. नवरा परलोकात असो, तुरुंगात बसून बायकोच्या पातिव्रत्यावर पाणी सोडण्याचा विचार करो, अथवा दारू पिऊन बायकोची उपासमार करो, पत्नीच्या मनात त्याच्याविषयी वाईट विचार या ध्येयसृष्टीत कधीच यायचा नाही. देवांना जसे वृद्धपण आणि मरण नाही, त्याप्रमाणे पतिव्रतांना वाईट विचारांचा वास-वारा सुद्धा लागणे शक्य नाही. पण हा लष्करी कायदा फक्त बायकांनाच लागू आहे. पत्नी जिवंत असताना जयंत लीलेवर प्रेम करतो, विद्याधर स्वत:च्या बायकोवरच्या पातिव्रत्याची परीक्षा घेण्याकरता मध्यरात्री तिच्या खोलीत शिरतो, प्रेमभंगामुळे दारूबाज बनलेला भगीरथ शरदवर प्रेम करतो आणि कन्येसारख्या मानलेल्या शरदशी वागताना रामलालच्या अंत:करणातील पिता लुप्त होऊन त्या जागी वल्लभ उत्पन्न होतो! हे सर्व पुरुष सज्जनांच्या सृष्टीतले आहेत!

'बिचाऱ्या पुरुषांना ध्येयाची जरूरी नाही, असे गडकऱ्यांचे मत होते की काय, कुणाला ठाऊक! गर्भधारणेप्रमाणे ध्येयधारणांचेही कार्य बायकांनीच करावे, असा सृष्टीचा संकेत खास नाही. स्त्रियांना पातिव्रत्याच्या पिंजऱ्यात कोंडून त्यांच्याकडून पतीच्या नावाची पोपटपंची करवून घेण्यानेच जर समाजाची उन्नती होत असेल, तर त्या उन्नतीपेक्षा अवनतीच बरी, असे म्हणावे लागेल. लीला व शरद यांच्या

पुनर्विवाहाविषयी सहानुभूती बाळगणाऱ्या गडकऱ्यांना पातिव्रत्याच्या या कट्टर कल्पना संमत असतील, असे वाटत नाही. सुशीलेच्या पातिव्रत्यकोडाप्रमाणे पाहिले, तर मृत्यूनंतर लीलेला नरकात व शरदला रौरवातच पडावे लागेल. पण पातिव्रत्यकोडाची ही कलमे गडकऱ्यांना मनातून फारशी आवडत नसावीत. बहुजनसमाजाच्या पुराणमतवादी मनोवृत्तीचा भरपूर फायदा घेण्याची कल्पना आपल्या पतिव्रता रंगविताना त्यांच्या मनाला शिवलीही नसेल, असे वाटत नाही. सुशीला आणि सिंधू ही स्वभावचित्रे सध्याच्या स्त्रीवर्गाच्या विचारांचे दौर्बल्य दाखविण्याकरता त्यांनी रंगविली असतील, असेही म्हणता येण्यासारखे आहे. पण सती जाणाऱ्या स्त्रीचे चित्र रंगविण्यात चित्रकाराचा हेतू, ती अंधश्रद्धेमुळे स्वतःचा बळी देत आहे, असे दाखविण्याचा असला, तरी प्रेक्षकांच्या मनावर त्यातील त्यागाचाच परिणाम होतो. 'एकच प्याला' नाटक वाचून बायकांनी सिंधूसारखे दुबळे होऊ नये, हे सार हाताच्या बोटांवर मोजण्याइतक्या लोकांनी देखील काढले नसेल. 'पण अहाहा! काय हे अलौकिक पातिव्रत्य' हे उद्‌गार मात्र हजारो लोकांच्या मुखातून बाहेर पडले असतील.

ध्येयवादाच्या दृष्टीने पातिव्रत्याची कल्पना योग्य आहे. पण ध्येय म्हणजे मृगजळ नव्हे, हे विसरून चालणार नाही. पतिमूर्तीच्या चिंतनात रममाण होणाऱ्या सुशीलेला लीलेचे दुःख हलके करता येत नाही. वसुंधरा जाणूनबुजून आणि सिंधू नकळत आपल्या पुत्रांचा पतिदेवाकरता बळी देतात. 'पतिव्रतेला नाती नसतात' असे सिंधूच्या मुखाने गडकऱ्यांनी वदविले आहे. आपण अमुक एका मनुष्याची बायको आहो, एवढेच तिला ठाऊक असते. आप्तेष्ट, समाज, राष्ट्र, वगैरे तिच्या गावीही नसतात. पातिव्रत्याची ही गडकरीकृत व्याख्या म्हणजे सतीच्या भयंकर चालीची सुधारून विसाव्या शतकातील हिंदू समाजाला साजेशी काढलेली आवृत्ती होय. लाजाहोमाच्या अग्नीत पत्नीच्या व्यक्तित्वाची आहुती पडत असेल, पाणिग्रहणाबरोबर पत्नीचे हृदयही पतीच्या हातात येत असेल, तरच असल्या पतिव्रता जगात उत्पन्न होण्याचा संभव आहे. सहवासाने प्रीती उत्पन्न होईल. या प्रीतीला ध्येयाची जोड मिळाल्यास ती भक्तीचे स्वरूप धारण करील. पण गडकऱ्यांच्या पतिव्रतांप्रमाणे सुखासुखी अंधभक्ती उत्पन्न होणे, मनातील अत्यंत मोठ्या कलहाचा निकाल देवाब्राह्मणांच्या साक्षीने लावणे, या गोष्टी वस्तुस्थिती व ध्येय यांपैकी कुणाच्याही कसोटीला पूर्णपणे उतरणार नाहीत. नाटकी जगात त्यागाचे प्रसंग अत्यंत परिणामकारक होत असतात. पण समाजाच्या सुखाचे एक आवश्यक अंग म्हणून जो त्याग दाखवायचा, तो केवळ विकारप्रधान अथवा व्यक्तिविषयक असून उपयोगी नाही. अंधळ्या त्यागाकडे मार्गदर्शकाचे काम दिले, की समाज उन्नतिगिरीवर जाईल अगर खड्ड्यातही पडेल.

सीता-द्रौपदीपासून कालपरवाच्या आजीबाईंपर्यंत पातिव्रत्याच्या ज्या कल्पना

हिंदुसमाजात रूढ होत्या, त्यांना काव्याचा मुलामा देण्यात गडकऱ्यांनी आपले कौशल्य वेचले. पातिव्रत्याइतकेच त्यांनी प्रेमालाही प्रामुख्य दिले आहे. कर्माप्रमाणे प्रेमाचीही गती गहन असते, असे त्यांच्या प्रेमचित्रांवरून दिसते. भूपाल-वसुंधरा, सुधाकर-सिंधू या जोडप्यांतील प्रेमविकास विवाहोत्तर होतो. कालिंदी-वृंदावन हे दाम्पत्य याच पद्धतीचे! पण ते एकपक्षीय प्रेमाचे उदाहरण आहे. विद्याधर आणि सुशीला यांच्या प्रेमाची जोपासना करण्याचे सर्व श्रेय दैवालाच दिले पाहिजे. कमलाकर-द्रुमन, संभाजी-तुळशी आणि रामलाल-शरद ही कामुक प्रेमाची उदाहरणे होत. गोकुळ-मथुरा या अर्धवट जोडप्यात प्रेमकलहांपैकी अर्धा भाग - फक्त कलहच - दिसून येतो. वसंत-वीणा, भगीरथ-शरद, सुदाम-दामिनी, वगैरेंची संसारचित्रे नाट्यदृष्ट्या विशेष महत्त्वाची नाहीत.

विवाहापूर्वी परिचय नसला, तरी अनुगुण आणि अनुरूप पतिपत्नींत पूर्ण प्रेम उत्पन्न होऊ शकते. हे गडकऱ्यांनी दाखविले आहे. पण अनुरूप वधू-वर एकत्र आणण्याचे काम नाटककाराइतके ब्रह्मदेवाला साधत नाही. 'भावबंधना'तल्या प्रभाकर-लतिकेचे प्रेम किती सहज जमून जाते! भगीरथ एके काळी दारूबाज होता, ही गोष्ट त्याच्यावर प्रेम करणाऱ्या नाट्यसृष्टीतील शरद्‌ला मुळीच महत्त्वाची वाटत नाही!

सामाजिक दृष्ट्या गडकऱ्यांनी पुनर्विवाह व प्रेमविवाह यांचा पुरस्कार आणि विषमविवाहाचा निषेध केला, हे योग्यच आहे. मात्र प्रेमविवाहासारख्या महत्त्वाच्या प्रश्नाकडे ते केवळ काव्यप्रधान दृष्टीने पाहतात. जयंत व लीला यांचे परस्परांवर प्रेम असते; पण चंद्र व सूर्य यांच्यामध्ये पृथ्वी आली, की चंद्राला जसे ग्रहण लागते, त्याप्रमाणे जयंताची पत्नी मनोरमा ही या प्रेमाच्या आड असल्यामुळे हे प्रेम विषाच्या प्याल्यात बुडून जाते. मनोरमा खाष्ट असेल; पण ती जयंताची बायको झाली, हा काही तिचा अपराध खास नव्हे! तिच्या बापाने कन्यादान केले; जयंताने ते दान घेतले. लीलेचे लग्न झाल्यानंतर जयंत अविवाहित राहिला असता, तर काय बिघडले असते? नाटकाच्या शेवटी तो 'प्रेमसंन्यास' घेतो. वास्तविक लीला अष्टपुत्री नेसली, त्याच दिवशी त्याने भगवी वस्त्रे परिधान करावयाला पाहिजे होती! हा मुद्दा बाजूला ठेवला, तरी नाटकातल्या विशिष्ट परिस्थितीत मनोरमेशी घटस्फोट करून लीलेशी पुनर्विवाह लावण्याखेरीज दुसऱ्या कुठल्याही मार्गाने त्याला सुखी होणे शक्य नाही. पण तो आर्यपती असल्यामुळे मनोरमेच्या मरणाची वाट बघत बसतो! घटस्फोट हा शब्द बाँबच्या स्फोटाहूनही त्याला भयंकर वाटत असावा! मनोरमेमुळे लीला आपली पत्नी होणे शक्य नाही, हे ओळखल्यावर आवश्यक असे वैराग्य स्वतःच्या किंवा लीलेच्या अंगी बाणविण्याचाही तो प्रयत्न करीत नाही. प्रेम अंधळे असल्यामुळेच बिचाऱ्याला या कोंडीतून बाहेर पडण्याचा मार्ग दिसला नसावा!

प्रेम बहिरुपाधींवर अवलंबून नसते, ध्रुवाप्रमाणे एका जागी ते बसले, की तिथेच

अढळ राहते, इत्यादी कविमान्य व नाट्योपयोगी सिद्धांत गडकऱ्यांनीही स्वीकारले आहेत. प्रेमभंग झाला, की जयंत व ईश्वर ताबडतोब संन्यास घेतात! पहिल्या बायकोच्या सुतकात दुसऱ्या सोयरिकीचे बेत ठरविणारा मनुष्य-मनुष्य कसला, त्यांच्या दृष्टीने राक्षसच तो - त्यांना ऐकून देखील ठाऊक नसतो! तरुणतरुणींच्या परिचयाचे प्रेमात रूपांतर कसे होते, याचे एकही चित्र गडकऱ्यांनी रंगविले नाही. त्यांच्या मते विवाह दोनच प्रकारचे असतात. विषमविवाह व प्रेमविवाह. वस्तुस्थितीकडे पाहू गेल्यास बहुतेक लग्ने या दोन्हींच्या मध्येच कुठे तरी पडतात. खऱ्या जगात प्रेमविवाहाच्या वृक्षालाही अनेकदा भलभलते फाटे फुटतात. विषमविवाहाबद्दलही समाजापेक्षा व्यक्तीलाच जबाबदार धरणे योग्य होईल. गडकऱ्यांनी ही सूक्ष्म अंगोपांगे टाळून तुल्यगुण तरुणतरुणींचेच एकमेकांवर प्रेम बसते आणि हे प्रेम जितके दृढ, तितकेच सात्त्विक असते, असे दर्शविले आहे. पातिव्रत्याप्रमाणे त्यांचे प्रेमाचे चित्रही कल्पनासृष्टीत शोभणाऱ्या रंगांनीच रंगविलेले आहे!

भाषाशैली

विष्णुशास्त्री चिपळूणकरांच्या निबंधमालेला उणीपुरी साठ वर्षे झाली. नव्या मराठीच्या या हीरकोत्सवाच्या वेळी तिच्यावर हिरेमाणकांचे अलंकार घालणाऱ्या भाषासेवकांची यादी केली, तर त्यांत गडकऱ्यांची प्रमुखत्वाने गणना होईल. त्यांच्या भाषाशैलीत त्यांच्या प्रतिभेचे संपूर्ण प्रतिबिंब पडले आहे. गडकऱ्यांची भाषा शुद्ध आहे अगर प्रौढ आहे, या गोष्टी सांगणे म्हणजे राजाला दररोज पोटभर जेवायला मिळते, असे सांगण्यासारखे आहे. अशुद्धता अगर अप्रौढत्व नसणे हे नकारात्मक गुण झाले. त्यांच्याइतकी कल्पनांनी फुललेली व कोट्यांनी नटलेली भाषा मराठीतच काय, पण जगाच्या वाङ्मयात विरळाच आढळेल. त्यांची कल्पना विश्वसंचारी आहे, ती आकाशातील तारकांशी खेळते, त्याप्रमाणे पाताळातील गंगेतही विहार करते. उषःकालच्या रक्तरंगाप्रमाणे अमावास्येच्या मध्यरात्रीचा काळोखही तिच्या चित्ररेखनाच्या उपयोगी पडतो. पुराणांतरीच्या दिव्य विभूती आणि भव्य प्रसंग यांच्याइतकाच समाजातील भोळीभाबडी माणसे आणि त्यांच्यावर येणारे साधेसुधे प्रसंग यांचाही तिला परिचय आहे. साम्यविरोधात तिची सूक्ष्म दृष्टी इतक्या कुशलतेने चालते, की शब्दांच्या तारा लावलेली भाषेची सतार छेडून त्यातून सुंदर कल्पनांचे वातावरण निर्माण करणाऱ्या या वादकाला 'वाहवा' म्हणून अरसिकानेही शाबासकी द्यावी. 'नास्ति मूलमनौषधम्' या तत्त्वाप्रमाणे कुठलाही प्रसंग आणि कोणतेही दृश्य तिला निरुपयोगी वाटत नाही. कधी काळी वाचलेली रिप्व्हॅन विंकलची गोष्ट असो, (ए. प्या. ७५) अथवा गिरसप्पाच्या धबधब्याचे वर्णन असो, (भा. बं. १४८) त्याचा योग्य उपयोग करून घेण्याला

त्यांची कल्पना कधीच चुकत नाही. कल्पकतेच्या या विलक्षण सामर्थ्यामुळे सुभाषिते व सुंदर वाक्ये त्यांच्या नाटकात सर्वत्र आढळतात. विस्तृत रूपकांची गोपुरे, कल्पनेवर कल्पना उभारून बांधलेली चमत्कृतिजनक मंदिरे, सरस वर्णनाची देवालये यांचीही त्यांच्या नाट्यनगरीत नेहमीच गर्दी होते.

कोटी व काव्यकल्पना यांच्या तोंडवळ्यात फारसे साम्य नसले, तरी नात्याने त्या सख्ख्या बहिणीच असतात. काव्यकल्पना सौंदर्याच्या दृष्टीने पाहते. कोटी विनोदाचा चश्मा डोळ्यांवर चढविते. वत्सलतेने चिमण्याचा मुका घेणारी माता काव्यकल्पनेत अवतरते; कढीचे पाळ फुटले, म्हणून तान्हुल्याच्या शरीराबरोबर त्याच्या मनालाही गुदगुल्या करणारी माता कोटीच्या रूपाने प्रकट होते.

प्रत्येक चेंडूला धाव काढणाऱ्या क्रिकेटपटू खेडाळूप्रमाणे गडकरी प्रत्येक शब्दावर कोटी करीत जातात. त्यांच्या सरस शाब्दिक कोट्या काही थोड्याथोडक्या नाहीत. पण शाब्दिक कोटी ही एकंदरीत बुद्धीची कसरत असल्यामुळे वाङ्मयात तिचे स्थान दुय्यम दर्जाचेच असते. अर्थप्रधान कोट्या करण्यातही त्यांचा हातखंडा आहे. कोटी करताना 'देशे काले च पात्रे च' हा निर्बंध ते अनेकदा झुगारून देत असले, तरी रसपरिपोषक व स्वाभाविक अशा कोट्यांचाही त्यांच्या नाटकात बराच मोठा भरणा आहे.

गडकऱ्यांनी आपल्या प्रतिभेच्या रथाला काव्य-कल्पना व कोटी हे दोन वायुवेगाने धावणारे अश्व जोडले. त्या रथात बसलेल्या भाषेला ते नेतील तिकडेच जावे लागते. नवीन सृष्टी निर्माण करण्याचा अट्टहास करणाऱ्या विश्वामित्राप्रमाणे नवीन भाषाशैली प्रचलित करण्याचे ध्येय त्यांनी सदैव डोळ्यांपुढे ठेवले होते. कवाइतीच्या शिपायांप्रमाणे एकामागाहून एक येणारे अनुप्रास, राजाच्या आगमनाची वर्दी देण्याकरता ओरडणाऱ्या भालदार-चोपदारांप्रमाणे नामापूर्वी नाचणारी विशेषणे, इत्यादी त्यांचे विशेष या ध्येयातूनच उत्पन्न झाले आहेत. या विशेषणांनी अनेक स्थळी भाषेच्या शृंगारात भर घातली आहे; पण तितक्याच किंबहुना त्याहूनही अधिक स्थळी त्यांनी त्यांच्या भाषेला बोजडपणा आणला आहे. त्यांच्या नाटकांतील संभाषणात सहजता व सुटसुटीतपणा इतरांच्या मानाने कमी, यात संशय नाही. त्यांतल्या त्यात 'एकच प्याला' व 'भावबंधन' यांची भाषा अधिक प्रसादपूर्ण म्हणता येईल. प्रसंगानुसार कोमलता व ओजस्विताही तिच्यात आढळते.

मुलाच्या डोळ्यांत आईने घातलेले काजळ त्याची छबी खुलविते. गालबोटही बालमूर्तीची शोभा वाढविते. पण मध्येच कुठे तरी काजळाचा कण पडला, तरी तो विशोभित दिसतो. भाषेचेही असेच आहे. सौंदर्य अथवा विनोद यांचे परिपोषण करण्याचे काम गडकऱ्यांची भाषा बहुधा चांगल्या रीतीने करते. पण खाली दिल्याप्रमाणे काही स्थळी ती विशेष अर्थवाहक वाटत नाही. अनन्वित लग्न (भा. बं. ८४),

एकाएकी जीविताचे सर्व प्रयत्न मला नीरस वाटू लागले आहेत (भा. बं. ८६) ही प्रेमाची वचने दु:खकाली आठवणीला काय ती होऊन बसतात (भा. बं. १११), असंबद्ध दया (भा. बं. १६३). भाषेत क्वचित् आढळून येणारे इंग्रजी वळण विसंगत वाटले नाही, तरी 'मुले पुरण्याच्या बाजूच्या विरुद्धची ही स्मशानाची बाजू' (भा. बं. ११५) अशा प्रयोगातील विरुद्ध सारखे शब्द अनिष्ट वाटतात. Opposite या इंग्रजी शब्दाचे ते भाषांतर आहे. 'समोरची' हा त्याच्यापेक्षा अधिक जवळचा शब्द टाकून, तो घेण्यात काय औचित्य आहे?

किरकोळ

मेजवानी उत्तम व्हायला पाहिजे असेल, तर पक्वानांप्रमाणे कोशिंबिरीही उत्कृष्ट होतील, इकडे सुद्धा लक्ष पुरवावे लागते. अंकांचे शेवट प्रवेशाची मांडणी अशा गोष्टी किरकोळ असल्या, तरी नाटककाराने त्या निरुपयोगी मानता कामा नये. गडकऱ्यांच्या नाटकांतील या लहानसहान गोष्टी जितक्या निर्दोष असाव्यात, तितक्या नाहीत. 'एकच प्याल्या'च्या चवथ्या अंकात सुधाकर व सिंधू घरात मुलाचा मुका घेत असताना पडदा पडतो व लगेच त्याच पडद्यावर बंडगार्डनवरील सुधाकर प्रादुर्भूत होतो. मुका घेतल्याबरोबर विमानात बसूनच त्याने बंडगार्डन गाठलेले दिसते. रंगभूमीच्या दृष्टीनेही त्यांच्या प्रवेशात पोटप्रवेश उत्पन्न होतात. 'पुण्यप्रभावा'च्या पहिल्या अंकाचा पहिला प्रवेश देवळात सुरू होतो. पण त्यातील सुदाम-नूपुर गप्पा मारण्याकरता पुढील पडद्यावर येतात. ते तसे आले नाहीत, तर दुसऱ्या प्रवेशात पाळणा हलवीत असलेली कालिंदी प्रेक्षकांच्या दृष्टीला कुठून पडणार? याच नाटकाच्या दुसऱ्या अंकातील बागेचा प्रवेशही युवराजाच्या शयनमंदिराच्या सोयीसाठी उभाउभीच उरकण्यात येतो.

रसपरिपोष

पण सुंदर चांदण्यात फिरताना चंद्रावरील डागाची जशी आठवण होत नाही, त्याप्रमाणे गडकऱ्यांच्या रसप्रवाहात निमज्जन करणाऱ्या प्रेक्षकांचे या लहानसहान दोषांकडे लक्षही जात नाही. भावनेच्या उत्कटतेला कल्पकतेची जोड मिळाल्यामुळे त्यांचे रसात्मक प्रसंग अत्यंत उठावदार वाटतात. शृंगाराच्या ओझरत्या छटा त्यांच्या नाटकात आढळल्या, तरी त्यांचा मुख्य भर करुण व हास्य यांच्यावरच आहे.

विवाहपूर्व प्रेमापेक्षाही विवाहोत्तर प्रेम अधिक मोहक असू शकते, हे दाखविणारा 'एकच प्याल्या'चा पहिला प्रवेश त्यांच्या प्रतिभालतेवरील पूर्ण विकसित पुष्प आहे. व्यक्तींची विभूतींशी तुलना करणे अयोग्य होत नसेल, तर 'एकच प्याल्या'च्या पहिल्या अंकातील सुधाकर-सिंधूचा सुखकर संसार 'उत्तररामचरिता'तल्या पहिल्या

अंकातील राम सीतेच्या आनंददायक आयुष्याइतकाच रम्य आहे, असे म्हणण्यात अतिशयोक्ती नाही. भूपाल व वसुंधरा यांची शृंगारतारका त्याच्या बागेतील प्रवेशात क्षणभर चमकते न चमकते, तोच तत्त्वज्ञानाच्या अवडंबराचा काळाकुट्ट मेघ तिला झाकून टाकतो. 'भावबंधना'च्या पहिल्या अंकातील प्रभाकराचा शृंगार कल्पनेमुळे थोडासा खुलतो, एवढेच. त्यातील उत्तानपणाकडे दुर्लक्ष केले, तरी तो सरस आहे, असे म्हणता येणार नाही.

कोल्हटकर-खाडिलकरांच्या लोकप्रिय संगीत नाटकांचा आत्मा शृंगार हा आहे. गडकऱ्यांनी आपली सारी सृष्टी करुणावर उभारली आहे. कृत्रिम प्रसंगांमुळे अगर स्वभावरेखनातील वैगुण्यामुळे त्यांचा करुण रस काही स्थळी ओढून ताणून आणल्यासारखा भासतो. पण त्याच्या सहजमनोहर विलासाची स्थळेही त्यांच्या नाटकांत काही थोडीथोडकी नाहीत. फाशी जाणाऱ्या जयंताला मिठी मारणारी लीला अथवा अपरात्री आपल्या अपत्याला पुरण्याकरता स्मशानात आलेली कालिंदी यांच्या करुणरसात थोडा-फार भडकपणा असेल. पण जयंताशी बोलण्याची बंदी झाल्यामुळे त्याला बागेत चोरून भेटणारी लीला, तुरुंगात लीलेचे कोरे पत्र वाचून अश्रू गाळणारा जयंत, सुधाकराच्या वर्तनाविषयी साशंक झालेली अथवा उपाशी मुलाकडे अश्रुपूर्ण नेत्रांनी पाहत मोलाचे काम करणारी सिंधू, घनश्यामाच्या दुष्टपणाला मालतीचा बळी देण्याची पाळी आल्यानंतर तिला साष्टांग नमस्कार घालणारा धुंडिराज, आपल्या कपाळाचे कुंकू काढून धाकट्या बहिणीचे विसकटलेले कुंकू सारखे करणारी मालती, आप्तेष्टांचे हाल चुकविण्यासाठी गाय होऊन घनश्यामाला शरण जाणारी मानी लतिका, ही सारी चित्रे उत्कट असली, तरी वाजवीपेक्षा भडक मुळीच नाहीत. लीलेचे कोरे पत्र अगर मालतीने धाकट्या बहिणीसाठी कपाळाचे काढलेले कुंकू यातील करुणरम्यता अत्यंत सूचक व कलादर्शक आहे. करुणरसाचा इतका विविध विलास खाडिलकरांच्या नाट्यसृष्टीत सुद्धा आढळत नाही.

कोल्हटकरांना करुण विशेष साधत नसला, तरी मराठी नाटकात स्वतंत्र हास्यरस्य प्रथम त्यांनीच निर्माण केला. त्यांचे अनुकरण अनेकांनी केले; पण गडकऱ्यांइतके यश मात्र कोणालाच मिळाले नाही. हास्यरसाचे फवारे उडविण्यात गुरूशिष्य सारखेच निपुण आहेत. पण गुरूचे लक्ष कलेकडे, तर शिष्याची मदार रसोत्कर्षावर! गडकऱ्यांची कल्पकता पहिल्या प्रतीची असल्यामुळे, केवळ कोट्यांच्या संख्येकडे पाहिले, तर कोल्हटकर कोटिसागर असले, तर ते कोट्यांचे महासागर आहेत. पण कोट्यांनी उत्पन्न होणाऱ्या हशात हास्यरसांचे पूर्ण स्वरूप कधीच दृष्टीला पडत नाही. अंगावर उधळलेली फुले आणि गळ्यात घातलेला हार यांत दुसऱ्याची शोभा निःसंशय श्रेष्ठ होय. कोल्हटकरांच्या इतकी गडकऱ्यांची विनोदी पात्रे कथानकात पूर्णपणे गुंफली जात नाहीत. यामुळे त्यांच्या तोंडांतील कोट्या

चमत्कृतीच्या दृष्टीने कितीही चांगल्या असल्या, तरी इष्ट रसपरिपोषाच्या उपयोगी पडू शकत नाहीत. त्यांच्या कोट्यांचे अगर विनोदी प्रसंगांचे विषयही मुख्य नाट्यविषयाशी पूर्णपणे संलग्न नसतात! तळिरामासारखा वकिलाचा कारकून दारूबाजीचे फायदे वर्णन करतो, हे ठीकच आहे; कारण त्या विषयात त्याने प्रावीण्य मिळविलेले असते. पण प्रेमविवाहादी गोष्टींची थट्टा करण्याचीही त्याला मधून मधून लहर येते! 'एकच प्याल्या'तील डॉक्टर-वैद्यांच्या भांडणाचा त्या नाटकाशी काय संबंध आहे? कुठल्याही नाटकात कुणी तरी आजारी पडले आहे, असे दाखवून हा 'विनोदी' प्रवेश तिथे घातला, तर सध्याइतकाच हशा पिकायला मुळीच अडचण पडणार नाही.

कथानक व विषय यांच्याशी असणाऱ्या विलगपणाचा ठळक दोष सोडून दिला, तर गडकऱ्यांनी कोटिनिष्ठ विनोदाच्या जोडीने प्रसंगनिष्ठ विनोद साधण्याचाही प्रयत्न केला आहे, असे म्हणता येईल. 'पुण्यप्रभाव' व विशेषत: 'भावबंधन' यांत थोडा-फार प्रासंगिक विनोद पाहवयाला मिळतो. धुंडिराजाची भूमिका ही गडकऱ्यांच्या विनोदशक्तीची विजयपताकाच आहे. रंगभूमीवर त्यांच्या नाटकातील हास्यरस यशस्वी वाटला, तरी करुणरस रंगविण्यात आढळणारे कौशल्य त्यात दृग्गोचर होत नाही. केवळ विनोदात्मक नाटके त्यांनी लिहिली असती, तर या रसावरील आपले प्रभुत्व त्यांना कुशलतेने प्रकट करता आले असते.

या दोन मुख्य रसांखेरीज वत्सलरसाचा परिपोषही त्यांच्या नाटकात आढळतो. केतनाला झोके देणारी कालिंदी आणि मुलाला दूध घालणारी सिंधू त्यांनी सुंदर रीतीने रंगभूमीवर दाखविली आहे. पुढील करुणरसाची वृष्टी अधिक भयंकर भासविण्याकरता आधी थोडेसे ऊन पाडण्याच्या या पद्धतीत गडकरी नि:संशय निपुण आहेत. अशा प्रसंगामुळे घरगुती वातावरण उत्पन्न होऊन, नाटकासंबंधी सर्व सामान्य प्रेक्षकांनाही जिव्हाळा वाटू लागतो.

तुलना

१८८० पासून १९३० पर्यंतच्या पन्नास वर्षांचे पाच सारखे भाग पाडले, तर प्रत्येक दशकाचा प्रतिनिधी असा एक एक नाटककार निवडता येईल. किर्लोस्कर (१८८०-९०), देवल (१८९०-१९००), कोल्हटकर (१९००-१०), खाडिलकर (१९१०-२०) आणि गडकरी (१९२०-३०). अशी या काळाची वाटणी करण्यात काटेकोरपणा नसला, तरी ऐतिहासिक व वाङ्मयीन सत्य आहे. यांपैकी संस्कृत. नाटकाच्या छायेखाली वाढलेल्या किर्लोस्कर-देवलांची गडकऱ्यांशी तुलना करण्यात फारसे औचित्य नाही. अचूक शरसंधान करणाऱ्या धनुर्धराची विमानातून बॉंब टाकणाऱ्या सैनिकाशी तुलना करून त्यांपैकी एकाला श्रेष्ठ ठरविणे म्हणजे आपल्या एकांगी विचारांचे प्रदर्शन करण्यासारखे आहे. 'सौभद्र' आणि 'शारदा' ही नाटके

किर्लोस्कर-देवलांची नावे मराठी वाङ्मयात अजरामर करण्याला समर्थ आहेत. पण प्रतिभासामर्थ्य व तिने निर्माण केलेली नाट्यसृष्टी यांचा विचार केला, तर कोल्हटकर, खाडिलकर व गडकरी यांचे कर्तृत्व या गुरू-शिष्यांपेक्षा अधिक प्रभावी वाटते.

कोल्हटकर व खाडिलकर या दोघांवरही संस्कृत नाटकांपेक्षा शेक्सपिअरच्या नाटकांचाच अधिक परिणाम झाला. एकाने शेक्सपिअरचे कथानक गुंतागुंतीचे व चटकदार करण्याचे चातुर्य मराठीत आणले; दुसऱ्याने त्याच्या रसपरिपोषाची मराठी नाट्यकलेला जोड दिली. गडकऱ्यांनी या दोघांच्याही गुणांचा आपल्या नाटकांत संगम करण्याचा प्रयत्न केला. कथानक गुंतागुंतीचे करण्याकरता त्यांनी अनेक स्थली कृत्रिम साधनांचा आश्रय केला आहे. रसपरिपोषातही औचित्याकडे त्यांचे दुर्लक्ष झालेले आढळून येते. हे दोष सोडून दिल्यास स्वतंत्र रचनाचातुर्य व रसोत्कटता हे दोन मोठे नाट्यगुण त्यांच्याच नाटकांत एकत्रित झालेले आढळतील. मुग्ध शृंगार व हास्य यांच्यांत कोल्हटकरांचा हातखंडा असला व 'प्रेमशोधन'मधील कंदन-इंदिरा यांच्या प्रवेशात त्यांनी सुंदर करुणही निर्माण केला असला, तरी त्यांचा सर्व भर रसोत्कर्षापेक्षा चमत्कृतीवर आणि भावना हालविण्यापेक्षा कल्पना खुलविण्याकडेच असतो. खाडिलकर वीर, शृंगार व करुण यांचा सफाईदार उठाव करतात. पण कल्पकतेच्या चांदण्याची जोड मिळाल्यामुळे गडकऱ्यांचा रससागर जसा उचंबळून येतो, तशी त्यांच्या रसाची स्थिती होत नाही. तो शांत समुद्राप्रमाणे अफाट; परंतु मर्यादेत राहणारा भासतो. हास्यरसात मात्र खाडिलकरांची कोल्हटकर-गडकऱ्यांशी तुलना सुद्धा करता येणार नाही.

कोल्हटकर व गडकरी या दोघांचीही कथानक-रचना स्वतंत्र असते. तर्कशुद्ध व सुश्लिष्ट रचनेत कोल्हटकर कुशल आहेत. गडकऱ्यांच्या अंगी हा गुण कमी प्रमाणात असला, तरी रसोत्कर्षात ते कोल्हटकरांना सहज मागे टाकतात. खाडिलकरांची संविधानके सर्वस्वी स्वतंत्र नसली, तरी त्यांची मांडणी ते मोठ्या कुशलतेने करतात. रसोत्कटतेत त्यांची नाटके गडकऱ्यांपेक्षा कनिष्ठ ठरली, तरी रसवैचित्र्यात ती निःसंशय श्रेष्ठ आहेत. भूमिकांच्या दृष्टीने पाहिल्यास कोल्हटकरांच्या पात्रांत वैशिष्ट्य कमी आढळते. संविधानकाला आवश्यक तेवढेच स्वभावरेखन करण्याकडे त्यांचा कल आहे. खाडिलकर व गडकरी यांची पात्रे अधिक वैशिष्ट्यपूर्ण असतात. सामान्य स्वभावचित्रणापेक्षा त्याच्यातील विविध छटा दाखविणे अधिक कौशल्याचे काम असते. गडकऱ्यांच्या भूमिका अधिक उत्कट, तर खाडिलकरांच्या अधिक रेखीव, वाङ्मयगुणात मात्र कोल्हटकर व गडकरी हे दोघेही खाडिलकरांच्यापेक्षा श्रेष्ठ आहेत. कलेला आवश्यक असणारा संयम कोल्हटकरात अधिक प्रमाणात असला, तरी कल्पकता व भावनोत्कटता या गुणांत गडकऱ्यांनी त्यांनाही मागे टाकले आहे.

समारोप

मराठी नाट्यकलेच्या जन्माला १९३० साली पन्नास वर्षे पुरी झाली. या पन्नास वर्षांत तिने किर्लोस्करांपासून गडकऱ्यांपर्यंत मजल मारली. गडकऱ्यांबरोबर व त्यांच्या मागाहून उदयाला आलेले अनेक नाटककार गडकऱ्यांचे अनुकरण करून अगर स्वतंत्र रीतीने नाट्यसेवा करीत आहेत. पण सध्या रंगभूमीवर येणाऱ्या नाटकांत कला व वाङ्मय या दृष्टींनी पहिल्या प्रतीचे असे नाटक सहसा आढळत नाही. काव्यमयता, कल्पकता, भावनोत्कटता हे प्रतिभा-सहज आणि भाषासौंदर्य, प्रसंगवैचित्र्य, इत्यादी प्रयंत्नसाध्य गुण गडकऱ्यांच्या नाटकांत आढळतात. त्यांचे फारसे अनुकरण झालेच नाही; व जे झाले, ते बहुधा अंधच. रंगभूमीवर नित्य नवी नाटके येत असली व त्यांपैकी काही अत्यंत लोकप्रियही होत असली, तरी वरेरकरांसारखे अपवादात्मक नाटककार वगळल्यास इतर प्रगतीचा मार्ग सोडून जागच्या जागी पिंगा घालीत आहेत, असे म्हणावे लागते.

गडकऱ्यांच्या गुणांचे अनुकरण केव्हाही इष्टच आहे. धुंडिराज आणि लतिका यांच्यासारखा भूमिका अगर सुधाकर-सिंधूच्या संवादासारखे प्रवेश लिहिण्याचे ध्येय विद्यमान अगर भावी नाटककारांनी खुशाल आपल्या डोळ्यांपुढे ठेवावे. पण परिस्थिति अथवा प्रतिभा यांच्या एकांगीपणामुळे गडकऱ्यांच्या वाङ्मयात जे दोष शिरले, त्यांची झपाट्याने वाढ करून भावी नाट्यवाङ्मयाची प्रगती होईल काय? कोल्हटकरांनी शेक्सपिअरच्या संविधानकचातुर्यात मोलिअरचा विनोद मिसळून नव्या प्रकारची नाट्यरचना केली. गडकऱ्यांनी नाटकात सवता सुभा स्थापन करण्याइतके या विनोदाला सैल सोडले. सध्या तर या विनोदाने गंभीर नाटकातच धिंगाणा मांडला आहे. वाटेल त्या नाटकात वाटेल त्या ठिकाणी आचरट पात्रे नाचवून विनोद उत्पन्न केल्याशिवाय गतीच नाही, असा अनवस्थाप्रसंग नाट्यसृष्टीत उत्पन्न झाला आहे. सुंदर प्रहसने अथवा विनोदप्रधान नाटके लिहून गंभीर नाटकांच्या पाठीमागे लागलेले हे कृत्रिम विनोदाचे शुक्लकाष्ठ दूर करणे हे भावी नाटककारांचे कर्तव्य नाही काय? विषयांच्या बाबतीत तर महाराष्ट्राच्या नाट्यदृष्टीचे क्षितिज फार संकुचित वाटते. शिवाजी-संभाजींच्या त्याच त्याच कथानकांखेरीज महाराष्ट्राच्या इतिहासात रोमहर्षक प्रसंग काय थोडे आहेत? रजपूत आणि शीख या शूर देशबांधवांचा उज्ज्वल इतिहास महाराष्ट्रीय नाटककाराला स्फूर्ती देण्याला असमर्थ आहे, असे थोडेच आहे! पौराणिक नाटकांचीही तीच स्थिती! 'विद्याहरणा'च्या कथानकावर, नाही म्हटले, तरी तीन-चार नाटके झाली आहेत. पण कच देवलोकी निघून गेल्यानंतरचे देवयानीचे जीवितही काही कमी वैचित्र्यपूर्ण नाही. प्रेमभंगाबद्दल कचाला शाप देणारी देवयानी पुढे ययाति राजाशी लग्न करते. तिथेही दासी म्हणून नेलेली शर्मिष्ठा तिची सवत होते.

देवयानीच्या आयुष्यातील ही स्थित्यंतरे कुशल नाटककाराच्या प्रतिभेला नि:संशय चालना देतील. पण द्रौपदीवस्त्रहरणात आणि सावित्रीच्या पातिव्रत्यातच मराठी नाटककारांची पौराणिक प्रतिभा अडकून पडलेली दिसते!

इतिहास व पुराणे यांचे सागर पसरलेले असतानाही त्यांतील त्याच त्याच जागी दीपस्तंभ बांधण्याचा प्रयत्न करण्यापलीकडे जिथे मजल जात नाही, तिथे शून्य दिसणाऱ्या अंतराळात काल्पनिक अगर सामाजिक नाटकांची मंदिरे उभारण्याचा प्रयत्न करणारे कितीसे मिळणार? सामाजिक नाटकांचे क्षेत्र बाह्यत: संकुचित दिसते. पण ते पृथ्वीइतकेच मोठे आहे. सामाजिक विषयांची व्याप्ती पुनर्विवाह अगर बालावृद्धविवाह यांच्याइतकीच ठेवणे म्हणजे घरच्या विहिरीला समुद्र मानण्यासारखे आहे. घटस्फोट, अस्पृश्योद्धार, धर्मकलह, इत्यादी सामाजिक मानल्या गेलेल्या प्रश्नांच्या पंक्तीला समाजसत्तावाद, व्यक्तिस्वातंत्र्य वाद, विवाहवाद, वगैरे हरतऱ्हेचे वाद केव्हाच येऊन बसले आहेत. आनुवंशिक संस्कार, आर्थिक व्यवहार व प्रणयाचे विचार या तिन्हींच्या संमिश्र प्रवाहात मनुष्य सामान्यत: वाहत असतो. मनुष्याला प्रवाहपतित करणाऱ्या या महत्त्वाच्या सामाजिक घटकांकडे भावी नाटककारांना दुर्लक्ष करून चालणार नाही.

नाट्यविषयांच्या व्यापकतेचा प्रश्न उपयुक्ततेच्या सदरात येत असल्यामुळे तो बाजूला ठेवला, तरी भूमिकांकडे तसे दुर्लक्ष करता येणार नाही. पौराणिक व ऐतिहासिक नाटकांतील भूमिकांत रंग भरण्याचे काम नाटककाराला करावे लागत असले, तरी त्यांची रेखाचित्रे त्याला जवळ जवळ आयती तयारच मिळतात, असे म्हणायला हरकत नाही. काल्पनिक अगर सामाजिक नाटककाराला आपल्या स्वभावचित्रांची रूपरेखा आखण्यापासून काम करावे लागते. हे काम कठीण असले, तरी त्यात मिळणारे यशही तितकेच मोठे असते. मराठी नाटकांत भूमिकांचे वैचित्र्य (Variety) आणि वैशिष्ट्य (Individuality) या दोन्ही दृष्टींनी वाढ होणे आवश्यक आहे. नायक-नायिकेचे पहिल्याच दृष्टभेटीत एकमेकांवर अढळ प्रेम बसायचे, खलपुरुषाने उठल्या सुटल्या बायकांच्या मागे लागायचे, विनोदी पात्रांनी प्रसंगाप्रमाणे आचरट, मूर्ख, कोटिबाज अगर व्यवहारज्ञ व्हायचे, वगैरे कायम ठशाच्या निर्जीव चित्रांनी हाडामांसाच्या भूमिकांचे अस्तित्व रसिक प्रेक्षकांना पटणे शक्य नाही. सज्जन काय, दुष्ट काय अगर मूर्ख काय, शंभर नंबरी मनुष्य जगात कुणीच असत नाही. प्रत्येकाचा स्वभाव हे अनेक रंगांचे मिश्रण असते. या सर्व रंगांच्या छटा दाखविणे, त्यांच्या मुळाशी असलेल्या मानवी मनोविकारांवर प्रकाश पाडणे, गारगोटीवर गारगोटी घासली असताना जसा अग्नी उत्पन्न होतो, त्याप्रमाणे व्यक्ती व परिस्थिती यांच्या विरोधात उत्पन्न होणारे तेज: कण दाखविणे, मनुष्यमात्राच्या हृदयसागराचे मंथन करून त्यातील भिन्न भिन्न रत्ने बाहेर काढणे, एक ना दोन-अनेक कार्ये भूमिका

रंगविताना नाटककाराला करावयाची असतात. आधुनिक युरोपियन नाटककारांनी या बाबतीत केलेली प्रगती पाहिली, की मराठी नाट्यकला फार मागे रेंगाळत राहिली आहे, असे वाटल्यावाचून राहत नाही.

भूमिकांचे वैचित्र्य व वैशिष्ट्य साधण्याकरिता सभोवती पसरलेल्या जीवसृष्टीशी समरस होणे, निदान तिच्याविषयी सहानुभूती उत्पन्न होणे आवश्यक आहे. अद्‌भुतरम्य कल्पनेचा विलास (Romance) आणि ध्येयवाद (Idealism) यांचा वस्तुस्थितिदर्शनाशी (Realism) मोठा विरोध आहे, असे सामान्यत: मानले जाते. पण लेखकाचे अंत:करण हालून गेल्यामुळे त्यातून जी वाङ्मयसृष्टी निर्माण होते, तिच्यात या सर्वांना मानाचे स्थान आहे. पण अंधळ्यामागून अंधळ्याने जावे, त्याप्रमाणे सामाजिक नाटकातही अद्‌भुतरम्य नाटकांप्रमाणेच प्रेमविकास दाखवायचा आणि संकटपरंपरा नाहीशी करायची, हा वाङ्मयातला अनाचार ताबडतोब बंद होणे आवश्यक नाही काय? पानांनी गजबजलेल्या वेलीवर त्याच जीवनरसातून एखादे फूल प्रगट व्हावे, त्याप्रमाणे वस्तुस्थितीमधूनच ध्येयवाद उत्पन्न झाला पाहिजे. आमच्या सध्याच्या नाटकांतील ध्येयवाद अनेकदा दुरून मोहिनी घालणाऱ्या, पण जवळ गेल्यानंतर हाताला न लागणाऱ्या मृगजळाप्रमाणे फसवा असतो. मनुष्याच्या सत्यस्वरूपाप्रमाणे त्याने प्रयत्न केल्यास त्याचे सौंदर्य किती वाढेल, याचे प्रतिबिंबही नाट्यादर्शात पडणे हाच कलेचा व प्रतिभेचा सर्वांत मोठा विजय असतो.

हे व असे अनेक नवे मार्ग आक्रमण्याची आकांक्षा धरणाराला जुन्या मार्गाची नि:स्पृहपणानेच पाहणी केली पाहिजे. प्रस्तुत लेखकाने गडकऱ्यांच्या वाङ्मयाचे विवेचन हीच दृष्टी पुढे ठेवून केले आहे. गडकऱ्यांचे वाङ्मय हे एक सुंदर सरोवर आहे, यात संशय नाही. या सरोवराच्या प्रशांत पृष्ठभागावरील तरंगांचे कोमल हास्य आणि त्यात फुललेल्या अगणित कमळवृंदाचे सौंदर्य पाहून कोण मोहित होणार नाही? पण या सरोवरात जलक्रीडा करणाराने आतील कमलवेलींची जाळी अगर सुसरी यांच्याकडे दुर्लक्ष करणे योग्य होईल काय? गगनचुंबी पर्वतावरील काटेकुटे एखाद्याने दाखविले, तरच त्याच्यावर चढणाराचा मार्ग निष्कंटक होण्याचा संभव अधिक असतो.. त्यामुळे त्या पर्वताचे भव्यत्व नाहीसे होते, असे म्हणण्यात काय अर्थ आहे? गडकरी आज विद्यमान असते, तर ... तर आणि पण या दोन शब्दांची मनुष्याला जरूर लागली नसती, तर स्वर्ग पृथ्वीहून निराळा राहिला नसता!

❖❖❖

ताजा कलम

एक

सोळा-सतरा वर्षांनी 'गडकरी : व्यक्ति व वाङ्मय' या पुस्तकाची आवृत्ती रसिकांना सादर करण्याचा योग येत आहे. दोन-तीन वर्षांपूर्वीच ही आवृत्ती प्रसिद्ध व्हायची. पण कागदाच्या टंचाईच्या आणि हरघडी वाढणाऱ्या महागाईच्या काळात तीनशे, साडेतीनशे पानांच्या पुस्तकाचे पुनर्मुद्रण करणे जितके प्रकाशकांना कठीण, तितकेच ते विकत घेणे वाचकांनाही अवघड! म्हणून या आवृत्तीचे प्रकाशन मी काही ना काही सबब काढून लांबणीवर टाकीत चाललो होतो. दैनंदिन जीवनाची प्रत्येक बाजूने होत असलेली कुचंबणा युद्धाबरोबरच थांबेल, असे ज्या असंख्य लोकांना वाटत होते, त्यांतलाच मी एक होतो. युद्धोत्तर (Post-War) हा शब्द कुणी उच्चारला, की माझ्या डोळ्यांना अनेक गुलाबी स्वप्ने दिसू लागत. आपल्याला एक चांगला ओव्हरकोट घ्यायचा आहे, लढाई थांबल्यावर तसले कोट स्वस्त मिळू लागतील; आपल्याला इब्सेन व झ्वाइग यांच्यावर टीकाग्रंथ लिहिण्याकरता खूप खूप पुस्तके हवी आहेत, लढाई बंद झाल्यावर ती बाजारात येऊ लागतील. आपल्या या प्रिय मातृभूमीतली अनेकविध सौंदर्ये अजून आपण पाहिली नाहीत, ही हिटलरची साडेसाती संपली, की आगगाड्यांतली गर्दी ओसरू लागेल आणि आपला तो फार दिवसांचा संकल्प पार पडेल. आधुनिक महाराष्ट्राच्या गेल्या तीन पिढ्यांच्या जीवनावर जवळ जवळ हजार पृष्ठांची तीन खंडांची एक मोठी कादंबरी आपल्याला लिहायची आहे, जगात शांती नांदू लागली, की ती आपण लिहायला घ्यावी, म्हणजे कुणालाही विकत घेता येईल, अशा किमतीत आपल्याला ती देता येईल, वगैरे वगैरे किती बेत मी या मधल्या काळात केले असतील, ते सांगता येणार नाही. त्यांचा एक ग्रंथच होईल. तिकडे मोठमोठे मुत्सद्दी जशा युद्धोत्तर योजना आखीत होते, तशी माझ्यासारखी छोटी छोटी माणसेही आपापल्या साध्यासुध्या चिमुकल्या अतृप्त इच्छा पुढे कशा सिद्धीला न्यायच्या, यासंबंधीची गोड गोड मनोराज्ये करीत होती. पण –

महायुद्ध थांबले. आग बाहेरून विझली. पण आतल्या आत ती अधिकच धुमसू लागली. बड्या बड्या मुत्सद्द्यांच्या जागतिक शांततेच्या योजना जिथे कागदांवर राहिल्या, तिथे जगातल्या अगणित चिमण्या जीवांच्या इवल्याशा सुखाच्या आणि क्षणिक समाधानाच्या अनंत इच्छा मनातल्या मनात जिरून गेल्या, यात नवल ते कसले? केवळ दररोजच्या वर्तमानपत्रात लढाईची वर्णने येत नाहीत, म्हणूनच युद्ध थांबले आहे, असे आपण सध्या म्हणायचे. पण सामान्य मनुष्याच्या दैनंदिन जीवनाकडे वळून पाहिले, तर त्यातल्या क्षणाक्षणावर युद्धाच्या भेसूर, राक्षसी छाया अद्यापिही रेंगाळत आहेत, असे दिसून येईल. दुर्दैवाने पाठ पुरविलेल्या मनुष्याचे जीवन मरणाहूनही दु:खदायक असते. आजची जागतिक शांती तशीच आहे. ती युद्धाहूनही तापदायक आहे. ज्याच्यात माणसे बाँबहल्ला होऊन मरणार नाहीत, पण उपासमारीने मात्र मरू शकतील, असे महायुद्धाचे नवीन स्वरूप आहे हे. पुराणांतरीचे राक्षस निरनिराळी रूपे धारण करीत असत ना? गेल्या महायुद्धाच्या रूपाने प्रगट झालेले मानवाचे अमानुष क्रौर्यही त्याच मार्गाचा अवलंब करीत आहे, असे दिसते. ही परिस्थिती कधी पालटेल, हे कुणालाच सांगता येणार नाही.

'अमुचा पेला दु:खाचा। डोळे मिटुनि प्यायाचा ।
पिता बुडाशी गाळ दिसे । त्या अनुभव हे नाव असे ।
फेकुनि देऊ जगावरी । अमृत होऊ तो कुणातरी ।'

या केशवसुतांच्या उद्गारांवरच आजच्या जगाने समाधान मानून घेतले पाहिजे.

अशा स्थितीत या पुस्तकाचे प्रकाशन एकसारखे लांबणीवर टाकण्यात काहीच अर्थ नव्हता. शक्य तेवढा संक्षेप करून ते कमी पृष्ठांत बसविण्याची एक कल्पना माझ्या मनात मध्ये येऊन गेली. पण या पुस्तकाला अशी कात्री लावणे म्हणजे कोट कापून त्याचे जाकीट करण्यासारखे आहे, या कापाकापीत सोय कमी आणि बेढबपणा अधिक, अशी हातात कात्री घेऊन तिचा चार-दोन पानांवर प्रयोग करून पाहताच माझी खात्री झाली. शिवाय मूळ पुस्तक लिहिताना माझ्यात असलेला टीकाकार गेल्या सोळा वर्षांत पुष्कळ बदलला आहे. विशीतल्या तरुणीच्या सौंदर्याच्या कल्पना चाळिशीत निराळ्या होतात. पंचविशीतला नास्तिक पन्नाशी उलटली, की अज्ञेयवादी अथवा आस्तिक बनू लागतो. टीकाकारातही असेच फरक पडतात. या कामाचा दुर्घटपणा एवढ्यावरच संपत नव्हता. संक्षेप हा एक अत्यंत अवघड असा वाङ्मयीन संस्कार आहे. तो करायला लागणारी चिकाटी स्वभावत:च माझ्यापाशी नाही. तेव्हा 'घटं भिन्द्यात् पटं छिन्द्यात्' अशा थाटाचा अव्यापारेषु व्यापार न करता मूळ पुस्तक जसेच्या तसे कायम ठेवून, पुरवणीदाखल जे काही थोडेसे सांगणे आवश्यक आहे, तेवढे सूत्ररूपाने पुढे मांडतो.

❖❖❖

दोन

चर्चा, टीका, स्मृतिदिन, मूल्य-मापने, मतामतांचे अटीतटीचे सामने, इत्यादिकांच्या अखंड प्रवाहावरून एखाद्या ग्रंथकाराचे मोठेपण सिद्ध होत असल्यास आधुनिक मराठी वाङ्मयात गडकऱ्यांएवढा श्रेष्ठ ललित लेखक झाला नाही, असेच म्हणावे लागेल! लोकप्रियतेच्या दृष्टीने कोल्हटकर-खाडिलकरच काय, पण मराठी ललित वाङ्मयाचे अनभिषिक्त सम्राट हरिभाऊ आपटे यांची सुद्धा त्यांच्याशी तुलना होऊ शकणार नाही. अनेक वाङ्मय-पंडित हरिभाऊंचा अलीकडे वारंवार गौरवाने उल्लेख करतात, हे खरे! पण विद्यमान पिढीतल्या लेखकांची खरी-खोटी वैगुण्ये दिग्दर्शित करण्याकरिता – हरिभाऊंच्या मानाने ते किती खुजे आहेत, हे अट्टहासाने सांगण्याकरिताच - बहुधा तो होत असतो! तसे पाहिले, तर हरिभाऊंचे वाङ्मय विपुल आहे. त्या वाङ्मयात प्रतिबिंबित झालेली स्वभावसृष्टी गडकऱ्यांचे मानसपुत्र आणि मानसकन्या यांच्यापेक्षा अधिक सजीव नैसर्गिक व वैचित्र्यपूर्ण आहे. त्यांच्या लेखनातला विशाल सामाजिक आशय, तो सूचित करण्याकरता त्यांनी मोठ्या कौशल्याने केलेले मध्यमवर्गाचे प्रामाणिक चित्रण, इत्यादी गोष्टीही विवेचक वाचकांच्या बुद्धीला खाद्य पुरविणाऱ्या आहेत. असे असूनही हरिभाऊंच्या विषयी सर्वसामान्य स्तुतिस्तोत्रांपेक्षा अधिक खोल आणि अधिक मार्मिक असे काही क्वचितच लिहिले जाते. या दृष्टीनेही गडकरी भाग्यवान आहेत. त्यांचा स्मृतिदिन दुसऱ्या कुठल्याही दिवंगत साहित्यिकापेक्षा अधिक उत्साहाने अद्यापि अनेक ठिकाणी साजरा केला जातो. गेल्या दहा वर्षांतले वाळिंबे, क्षीरसागर, वा. ल. कुलकर्णी, प्रभृती अनेक टीकाकार अजूनही त्यांच्या नाट्यकृतींची चिकित्सा करण्यात गढून गेले आहेत. इतकेच नव्हे, तर व. शां. देसाईसारखे जुने टीकाकारही मोठ्या हिरिरीने या वाङ्मयमंथनात भाग घेत आहेत. 'एकच प्याला' नाटकाला तीन-चार वर्षांपूर्वी क्षीरसागरांनी साठ पृष्ठांची प्रस्तावना लिहिली. ही दीर्घ प्रस्तावना खुद्द लेखकाला लहानच वाटली असावी, अशी माझी खात्री आहे. या प्रस्तावनेतल्या अनेक वादग्रस्त मुद्द्यांचा किती तरी लहानमोठ्या टीकाकारांनी परामर्श घेतला. देसायांसारख्या स्वत: नाटककार असणाऱ्या प्रौढ टीकाकारापासून पंचविशीच्या अलीपलीकडे असलेल्या तरुण लेखकांपर्यंत सर्वांनी आपापल्या दृष्टिकोनातून 'एकच प्याल्या'चा आणि पर्यायाने गडकऱ्यांच्या प्रतिभेच्या गुणदोषांचा मोठ्या कसोशीने विचार केला. हे सर्व पाहिले, म्हणजे गडकऱ्यांचे वाङ्मय हे कधीही न कोमेजणारे एक फूल आहे, असे वाटते. त्यांच्याविषयीचे मराठी रसिकांचे कुतूहल तीन तपांनंतरही जसेच्या तसे कायम आहे. गोल्डस्मिथने 'व्हिकार ऑफ वेकफील्ड'च्या प्रस्तावनेत पुढील अर्थाचे उद्‌गार काढले आहेत. 'एखाद्या ग्रंथात कितीही दोष असले, तरी वाचकांना मोहिनी घालण्याचे त्याचे सामर्थ्य कधीच

कमी होत नाही. उलट, एखादे पुस्तक साहित्यशास्त्राच्या नियमांप्रमाणे अगदी निर्दोष असले, तरी ते वाचकांना चिरकाल रंजवू शकेलच, असे नाही.' गडकऱ्यांच्या वाङ्मयाच्या बाबतीत हे शब्द अक्षरश: खरे ठरले आहेत. आजकाल कॉलेजात शिकणारा अथवा प्राज्ञविशारद होऊ इच्छिणारा कुठलाही विद्यार्थी त्यांचे दोष घडाघड म्हणून दाखवू शकतो. पण त्यांची काही वैगुण्ये प्रतिभेच्या प्रकृतिधर्मातून निर्माण झाली आहेत. काहींचा उगम तत्कालीन वाङ्मयीन आणि सामाजिक परिस्थितीत आहे आणि काही तर केवळ गुणांच्या अतिरेकातून उद्‌भवली आहेत, हे या छोट्या मोठ्या पढीक टीकाकारांपैकी फारच थोडे लोक लक्षात घेतात. या साऱ्या वैगुण्यांवर मात करण्याचे सामर्थ्य त्यांच्या प्रतिभेत आहे, हे काळानेच सिद्ध केले आहे. त्यांनी नाटके वाचणाऱ्या आजच्या सर्वसामान्य वाचकालाही सारे आकाश उजळून टाकणारी बिजली आपल्या पुढे लखलखत आहे, असा भास झाल्यावाचून राहत नाही. त्यांची काटछाट झालेली व एका रात्रीकरताच एकत्र येणाऱ्या नटांनी केलेली नाटके पाहताना आजही आकाशात उंच उंच वेगाने उड्डाण करणाऱ्या गरुडाची आणि समुद्रावर पर्वतप्राय लाटा उठविणाऱ्या वादळाची आठवण होते. डोळे दिपविणारे, कानांना मोहिनी घालणारे, बुद्धीला पदोपदी गुदगुल्या करणारे आणि त्या करता करता हृदयाच्या तारा नाजूकपणाने छेडणारे असे त्यांचे वाङ्मय आहे. त्यातले दोष हे फणसाचे काटे आहेत, तो भरून आलेल्या आभाळाचा काळेपणा आहे, तो सॉक्रेटिसाचा कुरूपपणा आहे, ती तुकारामाची व्यवहारशून्यता आहे. ते दोष हे लहान-मोठे खडक आहेत. ओहोटीच्या वेळी ते रसिक मनाला दिसतात, केव्हा केव्हा भयंकर वाटतात. पण एकदा भरती सुरू झाली, की त्यांचा मागमूस सुद्धा कुठे उरत नाही.

❖❖❖

तीन

गडकरी वाङ्मयाचा टीकाकार या नात्याने मी स्वत:विषयी विचार करू लागलो, की माझ्या तीन अवस्था मला स्पष्ट दिसू लागतात. १९१४ साली मी पुण्याला फर्ग्युसन कॉलेजमध्ये गेल्यावर पुढल्या दोन-तीन वर्षांत माझ्या बरोबरच्या शेकडो विद्यार्थ्यांप्रमाणे मीही गडकऱ्यांच्या काव्याचा, विनोदाचा आणि नाटकांचा भक्त झालो. उथळ पाण्याला अधिक खळखळ असते. त्यामुळे माझ्या त्या वेळच्या भक्तीत विरोध-भक्तीचाही काही थोडाथोडका भाग नव्हता. गडकऱ्यांएवढ्या मोठ्या लेखकाचे दोष दाखविणे हे एका अर्थाने आपल्या अंगी गुण असल्याचे गमक आहे, असे त्या वेळी माझ्यासारख्या ओठावर मिसरूडही न फुटलेल्या मुलाला वाटत असले, तर त्यात नवल नाही. व्यक्तीच्या बाबतीत काय किंवा

तिने निर्माण केलेल्या वाङ्मयाच्या बाबतीत काय, दूरत्व अधिक रम्यत्व उत्पन्न करते, यात शंका नाही. प्रेमविवाहात लग्नाआधीचा काळ नंतरच्या काळापेक्षा अनेकांना अधिक सुखावह वाटू लागतो, म्हणतात. त्याच्या मुळाशी हीच गोष्ट आहे. गडकऱ्यांच्या प्रतिभेची यथार्थ कल्पना त्यांच्या पिढीतल्या अनेक लोकांना त्यांच्या हयातीत येऊ शकली नाही, याचे मुख्य कारण हेच असावे. आपल्याहून कमी शिकलेला, कुठल्या तरी नाटकमंडळीत मास्तरकी किंवा दाराची रखवाली करून पोट भरणारा, चेहऱ्यामोहऱ्यावरून अगदी सामान्य भासणारा असा हा किंचित ठेंगू, पण खूप मिशा असलेला फाटका गृहस्थ कालिदास-भवभूती किंवा शेले-शेक्सपियर यांच्या नात्यातला असणे शक्य आहे, ही कल्पना त्या वेळी पुष्कळांना कशीशीच वाटली असेल! मी ते दिवस आठवून पाहतो, तेव्हा गडकऱ्यांच्या निकट परिचयात येण्याची संधी लाभली असूनही, त्यांच्या प्रतिभेच्या स्वरूपाचे पूर्ण आकलन होण्याइतके त्या वेळी माझे वय नव्हते, त्याबद्दल मला राहून राहून वाईट वाटते. एखादा पहिलवान वात्सल्याने, क्रीडाबुद्धीने आणि थोडी मेहनत व्हावी, या इच्छेने प्रेरित होऊन हौद्यात उतरतो आणि पाच-दहा पोरांशी एकदम लढत करीत बसण्यात आनंद मानतो. गडकरीही अशीच माझ्यासारख्या अनेक कच्चाबच्चांची टीका ऐकून घेत असत; प्रसंगी आमच्याशी वाग्युद्ध खेळत. टीकेकरता टीका करण्याचे ते माझे वय असल्यामुळे त्यांनी दिलेल्या या स्वातंत्र्याचा मी त्या वेळी मनसोक्त उपयोग केला. पण एका अलौकिक कविमनाचे पृथक्करण करायला लागणारी अभिजात रसिकतेची दृष्टी त्या वेळी माझ्यापाशी नव्हती. गडकऱ्यांशी बरोबरीच्या नात्याने आम्ही बोलत होतो, त्यांच्या खुर्चीला खुर्ची लावून फुकट नाटके पाहत होतो, त्यांच्या देवभक्तीची आणि इतर असल्याच वैयक्तिक गोष्टींची मनातल्या मनात थट्टा करीत होतो. अशा स्थितीत त्यांची प्रतिभा ही पृथ्वीवरली सुंदरी नसून स्वर्गातली अप्सरा आहे, हे माझ्यासारख्या पोराला उमगावे तरी कसे?

१९१७ साली मी कोकणात गेलो. गडकऱ्यांचा आणि माझा संबंध सुटला. पुढे जवळ जवळ पंधरा वर्षांनी त्यांच्यावरले माझे प्रस्तुत पुस्तक प्रसिद्ध झाले. त्या वेळी मी थोडा-फार लेखक बनलो होतो. साहजिकच पंधरा वर्षांपूर्वीची बालिश टीका मागे पडून शास्त्रीय टीका करण्याच्या हेतूने मी प्रेरित झालो. तो शास्त्रोक्तपणा या पुस्तकात कितपत उतरला आहे, हे मी सांगू शकत नाही. पण हे पुस्तक प्रसिद्ध झाल्यानंतरची एक आठवण मात्र देण्याजोगी आहे. गडकऱ्यांचे व माझे लेखनगुरू श्रीपाद कृष्ण कोल्हटकर यांना या पुस्तकात मी केलेली चिकित्सा बहुतांशी मान्य होती. मात्र पुस्तक प्रसिद्ध झाल्यावर त्यांनी मला विचारले, 'तुम्ही माझ्यावर जे पुस्तक लिहिणार आहा, ते याच्यासारखंच होणार आहे काय?' मी उत्तरलो, 'आज

तरी मला माझी ही टीकापद्धती बरोबर वाटते. तेव्हा मी तुमच्यावर पुस्तक लिहिलं, तरी ते असंच होणार!' कोल्हटकर हसत हसत म्हणाले, 'मग कृपा करून ते सध्या लिहू नका. माझ्या पश्चातच ते प्रसिद्ध झालेलं बरं!'

टीकेच्या बाबतीत अनेक मोठमोठ्या लेखकांप्रमाणे कोल्हटकरही फार हळवे होते. कलावंताच्या अशा प्रकारच्या हळवेपणात अंध अहंकाराचा भाग किती असतो, याचे निश्चित प्रमाण सांगता येणार नाही. ते व्यक्तिगणिक बदलते. मात्र तो असतोच असतो, याबद्दल मी नि:शंक आहे. किंबहुना एखाद्या रूपगर्वितेप्रमाणे कलाकाराची मन:स्थिती असते की काय, कुणाला ठाऊक! त्या लावण्यवतीला जगात आपल्याहून सुंदर कुणीच नाही, असे वाटत असते. इतर स्त्रियांच्या सौंदर्याची ती हवी तेवढी कठोर कुचेष्टा करू शकते. पण त्याच-क्रूर म्हणा अगर तटस्थपणाच्या म्हणा-दृष्टीने ती स्वत:कडे तेवढी पाहू शकत नाही.

कोल्हटकर काही या नियमाला अपवाद नव्हते. त्यांच्या आयुष्यातल्या शेवटच्या आठ वर्षांतच त्यांच्या निकट परिचयाचा लाभ मला घडला. तेव्हा ते शरीराने थोडेसे पंगू झालेले होते. त्यांची लोकप्रियता क्षणाक्षणाला निस्तेज होत जाणाऱ्या संध्याप्रकाशाप्रमाणे मावळत होती. सर्वसामान्य रसिकता बहुधा समोर चमकणाऱ्या वर्तमानकाळाची पूजा करीत असते. भूतकालातले अवगाहन किंवा भविष्यातले उड्डाण तिला सहसा साधत नाही. त्यामुळे १९२५-३० नंतर कोल्हटकरांचे कर्तृत्व हा वाङ्मयातला ऐतिहासिक विषय होऊन बसला. याविषयीची एक आठवण ते स्वत:च सांगत असत. कुठल्या तरी शाळेला भेट द्यायला ते गेले होते. एका वर्गात मुख्य अध्यापकाबरोबर त्यांनी प्रवेश केला. शिक्षक त्यांचीच 'छत्रीचे उपकार' किंवा अशीच दुसरी कुठली तरी कविता शिकवीत होते. पाहुण्यांनी वर्गात प्रवेश करताच शिक्षकांना आपल्या पांडित्याचे प्रदर्शन करण्याचा मोह अनावर झाला. त्यांनी मुलांना प्रश्न विचारायला सुरुवात केली : 'ही कविता कुणाची आहे?' कवितेखाली कवीचे नाव छापले असल्यामुळे एक विद्यार्थी ताडकन् उठला आणि त्याने. फाडकन् 'कोल्हटकरांची' म्हणून उत्तर दिले. ते उत्तर ऐकून कोल्हटकरांना जरा बरे वाटले. शिक्षकांनी लगेच विचारले, 'हे कवी केव्हा होऊन गेले?' त्यांचा तो प्रश्न ऐकून विद्यार्थ्यांपेक्षा कोल्हटकरच अधिक सर्द झाले. ते शिक्षकाकडे आश्चर्याने पाहू लागले. पण तो महात्मा एखाद्या धीरगंभीर पुतळ्याप्रमाणे स्तब्ध उभा होता. कुणी तरी विद्यार्थी उठेल आणि आपल्या प्रश्नाचे उत्तर देईल, अशी त्या आचार्यांना आशा होती. पण काही केल्या कुणी उठेना. तेव्हा ते विद्वान अध्यापक उद्‌गारते झाले, 'एवढी साधी गोष्ट तुम्हाला ठाऊक नाही? कोल्हटकर सोळाव्या शतकात होऊन गेले.'

'आपुले मरण पाहिले म्यां डोळा' या अनुभवाची प्रचीती देणारी ही हकीकत सांगताना कोल्हटकर स्वत: हसत, इतरांना हसवीत. पण त्यांच्या त्या हास्याच्या आड कारुण्याची एक सूक्ष्म छटा लपली आहे, असे मला नेहमी वाटे. सेंट हेलिनात

बंदिवान होऊन पडलेल्या आणि ज्या युरोपला त्याने तळहातावर खेळविले होते, त्याच्याकडून तुच्छतेने उल्लेखिल्या जाणाऱ्या नेपोलियनची आठवण त्यांच्याकडे पाहताना हटकून होई. अशा वेळी राहून राहून एक प्रश्न माझ्या मनात येई, विस्मरणशीलता हाच मानवी जीवनाचा धर्म आहे काय? मग दुसरेच चित्र माझ्या डोळ्यांपुढे उभे राही आणि वाटे – काळपुरुषाला आपल्या प्रवासाच्या मार्गावर फुललेली फुले आवडतात, हे खरे; पण तो घटकाभरच त्यांचा वास घेऊ शकतो. काही वेळाने ती फुले कोमेजतात, त्याच्या तळहाताच्या उष्णतेने प्रसंगी ती अगदी अकाली कोळपतात. लगेच तो ती भिरकावून देतो व मार्गाच्या दोन्ही बाजूंना फुललेल्या ताटव्यांतून दुसरी ताजी सुगंधी फुले खुडून घेतो. मघाची फुले आता त्याच्या पुढे पुढे पडणाऱ्या पावलांखाली तुडविली जात असतात. पण ही गोष्ट त्याच्या लक्षात सुद्धा येत नाही.

हा पायदळी तुडविला जाण्याचा अनुभव एके काळी कीर्तिशिखरावर असलेल्या कलावंताला फार तापदायक होत असला पाहिजे. 'माझ्या पश्चातच तुम्ही माझ्यावरला टीकाग्रंथ लिहा' असे कोल्हटकर ज्या हळवेपणाने मला म्हणाले, त्याचा उगम त्यांच्या अशा प्रकारच्या त्रस्त मन:स्थितीत होता, हे त्या वेळीही माझ्या लक्षात आले होते. पण तेव्हा आणि तेव्हापासून आतापर्यंत अनेकदा त्यांच्या या उद्‌गारांतून उद्‌भवलेल्या एका प्रश्नाने एकांतातल्या काही क्षणी मला मोठी चुटपुट लावली आहे. हे क्षण माझ्या दृष्टीने फार महत्त्वाचे असतात. त्या वेळी मीच माझ्यावर फिर्याद मांडतो. फिर्यादी मी आणि आरोपीही मी – असा तो नाट्यपूर्ण प्रसंग असतो. या दोन मींच्या शाब्दिक झटापटी, त्यांची प्रामाणिक उत्तरे-प्रत्युत्तरे, त्यांच्यांतले बहुधा अनिर्णीत राहणारे वाद, यांना जर कधी काळी मी शब्दरूप देऊ शकलो – तर ...

माझ्या मनातल्या या न्यायमंदिरात 'गडकरी' पुस्तकाचा प्रश्न अनेकदा चर्चेकरता येतो. १९३२ साली गडकरी हयात असते, तर आपण हे पुस्तक असेच लिहिले असते का, या प्रश्नाचे स्पष्ट उत्तर काही केल्या मला अजून देता येत नाही. वाटते, गुरूइतक्याच पूज्य असलेल्या या गुरुबंधूवर, माझ्या लेखनाला अनेक दृष्टींनी प्रेरक झालेल्या या प्रतिभाशाली साहित्यकावर, हत्यार चालविण्याचे धैर्य आपल्याला झाले, याचे कारण त्याची पार्थिव मूर्ती आपल्यापुढे नव्हती, ती काळाच्या पडद्याआड गेली होती हेच आहे आणि मग मी माझ्या टीकेकडे टीकाकाराच्या दृष्टीने पाहू लागतो. त्या सर्व गुप्त टीकेचा निष्कर्ष नमूद करण्याची जागा ही नव्हे. पण तिच्यातून निष्पन्न होणाऱ्या दोन-तीन महत्त्वाच्या गोष्टींचा उल्लेख करणे आवश्यक आहे. 'गडकरी' पुस्तक प्रसिद्ध झाल्यावर माझी टीका मत्सराने प्रेरित झालेली आहे, अशी विधाने जाता जाता झोकून किंवा ठोकून देणारे विद्वान मी पाहिले आहेत.

मतभेदाला मत्सर आणि टीकेला खून मानणाऱ्या या क्षुद्र पंडितांची मला मोठी कीव येते. साहित्याच्या क्षेत्रात द्वेष, मत्सर आणि हेवेदावे नसतात, असे मला मुळीच म्हणायचे नाही. सर्वकाळी, सर्वस्थळी त्यांचे अस्तित्व असल्याचे इतिहास सांगत आहे. या अवगुणांची किळसवाणी प्रदर्शने गेल्या दहा-पंधरा वर्षांत अनेकदा महाराष्ट्राला पाहावी लागली आहेत. कित्येक साप्ताहिकाचे अंक या घाणीने लडबडले आहेत. क्वचित मासिकांच्या पानांवरही तिचे अस्तित्व जाणवते. इतरांना अकारण चावणारे, पण स्वतःच्या शेपटीवर कुणाचाही नकळत पाय पडला, तरी ताबडतोब फूत्कार सोडू लागणारे प्राणी दुर्दैवाने अजून मराठी साहित्यसृष्टीत दुर्मीळ झालेले नाहीत. पण त्यांच्या निरर्गल, वैयक्तिक आणि सौंदर्यासारख्या वाङ्‌मयीन किंवा सत्यासारख्या सामाजिक मूल्यांशी काडीचाही संबंध नसलेल्या टीकापद्धतीचा मी पहिल्यापासून कट्टर विरोधक आहे. 'गडकरी' पुस्तकात काय किंवा माझ्या इतर टीकालेखांत काय, मी अनेकदा कठोर झालो आहे, याची मला जाणीव आहे. आता मला तितके कठोर होता येत नाही. शरीरातल्या काही विशिष्ट ग्रंथींत पडणाऱ्या फरकाचाही हा परिणाम असू शकेल. पण माझ्या पूर्वीच्या टीकालेखनातला कठोरपणाही शस्त्रवैद्याचा होता, लपून छपून पाठीत सुरा खुपसणाऱ्या गुंडाचा नव्हता. साप साप म्हणून मी क्वचित भुई धोपटली असेल! नाही, असे नाही. पण प्रामाणिक समजुतीनेच हा धोपटाधोपटीचा प्रकार मी केला. ती समजूत नसून गैरसमजूत होती, असे दिसताच अनेकदा माझी चूक मी जाहीर रीतीने कबूल केली आहे.

'गडकरी' हे पुस्तक लिहिताना मी नुकतीच तिशी उलटलेला टीकाकार होतो. आता मी पन्नाशी ओलांडली आहे. त्या वेळी माझ्या वाङ्‌मय-कर्तृत्वाची मूठ झाकलेली होती. आता ती उघडी झाली आहे. वाङ्‌मयातले यश हे एखाद्या उंच डोंगराच्या माथ्यासारखे आहे, याची पूर्ण कल्पना मला आज अनुभवांती आली आहे. दुरून तो डोंगर फार उंच दिसत नाही. तो चढायला फार कठीण असेल, असेही वाटत नाही. पण त्याच्यावरची वाट किती अरुंद आहे, तिच्यावर वेडेवाकडे खाचखळगे आणि हरतऱ्हेचे काटे कसे पसरले आहेत, तोल सावरून तुटलेल्या कड्याच्या बाजूने जाताना मनाचा कसा थरकाप होत आहे आणि हे सर्व करूनही निम्मीशिम्मी चढण संपते न संपते, तोच पायांत गोळे येऊन अनेकांना जागच्या जागी कशी बसकण घ्यावी लागत आहे, याची गेल्या दीड तपात मला स्वतःवरून पूर्ण कल्पना आली आहे. या नव्या अनुभविक दृष्टीने मी गडकऱ्यांच्या वाङ्‌मयाकडे पाहू लागलो, म्हणजे त्यातले अनेक दोष मला आता पूर्वीपेक्षा अधिक सौम्य व सुसह्य भासू लागतात. सोळा-सतरा वर्षांपूर्वी ज्यांच्यावर 'क्षम्य' हा शेरा मी मोठ्या ऐटीने मारला होता, त्या गोष्टी आता मला अगदी स्वाभाविक वाटतात. निर्दोष कलाकृती ही सर्वगुणसंपन्न व्यक्तीइतकीच केवळ कल्पनासृष्टीतली

गोष्ट आहे, किंबहुना जीवनात काय किंवा वाङ्मयात काय, काही काही गुण आणि दोष अगदी जुळे भाऊ असतात, हे लक्षात घेऊन आपण त्यांच्या मूल्यमापनाला प्रवृत्त झाले पाहिजे, असे गेल्या चार-पाच वर्षांत मला तीव्रतेने वाटू लागले आहे.

❖❖❖

चार

या नव्या जाणिवेने मी स्वतःच्या या पुस्तकाकडे पाहिले आहे; नाही असे नाही. तसे पाहताना क्वचित एखादा शब्द बदलावा, एखाद्या विधानाला थोडी मुरड घालावी, एखाद्याचा विस्तार करावा, असे मला वाटले. पण असले किरकोळ फेरबदल कलावंताच्या अंतिम मूल्यमापनाच्या दृष्टीने महत्त्वाचे नसल्यामुळे मी ते करण्याच्या फंदात पडली नाही. गडकरी-वाङ्मयाच्या गुणावगुणांच्या चर्चेला काही काही ठिकाणी थोडी नवी जोड देता आली असती, क्वचित एखादा सूक्ष्म विचार प्रगट करता आला असता. पण स्थूलमानाने या पुस्तकातली माझी पूर्वीची सर्व मते आजही कायम आहेत. म्हणून मी ते जसेच्या तसेच ठेवले आहे. कोल्हटकर, खाडिलकर व गडकरी यांचा थोडासा तुलनात्मक अभ्यास करण्याच्या दृष्टीने मी अलीकडेच एक लेख लिहिला होता. त्यातल्या खालील उताऱ्यावरून मी वर प्रदर्शित केलेल्या गोष्टींची सत्यता वाचकांना पटू शकेल :

'कोल्हटकर - खाडिलकरांचे अनेक गुणदोष – क्वचित सौम्य स्वरूपात, तर क्वचित भडक रंगात – गडकऱ्यांच्या नाटकांत प्रगट झाले आहेत. 'तात्या, ती तलवार एक तुमची बाकी विळे कोयते' या ओळीत गडकऱ्यांनी कोल्हटकरांच्या प्रतिभेविषयी स्वतःला वाटणारा आदर व्यक्त केला आहे. या भक्तीनेच त्यांच्या नाट्य-रचनेचे स्वरूप निश्चित केले. 'प्रेमसंन्यास' व 'पुण्यप्रभाव' या नाटकांच्या अनेक अंगोपांगांवर गडकऱ्यांच्या गुरूंची छाया आहे. या अलौकिक प्रतिभावंताच्या विकासाला ही छाया उपकारक झाली, की मारक झाली, हे सांगणे मोठे कठीण आहे. परिस्थिती व प्रकृतिधर्म यांनी गडकऱ्यांच्या प्रतिभेला जो आकार दिला, तो कोल्हटकरांच्याहून भिन्न होता. कोल्हटकरांची मुख्य शक्ती विनोदकाराची होती. खाडिलकरांची नाटककाराची होती. गडकरी विनोदकार असूनही, पहिल्या प्रतीचे भावकवी होते. महाकवींतच आढळणारे विशाल कल्पकता आणि भावनेची उत्कटता यांचे मिश्रण त्यांच्या प्रतिभेत झाले होते. पण आपली ही विशिष्ट शक्ती नाट्य - लेखनाला प्रारंभ करताना त्यांनी ओळखली होती, असे वाटत नाही. प्रथम प्रथम तरी त्यांची ईर्ष्या पूर्वसूरींवर मात करण्याचीच होती. साहजिकच कोल्हटकर - पद्धतीची गुंतागुंतीची कथानके, कोटिबाजपणा आणि अतिशयोक्ती यांनी नटलेला विनोद,

नाट्यकथेला सामाजिक सुधारणेचे अस्तर जोडण्याची प्रवृत्ती आणि खाडिलकरपद्धतीचे अटीअटीचे नाट्य - प्रसंग, भरघोस भाषणांनी भरलेली भूमिकांची वाग्युद्धे, उग्र व भीषण घटनांचा वापर, यांचे थोडे-फार विसंगत असे मिश्रण त्यांच्या पहिल्या दोन नाटकांत झाले. प्रचंड गढूळ लाटांनी उचंबळणाऱ्या दोन नद्यांचा संगम पाहावा, तसा 'प्रेमसंन्यास' व 'पुण्यप्रभाव' ही नाटके वाचताना अजूनही रसिकांना भास होतो. भाषेचा शृंगार, कल्पनेचा विलास, विनोदाचे नर्तन, इत्यादी मोहक गोष्टींमुळे त्यांची ही दोन्ही नाटके. फार लोकप्रिय झाली, हे खरे; पण त्यांत गडकऱ्यांच्या बुद्धीचे, कल्पनेचे, आणि भावनेचे विविध रंग तेवढे पूर्णपणे प्रगट झाले. त्यांच्या आत्मशक्तीचा आविष्कार त्यात अंशतःच दिसून येतो. पूर्वसंस्कारातून मुक्त होऊन तिने जे आपले खरे स्वरूप प्रगट केले, ते 'एकच प्याल्या'त!

'एकच प्याला' हे एक असामान्य सामर्थ्यशाली नाटक आहे. गडकऱ्यांच्या जातिवंत कविमनाचे त्याच्यात पडलेले प्रतिबिंब अत्यंत हृदयंगम आहे. 'प्रेमसंन्यास', 'पुण्यप्रभाव', 'भावबंधन' ही नाटके गडकऱ्यांनी आपल्या बुद्धीने रचली, कल्पकतेने रंगविली. या नाटकांतल्या कारुण्यात कलेपेक्षा कारागिरीचाच भाग अधिक आहे त्यांतल्या प्रतिपादनात स्वानुभूतीपेक्षा सहानुभूतीवर भर आहे, नाट्यवस्तूच्या विकासात स्वाभाविकतेपेक्षा संकेतांना महत्त्व दिले गेले आहे. 'एकच प्याल्या'त ही सारी वैगुण्ये लोप पावली आहेत. कोल्हटकरपद्धतीच्या नाट्यरचनेची छाया या नाटकावरही आहे; नाही असे नाही. शरद् आणि भगीरथ यांच्या प्रेमप्रकरणासारख्या उपकथानकाची उपाधी त्यामुळेच या नाटकाला चिकटली आहे.

पण तिचा रसहानी करण्याइतका विस्तार इथे झालेला नाही. पहिल्या अंकाचा पडदा उघडल्यापासून पाचव्या अंकाचा पडदा पडेपर्यंत सुधाकर आणि सिंधू या सत्प्रवृत्त दंपतीच्या जीवनावर, त्यातल्या ऊनसावल्यांवर आणि चढ-उतारांवर प्रेक्षकांचे लक्ष खिळून ठेवण्यात गडकरी पूर्णपणे यशस्वी झाले आहेत. इथे कथानक गुंफले जात आहे, असे वाटत नाही; ते घडत जाते. एका सालस सुखी जोडप्याचा संसार दारूने धुळीला कसा मिळविला, हे या नाटकात तीव्रतेने दिग्दर्शित करण्याची लेखकाची इच्छा असली, तरी ते एक साधेसुधे, बोधपर सामाजिक चित्र वाटत नाही. मानवी जीवनातले सुखाचे आणि दुःखाचे, मोहाचे आणि भक्तीचे, शरीर आणि आत्मा यांच्या झगड्याचे अनेक अमर क्षण गडकऱ्यांनी या कलाकृतीत उत्कटतेने सजीव केले आहेत. ही विशालता आणि रसपूर्णता हा 'एकच प्याल्या'तल्या नाट्याचा खरा प्राण आहे. 'शारदे' सारखे रेखीव आणि हाताळलेल्या सामाजिक प्रश्नाच्या दृष्टीने सरस असे नाटक पाहिले किंवा 'भाऊबंदकी' अथवा 'विद्याहरण' यांच्यासारखे नाट्यपूर्ण पार्श्वभूमीवर उभारलेले आणि एखाद्या बुद्धिबळाच्या रंगत जाणाऱ्या डावाप्रमाणे कौशल्याने रचलेले नाटक घेतले, तरी जीवनरसाने धुंद करून

सोडण्याचे 'एकच प्याल्या'चे सामर्थ्य त्यांच्यांत तितक्या प्रमाणात नाही, असेच दिसून येईल.

असले सामर्थ्य फक्त श्रेष्ठ कवीच्याच ठिकाणी दृग्गोचर होते. गडकऱ्यांच्या शिवाय दुसऱ्या कुणाही मराठी नाटककाराच्या ठिकाणी ही भावकवीची (Lyrical Poet) उत्कट, उद्दाम आणि उन्नत अशी प्रतिभा नव्हती. खाडिलकरांनी दारूचे दुष्परिणाम 'विद्याहरणा'त मोठ्या प्रभावी रीतीने चित्रित केले आहेत. त्यातल्या शुक्राचार्यांचा पश्चात्ताप पाहताना त्यांच्या हृदयाची तळमळ आणि वाणीचे ओज यांत अधिक प्रभावी काय आहे, हे सांगणे कठीण आहे. पण सुधाकराच्या पश्चात्तापाशी त्याची तुलना करून पाहावी! शुक्राचार्यांचे शब्द विवेकबुद्धीला आवाहन करतात, पाठीवर फटके मारतात; पण सुधाकराचे वाक्य नि वाक्य काळजाला हात घातले. 'एकच प्याल्या'चे रामलालजवळ सुधाकराने केलेले वर्णन या दृष्टीने उल्लेखनीय आहे. रंगभूमीवर एवढे लांबलचक भाषण कसे म्हणायचे, या चिंतेने व्याकूळ होणाऱ्या लोकांना गडकऱ्यांच्या नाट्यशक्तीचे योग्य आकलन होणे सोपे नाही. 'हॅम्लेट'मध्ये नायकाच्या To be or not to be सारख्या स्वगतांना किंवा किंग लिअरमध्ये लिअर वेडा होऊन रानोमाळ भटकत असताना Blow, blow thou winter wind सारखी जी गीते आली आहेत, त्यांना नाट्यदृष्ट्या महत्त्व नाही, असे कोणता रसिक म्हणेल? सुधाकराची अनेक भाषणे अशीच आहेत. त्यांत केवळ शोभादायक कल्पना-विलास नाही. नाट्याचा परिपोष करणारे जातिवंत काव्य आहे ते! उत्कृष्ट शोकांतिकेला आवश्यक असलेले आणि अंत:करणाच्या गाभ्यातून उचंबळवून येणारे असे काव्य मराठीत फक्त या एकाच नाटकात प्रगट झाले आहे.

❖❖❖

पाच

गडकऱ्यांच्या वाङ्मयासंबंधाने यापेक्षा अधिक काही लिहिण्याची आवश्यकता मला वाटली नसती. पण 'एकच प्याल्या'तल्या डॉक्टर - वैद्याप्रमाणे गडकऱ्यांच्या योग्यतेसंबंधाने अद्यापिही केली जाणारी परस्परविरोधी विधाने वाचून काही गोष्टी पुन्हा स्पष्ट बोलून दाखविणे अगत्य आहे, असे मला वाटते.

उदाहरणार्थ, 'एकच प्याला' हे नाटक घेऊ. त्याच्याविषयी क्षीरसागर म्हणतात, 'भीषण नाट्याची सूक्ष्म अंतर्दृष्टी (Artistic Intuition), मानवी मनासंबंधीची परिपक्व दृष्टी आणि अवखळ, पण असाधारण विनोदबुद्धी यांनी अत्यंत प्रभावी बनलेले हे नाटक असंख्य महाराष्ट्रीयांनी डोक्यावर घेतले, हे साहजिकच होते... मराठी नाट्यसंभारात दुर्मीळ असे गुण म्हणजे जीवनानुभूती आणि मानवी हृदयाचे

सूक्ष्म ज्ञान हे गडकऱ्यांच्या इतर नाटकांतही विपुल आहेत. इथे तर भीषण नाट्याच्या खोल पाण्यात ते प्रभुत्वाने संचार करीत आहेत. गंभीर, वास्तव आणि काव्यमय नाट्य या नात्याने 'एकच प्याल्या'च्या शेजारी बसण्याचे धाडस मराठीतील एकही नाटक करीलसे वाटत नाही.'

आता 'समाजस्वास्थ्या'तल्या शारदेचा याच नाटकाविषयीचा अगदी गरमागरम असा अभिप्राय वाचा. 'समाजस्वास्थ्या'च्या डिसेंबर, १९४८ च्या अंकात शारदाबाई म्हणतात,

'गडकऱ्यांनी हरिभाऊ आपट्यांची एक गोष्ट 'एकच प्याल्या'करिता उसनी घेऊन, त्यात फक्त एखादे गौण पात्र नवीन घातले आहे..... 'एकच प्याला' हे नाटक अत्यंत गचाळ आहे. आणि त्याच्या जोरावर दुसऱ्या एका लेखकाने गडकऱ्यांना मराठी नाटककारांतला अग्रगण्य ठरविले आहे. हा अधिकच आचरटपणा आहे. माझ्या मते गडकऱ्यांचा अनुक्रम बराच खाली लागेल. किर्लोस्कर आणि देवल या दोन नाटककारांची जागा हिरावून घेईल, असा नाटककार अजून जन्माला आलेला नाही.....आजपर्यंत दारूविरुद्ध प्रचाराकरिता म्हणून जेवढी नाटके लिहिलेली आहेत, त्यांपैकी एकाचाही उद्देश सिद्धीला गेलेला नाही. कोणी या दृष्टीने खाडिलकरांचे नाटक चांगले म्हणतो, कोणी गडकऱ्यांचे म्हणतो. पण दोन्हीही या दृष्टीने गचाळच आहेत. या बाबतीत नाटके - कादंबऱ्यांचा प्रचार यशस्वी होणेही शक्य नाही. लोक दारू का पितात, याचा विचार केल्याशिवाय प्रचाराचा उपयोग कसा होणार? जे लोक मासे पकडण्याकरिता सारा दिवस पाण्यात घालवितात, ते दारू प्याल्याशिवाय अंगात उष्णता येतच नाही, असे म्हणतात. ते खोटे म्हणता येत नाही. तेथे कादंबऱ्या काय करतील?'

आता दुसरी एक अशीच मनोरंजक कुस्ती पाहा. क्षीरसागर व वा. ल. कुलकर्णी हे दोघेही प्रोफेसर आहेत. जबरदस्त अभ्यासक आहेत, नामवंत टीकाकार आहेत. असे असून 'एकच प्याल्या' तल्या उपकथानकासंबंधाने त्यांच्या अभिप्रायांत दोन ध्रुवांचे अंतर स्पष्ट दिसते. क्षीरसागर आपल्या विवेचनात म्हणतात,

'रामलाल, भगीरथ, आणि शरद् यांचे जीवन म्हणजे राजाराणीच्या नाटकातील हुजऱ्यांच्या बदफैली जीवनाचे आणि पोरकट भाषणांचे उपकथानक तर खासच नव्हे. अशी उपकथानके विनोदाकरिता अगर कंपनीतील नटांची सोय करण्याकरिता घालून, मूळ नाटकच चालू आहे, याचा दस्तऐवजी पुरावा म्हणून अधूनमधून नायक-नायिकेच्या हकीगतींचे उल्लेख आणण्याइतपतच गडकऱ्यांच्या काळच्या संविधानक-चातुर्याने मजल मारलेली होती. त्या मानाने पाहता भगीरथ, शरद् आणि रामलाल या त्रयींच्या जीवनाचे सुधाकर सिंधूच्या जीवनाशी आणि मानसिक अध:पाताच्या चित्रणाशी अधिक सपिंडत्व आहे, हे सांगण्याची आवश्यकता नाही. रामलाल हा सुधाकरावर भावाहूनही अधिक प्रेम

करीत असे; शरद् ही तर सुधाकराची बहीणच होती आणि भगीरथाच्या चित्राचा उपयोग रामलालभोवती गुंफलेल्या उपकथानकालाच अधिक असला, तरी एकच मद्यपानरूपी विखार वेगवेगळ्या लोकांच्या जीवनात कसा शिरतो व पुढे त्या त्या व्यक्तींच्या प्रतिक्रिया काय होतात, हे दाखविण्याकरता तळिराम व भगीरथ या दोघांचाही उपयोग आहे. तथापि, मदिरा असो, की मदिराक्षी असो, मुळात एकच वस्तू असली, तरी प्रत्येकाच्या जीवनात ती तोच खेळ करू शकेल, असे मात्र वाटत नाही, हे दाखविण्याकरिता या विविध पात्रांचा उपयोग आहे.'

उलट वा. ल. कुलकर्णी 'भगीरथ आणि त्याची प्रभावळ' या आपल्या लेखात प्रतिपादन करतात,

'गडकऱ्यांनी रामलालच्या मोहाच्या प्रसंगांतून जे 'एकच स्पर्शा'चे केवळ 'एकच प्याल्या'ला साथ देणारे व पूरक म्हणून तत्त्वज्ञान मांडले आहे, ते मनोदौर्बल्याचे द्योतक आहे. पहिला प्याला किंवा पहिला स्पर्श हाच आपल्या घाताला कारण होतो, म्हणून त्यापासून दूर राहणे बरे, हे सर्व ठीक आहे; परंतु हे सर्व सांगण्यात आपण जोर देतो, तो मनोदौर्बल्यावर, की मन:सामर्थ्यावर, ते पाहायला नको काय? कारण हेच तत्त्वज्ञान जर थोडे पुढे ढकलले, तर ते पहिल्या कटाक्षावरही येऊन आदळेल; व काय सांगावे, पहिला कटाक्ष हाही आपले अध:पतन करण्याला पुष्कळदा कारण होत असल्यामुळे माणसाने शक्य तोवर डोळे मिटूनच चाललेले बरे, असे प्रतिपादण्याची पाळी येईल. हा सगळा प्रसंग व त्यामधील भाषणे वाचून असे वाटते, की हा सगळा रामलालचा दुबळेपणा, शरद्चा दुबळेपणा, की लेखकाचा दुबळेपणा? पौरुष कशात आहे? मोहाचे प्रसंग टाळण्यात आहे? शरीरसुलभ विकार दडपून टाकण्यात आहे, त्या विकारांची सदैव भीती बाळगण्यात आहे, की त्या विकारांचे अस्तित्व मान्य करूनही त्यांना आपल्या कह्यात ठेवण्यात आहे? तसे जर केले नाही, तर मग भित्रेपणा व पौरुष यांत फरक कोठे आहे?

तेव्हा रामलालचे ह्या नाटकातील व्यक्तिचित्र हे असे आहे. ते भगीरथ व शरद् या दोन व्यक्तिचित्रांपेक्षा मूळ नाट्यचित्राला अधिक मदत करणारे आहे; परंतु मुळातील रस वाढविण्याचे सामर्थ्य त्याचे ठिकाणी नाही. नाटककाराने रामलाल हा सुधाकराला व्यसनमुक्त करण्याचा प्रयत्न करतो; परंतु त्यात त्याला अपयश येते, हे दाखवावयास हवे होते. त्याचप्रमाणे त्याने हस्ते परहस्ते केलेली मदतही मानी सुधाकराच्या लक्षात आल्यामुळे असह्य होते, हेही त्याने दाखवावयास हवे होते. आहे त्या परिस्थितीत हा नाट्यपटाला तत्कालीन लोकप्रिय (Fashionable) समाजसुधारकी मतांची व्याख्यानवजा ठिगळे जोडण्यापलीकडे फारशी कामगिरी बजावीत नाही, असेच म्हणावे लागते.

'एकच प्याल्या'च उपकथानकाचे हे सत्य लक्षात घेतले, म्हणजे ते किती

बांडगूळवजा आहे व मूळ नाटकाचा जीवनरस शोषून घेण्याची त्यांच्या ठिकाणी किती शक्ती आहे, याची थोडीशी कल्पना येते.'

भीषण नाट्य (Tragedy) हाताळणारे गडकरी हेच एकमेव समर्थ मराठी नाटककार होऊन गेले, असे क्षीरसागर म्हणतात. तर वा. ल. कुलकर्णी १९४४ च्या 'अभिरुचि'च्या जानेवारीच्या अंकातील 'गडकऱ्यांचा महान गुण व महान् दोष' या लेखात म्हणतात,

'गडकऱ्यांच्या प्रतिभेची ठेवण प्रमेयात्मक गंभीर नाटकांच्या निर्मितीला पोषक नव्हती. ती उत्कृष्ट प्रहसने लिहायला अनुकूल होती. गडकऱ्यांनी प्रथम 'वेड्यांचा बाजार' हे प्रहसन लिहिले, या घटनेत अर्थ आहे. त्यांच्या मन:प्रकृतीची ती सहज अभिव्यक्ती आहे.'

गडकऱ्यांविषयी विविध विद्वानांची अशी अनेक उलटीसुलटी विधाने माझ्या संग्रही आहेत. ती सर्व वाचताना एकाने जो अंश मानला असेल, तो दुसऱ्याने छेद धरावा, ज्या वैशिष्ट्याचे 'अ' ने कौतुक करावे, त्याचा 'ब'ने उपहास करावा, असा अनुभव येऊन मन गोंधळते आणि क्षणभर वाटते, जगात टीकाकार हा प्राणीच जन्माला आला नसता, तर फार बरे झाले असते.'

पण तसे वाटून काय उपयोग आहे? टीकाकार या नात्यानेच मी गडकऱ्यांवरले हे पुस्तक लिहिले आहे ना! तेव्हा या मोठ्यामोठ्या पंडितांचा, अगदी थोडक्यात का होईना, परामर्श घेणे मला प्राप्त आहे.

❖❖❖

सहा

आमचे टीकाकार विद्वान आहेत, यात मुळीच शंका नाही. पांडित्याच्या समुद्रात ते मनसोक्त डुंबतात. टीकाशास्त्रावरली अद्ययावत इंग्रजी पुस्तके त्यांना करतलामलकवत असतात. त्यांतले सारे सिद्धांत मराठी वाङ्मयात पडताळून पाहण्याची त्यांना मोठी जबरदस्त हौस असलेली दिसते. पण हत्ती पाहायला गेलेल्या डोळस माणसांनी उतावळेपणाच्या भरात सोंड, शेपूट, पाय यांपैकी त्याचा जो अवयव हातात येईल, तो हर्षभराने धरावा आणि आनंदातिशयाने डोळे मिटून मोठमोठ्याने गजराज म्हणून त्याचे साग्रसंगीत वर्णन करीत सुटावे, तशी त्यांची अनेकदा परिस्थिती होते.

टीकाकार हाही अंशत: संशोधक व अंशत: ललित लेखक असल्यामुळे तो आत्मनिष्ठ असणे स्वाभाविक आहे. पण या आत्मनिष्ठेला जर त्याने वस्तुनिष्ठ दृष्टीची जोड दिली नाही, स्वत:च्या आवडीनिवडी क्षणभर विसरून सौंदर्याच्या, सामर्थ्याच्या व साधुत्वाच्या चिरंतन मूल्यांचा आविष्कार आपल्यापुढे असलेल्या ललितकृतीत कसा झाला आहे, याकडे स्थितप्रज्ञतेने पाहण्याची शक्ती जर त्याने

संपादन केली नाही, तर त्याची टीका नुसती पुस्तकी होते, त्याची रसिकता एकाक्ष ठरते, त्याचे मार्गदर्शन मोत्यांचे शिंपले शोधण्याकरिता मृगजळाच्या समुद्राचा तळ गाठू पाहणाऱ्या पाणबुड्याच्या पद्धतीचे वाटू लागते.

गडकऱ्यांचे सर्वांत चांगले नाटक कोणते, हा साधा प्रश्न आपण घेऊ. याचे उत्तर देणे फार सोपे आहे, असे प्रत्येकाला वाटेल. पण वरकरणी हे जितके सोपे काम दिसते, तितकेच ते खरोखर अवघड आहे. 'एकच प्याल्या'तल्या भीषण नाट्यावर बेहद खूश असणारे क्षीरसागरांसारखे टीकाकार क्षणाचाही विलंब न लावता तेच गडकऱ्यांचे सर्वोत्कृष्ट नाटक आहे, असे हडसून खडसून सांगतील. स्वभावाने थोडाफार काव्यात्म असलेला आणि 'उत्तररामचरिता'पासून 'पण लक्षात कोण घेतो' पर्यंतच्या विविध करुणरसाची गोडी चाखलेला कोणताही रसिक वाचक याच नाटकाच्या बाजूने आपला कौल देईल, असे मला वाटते. स्वत:मलाही ते गडकऱ्यांच्या इतर नाटकांपेक्षा अधिक आवडते. पण आम्हा सर्वांची ही आवडनिवड केवळ व्यक्तिनिष्ठ आहे, की काय, हा खरा महत्त्वाचा प्रश्न आहे. ती तशी असली, तर तिची साक्ष वाङ्मयीन निर्णयात कितीशी महत्त्वाची मानता येईल?

१९१८ साली गडकरी अंथरुणाला खिळले असताना त्यांनी आपले लेखनगुरू श्रीपाद कृष्ण कोल्हटकर यांना 'एकच प्याला' व 'भावबंधन' यांपैकी कुठल्या तरी एका नाटकाची पदे करण्याविषयी विनंती केली; आणि आश्चर्याची गोष्ट ही, की कोल्हटकरांनी 'एकच प्याला'पेक्षा 'भावबंधन' ची पदे करण्याचे काम पसंत केले. ही निवड केवळ योगायोगाने झाली नाही. 'भावबंधन' हे 'एकच प्याल्या'पेक्षा सरस नाटक आहे, असे कोल्हटकरांचे मत होते हे उघड आहे. 'भावबंधना'च्या पहिल्या आवृत्तीला लिहिलेल्या प्रस्तावनेत ते स्पष्टच म्हणतात, 'कल्पनांचा व भाषेचा सरसपणा व नावीन्य, रसिकांच्या बुद्धीस एकामागून एक चमत्कृतिरूप आघात देऊन तिला अंकित करण्याचे सामर्थ्य, विविध प्रसंगांस व भिन्नभिन्न पात्रांस कथानकाशी एकरूप करण्याचे कौशल्य, पात्रांच्या व प्रेक्षकांच्या स्वभावाशी असलेला दृढ परिचय रसिकांच्या हृदयात व मुद्रांवर लागोपाठ अनुक्रमे शोकरसाच्या व हास्यप्रकाशाच्या लहरी उठविण्याची शक्ती, इत्यादी जे अनेक गुण प्रतिभावान् कवी व यशस्वी नाटककार या नात्यांनी कै. गडकऱ्यांच्या ठायी वसत होते, ते प्रस्तुत नाटकात त्यांच्या इतर नाटकांतल्यापेक्षा अधिक प्रमाणात व उज्ज्वल स्वरूपात निदर्शनास येतील.'

चतुर नाटककार व रसिक टीकाकार म्हणून प्रसिद्ध असलेल्या एका श्रेष्ठ साहित्यिकाचे हे मत आहे. गडकऱ्यांच्या नाटकांत 'एकच प्याला' हे क्षीरसागर श्रेष्ठ मानतात. श्रीपाद कृष्ण कोल्हटकर 'भावबंधना'ला तो मान देतात. या दोघांपैकी

कुणाचे म्हणो माझ्यासारख्या हजारो सामान्य वाचकांनी ग्राह्य मानायचे? का दोघेही चूक आहेत? या बाबतीत क्षीरसागरांना विचारले, तर ते ताडकन् म्हणतील 'एकच प्याल्या'तले भीषण नाट्य जाणण्याचे सामर्थ्यच कोल्हटकरांच्या अंगी नव्हते. कोट्या - कल्पनांनी भरलेल्या 'मूकनायका'सारख्या नाटकापेक्षा 'एकच प्याला' ही फार निराळ्या तऱ्हेची कलाकृती आहे. एवढ्याने शंका विचारणाराचे तोंड बंद झाले नाही, तर ते नीत्शेचा किंवा दुसऱ्या एखाद्या पंडिताचा लहानमोठा जोरदार उताराही त्याच्या तोंडावर फेकतील! पण 'मूकनायका' संबंधीच्या त्यांच्या उद्‌गारांतून सूचित होणारा उपहास बाजूला ठेवून, तो पृच्छक म्हणेल, 'कोल्हटकरांच्या रसिकतेत भीषण नाट्याचा आस्वाद घेण्याची शक्ती नव्हती, असे तुम्ही म्हणता. मग तोच नियम तुम्हाला लावायला काय हरकत आहे? 'मूकनायका'चे कथानक तुम्हाला विचित्र आणि अस्वाभाविक वाटतं. केळकर-खाडिलकरांसारख्या मोठमोठ्या साहित्यिकांना तसं वाटत नव्हतं, ही गोष्ट आपण क्षणभर सोडून देऊ; पण 'भावबंधन' उघड उघड 'मूकनायका'च्या परंपरेतलं नाटक आहे. त्यामुळेच तुम्हाला ते तितकंसं आवडत नसावं आणि म्हणूनच तुम्ही 'एकच प्याला' डोक्यावर घेऊन नाचत आहा, असं कुणी म्हटलं, तर ते सर्वस्वी चूक होईल काय?'

कोल्हटकर व क्षीरसागर हे दोघे कुशाग्र बुद्धीचे रसिक पंडित आहेत. त्यांच्या या निवडींत अंतर पडण्याचे खरे कारण निरनिराळ्या कारणांनी पुष्ट झालेली त्यांची आत्मनिष्ठ रसिकता हे आहे. कोल्हटकर हे मराठीतल्या विनोदाचे पहिले आचार्य! त्यांची बहुतेक नाटके चमत्कृतिप्रधान आणि सुखांत. करुणरसाचा उत्कट आविष्कार त्यांत क्वचितच आढळतो. तरल कल्पनेच्या व मधुर विनोदाच्या नर्तनानेच ती अधिक रंगलेली आहेत. हे सर्व लक्षात घेतले, म्हणजे गडकऱ्यांचे सर्वोत्कृष्ट नाटक म्हणून त्यांनी 'भावबंधना'चे कौतुक करावे, यात मुळीच नवल नाही. उलट 'राक्षसविवाहा'पासून 'सुवर्णतुले' पर्यंत क्षीरसागरांचे सर्व लिखाण वाचले, म्हणजे त्यांची प्रकृती मूळचीच जरा जादा गंभीर आहे, हे जाणवल्यावाचून राहत नाही. मोलियर, शेरिडन, ऑस्कर वाइल्ड आणि नोएल कॉवर्ड यापैकी कुणीही नाटककार त्यांना विशेष आवडत नसावा! या लेखकांचे ते चाहते असते, तर 'मूकनायका'कडेही ते निराळ्या दृष्टीने पाहू शकले असते.

हे प्रकृतिवैशिष्ट्य हा काही टीकाकाराचा अक्षम्य दोष नव्हे. प्रत्येक कलावंताच्या प्रकृतिधर्मातून जशा त्याच्या शक्ती फुलतात, तशा त्याच्या मर्यादाही निर्माण होतात. टीकाकारही काही या नियमाला अपवाद नसतो. स्वतःच्या मर्यादांची परिपूर्ण जाणीव कलाकाराला उपकारक होते, हे जसे त्याने, तसेच त्याचा रसास्वाद घेणाऱ्या टीकाकारानेही विसरता कामा नये. नाही तर कायद्याचे बेताबाताचेच ज्ञान असून, वाटेल त्या कज्जाचा निकाल देणाऱ्या न्यायाधीशासारखी त्याची स्थिती व्हायची!

कोणत्याही कलाकृतीला संपूर्ण न्याय द्यायचा असेल, तर तिच्या टीकाकाराच्या अंगी जशी उत्कट आत्मनिष्ठा हवी, तशी त्या आत्मनिष्ठेला ताब्यात ठेवणारी प्रभावी वस्तुनिष्ठ दृष्टीही हवी, ही एक प्रकारची काटेरी तारेवरची कसरत आहे. असली सविकल्प समाधी लावता लावता मनुष्य समाधिस्थच व्हायचा, अशी या अवघड दुहेरीपणाची कुणी थट्टा केली, तरी ती अगदीच गैर आहे, असे म्हणता येणार नाही. ज्या मुलीवर तुझे प्रेम बसले आहे, तिच्या कुरूपपणाचे सूक्ष्म वर्णन कर, असे एखाद्या तरुणाला सांगणे आणि वैयक्तिक रसिकतेची दृष्टी किंचितही अंधूक न होऊ देता तिला सर्वस्पर्शित्वाची आणि स्थितप्रज्ञतेची जोड टीकाकाराने द्यावी, असे म्हणणे या दोन्ही गोष्टी जवळ जवळ सारख्याच शहाणपणाच्या आहेत, हे खरे. पण ही कला कितीही अवघड असली, तरी श्रेष्ठ टीकाकाराने ती साध्य केली पाहिजे. तरच तो सत्याचा संशोधक म्हणून उजळ माथ्याने मिरवू शकेल. एरवी त्याला सत्याचे दर्शन होणार नाही, असे नाही. पण त्याला दिसलेले सत्य पाव आहे, अर्धे आहे, की आणखी कुठल्या तरी अधिक क्लिष्ट व्यवहारी अपूर्णांकाने ते व्यक्त करणे उचित होईल, याचा विचार त्याच्या वाचकांना करावाच लागेल.

❖❖❖

सात

'गडकऱ्यांच्या प्रतिभेची ठेवण प्रमेयात्मक गंभीर नाटकाच्या निर्मितीला पोषक नव्हती, ती उत्कृष्ट प्रहसने लिहायला अनुकूल होती. गडकऱ्यांनी प्रथम 'वेड्यांचा बाजार' हे प्रहसन लिहिले. या घटनेत अर्थ आहे. त्यांच्या मन:प्रकृतीची ती सहज अभिव्यक्ती आहे' या वा. ल. कुलकर्णींयां विधानाची अशा अर्धसत्यातच गणना केली पाहिजे. 'कुत्र्याला गोळी घालायची आहे ना? मग ते पिसाळले आहे, असे म्हटले, म्हणजे झाले.' अशातलाच हा मामला आहे. गडकऱ्यांची प्रतिभा प्रहसने लिहायला अनुकूल होती, असे कुलकर्णींयां आधी निश्चित ठरविले आहे आणि मग आपल्या बाजूचा साक्षीदार म्हणून 'गडकऱ्यांच्या प्रतिभेचे पहिले अपत्य' असे उद्गार काढीत ते 'वेड्यांच्या बाजरा'कडे बोट दाखवीत आहेत.

पण गडकऱ्यांनी 'वेड्यांचा' बाजार हे प्रहसन कोणत्या परिस्थितीत लिहिले, त्यांच्या आत्मशक्तीचा अविष्कार त्यात आढळतो, की नाही, कुठल्याही लेखकाच्या पहिल्या पुस्तकावरून त्याच्या प्रतिभेची ठेवण निश्चित करता येते किंवा काय, इत्यादी गोष्टींचा हे विधान करण्यापूर्वी कुलकर्ण्यांनी पूर्ण विचार केला असावा, असे दिसत नाही. वयाच्या एकोणिसाव्या वर्षी गडकरी किर्लोस्कर नाटकमंडळीत गेले. पुढली चार-पाच वर्षे त्यांनी त्या कंपनीतच काढली. नाटक मंडळीचे बिऱ्हाड म्हणजे एक प्रकारची धर्मशाळा असते. त्यामुळे तिथे गडकऱ्यांना नाना तऱ्हांचे नादिष्ट लोक

पाहायला मिळाले. कुणी अष्टौप्रहर आकाशातल्या ग्रहगोलांकडे दृष्टी लावून बसलेला, तर कुणी पृथ्वीच्या पोटातल्या औषधी मुळ्यांशिवाय दुसऱ्या गोष्टींचा विचार करायला तयार नसणारा! कुणी नाटकांच्या नादाने वेडा झालेला, तर कुणी शाब्दिक कोट्या करण्याच्या हौशीने पछाडलेला! असली चित्रविचित्र पात्रे मिळताच गडकऱ्यांनी ती गमतीने एका कथासूत्रात गुंफण्याचा प्रयत्न केला. ही काही त्यांच्या कल्पकतेची स्वच्छंद क्रीडा नव्हती. तो एक तिचा चाळा होता. त्यांच्या अविकसित प्रतिभेची पहिली पावले टाकण्याची ती धडपड होती, असे फार तर म्हणता येईल. 'सौभद्र' आणि 'मतिविकार' यांच्यांतले अनेक नाट्यप्रसंग त्यांच्या डोळ्यांपुढे तरंगत होते. कोल्हटकरांच्याप्रमाणे आपणाला कोट्या करता येतात, की नाही, याची ते स्वत:शीच तालीम करून पाहत होते. त्या वेळी किर्लोस्कर मंडळीतर्फे 'रंगभूमि' मासिक निघत असे. त्याची मजकुराची उणीव भरून काढण्याकरिता गडकऱ्यांनी हे अपूर्ण प्रहसन त्यात छापून टाकले. पण एवढ्यावरून गडकऱ्यांना मन:पिंड मुख्यत: विनोदी लेखकाचा होता, असा कयास करणे चुकीचे होईल. बरेचसे अनुकरण व थोडीशी आविष्काराची धडपड अशा धेडगुजरी मन:स्थितीत होतकरू लेखकाने केलेले लिखाण त्याच्या प्रतिभेचे वैशिष्ट्य सूचित करते, असे म्हणणे थोडेसे धाडसाचेच ठरणार नाही काय?

देवल, कोल्हटकर व हरिभाऊ आपटे या तिघांच्या प्रारंभीच्या लेखनावरून त्यांच्या प्रतिभेचे भविष्य कुणी वर्तविले असते, तर आज त्याला कुठली पदवी मिळाली असती, हे काही सांगायला नको! 'दुर्गा'ही देवलांची पहिली कृती. ते एक अनुवादित गंभीर नाटक आहे. याच लेखणीतून पुढे विनोदी 'संशयकल्लोळ' बाहेर पडले. 'दुर्गे'नंतर देवलांनी 'विक्रमोर्वशीय' 'मृच्छकटिक' व 'शापसंभ्रम' ही नाटके लिहिली. त्या सर्वांना सुप्रसिद्ध संस्कृत ललितकृतींचा भरभक्कम आधार होता. या तिन्ही नाटकांवरून देवल हे कुशल अनुवादक आहेत, एवढेच फार फार तर सिद्ध झाले असते. पण ती पाहून 'शारदे'सारखे सुरस, स्वतंत्र, सामाजिक नाटक हा लेखक लिहू शकेल, अशी कल्पना सुद्धा कुणाच्या ध्यानी मनी आली नसती. पण ते त्यांनी लिहिले. चाळिशी उलटल्यावर देवलांनी 'शारदा' निर्माण केली.

कोल्हटकरांनी आपल्या लेखनाला सुरुवात केली विविधज्ञानविस्तारात 'विक्रमशशिकला' नाटकावर टीका लिहून! पुढे काही वर्षांनी त्यांचे 'वीरतनय' नाटक रंगभूमीवर आले. पण कोल्हटकरांचा प्रकृतिधर्म विनोदकाराचा असूनही, या नाटकात विनोदाला दुय्यम स्थान मिळाले आहे. पुढे त्यांचे 'सुदाम्याचे पोहे' प्रसिद्ध होऊ लागले, तेव्हा त्यांच्या प्रतिभेचे खरेखुरे दर्शन लोकांना झाले. हरिभाऊ आपट्यांचीही गोष्ट अशीच आहे. 'मधली स्थिती' ही त्यांची पहिली कादंबरी. ती वाचून 'पण

लक्षात कोण घेतो?' आणि 'वज्राघात' निर्माण करणाऱ्या प्रतिभेची कल्पना ज्यांना आली असेल, ते खरोखरच दैवी शक्तीचे लोक असले पाहिजेत!

❖❖❖

आठ

सकृद्दर्शनी अगदी साध्या दिसणाऱ्या एका विधानाविषयी मी हा थोडासा विस्तार केला, याचे कारण एकच आहे. ते म्हणजे प्रतिष्ठित टीकाकारांच्या असल्या लहानसहान अर्धसत्यातूनच वाङ्मयातले अनेक लोकभ्रम जन्माला येतात, हे होय. एखाद्या घरात भुताटकी आहे किंवा फलाणा इसम मोठा कावेबाज आहे, असे सारी माणसे म्हणू लागतात, ते केवळ कर्णोपकर्णी ऐकलेल्या गोष्टींवर विश्वास ठेवूनच! वाङ्मयातही अनेकदा तसेच होते. टीकाकार; तो वरून ताकभाताचा तर्क करतात. पुढे सामान्य वाचक त्याचीच री ओढू लागतात. ही परिस्थिती वाङ्मयाच्या प्रगतीला मारक ठरते.

गडकरी दिवंगत होऊन अनेक वर्षे झाली. त्यांच्या आणि आजच्या वाचकांत आता एका पिढीचे अंतर पडले आहे. अशा स्थितीत एखाद्या संशोधन - शाळेत प्रयोग करणारा मनुष्य ज्या शास्त्रीय दृष्टीने समोर असलेल्या रसायनाकडे पाहील, तिचाच टीकाकारांनीही गडकऱ्यांच्या वाङ्मयाचे मूल्यमापन करताना अवलंब करायला हवा. 'मी जसा आहे, तशीच माझी छबी निघाली पाहिजे', असे क्रॉमवेलने एका चित्रकाराला बजावले होते, म्हणे! क्रॉमवेल काही मोठा देखणा पुरुष नव्हता. त्यामुळे त्या चित्रकाराने पुढे काय केले व त्याच्या चित्राचे क्रॉमवेलने कसे काय स्वागत केले, हे जाणण्याची तीव्र इच्छा आपणा सर्वांना असणे साहजिक आहे. पण क्रॉमवेलचे हे अमर उद्‌गार नमूद करणारा गृहस्थ त्या चित्राच्या पुढल्या इतिहासाविषयी मुग्ध राहिला असल्यामुळे काही केल्या ती तृप्त होणे शक्य नाही. फक्त एक गोष्ट निश्चित आहे. कलाकार क्रॉमवेलइतका प्रामाणिक असो वा नसो, त्याच्या टीकाकाराने तसे होणे आवश्यक आहे. तरुणीच्या गालावरला तीळ असो वा चामखीळ असो, दोन्ही गोष्टी चित्रकाराने जशाच्या तशा चित्रित केल्याच पाहिजेत.

❖❖❖

नऊ

या दृष्टीनेच आता आपण गडकऱ्यांकडे पाहायला हवे. तसे पाहू लागले, की त्यांच्या निसर्गदत्त प्रतिभेचा प्रश्न प्रथम आपल्या डोळ्यांपुढे उभा राहतो. उद्दाम कल्पकता व उत्कट भावनाशीलता हे तिचे आत्मीय गुण होते, यात मुळीच शंका नाही. त्यांची कल्पकता ही सर्वसामान्य कवीची भरारी नव्हती. तिच्यात महाकवीच्या ठिकाणी आढळणारी चमकही होती. हरिभाऊ आपटे, शिवरामपंत परांजपे व श्रीपाद कृष्ण कोल्हटकर या

त्यांच्याहून वडील असलेल्या साहित्यिकांना कवित्वशक्ती दुर्लभ होती असे नाही. पण त्यांच्या काव्यशक्तीत रम्यत्व असले, तरी भव्यत्व नव्हते. त्यांची कविमने फुलपाखरासारखी, कोकिळेसारखी, फार फार तर चंडोलासारखी वाटतात. पण आकाशाच्या पोकळीत घुसलेल्या पर्वतशिखरावर ऐटीत बसून सूर्याकडे टक लावून पाहणाऱ्या गरुडाची आठवण त्यांची कल्पकता पाहून होत नाही. गडकऱ्यांच्या वाङ्मयात ती अनेकदा होते. त्यांची कल्पकता केवळ सौम्य सौंदर्याभोवतीच पिंगा घालीत नाही. उग्र, भव्य आणि प्रसंगी भीषण अनुभूतींतही ती लीलेने तद्रूप होते.

'राजसंन्यासा'चा पहिला प्रवेश व 'वज्राघाता'चे पहिले प्रकरण ही दोन्ही आपल्याआपल्यापरी काव्यपूर्ण आहेत. पण हरिभाऊंच्या काव्यात चतुर्थीच्या चांदण्याची मधुरता व प्रसन्नपणा आहे. उलट, गडकऱ्यांच्या काव्यात वर्षाकाळातल्या विजेची चमक, झळाळी व धुंदपणा आहे.

या विशिष्ट शक्तीच्या बाबतीत गडकऱ्यांशी ज्यांची तुलना करता येईल, असे आधुनिक लेखक फार थोडे आहेत. सावरकरांच्या कवितेत हे सामर्थ्य अस्फूट अवस्थेत आढळते. पण राजकारण हेच त्यांनी आपले जीवितकार्य मानल्यामुळे त्यांच्या गद्य वाङ्मयाचे स्वरूप पुढे पार बदलून गेले. कुसुमाग्रज किंवा मनमोहन यांच्यासारख्या आजच्या पिढीतल्या एखाद्-दुसऱ्या कवींतही शक्तीचे अस्तित्व अधून मधून भासमान होते; नाही, असे नाही पण गडकऱ्यांच्या वाङ्मयाइतका तिचा स्वैर विलास पाहायचा असेल, तर बाणाची कादंबरी किंवा मुक्तेश्वराचे काव्य यांच्याकडेच आपण वळायला हवे.

गडकऱ्यांनी लेखक व्हायचे ठरविले, तेव्हा आपल्या या शक्तीच्या स्वरूपाची त्यांना जाणीव झाली होती, असे मात्र मुळीच म्हणता येणार नाही. विशी-पंचविशीत कोणाही लेखकाला ती होणे शक्य नाही. 'एकच प्याल्या'त या शक्तीचा विकासयुक्त विलास आढळतो. पण तो मान्य करूनही आपले नाते कवीशी नसून महाकवीशी आहे, ही गोष्ट शेवटपर्यंत गडकऱ्यांना स्पष्टपणे उमजली नसावी, असे मला वाटते. श्रेष्ठ कलावंताला कठोर आत्मपरीक्षणाची अत्यंत आवश्यकता असते. दुर्दैवाने गडकऱ्यांचा सारा वाङ्मयसंसारच सात-आठ वर्षांत संपला. त्यामुळे या आत्मपरीक्षणाला आवश्यक असलेली सवड त्यांना मिळाली नाही. कीर्तिशिखरावर काही काळ स्थिर होऊन, पुढे विपुल लेखन करण्याइतके आयुष्य जर त्यांना लाभले असते, तर कदाचित –

जे घडले, ते असे. विशीतल्या काव्यात्म गडकऱ्यांनी स्वाभाविकपणे आपल्या आंतरिक शक्तीला अनुरूप असे आदर्श भोवतालच्या वाङ्मयात शोधण्याचा प्रयत्न केला. साहजिकच कवींत केशवसुत व नाटककारांत कोल्हटकर यांनी त्यांना मोहिनी घातली. या दोन्ही गुरूंच्या वाङ्मयाचा त्यांनी मोठ्या कसोशीने अभ्यास केला श्रेष्ठ कलावंताला शोभेल, अशी त्यांच्यावर मात करण्याची ईर्ष्या धरली. या आदर्शांतल्या

गुणदोषांची त्यांच्या वाङ्मयावर कळत नकळत दाट छाया पडावी यात नवल ते काय? कोल्हटकरांची कल्पकता असामान्य होती, हे खरे! पण तिचा ओढा चातुर्य व चमत्कृती यांच्याकडेच अधिक होता. त्यांच्या नाटकांत बुद्धीची कुशाग्रता आहे, कल्पनेची तरलता आहे; पण भावनेची हृदयंगमता त्या प्रमाणात नाही. 'मतिविकार' ची 'शारदे' शी तुलना करून पाहिली किंवा 'प्रेमशोधन' मधला 'कंदना' च्या परिवर्तनाचा आणि आत्मयज्ञाचा महत्त्वाचा प्रसंग सूक्ष्मतेने अभ्यासिला, म्हणजे कोल्हटकरांच्या प्रतिभेचे हे वैगुण्य नेमके नजरेत भरते. ते आपल्याला येऊ नये, म्हणून गडकऱ्यांनी नाटके लिहिताना कोल्हटकरांच्या जोडीने खाडिलकरांचा आदर्श समोर ठेवला. रसोत्कर्ष साधण्याच्या दृष्टीने तो त्यांना फार उपकारक झाला. पण या परस्परविरोधी वाङ्मयीन संस्कारांचा सुरेख संगम त्यांना सदैव साधता आला नाही. किती तरी ठिकाणी त्या संगमाला नुसते संकराचे स्वरूप आले आहे.

❖❖❖

दहा

ते काही असले, तरी गडकऱ्यांचा मन:पिंड मूलत: कवीचा–प्रसंगी महाकवीची बरोबरी करणाऱ्या प्रतिभावान कवीचा होता, यात संशय नाही. मात्र कवींत भावकवी व नाट्यकवी असे भेद केले, तर गडकरी पहिल्या प्रकारचे कवी ठरतील. अशा कवींना स्वत:ची सुखदु:खे अत्यंत तीव्रतेने जाणवतात. स्वानुभूतीचा स्पर्श असलेले त्यांचे वाङ्मय जितके मोहक, तितकेच दाहक उतरते. पण या आत्मनिष्ठेमुळेच त्यांच्या अनुभूतीची कक्षा संकुचित राहण्याचा संभव असतो. तिच्याबाहेर भावकवीने पाऊल टाकले, की त्याला भावनेच्या पंखांच्या बळावर उंच उंच परिभ्रमण करता येत नाही. साहजिकच तो कल्पनेची कास धरतो. 'वाग्वैजयंती'च्या वाचकाला गडकऱ्यांच्या कवितांचे हे दोन प्रकार सहज शोधून काढता येतील. कित्येकदा एकाच कवितेत कवीचे बळ आणि त्याचे दुबळेपण ही दोन्ही त्याला प्रचीत होतील.

सुंदर शब्दशृंगार व चमत्कृतिजनक कल्पना यांच्या संगमामुळे असावे तेवढे भावनेचे अधिष्ठान नसलेल्या त्यांच्या अनेक कविता प्रसिद्धीच्या वेळी लोकप्रिय झाल्या. त्यांच्या पहिल्या दोन नाटकांतल्या याच गुणांचे विशेष कौतुक झाले. त्यामुळे चमत्कृती आणि उत्कटता, कल्पनेचा फुलोरा अणि भावनेचा गाभा, प्रतिभेचे स्वच्छंद नर्तन आणि तिला आवश्यक असलेला कलात्मक संयम यांच्या मधल्या रेषेकडे गडकऱ्यांचे शेवटपर्यंत दुर्लक्ष होत गेले. ही रेषा अतिशय सूक्ष्म व प्रसंगी पुसट असते. पण सीतेला लक्ष्मणाने घालून दिलेल्या रेषेइतकेच तिचे वाङ्मयात महत्त्व आहे. कारागिरी व कला, प्रतिभेचा विलास व विकास यांच्यांतल्या भेदाची ती एक ठळक खूण आहे. पण हे गडकऱ्यांनी सहसा लक्षात घेतले नाही. नाटकातले

काव्य हे दुधातल्या साखरेसारखे नाट्यात पूर्णपणे मिसळून गेले पाहिजे, शब्दांचा शृंगार अथवा कल्पनांची रोशणाई असे स्वरूप त्याला येता कामा नये, हा दंडक त्यांनी 'प्रेमसंन्यास' व 'पुण्यप्रभाव' या पहिल्या नाटकातच नव्हे, तर पुढल्या अधिक कलात्मक अशा नाट्यकृतींतही पाळण्याचा फारसा प्रयत्न केलेला नाही. उत्कटतेने नटलेल्या भूमिकेच्या तोंडी काव्य शोधून जाते हे खरे; पण त्या काव्यातही नाट्यात्मकता हवी. 'राजसंन्यासा'चे विषयसूत्र, त्याचे शोकांत पर्यवसान, त्यातल्या विविध भूमिकांतले साम्य, वैषम्य, वगैरे गोष्टींविषयी गडकऱ्यांनी खूप विचार केला होता. हे त्या नाटकाच्या प्रारंभी छापलेल्या त्यांच्या टिप्पणांवरून दिसून येते. पण नाटकाचा पहिला प्रवेश लिहिताना नाट्यदृष्टीने निश्चित केलेल्या अनेक बारकाया कशा बाजूला राहिल्या आणि आपल्या स्पर्शाने शब्दांना हिरेमाणकांचे रूप देणारा, रंगीबेरंगी फुलपाखरांमागून धावणाऱ्या बालकाप्रमाणे चमत्कृतिजनक कल्पनांशी पाठशिवणीचा खेळ खेळणारा, जिथे अत्तराचा फाया पुरे होईल, तिथे सबंध कुपी ओतणारा, गडकऱ्यांमधला कविराज कसा प्रबळ झाला, हे पाहण्याजोगे आहे. समुद्रात बुडणाऱ्या तुळशीला वाचविण्याकरिता संभाजी सिंधूदुर्गाच्या बुरुजावरून उडी टाकतो. तुळशीला हातावर घेऊन तो पोहू लागतो. नाटकदृष्ट्या ही त्या दोघांची पहिलीच भेट आहे. या दोघांच्या स्वभावांतली सर्व नाट्यबीजे कुशलतेने पेरण्याची जागा हीच आहे.

पण संभाजी पोहत असताना तुळशी त्याला म्हणते,

'महाराज, तुळशीच्या हटलेल्या जीवासाठी या दांडग्या दरियाशी झगडून देह कष्टवू नका. आता जीव नकोसा वाटतो.'

तुळशीसारख्या शृंगारमंजरीने यौवनाच्या ऐन भरात जिवाला का कंटाळावे, हा विचार संभाजीच्या व पर्यायाने प्रेक्षकांच्या मनात या ठिकाणी निर्माण होणे स्वाभाविक आहे. पण तो कुशलतेने प्रगट करण्याच्या आधीच गडकऱ्यांच्या डोळ्यांपुढे सिंधुदुर्गालगतच्या समुद्रातली ती अद्‌भुतरम्य सोनेरी संध्याकाळ उभी राहिली आणि संभाजीने हातावर घेतलेल्या ओलेत्या तुळशीचे काव्यपूर्ण वर्णन करण्याचा मोह त्यांच्या नाट्यप्रतिभेला आवरता आला नाही. तुळशीच्या वरील बोलण्याला संभाजीने दिलेले उत्तर असे आहे:

संभाजी : रायगडच्या रणमर्दाला यात कष्ट होणार? साजणी, उचंबळती लाट डोक्यावरून निघून गेल्यावर घाबरल्या हातांनी तोंडावरचे केस मागे सारताना चुकार केसांचा एखादा गोफ तसाच गालावर खेळत आहे; लाटेच्या माराला भिऊन झिरझिरीत पदर आपल्या उराशी लपत आहे! उघडत्या पापणीवरच्या तुषारांमुळे डोळ्यांची धांदलीने उघडझाक होते आहे; आपल्या मस्तकी बसल्यानंतर पुन्हा पाताळपाणी पाहावे लागणार, म्हणून एकेक पाण्याचा थेंब आपल्या केशपाशावरून सावकाश दिलगिरीने सुटत आहे! गर्दीने उघडत्या-झाकत्या डोळ्यांवरून पळणाऱ्या एखाद्या थेंबातून मावळता सूर्यनारायण

आपल्या तिरप्या तीरांनी सोनेरी नेम साधून तुमच्या डोळ्यांना दिपवीत आहे! अशा नजरबंदीने क्षणभर घाबरल्यामुळे आपली माझ्या अंगाभोवतीची मिठी किंचित जोराची होऊन मला माझ्या बळाचे सार्थक वाटत आहे. अशा वेळी कष्टाचा कोण केवा! सौंदर्याची नाजूक सेवा करिताना पराक्रमाला कौतुकाची कोवळीक लाभते! सुंदर साजणी, या वेळी माझ्या रंगलेल्या मनाला दिलगिरीचे बोल ऐकवू नका. लाटांचे बोल आदळून देह कष्टत नाही. पण उदासवाणे बोल ऐकून माझ्या जिवाला मात्र कष्ट होतात. जगाचा–जिवाचा–असा कंटाळा करायचे काय कारण आहे?

कुबेराने आपले भांडार उघडावे आणि दोन्ही मुठी भरभरून त्यांतली रत्ने येणारा - जाणारावर उधळावीत, असे गडकऱ्यांच्या नाटकातले असले काव्य पाहून वाटते, हे काही खोटे नाही! मात्र असली उधळपट्टी ही कलादृष्ट्या दोष असला, तरी तो एका अलौकिक गुणातूनच निर्माण झाला आहे, हे टीकाकारांनी विसरता कामा नये. या विशिष्ट शक्तीमुळेच गडकऱ्यांच्या नाटकांना एक प्रकारचे अपूर्व उन्मादक सौंदर्य लाभले, घरी बसून ती वाचणाऱ्या वाचकांनाही ती विलक्षण मोहिनी घालू शकली. त्यांची ही कल्पकता नाट्यपूर्ण प्रसंगाचा परिपोष किती उत्कटतेने करते, हे पाहायचे असेल, तर 'एकच प्याल्या' तला सुधाकराच्या पश्चात्तापाचा प्रसंग वाचावा. सिंधू सुधाकराच्या पाया पडते आणि म्हणते, 'शुभ घडीचा हा निश्चय कधी काळी विसरू नये.' सुधाकर तिचा हात धरून तिला उठवितो आणि जे भाषण करतो त्या भाषणातले वाक्य नि वाक्य म्हणजे जळत्या मनातून निघालेल्या ठिणग्या आहेत, पश्चात्तापाने पवित्र झालेल्या त्याच्या आत्म्याचे ते करुण निःश्वास आहेत.

सुधाकर तिला म्हणतो,'सिंधू, सिंधू, काय करतेस तू हे? माझ्या पायांवर मस्तक ठेवतेस? या सुधाकराच्या? या दारूबाज सुधाकराच्या – ज्यानं आपल्या विद्येला, ज्ञानाला, नावलौकिकाला, दारूच्या पेल्यात बुडविलं, त्या सुधाकराच्या? सिंधू, मी दारूच्या व्यसनात काय करायचं ठेवलं आहे? वडिलांच्या पुण्याईला, ब्रह्मकुलाच्या पवित्रतेला, दारूनं तिलांजली दिली! तुझ्यासारख्या देवीची अशी विटंबना केली! ज्या तुझ्या बापाच्या घरी रोज सदावर्त चालावी, त्या तुला घासभर अन्नाला अशी महाग केली, की गीतेसारख्या मुलीनं तुझ्यावर दया करावी आणि तुला सहस्रभोजनाचा रस्ता दाखवावा! लहानपणी बाहुला - बाहुलीच्या लग्नात चिमुकला अंतरपाट धरण्यासाठी तू बेदरकारपणानं पैठणीच्या धांदोट्या केल्या असशील; त्या तुला आज फाटक्या कपड्यामुळं बाहेर जाण्याची पंचाईत पडावी! तुझ्या बापाच्या घरी खेळता खेळता ओंजळीच्या वैरणीनं तू जात्यात मोती भरडले असतेस, तरी कुणाला त्याचं काही वाटलं नसतं; त्या तुझी मी अशी दशा करून टाकली, की पोटासाठी आसवांची मोती वैरून तुला मोलाचं दळण करणं भाग पडावं! पंचपतिव्रतांनी पुण्यसंपादनासाठी प्रत्यही तुझी पूजा करावी, अशी तुझी पवित्र योग्यता! त्या तुझ्या

अंगाला तळिरामासारख्या नरपशूनं स्पर्श केला! ज्या दीनदुबळ्या परंतु पवित्र वैधव्याला पाहून देवांनी सुद्धा मार्गातून बाजूला सरून मार्ग द्यावा, त्या वैधव्यात पडलेल्या बिचाऱ्या शरद्‌चीही मी विटंबना करविली! तोच हा पातक्यांतला पातकी सुधाकर! त्या माझ्या पायांवर तू मस्तक ठेवतेस? त्यापेक्षा लाथेसरशी मला दूर नरकात का लोटून देत नाहीस?'

देवल आणि खाडिलकर यांना सुद्धा पश्चात्तापाची ही उत्कटता इतक्या रम्य आणि परिणामकारक रीतीने चित्रित करता आली नसती!

❖❖❖

अकरा

प्रतिभा, कल्पकता, कविमनाची जडणघडण आणि त्याचा आविष्कार या बाबतींत जाणते टीकाकार सुद्धा अनेकदा स्थूल दृष्टीनेच विचार करतात. त्यामुळे लेखकावर जसा अन्याय होतो, तसा वाचकाच्या रसास्वादातही उणेपणा येतो.

तरल व भव्य, स्फुरणशील व संयोजक, बहिर्मुख आणि अंतर्मुख, सौंदर्याशी खेळण्यात रमून जाणारी व त्याचा मोह बाजूला सारून जीवनाचा ठाव घेऊ पाहणारी, असे कल्पकतेचे अनेक प्रकार आहेत. आपल्याकडे या सर्व प्रकारांचे वर्गीकरण क्वचितच केले जाते. परंपरागत काव्यसंकेतांचा आश्रय करणारा, फुले, चंद्र आणि तारका यांच्या उधळपट्टीने आपल्या लिखाणाला रम्यत्व आणू पाहणारा, जुन्या कल्पना किंवा भावना आपल्या बुद्धीने घासून पुसून आणि प्रसंगी त्यांना नवीन घाट देऊन त्या लोकांपुढे मांडणारा व अदृष्टाच्या ओढीने प्रेरित होऊन नवे सौंदर्य शोधून काढणारा हे सारेच आपल्याकडे कवी या एका नावाने उल्लखिले जातात. पण बुद्धीची तीव्रता, मनाची रसिकता, स्मृतीची चपलता किंवा असाच दुसरा कुठलाही गुण म्हणजे कविवृत्ती नव्हे! परंपरागत सौंदर्याची नवी सजावट करण्याचे चातुर्य म्हणजेही काव्य नव्हे. जातिवंत कविमन या सर्वांपेक्षा फार निराळे असते. सूक्ष्म संवेदनशीलता हा त्या कविमनाचा गाभा असतो. बाह्य सृष्टीतल्या आणि अंत:सृष्टीतल्या नव्या नव्या सौंदर्याचे कण वेचण्यात, तिथे क्षणार्धच चमकणाऱ्या सामर्थ्याचे स्फुलिंग आत्मसात करण्यात आणि त्या दोन्हींच्या संगमातून अस्फुटपणे प्रगट होणाऱ्या साधुत्वाचा साक्षात्कार आपल्याला व्हावा, म्हणून एकाग्रतेने त्यांचे चिंतन करण्यात ते स्वत:ला विसरून जाते. अशा कविमनाचा आविष्कार ज्यांच्या कलाकृतीतून होतो, त्यांना साहित्यशास्त्रातल्या नियमांच्या चौकटीत बसवून त्यांचे परीक्षण करणे म्हणजे आकाशातल्या विजेला पृथ्वीवरला पेट्रोमॅक्स मानून तिच्या गुणधर्मांचे विवेचन करण्यासारखे आहे.

अशा जातिवंत कविमनातही किती तरी परी असतात. सौंदर्य, सामर्थ्य आणि साधुत्व या तिन्ही शक्तींची जाणीव सर्वांना सारख्याच उत्कटतेने होते, असे नाही. मूळचे

कविमन आणि बदलते व्यक्तिजीवन यांच्या संमिश्र स्वरूपावर त्या संवेदनात होणारे बदल अवलंबून असतात. अगदी एका पिढीचे, अनेक दृष्टींनी बरोबरीचे, असे दोन कवी घेतले, तरी त्यांच्या निर्मितीत जे विलक्षण अंतर पडते, त्याचा उगम या गोष्टीत आहे. आजच्या तरुण कवींपैकी कुसुमाग्रज आणि बोरकर किंवा रविकिरणमंडळाच्या उत्कर्षकाळातले यशवंत व माधव ज्यूलियन यांच्या प्रतिभेच्या विकासाचा व काव्यातल्या गुणदोषांचा आलेख तयार केला, तर कविमनाचे पृथक्करण किती निरनिराळ्या रीतींनी होऊ शकते, ते करताना व्यक्ती, काळ, जीवन, इत्यादी विविध फरकांकडे किती सूक्ष्मतेने पाहावे लागते आणि ही दक्षता घेतली, तरच कलेच्या मूल्यमापनात अचूकपणा कसा येतो, हे सहज कळून येण्याजोगे आहे. गडकऱ्यांसारख्या जुन्या प्रतिभावंताच्या कविमनाकडे या विशिष्ट दृष्टीने पाहिले, तर त्यांच्या वाङ्मयातल्या अनेक गुणदोषांची मीमांसा सध्यापेक्षा अधिक तर्कशुद्ध व मर्मग्राही पद्धतीने होणे शक्य आहे.

गडकऱ्यांच्या कल्पनाविलासात चमत्कृतीचा भाग वाजवीपेक्षा अधिक आहे, हे कुणीही नाकबूल करणार नाही. या चमत्कृतीच्या अतिरेकाने त्यांची कला काही ठिकाणी निर्जीव झाली आहे. दोषरूप होणाऱ्या या गुणामुळे प्रमाणबद्धतेने येणारी परिणामकारकता त्यांना अनेकदा साधता आली नाही. पण हा विशेष निर्माण कसा झाला, हे आपण पाहिले पाहिजे. ऐन विशीत अत्यंत उद्विग्न मनःस्थितीत गडकरी नाटकमंडळीत गेले. तिथे कोल्हटकरांची नाटके आदर्श म्हणून त्यांनी मुखोद्‌गत केली. कोल्हटकरांची प्रतिभा मुख्यतः सुखांतिका (Comedy) लिहिण्यालाच अनुकूल होती. साहजिकच त्यांच्या कथानकांच्या गुंफणीत आणि संवादात कल्पकतेची चमत्कृती व बुद्धीचे चातुर्य या गुणांनाच महत्त्व आले. तरुण गडकऱ्यांनी गुरूचे हे गुण सहीसही उचलले. ही चमत्कृतीची कला साध्य झाल्याबरोबर ती त्यांच्या हातांतली जॉर्ज वॉशिंग्टनची कुऱ्हाड बनली. यातच कौटुंबिक जीवनापासून दुरावलेल्या त्यांच्या एकाकी आयुष्याची भर पडली. 'अवेळी ओरडणाऱ्या कोकिळेस' या कवितेतल्या खालील ओळी या दृष्टीने लक्षात् घेण्याजोग्या आहेत :

हातीं संसाराची माती
मनिंच्या आशा मनाच खाती
भूतकाळचीं भूतें रडतीं !
मिटल्या जाग्या डोळ्यांपुढतीं शून्याचें मैदान!
निष्प्रेमाची शेज सोबती,
भयाण दुनिया सारी भंवतीं,
विषण्ण येती विचार चित्तीं,
बाह्यांतर विश्वांत खेळते उदासीनता एक!

साहजिकच त्या विकासाच्या काळात बुद्धी हीच गडकऱ्यांची चोवीस तासांची मैत्रीण ठरली. शब्द, अर्थ, कल्पना यांच्या नवनव्या चमत्कृतींच्या साहाय्याने आपले एक नवे जग निर्मून, त्यातच ते रमून जाऊ लागले. त्यांनी वेळोवेळी केलेली अनेक टिपणे ज्यांना पाहायला मिळाली असतील, त्यांनाच त्यांच्या कल्पकतेच्या नादिष्टपणाची कल्पना येईल व तिच्या उच्छृंखपणाचे उगम सापडू शकतील. मागे 'समीक्षक' मासिकाने एक गडकरी विशेषांक काढला होता. त्यात 'गडकऱ्यांच्या वहीतील टिपणे' म्हणून १२९ वाक्ये दिली आहेत. या छोट्याशा संग्रहात 'प्रीति हा एक नेत्ररोग आहे' या वाक्यापासून 'गोव्यात कोणाचा अम्मल? दिवसा पोर्तुगीज सरकारचा व रात्री दारूचा' या वाक्यापर्यंत गडकऱ्यांना सुचलेल्या बऱ्या–वाईट गंभीर व विनोदी कल्पना, लहानमोठ्या शाब्दिक कोट्या, कथा-कादंबऱ्यांची सूक्ष्म बीजे, वगैरे हरतऱ्हेचा मालमसाला आहे. त्याच्याकडे चिकित्सक दृष्टीने नजर टाकली, म्हणजे १९०५ ते १९१० या कालखंडातल्या गडकऱ्यांच्या विशिष्ट आयुष्यक्रमाने त्यांच्या प्रभावी कल्पकतेला एक प्रकारचे कृत्रिम वळण कसे लावले व कला आणि कारागिरी यांच्यांतला भेद जाणण्याची त्यांची शक्ती अविकसित का राहिली, याची कुणालाही सहज कल्पना करता येईल.

❖❖❖

बारा

ज्याला काव्याच्या शरीराचा शृंगार म्हणता येईल, अशा बाह्य सौंदर्यात रमण्याची त्यांच्या कल्पकतेला ही जी चटक लागली, तिच्यामुळे त्यांचा एक मोठा तोटा झाला. कलाकृतीची प्रमाणबद्धता व तिचा आत्मविकास यांच्याकडे त्यांचे आवश्यक तितके अवधान अनेकदा राहिले नाही. हरिभाऊ आपट्यांच्या दोन दोन उपकथानके सुंदर रीतीने गुंफलेल्या तीन-चारशे पानांच्या कादंबऱ्या त्यांच्यापुढे नव्हत्या, असे नाही. कल्पकतेची फारशी मोठी देणगी नसलेला नाटककार 'शारदे' सारखे रेखीव रसपूर्ण नाटक लिहू शकतो, हेही त्यांनी पाहिले होते. खाडिलकरांची बंदिस्त, नाट्यपूर्ण व म्हणूनच परिणामकारक वाटणारी नाटकेही त्यांच्या डोळ्यांपुढे रंगभूमीवर गाजत होती. असे असूनही गडकऱ्यांनी आपल्या अलौकिक कल्पकतेचा उपयोग स्वत:च्या नाटकांना विविध रीतींनी नटविण्यातच अधिक केला. किंबहुना कथानकाचा प्रमाणबद्ध विकास करणारी आणि कलापूर्ण मांडणीने त्याची शक्ती वृद्धिंगत करणारी संयोजक कल्पकता शेवटपर्यंत त्यांच्या ठिकाणी पुरेशी विकसित झालीच नव्हती, असे म्हणावे लागेल. 'भावबंधना'च्या कथानकाची गुंफण या दृष्टीने अवश्य पाहावी. तिचे किती तरी धागेदोरे नाट्यदृष्ट्या कच्चे अथवा कृत्रिम वाटतात. रंगभूमीवर हे

नाटक करणारी मंडळी कथानकाचे महत्त्वाचे धागेदोरे असलेले अनेक प्रवेश लीलेने गाळू शकते, ही एकच गोष्ट कथारचनेची सूचक व संयमित कला नाटककार नात्याने गडकऱ्यांना संपूर्णपणे अवगत झाली नव्हती, हे सिद्ध करायला पुरेशी आहे.

❖❖❖

तेरा

देवल व खाडिलकर सोडून दिले, तर कोल्हटकर, केळकर, गडकरी, वीर वामनराव, वगैरे तत्कालीन सर्व नाटककार नाट्यकथा ही संवादांच्या साहाय्याने थोडक्यात सांगितलेली कादंबरीच आहे, असे मानीत होते, की काय, अशी एखाद्याने आज शंका काढली, तर ती सर्वस्वी निराधार ठरणार नाही. त्यांच्या प्रत्येक अंकातले चार-पाच प्रवेश म्हणजे जणू काही कथानक क्रमश: सांगणारी कादंबरीची प्रकरणेच आहेत, असे ही जुनी नाटके चाळताना आपल्याला वाटल्यावाचून राहत नाही. कथानकाच्या लहानमोठ्या धाग्यादोऱ्यांची सुंदर वीण करणे, अत्यंत नाट्यपूर्ण अशा एकाच घटनेतून कथेचा जास्तीत जास्त आविष्कार व विकास करणे, इत्यादी गोष्टी त्यांना विशेष महत्त्वाच्या वाटत नसाव्यात! बुद्धिबळाच्या डावाप्रमाणे आपल्या अंकाची नीटनेटकी रचना करायची, मोहरी आणि प्यादी जरूर तेव्हा आणि जरूर तेवढीच मागे-पुढे सरकवून डावाला हां हां म्हणता रंगत आणायची आणि अतिशय थोड्या वेळात त्या अंकातल्या नाट्याचा उत्कर्ष साधायचा, ही दृष्टि खाडिकरांच्या नाटकात तेवढी सर्वत्र स्पष्टपणें दिसते. इतरांच्या रचनेवर कादंबरीच्या संथ, क्वचित शिथिल व नाट्यदर्शनापेक्षा भावदर्शनाकडे झुकलेल्या तंत्राची छाप आहे, असाच भास होतो. उदाहरणार्थ, गडकऱ्यांच्या 'पुण्यप्रभावा'चा पहिला अठरा पृष्ठांचा प्रवेश पाहावा. केवळ कथेचे पूर्वसूत्र सांगण्याकरिता तो खर्ची पडला आहे. तीस-चाळीस वर्षांपूर्वी एकप्रवेशी अंकाची पद्धत रूढ असती, तर फार बरे झाले असते, असे अशा वेळी मला तीव्रतेने वाटते. नाट्यकथानकाच्या रचनेला आवश्यक असलेल्या एकाग्रतेचा त्यामुळे गडकऱ्यांना सहजच अवलंब करावा लागला असता. या विशिष्ट तंत्राने त्यांच्या स्वैर कल्पनाविलासाच्या पायांत संयमाच्या शृंखला घातल्या असत्या. त्यामुळे प्रमाणबद्धतेने येणारे सौंदर्य तर त्यांच्या नाटकांना लाभले असतेच; शिवाय सैल मांडणीमुळे निर्माण झालेले अनेक लहानमोठे दोषही आपोआप टळले असते.

❖❖❖

चौदा

हा प्रमाणबद्धतेचा प्रश्न भावी रंगभूमीच्या दृष्टीने फार महत्त्वाचा आहे. हरिभाऊंच्या काळी गोष्टीला विशिष्ट तंत्र नव्हते. त्या वेळी ते नसले, तरी चालत असे. पण आता लघुकथेने ते बंधन स्वीकारले आहे. प्रतिभावंत लेखकांच्या बाबतीत ते उपकारक ठरते, असा अनुभवही आहे. नाटकांच्या बाबतही तसेच होणे जरूर आहे. गडकऱ्यांच्या गुणांची परंपरा अवश्य चालू राहिली पाहिजे. पण त्यांचा नाट्यात्मक आविष्कार अतिशय नीटनेटकेपणाने व्हायला हवा. नाही तर..

दोन-तीन वर्षांपूर्वी दामुअण्णा मालवणकरांच्या कंपनीचे 'प्रेमसंन्यास' पाहताना माझी काय स्थिती झाली होती, ते मला अजून आठवते. त्या नाटकाचा नायक जयंत नसून गोकुळ आहे, असेच जणू काही नाटक करणारांना आणि पाहणारांना वाटत होते. नाटककाराने सर्व पात्रांची गुंतागुंत करून टाकली असल्यामुळे मधून मधून लीला, सुशीला, जयंत, विद्याधर, कमलाकर, वगैरे मंडळी प्रेक्षकांना दर्शन देत होती; नाही असे नाही. पण त्यांचे काम थोडेसे गाणे व थोडीशी कथानकाची माहिती देणे एवढेच आहे, असे वाटे. ते नाटक पाहून घरी जाणाऱ्या दहा-बारा वर्षांच्या मुलाने इतके हास्यरसप्रधान नाटक जगात दुसरे कुठलेही नसेल, असाच आपला मार्मिक अभिप्राय दिला असता! हा सारा दोष गडकऱ्यांचा आहे, असे मी मुळीच म्हणत नाही. पण एकाच नाटकात काव्याचा, विनोदाचा आणि नाट्याचा पाऊस पाडण्याच्या ज्या विचित्र महत्त्वाकांक्षेने त्यांच्या मनामध्ये मूळ धरले होते, ती या बाबतीत अंशतः तरी जबाबदार आहे, असे म्हटल्यावाचून राहवत नाही.

❖❖❖

पंधरा

मात्र या महत्त्वाकांक्षेकडे गडकऱ्यांच्या टीकाकारांनी सहानुभूतीनेच पाहिले पाहिजे. ती गडकऱ्यांच्या मनात कशी उद्भवली असावी, याची मला चांगली कल्पना आहे. महाराष्ट्राचा हा महान साहित्यिक जेवढा प्रतिभावान, तेवढाच दुर्दैवी कलाकार होता. त्यांच्या पिढीतल्या मध्यम वर्गातल्या बुद्धिवान माणसाला सहज साध्य असणारा जीवनक्रम जर त्यांना लाभला असता, ते प्राध्यापक, वकील किंवा संपादक झाले असते, स्थिर अशा कौटुंबिक जीवनामुळे आणि विविध भावनांच्या तृप्तीमुळे माणसाच्या मनाला जी शांती मिळते, ती जर त्यांच्या वाट्याला आली असती, तर नाटके लिहिताना त्यांच्या आकांक्षेचे स्वरूप अधिक व्यापक व अधिक कलात्मक झाले असते. पण आपल्याला समाजात मानाचे स्थान नाही, नाटकमंडळीतला मास्तर म्हणून आपल्या प्रतिभेची सर्वांकडून उपेक्षा होण्याचा संभव आहे, आपण

काही तरी अद्‌भुत करून दाखविल्याशिवाय लोकांचे डोळे आपल्यावर खिळून राहणार नाहीत, ही जाणीव त्यांच्या मनातल्या अगदी आतल्या भागात नेहमी जागृत असली पाहिजे. त्या तीव्र शल्याचा त्यांना स्वप्नातही विसर पडत नसावा. 'पुण्यप्रभावा'च्या प्रस्तावनेतले त्यांचे पहिलेच वाक्य असे आहे :

'सुमारे दहा वर्षांपूर्वी किर्लोस्कर संगीत मंडळीच्या नाटकगृहात रसिकांची दरवाज्यावर स्वागतपर सेवा करीत असलेल्या व्यक्तीसच आज त्या रंगभूमीवर निराळ्या नात्याने सेवेसाठी आपणा समोर येताना पाहून रसिकांस आपला उपमर्द होत आहे, असे वाटल्यास त्यात त्या व्यक्तीचा दोष नाही.'

या छोट्या आभारप्रदर्शक प्रस्तावनेचे शेवटचे वाक्य असे आहे :

'ती. रा. तात्यासाहेब कोल्हटकर व रा. काकासाहेब खाडिलकर यांच्यासारख्या वैभवशाली वाग्भटांनी नामांकित केलेल्या प्रदेशात पाऊल टाकण्याची माझी पात्रता नाही व आकांक्षाही नाही, हे एकदा प्रामाणिक मोकळेपणाने प्रस्तावनेत सांगून टाकले, म्हणजे पुस्तकाच्या पुढील भागाबद्दल उदासीन राहायला हरकत नाही.'

गडकऱ्यांनी असे उद्‌गार काढावेत, असाच तो काळ होता. त्या वेळी पदवीला भलता भाव होता. पण ते पदवीधर नव्हते. त्या काळात वकील वगैरे मंडळी प्रतिष्ठित गणली जात. पण कलावंत? अं हं! लोक त्याची कला पाहायला जात. पण त्याला बरोबरीच्या नात्याने वागवायला मात्र ते तयार नसत. या परिस्थितीची जाणीव गडकऱ्यांना तीव्रतेने होती. तिच्यातूनच एक प्रकारचा न्यूनगंड त्यांच्यांत निर्माण झाला. कुठलाही न्यूनगंड कलावंताच्या स्वाभाविक विकासाला पोषक होत नाही. गडकऱ्यांच्या बाबतीतही तसेच झाले आहे. या न्यूनगंडामुळेच आपल्या आत्मशक्तीचा कलात्मक आविष्कार करण्यावर त्यांचे चित्त पूर्णपणे केंद्रित होऊ शकले नाही. ते द्विधा झाले. कोल्हटकर व खाडिलकर या दोघांच्याही लेखनगुणांवर मात करण्याची प्रबळ इच्छा हा त्यांच्या नाट्यनिर्मितीचा एक प्रमुख भाग होऊन बसला. स्पर्धेच्या भावनेने होणारा कलेचा विकास सर्वस्वी निर्दोष असणे कठीण आहे. प्रत्येक गोष्टीत आपल्याला अमक्याहून अधिक उंच उडी मारायची आहे, या कल्पनेची छाया त्याच्या आत्म्यावर सदैव तरंगत राहते. गडकऱ्यांच्या नाट्यशक्तीचा काही ठिकाणी अपकर्ष करणारा काव्यविनोदाचा अतिरेक अशा रीतीने निर्माण झाला, हे लक्षात घेऊनच आपण त्याचा विचार केला पाहिजे.

❖❖❖

सोळा

गडकऱ्यांच्या विनोदातही त्यांच्या उद्दाम कल्पकतेचे सर्व गुण आणि वैगुण्ये यांची प्रतिबिंबे पडली आहेत. रंगभूमीवरीत विनोदात त्यांनी अपूर्व लोकप्रियता

मिळविली. त्यामुळे विनोदप्रवृत्ती हाच त्यांच्या प्रतिभेचा प्रकृतिधर्म होता, असे अनेकांना वाटण्याचा संभव आहे. वा. ल. कुलकर्ण्यांनी तर तसा स्पष्ट निष्कर्षच काढला आहे. पण मला वाटते, कारुण्य हाच त्यांच्या प्रतिभेचा स्थायिभाव होता. त्यांच्या विनोदात थोडी-फार सामाजिक टीका आहे. क्वचित जीवनातल्या विसंगतीचे सहानुभूतिपूर्ण दर्शनही आहे. पण सर्व बाजूंनी विचार केला, म्हणजे या विनोदाचा जन्म कल्पकतेच्याच पोटी झाला होता, याविषयी संशय वाटत नाही. आपले दुःख विसरण्याकरिता मनुष्य अनेकदा विनोदाचा आश्रय करतो. तो त्याचा एक प्रकारचा मुखवटा असतो. जेवढा मनुष्य अधिक बुद्धिमान, तेवढे मुखवटा हाच आपला चेहरा आहे, हे दाखविण्याचे कसबही त्याला अधिक सहजसाध्य. पण अशा विनोदाचे सारे उगम बुद्धीच्या आणि कल्पनेंच्या स्वैर क्रीडांत असतात. समाजाचा आणि जीवनाचा टीकाकार म्हणून श्रेष्ठ विनोदकाराच्या अंगी जी क्ष किरणांसारखी विशिष्ट शक्ती असावी लागते, ती अशा लिखाणात नेहमी आढळतेच, असे नाही. 'संपूर्ण बाळकराम' हे पुस्तक वाचले, म्हणजे गडकऱ्यांच्या विनोदी विषयांचे क्षेत्र फार मर्यादित होते, असे मनात आल्यावाचून राहत नाही. श्रीपाद कृष्ण कोल्हटकरांच्या विनोदी निबंधांतून आणि त्यांच्यापेक्षाही चिंतामणराव जोश्यांच्या कथावजा विनोदी प्रकरणांतून लहानमोठ्या सामाजिक वैगुण्यांचे आणि मानवी जीवनातल्या विविध विसंगतींचे जे मार्मिक दर्शन वाचकाला होते, ते आपल्याला गडकऱ्यांच्या वाङ्मयात तितक्या प्रमाणात आढळत नाही. त्यांची सर्वच विनोदी पात्रे आपल्याला खदखदून हसायला लावत असली, तरी कल्पनाविलास, अतिशयोक्ती आणि एखाद्या स्थूल वैगुण्याचे विडंबन यांच्यावरच त्यांचा उठाव अवलंबून असतो. खाडिलकरांसारख्या विशेष विनोदचातुर्य अंगी नसलेल्या नाटककाराने लक्ष्मीधरासारखे पात्र निर्माण करून कथानक आणि नाट्यविषय यांचा परिपोष करण्याच्या कामी विनोदाचा उपयोग करण्यात मोठे उल्लेखनीय कौशल्य दाखविले आहे. गडकऱ्यांचे गोकुळ आणि महेश्वर हे दोन मानसपुत्र रंगभूमीवर जी खसखस पिकवितात, ती खाडिलकरांना कधीच साध्य झाली नाही, होणे शक्यही नव्हते. पण या दोन्ही विनोदी पात्रांच्या विकासाकडे थोडे बारकाईने पाहिले, म्हणजे नाट्यदृष्टीपेक्षा कल्पकतेनेच त्यांची रंगत साधण्याला साहाय्य केले आहे, हे चटकन् लक्षात येते.

तळिराम व त्याहीपेक्षा धुंडिराज ही त्यांची विनोदी पात्रे नाटकाच्या विकासाशी अधिक कलात्मक रीतीने संलग्न झाली आहेत. धुंडिराज हे पात्र केवळ गडकऱ्यांच्या वाङ्मयातच नव्हे, तर सर्व मराठी विनोदी सृष्टीत अपूर्व आहे. कारुण्य व हास्य यांचे असे हृदयंगम मिश्रण करण्याचे कौशल्य चार्ली-चॅपलिनसारख्या विरळ कलावंतातच आढळते. त्याच्या अनेक चित्रपटांचे नायक धुंडिराजासारखे आहेत. साधे, भोळे, भाबडे आपल्या स्वभावातल्या लहानसहान दोषांनी आणि विसंगतींनी पदोपदी हास्यास्पद

होणारे – पण मनाने मोठे प्रेमळ, दिलदार, कठीण प्रसंगी सच्चेपणा न सोडणारे आणि त्यामुळे प्रेक्षकांच्या सहानुभूतीला सहजासहजी पात्र होणारे! शृंगी, भृंगी, विहार, खंडेराव असली विविध विनोदी पात्रे निर्माण करणाऱ्या आणि नायक नायिकांचे व इतर प्रमुख पात्रांचे संवाद नर्म विनोदाने नटविणाऱ्या कोल्हटकरांना सुद्धा असे पात्र निर्माण करता आले नाही. कारुण्य हा गडकऱ्यांच्या कविमनाचा जर स्थायिभाव नसता, तर धुंडिराज बहुधा जन्माला आला नसता.

प्रसिद्ध दिग्दर्शक विनायक यांची या बाबतीत मला आठवण होते. विनायकांचे 'ब्रह्मचारी', 'अर्धांगी', 'लग्न पहावं करून': 'सरकारी पाहुणे' वगैरे विनोदी बोलपट पाहणारांना यांचा निर्माता मोठा मिस्किल, खेळकर, सदैव हास्यात रमणारा व लोकांना 'हसा आणि लठ्ठ व्हा' असा संदेश देत सुटणारा गृहस्थ असला पाहिजे, असे वाटणे अस्वाभाविक नव्हते. पण याच विनायकरावांनी करुणरसप्रधान गंभीर बोलपट यशस्वी करून दाखविले. याचे मर्म त्यांच्या सहवासात येणाऱ्या मनुष्याला चार घटकांत चटकन् कळत असे. हास्यरस ही त्यांच्या बुद्धीची क्रीडा होती, तो त्यांच्या सामाजिक मनाचा विलास होता. करुणरस ही त्यांच्या हृदयाची गीते होती, तो त्यांच्या व्यक्तिमनाचा आविष्कार होता. गडकऱ्यांच्या प्रतिभेचे पृथक्करण करणारालाही असेच उद्गार काढावे लागतील.

❖❖❖

सतरा

गडकऱ्यांच्या विनोदात सामाजिक दृष्टिकोनापेक्षा कल्पकतेचाच भाग अधिक आहे, असे मी वर म्हटले. त्यांच्या एकंदर वाङ्मयाविषयीही तेच विधान करता येईल. 'प्रेमसंन्यास' किंवा 'भावबंधन' यांना आपण सामाजिक नाटके म्हणत आले आहोत, हे खरे. पण ती काही 'शारदा', 'हाच मुलाचा बाप', 'Doll's House' आणि 'Silver Box' यांच्यासारखी अंतर्बाह्य सामाजिक अशी नाटके नाहीत. या नाटकांत सामाजिक समस्यांना गडकऱ्यांनी स्पर्श केला आहे. पण या कलाकृतींचा आत्मा व त्यांची जडणघडण या गोष्टी सर्वस्वी काव्यात्म (Romantic) नाटकांना शोभतील, अशाच आहेत. गडकरी आपल्या वेळचे पुरोगामी लेखक होते. याचा अर्थ त्या वेळच्या सुधाकरांना महत्त्वाचे वाटणारे सामाजिक बदल त्यांनाही संमत होते, एवढाच आहे. सामाजिक सुधारणेविषयीच्या त्यांच्या या सहानुभूतीचा उगम भावनाशील स्वभावात आहे, कुणाचेही दुःख पाहून कळवळणाऱ्या कविमनात आहे. तो चिंतनशील बुद्धिवादात किंवा चिकित्सकतेने केलेल्या सामाजिक निरीक्षणात नाही. तत्कालीन मध्यम वर्गाचे खरेखुरे सामाजिक चित्र – त्याच्या आशाआकांक्षा, त्याची सुखदुःखे, त्यांच्यांतली ढोंगेसोंगे नव्यानव्या राजकीय, सामाजिक आणि आर्थिक प्रश्नांच्या

त्याच्यावर होणाऱ्या प्रतिक्रिया, त्याची शक्ती आणि त्याच्या मर्यादा–फक्त हरिभाऊंच्या कादंबऱ्यांतच आपल्याला यथार्थतेने पाहायला मिळते. हरिभाऊंचे हे विशाल सामाजिक मन गडकऱ्यांपाशी नव्हते. 'एकच प्याला' सोडले, तर बाकीच्या त्यांच्या नाटकांत बुद्धी आणि कल्पना यांनी नटविलेले व भावनांनी रंगविलेले नाट्यच अधिक आहे. या नाटकांच्या रचनेत अनुभूतीपेक्षा कल्पकतेचा आणि भोवतालच्या समाजाच्या प्रातिनिधिक प्रतिबिंबापेक्षा वाङ्मयीन संकेतांचा वावर अधिक प्रमाणात दिसतो. जयंत आणि लीला यांच्या प्रेमाच्या चित्रणात तत्कालीन मध्यम वर्गापुढे नव्यानेच उभा राहत असलेला एक काव्यात्म प्रश्न हाताळण्याचा त्यांनीच प्रथम प्रयत्न केला, हे काही खोटे नाही. पण त्याची मांडणी करताना सुद्धा त्यांनी हरिभाऊंच्या वास्तव दृष्टिकोनाचा आश्रय केला नाही. कल्पनारम्य दृष्टीनेच त्याच्याकडे त्यांनी पाहिले. असे होणे स्वाभाविक होते. कारण गडकऱ्यांच्या प्रतिभेला अनेक शिखरे असली, तरी त्यांतले उत्तुंग शिखर त्यांच्या बहुरंगी आणि बहुढंगी कल्पकतेनेच होते. सामाजिक समस्या सोडविताना सुद्धा त्यांचे कविमनच अधिक प्रबळ होई.

❖❖❖

अठरा

असे कविमन त्यांच्यापाशी होते, म्हणूनच 'एकच प्याल्या' इतके प्रभावी नाटक त्यांच्या लेखणीतून निर्माण होऊ शकले. असले भीषण नाट्य (Tragedy) मराठीत दुसरे कुठलेही नाही असे क्षीरसागर म्हणतात. 'समाजस्वास्थ्या'तल्या शारदाबाईंसारखी काही मंडळी सोडल्यास त्यांचे हे मत कुणालाही मान्य होण्याजोगे आहे. मात्र मराठी रंगभूमीवर शोकांतिका सहसा येतच नसत, हे लक्षात घेतले, म्हणजे क्षीरसागरांची स्तुती हे काही फार मोठे शिफारसपत्र होऊ शकत नाही. कोल्हटकरांनी आपले 'वीरतनय' नाटक प्रथमतः दुःखान्त लिहिले होते. पुढे कंपनीच्या आग्रहावरून ते त्यांना आनंदपर्यवसायी करावे लागले. 'शारदा' शोकांतिका झाली असती, तर त्यात अस्वाभाविक असे काहीच नव्हते. पण शेवटी शंकराचार्यांना आणून देवलांनी तिथे आनंदी आनंद करून सोडला आहे. वाङ्मयातले परंपरागत संकेत श्रेष्ठ कलावंतावरही कसे अधिकार गाजवितात, याचे हे एक उत्कृष्ट उदाहरण आहे. 'संभाजी' किंवा 'बाजीराव-मस्तानी' अशी काही जुनी नाटके दुःखान्त आहेत. पण रसिकांना हलवून सोडण्याइतके त्यांच्यापैकी एकातही सामर्थ्य नाही. असली काही तुरळक नाटके सोडून दिली, तर नाटकाचा शेवट आनंदपर्यवसायी असावा, हा संस्कृत साहित्यशास्त्रातला दंडकच मराठी रंगभूमी पाळीत होती, असे म्हणायला हरकत नाही. खाडिलकरांची पहिली दोन नाटकं दुःखान्त आहेत. त्यांच्या रचनेवर शेक्सपिअरची थोडी-फार छाया आहे. पण त्यांच्या पुढल्या अनेक नाटकांत अत्यंत तीव्र संघर्ष असले, तरी

शेक्सपिअर पद्धतीचे स्वभावजन्य शोकान्त नाट्य त्यात स्पष्टपणे चित्रित केलेले आढळत नाही. खाडिलकरांचा ओढा विशिष्ट तत्त्वदर्शनाकडे अधिक होता, त्यामुळे असे घडले असावे. अशा निरनिराळ्या कारणांमुळे मराठी रंगभूमीवर कधीही न दिसलेले करुण भीषण नाट्य (Tragedy) 'एकच प्याल्या'त लोकांना प्रथम पाहायला मिळते. साहजिकच त्याने लोकांना सुन्न व धुंद करून सोडले.

❖❖❖

एकोणावीस

क्षीरसागरांनी 'एकच प्याल्या'चे जे टीकात्मक विवेचन केले आहे, त्यात त्यांचे चौरस वाचन व सूक्ष्म चिकित्साबुद्धी हे गुण चांगल्या रीतीने प्रतिबिंबित झाले आहेत. गडकऱ्यांच्या प्रतिभेची एक-दोन वैशिष्ट्ये इतर टीकाकारांपेक्षा अधिक कौशल्याने त्यांनी वाचकांना विशद करून दाखविली आहेत. त्यांनी 'एकच प्याल्या'ची रोमँटिक ट्रॅजेडीत गणना केली असून, अशा प्रकारच्या शोकान्त नाटकांची क्लासिकल ट्रॅजेडी व रोमँटिक ट्रॅजेडी यांच्यांतल्या साम्यवैषम्यांची व तदानुषंगिक अनेक गोष्टींची विद्वत्ताप्रचुर चर्चाही केली आहे. त्यांचे हे विवेचन Types of Tragic Drama हे व्हाघनचे (C. E. Vaughan) पुस्तक आणि अशाच प्रकारचे अन्य इंग्रजी टीकाग्रंथ वाचणारांना अपरिचित नाही. पण सुधाकर हा शेक्सपिअरच्या मॅकबेथ किंवा लिअरसारखा नायक आहे, हे सिद्ध करण्याकरता त्यांनी केलेला अट्टहास अतिरंजित वाटतो. आपण वकील आहोत, की न्यायाधीश आहोत, अशा संभ्रमात ते पडले असावेत, असाही अधुनमधून भास होतो. एके ठिकाणी ते म्हणतात,'येणेप्रमाणे मानी व सद्‌गुणसंपन्न मन, त्यावर झडप घालणारे निष्ठुर दैव आणि ज्या भिकार व हिणकस जगात अशा मनाला नांदावे लागते, ते क्षुद्र जग अथवा समाज अशा तीन वस्तूंचे सदर नाटकात चित्रण आहे.' 'मानी मनाचा कोंडमारा आणि नाश हा या ट्रॅजेडीचा प्रमुख विषय असता, तरी पहिला मोह, पहिला स्पर्श, पहिला प्याला हाही त्याच्याच खालोखालचा विषय आहे. किंबहुना गडकरी यांना या दुसऱ्या विषयाचीच जाणीव पहिल्याहून अधिक होती? हे या नाटकाच्या नावावरूनही दिसून येण्यासारखे आहे.'

'एकच प्याला' ही हॅम्लेट, मॅकबेथ किंवा लिअरसारखी शोकांतिका आहे, हे सिद्ध करण्याच्या भरात एकमेकाचा अर्धवट छेद करणारी अशी विधाने क्षीरसागरांच्या लेखणीतून उतरली असावीत. कुठल्याही गोष्टीची वकिली करताना माणसाला एक प्रकारचा कैफ चढतो. पण हा कैफ सत्यसंशोधनाला मारक ठरतो. मॅकबेथ किंवा लिअरच्या पंक्तीला सुधाकराला बसविताना रोमँटिक ट्रॅजेडी संबंधाने व्हॉघनने सांगितलेल्या सिद्धांतांपैकी सोयिस्कर वाटले, तेवढे क्षीरसागरांनी स्वीकारले. पण मॅकबेथ व लिअर यांच्या स्वभावचित्रांचे पृथक्करण करताना त्याने ज्या अनेक महत्त्वाच्या गोष्टी सांगितल्या

आहेत (पृ. १५०-१५५ Types of Tragic Drama), त्यांच्याकडे मात्र त्यांनी बेताबाताचेच लक्ष पुरविले आहे. व्हॉघन म्हणतो,

No one can fail to notice the weight given by Shakespeare to that which is the highest and at the same time the most tragic quality of character, its capacity for growth or decay... Both Macbeth and Lear have a touch of heroism...Lear is one man at the opening of the tragedy and another at its close. At the opening, he his rash, choleric, swept by gusts of ungovernable fury. But trouble, the direct consequnece of his own rashness, falls upon him and hurls him not only from his throne, but from his former self. He is purified by suffering. In his own sorrows, he learns to feel the sorrows of mankind.'

(शेक्सपिअरने आपल्या शोकांतिकांत मानवी स्वभावाच्या उत्कट आणि गंभीर अशा एका विशेषावरच भर दिला आहे, हे सहज कुणालाही कळेल. हा विशेष म्हणजे, विकास आणि विनाश या दोन्हींची त्याच्यात असलेली प्रभावी बीजे हा होय. ...मॅकबेथ व लिअर यांचे जीवनप्रवाह फार भिन्न आहेत. पण दोघांतही एक विशेष समान आहे. दोघांतही वृत्तीची तीव्रता आहे, भावनेची उत्कटता आहे, उंच कड्यावरून खाली कोसळणाऱ्या धबधब्याचा आवेश आणि आवेग आहे. हा आवेगच, मृत्यूशिवाय जगात दुसरा कोणी मित्र नाही, असे वाटण्याजोगी भेसूर परिस्थिती मॅकबेथच्या भोवती निर्माण करतो. उलट, या आवेगामुळेच लिअरचा आत्मा शुद्ध होतो. नाटकाच्या आरंभीचा लिअर संतापी, उतावळा, विकारांच्या वादळाने ज्याचे मन सहज क्षुब्ध होऊ शकते आणि जो स्वत:ला साऱ्या जगाचे केंद्र मानतो, असा मनुष्य आहे. त्याच्या या अविचारी स्वभावातून जी संकटपरंपरा निर्माण होते, तिने केवळ तो राजाचा रंक बनतो, असे नाही. त्याच्या बाह्य परिस्थितीप्रमाणे त्याच्या आत्म्यातही बदल घडून येतो. नाटकाच्या शेवटी निराळाच लिअर आपल्यापुढे दिसतो. जणू काही त्याचा पुनर्जन्मच झाला आहे. अनुभवाच्या अग्नीत त्याचे मन तावूनसुलाखून निघते. त्यातले हीण जळून जाते. ते मन विशाल होते. स्वत:च्या दु:खातून साऱ्या मानवजातीच्या दु:खाची जाणीव त्याला होऊ लागते.)

गडकऱ्यांनी सुधाकराच्या चित्रणावर त्याच्या अध:पाताच्या विविध अवस्थांवर, त्याच्या मनातल्या चढ-उतारांवर, त्याच्या मानसिक संघर्षांना पोषक होईल असे वातावरण निर्माण करण्यावर अशा स्थिर दृष्टीने नाटकाच्या आरंभापासून अंतापर्यंत पाहिले आहे, असे वाटत नाही. त्यामुळे क्षीरसागर ज्या सुंदर चौकटीत 'एकच प्याल्या'चे चित्र लीलेने बसवू पाहतात, त्यात ते सहजासहजी बसत नाही. सुधाकराच्या

मानी मनाचा उल्लेख गडकऱ्यांनी पहिल्या प्रवेशात मोठ्या कौशल्याने केला आहे. पण मानभंग होऊन तो दारू प्यायला लागल्यावर त्याच्या स्वभावाच्या या विशेषाचे त्यांना विस्मरण झालेले दिसते. पश्चात्तापाने दग्ध होऊन आपल्या दोषांकडे पाहताना सुद्धा तो दारूबाज म्हणूनच स्वत:ची निर्भर्त्सना करून घेतो. अगदी मृत्यूच्या क्षणी तो कळवळून म्हणतो, 'साऱ्या अनर्थाचं कारण हा दारूचा एकच प्याला आहे!'

❖❖❖

वीस

क्षीरसागरांच्या विस्तृत विवेचनातल्या सर्व विसंगतींचा परामर्श घेण्याची ही जागा नव्हे 'एकच प्याला' हे एक नुसते चांगले बोधपर सामाजिक नाटक नाही, हा त्यांचा निष्कर्ष अगदी बरोबर आहे. त्याचे अपूर्वत्व त्याच्या निर्मात्याच्या अलौकिक काव्यशक्तीत आहे, भावकवीची आर्तता, कोमलता आणि उत्कटता सर्व नाटकभर खेळविण्याच्या त्याच्या सामर्थ्यात आहे. 'कविमनाने गडकऱ्यांना शेक्सपिअरसारख्या अंतर्ज्ञानी द्रष्ट्याने पुनीत केलेल्या Character Tragedy आणि Romantic Tragedy च्या क्षेत्रात ओढून नेले' असे क्षीरसागर म्हणतात. गडकऱ्यांच्या इतर नाटकांपेक्षा या कलाकृतीत अधिक एकाग्रता, उत्कटता आणि दाहकता आहे, यात मुळीच संशय नाही. या दाहकतेमुळेच तिला Romantic Tragedy चे स्वरूप आले आहे. पण क्षीरसागर समजतात, तशी ती हॅम्लेट, मॅकबेथ किंवा लिअर यांच्यासारखी जीवनाच्या तळाचा ठाव शोधू पाहणारी, मानवी मनाचे सारे मुखवटे दूर करून, त्याचे खरेखुरे स्वरूप पाहू इच्छिणारी, काळोखाच्या राशी तुडवीत प्रकाशकिरणांचा शोध करणारी शोकांतिका आहे किंवा काय, हाच खरा वादग्रस्त प्रश्न आहे.

स्वत:ला न कळत गडकरी भव्य-भीषण नाट्य निर्माण करते झाले, असा क्षीरसागरांच्या प्रतिपादनाचा सूर आहे. पण गडकऱ्यांचे मोठेपण सिद्ध करण्याकरता त्यांच्या पदरी श्रेष्ठ कलावंताला न शोभणारे अज्ञान बांधण्याची ही क्लृप्ती फारशी स्वागतार्ह नाही. 'समीक्षक'च्या गडकरी अंकामधल्या टिपणीत गडकऱ्यांची खालील वाक्ये आढळतात:

'Plot, character painting आगि हेतू यांत प्रधान कोण?

पूर्वी कदाचित मनोरजंन हाच नाटकाचा हेतू असेल. पण प्रगतिपर दृष्टीने तत्त्वनिदर्शनात्मक उपयोग हा हेतू असावा! हे रास्त आहे, की नाही! ही तिहेरी जबाबदारी संभाळणारा लेखक मोठा नव्हे का!'

ही वाक्ये लिहिणाऱ्या लेखकाने आपण जी शोकांतिका लिहीत आहो, ती Character tragedy आहे किंवा नाही, तिचा मुख्य विषय एका मानी मनाचा अध:पात आहे, की मदिरेच्या मोहामुळे होणारा त्याचा विनाश आहे, याविषयी

बिलकुल विचार केला नसेल, असे म्हणणे धाष्टर्याचे होईल. 'एकच प्याला' व 'राजसंन्यास' या दोन्ही नाटकांचे लेखन जवळ जवळ एकाच वेळी झाले. दोन्ही शोकांतिका आहेत. इतकेच नव्हे, तर शेक्सपिअरच्या 'अँटनी अँड क्लिओपाट्रा' या नाटकाची आठवण व्हावी, असेच 'राजसंन्यासा'चे कथानक आहे. या नाटकाच्या शेवटी 'नेत्या पुरुषाची जबाबदरी मला न कळल्यामुळे मी मराठेशाही मातीला मिळवली' अशा अर्थाची वाक्ये संभाजीच्या तोंडी गडकऱ्यांनी घातली आहेत. या नाटकाच्या आरंभीच्या टिपणात 'Why should संभाजी Suffer?' या प्रश्नाचे 'राजधर्म सोडला, म्हणून' असे लेखकाने उत्तरही देऊन ठेवले आहे. 'Plot building & economy of राजसंन्यास' या टिपणात 'राजसंन्यास हे तत्त्वप्रधान नाटक आहे' 'सार्वजनिक मनुष्य आणि खासगी मनुष्य यांच्या लढ्यात जसजशी जबाबदारी मोठी असेल, तसतशी इच्छा मरत जाऊन कर्तव्यमय रूक्ष आयुष्य – निरिच्छ आयुष्य – निष्काम क्रिया विजयिनी व्हावयास पाहिजे' असे त्यांनी स्पष्टपणे नमूद करून ठेवले आहे. हे तत्त्व पहिल्या अंकातल्या चौथ्या प्रवेशात साबाजीने संभाजीला समजून सांगावयाचे आणि नंतरच्या प्रवेशात येसूबाईने ते आचरून दाखवायचे, अशी पुस्तीही त्यांनी या टिपणाला जोडली आहे. हे सारे लक्षात घेऊन 'राजसंन्यासा'चा अस्तित्वात असलेला सर्व भाग आपण चिकित्सक दृष्टीने पाहिला, तर नाटकाचा आत्मा असलेल्या तत्त्वाचा क्रमशः विकास करण्याऐवजी गडकऱ्यांचे लक्ष अद्‌भुतरम्य आणि काव्यपूर्ण अशा घटनांवरच अधिक खिळून राहिलेले दिसते. याचा अर्थ उघड आहे. ते कुशाग्र बुद्धीने आपल्या नाट्यवस्तूचे चिंतन करीत. या चिंतनाच्या वेळी त्यांची जीवनदृष्टी जागृत असे. पण या चिंतनाचा नाट्यरूपाने आविष्कार करताना त्यांची काव्यात्म वृत्ती प्रबळ होई आणि मग तिच्याच अनुरोधाने नाटकाची सारी जडणघडण बनत जाई. 'एकच प्याल्या'तही नेमके तेच झाले आहे.

❖❖❖

एकवीस

मात्र 'एकच प्याल्या'तल्या अशा उत्कट काव्यात्मक आविष्कारात गडकऱ्यांच्या इतर नाटकांत अधूनमधून आढळणारी भेदकता, आर्तता आणि विशालता सर्वत्र प्रगट झाली आहे. याचे कारण यातले नाट्य केवळ सहानुभूतीतून अथवा काल्पनिक अनुभूतीतून निर्माण झालेले नाही, हे आहे. जी सुख-दुःखे कलावंताला स्वतःला चाटून गेली असतील, ज्या गोष्टींची मोहक अथवा दाहक अनुभूती एखाद्या तप्तमुद्रेप्रमाणे त्याच्या हृदयावर ठसा उमटवून गेली असेल, त्यांचे त्याच्या वाङ्मयात अत्यंत परिणामकारक चित्रण होणे स्वाभाविकच आहे. आत्मनिष्ठ कवीच्या बाबतीत तर असे का घडते, हे कुणालाही सहज कळण्याजोगे आहे. विठ्ठल सीताराम गुर्जरांनी 'एकच

प्याल्या'च्या पहिल्या आवृत्तीच्या प्रस्तावनेत –

'प्रस्तुत नाटकाची उभारणी कै. गडकरी यांनी खुद्द स्वतःच्या व इतरांच्या खऱ्याखुऱ्या अनुभवांच्या पायावर केली आहे.'

असे जे विधान केले होते, ते याच दृष्टीने! या विधानाचा इनकार करण्याचा प्रयत्न अद्यापिही अनेक लोक करीत असतात. 'एकच प्याल्या'त गडकऱ्यांचे स्वतःचे अनुभव प्रतिबिंबित झाले आहेत, हे मान्य केल्याने गडकऱ्यांच्या कीर्तीला काळिमा लागतो, अशी या लोकांनी आपली समजूत का करून घ्यावी, ते कळत नाही. कलावंताचे व्यक्तिजीवन शक्य तेवढे शुद्ध असावे, असे लोकांना वाटणे स्वाभाविक आहे जनतेला पूर्णत्वाची पूजा करण्यातच आनंद वाटत असतो. त्यामुळे जो मनुष्य आपल्या आदराचा आणि भक्तीचा विषय झाला असेल, तो निर्व्यसनी असावा, अशी सर्वसामान्य माणसाची अपेक्षा असते. पण ती जितकी स्वाभाविक, तितकीच स्वप्नाळू असते. कलावंत म्हणजे काही कुणी संतपुरुष नव्हे. तोही सर्वसामान्य मनुष्यासारखा नाना प्रकारच्या मोहांनी गजबजलेल्या जगात वावरणारा एक मनुष्यच असतो. सूक्ष्म संवेदनशीलता आणि उत्कट सौंदर्यासक्ती हे त्याच्या प्रतिभेचे गुण त्याच्या व्यक्तिजीवनात दोषरूप होऊ शकतात. व्यवहारात संवेदनशीलतेचे रूपांतर हळवेपणात होते. सौंदर्यासक्ती व मोहवशता यांच्या सीमारेषा एकमेकांना बिलगलेल्या असतात. जीवनात कल्पकता हा कलावंताचा वर न होता शाप ठरू शकतो. तिच्यामुळेच आयुष्यातली लहानसहान वैयक्तिक दुःखेही त्याला मोठ्या तीव्रतेने जाणवतात. निर्मितीच्या नादात गुंग होऊन व्यवहाराकडे पाठ फिरविणारे आणि मनासारखी निर्मिती न साधल्यामुळे स्वतःवर चडफडणारे त्याचे मन स्वैर, लहरी, चंचल व अवखळ बनण्याचा संभव असतो. अशा मनाला लगाम घालणे ही बाह्यतः दिसते, तितकी सोपी गोष्ट नाही.

म्हणूनच चाकोरीतून जाणाऱ्या, रूढ रीतीने आयुष्य कंठणाऱ्या, तरल कल्पनेची किंवा उत्कृष्ट भावनाशीलतेची जोड नसलेल्या साध्यासुध्या माणसाला सकृद्दर्शनी वाटते, तेवढे कलावंताचे वैगुण्य अथवा व्यसन निराधार आणि निंद्य असते. त्याचे चरित्र म्हणजे त्याचे चारित्र्य नव्हे, हे आपण लक्षात ठेवले पाहिजे. त्याचे चारित्र्य त्याच्या आत्म्याच्या प्रामाणिकपणात असते. शरीर (Flesh) व आत्मा (Spirit) यांच्या झगड्यात त्याच्या आत्म्याचा अनेकदा पराभव होतो. पण तो पराभूत आत्मा लाचार होऊन शरीराला शरण जात नाही. असल्या पराजयांच्या परंपरेमुळे सामान्य मनुष्याचा आत्मा बधिर होत जातो. कलावंत मानले जाणारे कारागीर तो आत्मा हालचाल करू लागला, तर त्याला खोट्या प्रतिष्ठेच्या नादाने करकचून बांधून ठेवू इच्छितात. त्याच्या तोंडात बोळा कोंबून त्याला मुका करतात. जातिवंत कलावंत मात्र त्याचा आक्रोश ऐकू शकतो. शाश्वत सत्यांचा आणि चिरंतन सौंदर्याचा मार्ग

दाखविणारा प्रकाश त्या आक्रोशातून प्रकट होत असलेला त्याला दिसतो. रानावनांत तृणपर्णाच्या शय्येवर दिवस काढीत आपले स्वातंत्र्य सांभाळणाऱ्या राणा प्रतापाप्रमाणे असला कलाकार आपल्या आत्म्याचा प्रामाणिकपणा कायम ठेवतो. क्षणभंगुर शारीरिक सुखापेक्षा आत्म्याच्या अनंत वेदनाच त्याच्या प्रतिभेचा विकास करतात. साऱ्या जगाला प्रिय होऊन बसलेल्या अमर कलावंतांची चरित्रे पाहिली, तर व्यावहारिक नीतीच्या दृष्टीने त्यांतली कित्येक माणसे निर्व्यसनी अथवा निष्कलंक ठरणार नाहीत. असे असूनही त्यांची कला श्रेष्ठ दर्जाची होऊ शकली. याचे कारण एकच आहे. ते स्वत:शी प्रामाणिक राहिले. त्यांनी आपला आत्मा गुलाम होऊ दिला नाही. आपल्या जीवनातल्या सत् आणि असत् यांच्या संग्रामात विजयी झालेले असत् हे अमंगल आहे, ती एक दुष्ट शक्ती आहे, याचा त्यांनी स्वत:ला कधीही विसर पडू दिला नाही. गडकरी असे प्रामाणिक कलावंत होते. म्हणूनच ते महाराष्ट्राला 'एकच प्याल्या' सारखी अमर कृती देऊ शकले.

'एकच प्याल्या'त लेखकाच्या अनुभूतीचा भाग आहे, असे म्हटल्याने गडकऱ्यांचे मोठेपण मुळीच कमी होत नाही. कुठल्याही कलावंताच्या उत्कृष्ट कृतीत त्याच्या आत्मचरित्राचा थोडा ना थोडा भाग असतोच असतो. कला म्हणजे सौंदर्याची अथवा बुद्धीची बनवाबनव, असे तो मानीत नाही. त्याच्या मनाला जे बोचत आणि टोचत असते, त्याच्या डोळ्यांपुढे जी सुंदर स्वप्ने तरंगत असतात, हृदयातल्या सप्तसमुद्रांत बुडून आणि तिथल्या मेरुमांदारांच्या शिखरांवर चढून त्याने जीवनाची जी दिव्य पण दाहक अनुभूती घेतलेली असते, ते सारे सारे तो उत्कटत्वाने प्रगट करण्याचा प्रयत्न करतो. टॉलस्टॉयच्या लेव्हिनमध्ये लेखकाचे असे आत्मचित्रण आहे, हे कुणीच नाकबूल करीत नाही. गडकऱ्यांच्या आत्मनिष्ठ कविवृत्तीमुळे त्यांच्या लिखाणात त्यांचे स्वत:चे चरित्र प्रतिबिंबित होणे स्वाभाविकच होते. त्यांच्या न लिहिलेल्या एका कादंबरीचे छोटे टिप्पण वाचले, की तेवढ्यावरून सुद्धा आपल्या वाङ्मयात गडकरी स्वत:चे अनुभव किती प्रमाणात घालीत असत, याची सहज कल्पना येते. त्यांचे ते टिप्पण असे आहे:

'मुलगा नाटकात आहे, म्हणून झुरणारी आई. तिचा त्यापूर्वीचा आशापूर्ण अभिमान नंतर शेजाऱ्यांनी हिणविणे. त्या मुलाने पुढे सर्कसमध्ये जाणे. Love चे स्वरूप (अशी कादंबरी लिहिणे) तिचे नाव लालाराम. लेखकांचा मत्सर. प्रसिद्धीमुळे भोगावी लागणारी टीका. व्यक्तिविषयक टीका, द्वेष, वगैरे (लालाराम कादंबरीत दाखविणे) लालाराम कादंबरी माझ्या मरणोत्तर प्रसिद्ध करणे. तोपर्यंत लिहिणे.'

गडकऱ्यांचे घरगुती नाव लालजी होते, हे लक्षात घेऊन या कादंबरीच्या नावापासून तिच्या अंतरंगापर्यंत कोणत्याही गोष्टीकडे पाहावे. प्रत्येक गोष्टीवर आत्मचरित्राचा स्पष्ट ठसा आहे, असे दिसून येईल. या टिपणातली फक्त सर्कसमध्ये जाण्याची

घटनाच गडकऱ्यांच्या आयुष्यात घडली नव्हती. ते कदाचित त्यांचे स्वप्नरंजन असेल. कदाचित त्यांच्या कल्पनारम्यतेला मध्यरात्रीच्या त्या साहसी सृष्टीचे वाटणारे आकर्षण असेल.

❖❖❖

बावीस

'एकच प्याल्या'च्या मानाने गडकऱ्यांच्या इतर नाटकांतले नाट्य अधिक भडक वाटते. नाटकीपणाचा (melodrama) भास उत्पन्न करणारा हा भडकपणा, आलंकारिक भाषणांची आतशबाजी, इत्यादी त्यांच्या वाङ्मयातल्या अनेक गोष्टींचा उगम त्या काळच्या समाजमनात व सामाजिक परिस्थितीत आहे, हे आजच्या वाचकांनी अवश्य लक्षात घेतले पाहिजे. द्रुमनच्या प्रेताचे तुकडे करून, ते पेटीत भरून, हा माल-मसाला बागेत नेऊन ठेवणारा 'प्रेमसंन्यासा'तला कमलाकर किंवा वसुंधरेच्या चिमण्या बालकाच्या पोटात कट्यार खुपसून सुडाचे समाधान मिळवू पाहणारा 'पुण्यप्रभावा'तला वृंदावन आज तीस-चाळीस वर्षांनी आपल्याला तेव्हापेक्षा अधिक कृत्रिम व विकृत वाटण्याचा संभव आहे. पण त्या काळी अशा प्रकारच्या भयानक घटनांनी भरलेली 'राक्षसी महत्त्वाकांक्षे'सारखी नाटके रंगभूमीवर अतिशय लोकप्रिय होती. १९०६ ते १९१२ हा भारतातल्या गुप्त चळवळींचा आणि बॉंब-पिस्तुलांचा काळ होता. त्या वेळच्या व्यासपीठावर मोठमोठे वक्ते जी भाषणे करीत, ती जितकी डौलदार व आवेशपूर्ण, तितकीच आलंकारिक व लांबलचक असत. सुरेंद्रनाथ बानर्जींच्या अशा सिंहगर्जनांच्या गोष्टी मी लहानपणी ऐकल्या आहेत. शिवरामपंत परांजपे व अच्युतराव कोल्हटकर यांच्या भाषणांतले दिवाळीला शोभणारे दारूकामही थोडेसे पाहिले आहे. तत्कालीन नाटकांतल्या स्वगतांवर आणि दीर्घ भाषणांवर अशा प्रकारच्या वक्तृत्वाच्या छाया निःसंशय आहेत. लेखकांचे व्यक्तित्व घडवायला त्याच्या काळातल्या किती तरी गोष्टी कारणीभूत होतात. त्यांच्या विचित्र मिश्रणाची प्रतिबिंबे शोधून पाहणाराला गडकऱ्यांच्या वाङ्मयात हवी तेवढी मिळतील. त्यांच्या भित्र्या स्वभावाने आणि दुबळ्या प्रकृतीनेही त्यांच्या कथानकांच्या घडणीला विशिष्ट स्वरूप दिले आहे, असे आढळून येईल. सिंज् या आयरिश नाटककाराविषयी एका टीकाकाराने म्हटले आहे. 'Like most men, whose health is uncertain, he delighted in the voilence of life' (दुबळ्या प्रकृतीच्या बहुतेक लोकांप्रमाणे त्याचे मन जीवनातल्या भडक गोष्टीत रंगून जात असे.) गडकऱ्यांच्या विषयी थोडेसे असेच म्हणता येईल

❖❖❖

तेवीस

अशा रीतीने गडकरी-वाङ्मयाची अजून अनेक बाजूंनी चर्चा होणे इष्ट आहे. त्यांच्या वाङ्मयातल्या गुणदोषांच्या बाबतींत टीकाकारांचे कदाचित एकमत होणार नाही. पण वाचकाच्या आणि प्रेक्षकाच्या बुद्धीला गुदगुल्या करण्याची, कल्पनेला फुलविण्याची आणि हृदयाला हलविण्याची त्यांची शक्ती असामान्य होती, हे कुणीही अमान्य करणार नाही. या शक्तीमुळेच तीस वर्षांनंतर ते पूर्वीइतकेच लोकप्रिय राहिले आहेत. इतकेच नव्हे, तर पूर्वकाळी त्यांच्यामधले न जाणवलेले काही गुण माझ्यासारख्या त्यांच्या वाचकाला आज आकृष्ट करू लागले आहेत. अशा जाणिवेची एक-दोन उदाहरणेच देतो. गडकऱ्यांच्या वेळी आपल्याकडे बोलके चित्रपट मुळीच नव्हते. मुके नुक्तेच सुरू झाले असावेत! पण चित्रकथेच्या लेखकाला आवश्यक असणारी विशिष्ट नाट्यदृष्टी गडकऱ्यांना उपजतच लाभली होती, असे दिसते. एखाद्या कसलेल्या पटकथा-लेखकाप्रमाणे ते आपले नाट्य-प्रवेश मांडतात. त्यांतली गतिमानता आणि चित्रमालिका मनाला मोह घातल्यावाचून राहत नाही. खाडिलकरांच्या नाट्यप्रवेशात गती असते; पण ती नाट्याला परिपोषक होईल, एवढीच! चित्रसौंदर्याने प्रेक्षकाची नजरबंदी करण्याचा गुण त्यांच्या नाटकांत विशेष नाही. गडकऱ्यांच्यांत तो निश्चित आहे. 'राजसंन्यासा'चा पहिला प्रवेश या दृष्टीने अभ्यसनीय आहे. एकीकडे तुळशी समुद्रात उडी घालीत आहे, दुसरीकडे बुरुजावर संभाजी दौलतरावाबरोबर बोलत उभा आहे. तुळशीची होडी एकदम उलटते. ती बुडू लागते. संभाजी बुरुजावरून खाली उडी टाकतो आणि तिला हातावर घेऊन किनाऱ्याकडे पोहत येतो. एखाद्या चित्रपटाचा प्रारंभ या दृष्टीने हे दृश्य किती रमणीय आहे!

असला अद्‌भुत रम्य काव्यमय प्रसंग सोडून अगदी घरगुती घटनेकडे वळले, तरीही गडकऱ्यांच्या प्रतिभेचा गतिपूर्ण नाट्याविष्कार डोळ्यांत भरल्यावाचून राहत नाही. 'एकच प्याल्या'च्या चवथ्या अंकाचा दुसरा प्रवेश पाहावा. सुधाकराचा पश्चात्ताप हे त्या प्रवेशाचे साध्य आहे. पण अवघ्या नऊ पानांच्या या प्रवेशात नाट्य, काव्य आणि मानवी अंतरंगाचे हळूवार हाताने केलेले चित्रण यांचा मोठा हृदयंगम त्रिवेणीसंगम झाला आहे. या प्रवेशाची विकासपद्धती तर एखाद्या कुशल दिग्दर्शकाला शोभेल, अशीच आहे. सिंधू कागदाच्या घड्या पाडण्याचे काम करीत आहे आणि मागे सुधाकर उभा आहे, असे हे दृश्य सुरू होते. इतक्यात गीता सिंधूकडे येते. कागदाच्या घड्या घालण्याच्या कामी ती सिंधूला मदत करू इच्छिते. सिंधू शपथ घालून तिला ते करू देत नाही. गीतेला वाईट वाटू नये, म्हणून ती म्हणते, 'गीताबाई, तिकडच्या पायांवर हात ठेवून मी शपथ घेतली आहे ना, की दुसऱ्याची काडी म्हणून घरात घेणार नाही अशी? दुसऱ्याचे कष्ट आम्हाला

अगदी वर्ज्य आहेत. या वेळी गडकऱ्यांनी सुधाकराच्या तोंडी एकही स्वगत उद्‌गार घातलेला नाही. पण इथे चित्रपटाचा दिग्दर्शक त्याचे भावदर्शन केल्याशिवाय राहणार नाही. पुढे गीता सिंधूला म्हणते, 'कायसा, म्हणे लढाईमुळं कागदाचा तुटवडा पडला आहे. अन् म्हणून कामच मिळत नाही मुळी.' तेव्हा सिंधू सुचविते, 'दळप नाही कुणाकडचं मिळायचं? ते आपलं बरं घरच्या घरी करायला.' सिंधूचे हे शब्द शुद्धीत असलेल्या सुधाकराला चाबकाच्या फटकाऱ्यासारखे वाटतात. तो स्वतःशीच उद्‌गारतो, 'सिंधू, सिंधू कोणत्या देवानं तुला बोलायला शिकवलं हे?' चित्रणाला ही जागा किती सुरेख आहे! पुढे गीता सिंधूला म्हणते, 'अमृतेश्वरी आज चार दिवस लक्ष भोजनं चालली आहेत. चार दिवस तिकडं गेलात, तर गोडाधोंडाचे दोन घास तरी पोटभर मिळतील. 'सद्‌हेतूने गीतेने केलेली ही सूचना एखाद्या सुरीप्रमाणे सिंधूचे काळीज कापीत जाते. ती तोंड फिरविते व पदराने डोळ्यांतली आसवे पुसते. ते पाहून गीतेला आपले काही तरी चुकले, असे वाटते. तिची समजूत घालण्याकरता सिंधू म्हणते, 'हे बघा, असं जुनेर आड करून चार लोकांत कसं बरं यायचं बाहेर? म्हणून मला वाईट वाटलं, हो!' भोळी गीता उतरते, 'मग माझं पातळ आणून देऊ का?' सिंधू तिची समजूत घालते, 'वेड्या तर नाही तुम्ही, गीताबाई? तुमचं पातळ मला थिटं नाही का व्हायचं?'

किती लहान आणि नाजूक गोष्टींनी गडकऱ्यांनी या दृश्यात रस निर्माण केला आहे. चित्रकथेला शोभणाऱ्या नाट्याने तो अधिकच खुलला आहे. नाटकातली अथवा चित्रपटातली गीता सिंधूएवढीच उंच असावी आणि असे असूनही सिंधूने 'तुमचं पातळ मला थिटं होईल' असे म्हणावे, यात केवढं कारुण्य भरलं आहे! 'दारू पितो, तो कसला हो नवरा? माणसात देखील जिंमा व्हायची नाही त्याची' असे गीतेने उद्‌गार काढावेत, भुकेल्या बाळाने त्याच वेळी रडायला सुरुवात करावी, त्याच्यासाठी थोडे दूध आणायला गीतेला भांडे द्यावे, म्हणून सिंधूने हातातले काम तसेच ठेवून मागे वळावे आणि तिथे उभा असलेला सुधाकर तिच्या दृष्टीला पडावा – तो सुधाकर नेहमीचा नाही. तो दारूने पशू बनविलेला पती नाही, तर पश्चात्तापाने माणूस झालेला नवरा आहे. या प्रसंगातला नाजूक भेदकपणा आणि परिणामकारक नाट्य यांचा रसास्वाद जेव्हा एखादा कल्पक दिग्दर्शक 'एकच प्याला' रजतपटावर आणील, तेव्हाच आपल्याला पूर्णत्वाने चाखायला मिळेल.

❖❖❖

चोवीस

गडकऱ्यांनी मांडलेल्या काही समस्या आणि त्यांनी निर्माण केलेली काही स्वभावचित्रे बदलत्या काळाबरोबर आपल्याला अधिक अर्थपूर्ण वाटू लागतात, असा माझा अनुभव आहे. धुंडिराजाच्या अपूर्वपणाविषयी मी मागे एकदा उल्लेख केलाच आहे. ही भूमिका

म्हणजे नाटककाराची निर्मिती आहे, असे वाटत नाही. प्रेक्षकांतलाच एखादा भोळाभाबडा आणि बडबड्या मनुष्य चुकून रंगभूमीवर जाऊन उभा राहिला आहे, असा आपल्याला भास होतो. हे पात्र रंगविताना वाङ्मयीन संकेतांची सर्व कुंपणे ओलांडून गडकरी बाहेर आले आहेत. जीवन हे कडू आणि गोड यांचे मिश्रण आहे, तो गुण आणि अवगुण यांचा संगम आहे, त्यात पूर्णत्व नाही, पण मानवता आहे, याची अंतर्यामी ज्याला जाणीव झाली आहे, असा कलावंतच असले पात्र कल्पू शकेल.

पुढली पिढी लतिकेकडेही नव्या दृष्टीने पाहील, असे मला वाटते. घनश्यामाचा अपमान करण्याकरता हवी असलेली फटकळ जिभेची मुलगी असे गडकऱ्यांच्या मूळच्या कल्पनेत तिचे स्वरूप असू शकेल. पण आज आपण 'भावबंधन' वाचू लागलो, की लतिका अशी का झाली असावी, हा विचार आपल्या मनात आल्यावाचून राहत नाही. ती श्रीमंत वर्गाची प्रतिनिधी आहे. पैशापुढे ज्याला माणुसकीची किंमत वाटत नाही, अशा बापाचे संस्कार तिच्या मनावर झाले आहेत. श्रीमंत तो श्रीमंत आणि गरीब तो गरीब! दोघांची जगे अगदी निरनिराळी आहेत! घनश्यामासारख्या एका दरिद्री माणसाने आपल्यासारख्या धनिककन्येच्या मैत्रिणीशी लग्न करण्याची इच्छा प्रदर्शित करावी, हा आपला अपमान आहे, असे अहंकारामुळे तिला वाटत आहे. या भूमिकेच्या द्वारे आपण एक नवा विशाल संघर्ष सूचित करीत आहोत, याची गडकऱ्यांना कदाचित कल्पनाही नसेल! पण तो आज उद्याच्या वाचकांना लतिकेच्या चित्रणात प्रचीत झाल्यावाचून राहणार नाही.

त्यांच्या नाटकांतल्या काही समस्याही अशाच मनोवेधक आहेत. पत्नीच्या पातिव्रत्याच्या मोबदल्यात आपले प्राण वाचविण्याची भूपालाच्या मनात उत्पन्न झालेली इच्छा – सर्व प्रकारच्या पावित्र्याविषयी दिवसेंदिवस अश्रद्ध होत चाललेल्या या दुर्दैवी विसाव्या शतकापुढे उभा असलेला प्रश्नच भूपालापुढे पडलेल्या कोड्याच्या रूपाने गडकऱ्यांनी आपल्यासमोर मांडला आहे. गडकऱ्यांच्या मृत्यूपूर्वी चार वर्षे आधी गांधीजी आफ्रिकेतून हिंदुस्थानात आले होते. त्यांच्या कर्तृत्वाच्या या प्रारंभकाळातही तत्त्वजिज्ञासु वृत्तीमुळे वामन मल्हार जोशांना त्यांचे आकर्षण वाटले. ते साबरमतीच्या आश्रमात गेले, तिथे राहिले आणि गांधीजींच्या तत्त्वज्ञानाची चर्चा करणारा एक लेखही त्यांनी त्या वेळी लिहिला. गडकऱ्यांवर गांधींची अशी मोहिनी पडणे त्या काळी शक्य नव्हते. पण सत्कवी हा आपल्या काळातल्या संतांशी, सुधारकांशी आणि क्रांतिकारकांशी अंत:प्रेरणेने एकरूप होऊ शकतो. त्यामुळे गांधीजींची असहकारिता किंवा त्यांचा कायदेभंगही पाहण्याइतके भाग्य गडकऱ्यांना लाभले असते. त्या महापुरुषाच्या तत्त्वज्ञानाचा सुगंध या महाकवीच्या प्रतिभेच्या सुवर्णाला लागला असता, तर..

वृंदावनाचे हृदयपरिवर्तन दाखविणाऱ्या गडकऱ्यांची प्रतिभा नव्या जोमाने पल्लवित

झाली असती! 'ही खरी दया, ही निरपेक्ष दया' या आपल्या एका वाक्यावर अत्यंत साधे व सुंदर नाटक गडकऱ्यांनी लिहून दाखविले असते.

❖❖❖

पंचवीस

टीकाकार म्हणून मी हे चार शब्द लिहिले आहेत. पण जेव्हा जेव्हा मी माझी ही भूमिका बाजूला ठेवून गडकऱ्यांच्या लाखो वाचकांपैकी एक म्हणून त्यांच्या वाङ्मयाचा आनंद उपभोगू लागतो, तेव्हा तेव्हा माझ्या डोळ्यांपुढे अगदी निराळीच दृश्ये उभी राहतात. मला वाटते, मी एखाद्या उंच उंच टेकडीवर बसलो आहे. भोवताली काळोखाचा अकराळ विकराळ समुद्र पसरला आहे. पण मला त्यांचे अस्तित्व जाणवत सुद्धा नाही. माझ्या डोक्यावर फुललेली ती लाखो नक्षत्रे - मानवतेचे ते मंगलदीप - छे! त्या तारका नाहीत. ते गडकऱ्यांच्या कल्पकतेचे तेज:कण आहेत. पुन्हा मला भास होतो. आपण एका विशाल सागराच्या अफाट वाळवंटात एकटेच बसलो आहोत. समोरच्या सागराचे ते भीतिप्रद अकांडतांडव - छे! समुद्राच्या या फेसाळलेल्या लाटा म्हणजे गडकऱ्याच्या कल्पना आणि भावना आहेत!

पुनर्जन्मावर माझा विश्वास नाही. पण तो असला, तर मृत्यूनंतर ज्या ज्या आत्म्यांच्या भेटीसाठी मी अधीर होईन, त्यांत गडकरी निश्चित आहेत. यांच्याशी मला खूप खूप बोलायचे आहे, त्यांची क्षमा मागायची आहे आणि जवळ जवळ तपापूर्वी त्यांनी मला दिलेल्या प्रोत्साहनाबद्दल त्यांच्यापाशी कृतज्ञताही व्यक्त करायची आहे. कुणाला ठाऊक, माझ्या आयुष्यात, ते ओझरते का होईना, डोकावून गेले नसते, तर लेखक होण्याची माझी बाळपणीची इच्छा इतकी प्रबळ कधीच झाली नसती!

शाहुपुरी, कोल्हापूर
५-२-४९

वि. स. खांडेकर